डॉ. डीन ऑर्निश यांच्या

Program for Reversing Heart Disease चा
भारतीय आविष्कार

हृदयविकार निवारण

(डॉ. जगदीश हिरेमठ उपक्रम)

शुभदा गोगटे

मेहता पब्लिशिंग हाऊस

HRIDAYVIKAR NIVARAN by SHUBHADA GOGTE

हृदयविकार निवारण : शुभदा गोगटे / आरोग्यविषयक

Email : author@mehtapublishinghouse.com

संस्थापक : सुनील अनिल मेहता

प्रकाशक : मेहता पब्लिशिंग हाऊस प्रा. लि.,
१९४१, सदाशिव पेठ, माडीवाले कॉलनी, पुणे – ४११०३०.
✆ +91 020-24476924 / 24460313 / Mob. No. 9545000513
Email : production@mehtapublishinghouse.com
Website : www.mehtapublishinghouse.com

मुद्रक : ट्रिनिटी ॲकॅडमी फॉर कॉर्पोरेट ट्रेनिंग लिमिटेड

मुखपृष्ठ : मेहता पब्लिशिंग हाऊस

प्रकाशनकाल : फेब्रुवारी, १९९९ / जून, १९९९ / फेब्रुवारी, २००० /
सप्टेंबर, २००० / मे, २००१ / जानेवारी, २००२ /
सप्टेंबर, २००२ / सप्टेंबर, २००३ / डिसेंबर, २००४ /
मे, २००६ / एप्रिल, २००८ / फेब्रुवारी, २०११ /
जानेवारी, २०१३ / फेब्रुवारी, २०१५ / जुलै, २०१७ /
नोव्हेंबर, २०१९ / सप्टेंबर, २०२३ / पुनर्मुद्रण : जून, २०२६

किंमत : ₹ ४९५

P Book ISBN 9788177666847
E Book ISBN 9788184986709
E Books available on : amazonkindle Apple Books Google Play Books

मनोगत

मी हृदयरोगतज्ज्ञ नाही, एवढंच नव्हे, तर साधी डॉक्टरही नाही. ॲलोपॅथिक, होमिओपॅथिक, आयुर्वेदिक, युनानी यांपैकी कुठल्याही पद्धतीचं वैद्यकीय शिक्षण मी घेतलेलं नाही. मी ट्रेंड नर्स, आया किंवा कंपाउंडरही नाही. असं असताना मी हे पुस्तक लिहिण्याचं धाडस कसं काय केलं असा प्रश्न अनेकांना पडण्याचा संभव आहे. किंबहुना अनेकांना ही शंका आधीच आलेली आहे. मी डॉ. डीन ऑर्निश यांच्या हृदयविकार हटवण्याच्या कार्यक्रमासंबंधी आणि त्याच्यावर आधारित अशा डॉ. जगदीश हिरेमठ यांनी पूना हॉस्पिटल इथे पार पाडलेल्या कार्यक्रमासंबंधी लिहिते आहे, असं म्हटल्यावर अनेक परिचितांनी, नातेवाइकांनी माझ्याकडे साशंक नजरेनं पाहिलेलं आहे. हिला ह्या विषयातलं काय कळतं? ही नसती गोष्ट ही का करते आहे? असा भाव त्यांच्या नजरेत आणि चेहऱ्यावर स्पष्ट वाचता येत होता.

मला या विषयातलं फारसं काही कळत नाही, माझं ते क्षेत्र नाही आणि त्याविषयी काही लिहावं असा माझा अधिकारही नाही, पण मी या विषयासंबंधी म्हणजे हृदयविकार निदान, चिकित्सा, हृदयविकार बरा करणं, त्याच्यावरची औषधं, ह्यासंबंधी काही लिहिलेलं नसून डॉ. डीन ऑर्निश आणि डॉ. जगदीश हिरेमठ यांच्या प्रयोगांसंबंधी लिहिलेलं आहे. त्यांनी काय काय केलं, त्यातून त्यांना काय काय परिणाम मिळाले, आणि त्यातून काय निष्कर्ष काढता येतात ह्यांविषयी माझं हे पुस्तक आहे. हे प्रयोग करताना डॉ. डीन ऑर्निश यांनी काय विचारानं प्रयोगाला सुरुवात केली, प्रयोग हळूहळू कसा पुढे नेला आणि हे प्रयोग करताना काय अनुभव आले ही माहिती देऊन मग पुण्यात डॉ. हिरेमठ यांनी कशा प्रकारे त्याच्याशी मिळताजुळता कार्यक्रम अमलात आणला हे मी सांगितलेलं आहे. या विषयासंबंधी इतर ठिकाणी चाललेल्या अभ्यासांविषयी आणि प्रयोगांविषयी उपलब्ध झालेली माहितीही थोडक्यात देण्याचा मी

प्रयत्न केला आहे. त्याचबरोबर हृदयरुग्णांसाठी योग्य असा आहार, योग्य असे भारतीय पदार्थ कशा प्रकारे बनवता येतील ते सांगितलेलं आहे. आहारात तेल, तूप असे स्निग्ध पदार्थ वापरायचे नाहीत म्हणजे उकडलेले, बेचव पदार्थ खायचे अशी एक सर्वसाधारण समजूत आपल्याकडे आहे. पण तसं काही नाही, स्निग्ध पदार्थांशिवायही स्वादिष्ट खाद्य पदार्थ बनू शकतात हे दाखवण्याचा मी प्रयत्न केला आहे. नमुन्यादाखल काही पदार्थांच्या पाककृती दिल्या आहेत.

डॉ. हिरेमठांच्या कार्यक्रमातील काही सहभागींचे अनुभव त्यांच्या शब्दात दिले आहेत.

हृदयरोग्यांनी कोणती औषधं घ्यावीत, शस्त्रक्रिया केव्हा करावी अशा प्रकारच्या गोष्टी मी पुस्तकात देणार नाही आहे, किंबहुना, हृदयरोग्यांनी आपापल्या डॉक्टरांच्या सल्ल्याप्रमाणे औषधपाणी चालू ठेवावं आणि फरक करायचे असले तर डॉक्टरांच्या सल्ल्यानं करावेत, असं ठिकठिकाणी मी म्हटलेलं आढळून येईल. एवढंच नव्हे, तर डॉ. डीन ऑर्निश यांनी केलेलं संशोधनही त्यांच्या आणि इतर हृदयतज्ज्ञांच्या देखरेखीखालीच झालेलं होतं. त्यांनी हृदयरोग्यांसाठी सुचवलेला हृदयविकाराचं निवारण करण्याचा कार्यक्रम हा नित्याच्या जगण्याच्या पद्धतीमध्ये, जीवनशैलीमध्ये बदल करण्यावर अवलंबून आहे. ह्या कार्यक्रमामध्ये आहार, विहार, व्यायाम, योगासनं, मनाचा मोकळेपणा अशा सर्व गोष्टींचा अंतर्भाव आहे. त्यामुळे हा सर्वांना समजायलाही सोपा आहे आणि त्याच्याविषयी लिहिणंही अतज्ज्ञ माणसाला शक्य आहे.

मला स्वत:ला ह्या विषयात रुची निर्माण होण्याचं कारण म्हणजे माझे पती शरद गोगटे यांना १९८९ मध्ये एकदा आणि १९९५ मध्ये दुसऱ्यांदा असा आलेला हृदयविकाराचा झटका होय.

१५ जुलै १९८९ रोजी ह्यांना पहिला हृदयविकाराचा मोठा झटका आला. खरं म्हणजे त्याआधी वर्ष-दीड वर्ष व्यवसायातला आणि मानसिक ताणही कमी झालेला होता. व्यवसायात ह्यांचा जम चांगला बसलेला होता, आर्थिक ओढाताण कमी झालेली होती आणि इतरही कारणांनी असलेली दगदग आणि धावपळ बरीचशी कमी झालेली होती. त्यामुळे त्या काळामध्ये खरं तर आम्ही दोघंही जरा सैलावलेल्या मन:स्थितीत होतो. असं असूनही अचानकपणे हृदयविकाराचा मोठा झटका ह्यांना आला.

रोज सकाळी सगळं आन्हिक उरकून आणि ब्रेकफास्ट करून साडेनऊ-पावणे-दहाच्या सुमाराला हे ऑफिसला जात असत. ज्या दिवशी झटका आला

त्या दिवशी मात्र थोडंसं आळसटल्यासारखं करून हे जरा जास्त वेळ घरात थांबले होते. गप्पा मारत मजेत वेळ घालवून खाणं-पिणं उरकल्यावर परत एकदा चहा घेऊन पावणेअकराच्या सुमारास हे ऑफिसला म्हणून निघाले. स्कूटरवरून जात असताना वाटेतल्या एका चौकात सिग्नलपाशी थांबलेले असताना ह्यांना चक्कर आल्यासारखं वाटलं. स्कूटर उभी करून बाजूलाच थांबावं असा विचार मनात येत असतानाच सिग्नल बदलल्यामुळे हे तसेच स्कूटर दामटत पुढे गेले. आणखी सुमारे दीड-दोन किलोमीटर जाऊन हे ऑफिसपाशी पोहोचले. ऑफिसपाशी स्कूटर थांबवून ती स्टँडवर उभी केल्यावर मग मात्र यांना खूप चक्कर आल्यामुळे हे तिथेच कोसळले. त्या वेळी ऑफिसचा प्यून आणि आमच्या गाडीचा ड्रायव्हर असे दोघंजण तिथे हजर असल्यामुळे त्यांनी लगेच पुढे होऊन, पाणीबिणी शिंपडून यांना उठवलं. हे भानावर आले, पण तोपर्यंत ह्यांना सचैल स्नान व्हावं इतका घाम आलेला होता. आपल्याला हार्ट अॅटॅक आलेला आहे हे ह्यांच्या अर्थातच लक्षात आलं. गाडीच्या किल्ल्या यांच्या खिशात होत्या. त्या काढून यांनी ड्रायव्हरला दिल्या आणि सांगितलं की ऑफिस-बिफिसमध्ये जाण्याआधी मला डॉक्टरांच्याकडे घेऊन चला.

तेव्हा आम्ही नुकतीच काही दिवसांपूर्वी गाडी घेतली होती आणि गाडी चालवण्यासाठी ड्रायव्हर तर आदल्या दिवशीच नेमलेला होता.

आमच्या घरापाशी घराचं काही काम चालू असल्यामुळे गाडी उभी करायला जागा नसायची आणि त्यामुळे आमची गाडी ऑफिसपाशी उभी असायची. त्यामुळे चक्कर येऊन हे पडले तेव्हा गाडी आणि ड्रायव्हर या दोन्ही गोष्टी समोरच होत्या (गॉड इज ग्रेट).

ड्रायव्हर आणि प्यूननी मिळून यांना गाडीत बसवलं आणि डॉक्टरांकडे कसं जायचं हे सांगत असतानाच ह्यांना शौचाची भावना झाल्यामुळे त्यांनी गाडी डॉक्टरांच्या ऐवजी घरी न्यायला सांगितली. त्या वेळी आम्ही तिसऱ्या मजल्यावर राहात होतो. गाडी घरापाशी आल्यावर ज्ञानेश्वरनं म्हणजे आमच्या प्यूननं वरती येऊन सांगितलं की ''साहेबांना बरं नाहीए, तुम्हाला बोलावलंय'' मी खाली उतरून गाडीपाशी गेले. हे अजून गाडीतच बसलेले होते. दार उघडून बघितलं तर चेहरा संपूर्णपणे पांढराफटक पडला होता आणि अंघोळ केल्यावर भिजावेत तसे कपडे संपूर्णपणे भिजले होते. हृदयविकाराचा झटका आलेला आहे हे माझ्याही लगेच लक्षात आलं. मी म्हटलं, ''आपण लगेच डॉक्टरांच्याकडे जाऊ या.'' त्यावर हे म्हणाले, ''मला आधी शौचाला

जायचं आहे.'' शौचाला जायचं म्हणजे दोन जिने चढून वर जायचं. यांच्या त्या स्थितीत यांनी दोन जिने चढावेत असं काही मला वाटेना. हृदयविकाराचा झटका कसा ओळखावा? आणि एखाद्याला झटका आल्यास आपण काय करावं? ह्याविषयीचा बहुधा 'रीडर्स डायजेस्ट' मध्ये प्रसिद्ध झालेला लेख मी वाचला होता. मी नागरी संरक्षण खात्यामध्ये निदेशकाची नोकरी करत असताना तो लेख वाचून मी इतकी प्रभावित झाले होते की त्या लेखात सांगितलेल्या गोष्टींचा मी एक तक्ता तयार केला होता. हृदयविकाराचा झटका आला तर काय-काय होतं, कुठे-कुठे दुखू शकतं, असं सगळं दाखवणारी चित्रं काढून आणि शिवाय त्याच्याखाली काय-काय करावं, ह्या सूचना लिहिलेला तक्ता मी मुद्दाम ऑफिसात एके ठिकाणी ठळकपणे दिसेल असा टांगून ठेवलेला होता. हेतू एवढाच होता की वाचून या गोष्टी लोकांच्या लक्षात राहाव्यात आणि कुणाला वेळ आली तर ह्या गोष्टी त्यांना उपयोगी पडाव्यात. मी स्वत:च ते सगळं तक्त्याचं काम केलेलं असल्यामुळे त्या गोष्टी माझ्या स्वत:च्या पक्क्या स्मरणात होत्या आणि त्यामुळे गाडीतून उतरून दोन जिने ह्यांनी चढून जावं असं मला वाटेना.

त्यामुळे, तळमजल्यावरील आमचे शेजारी गोखले यांच्याकडे जाऊन मी विचारलं,''ह्यांना बरं नाहीये, तर तुमच्या संडासाचा वापर त्यांना करू दे का?'' अर्थातच त्यांनी लगेचच होकार दिला.

त्यांनी होकार दिल्यानंतर मी गाडीपाशी जाऊन ह्यांना उतरायला सांगणार होते पण गाडीपाशी गेल्यावर ह्यांना खाली उतरू द्यावं हे मला अजूनही पटेना म्हणून मी ह्यांना म्हटलं की, ''गोखल्यांच्याकडे तुम्हाला जाता येईल. पण मला वाटतं तुम्ही उतरू नका. आपण सरळ असेच डॉक्टरांच्याकडे जाऊ.'' आमचे डॉक्टर आठवले यांचा दवाखाना तळमजल्यालाच आहे, आणि तिथे संडासाचीही सोय आहे, म्हणून हे नको म्हणत असतानासुद्धा आम्ही गाडी तशीच डॉक्टरांच्या दवाखान्याकडे घेतली. तोपर्यंत यांना शौचाची फार घाई झालेली होती. पण तिथे गेल्यावरही ह्यांना खाली उतरू न देता मी उतरून डॉक्टरांना जाऊन भेटले आणि त्यांना घेऊनच बाहेर रस्त्यावर आले. डॉक्टरांनी यांच्याकडे बघितलं आणि ते म्हणाले, ''उतरू नका, असेच तुम्ही सरळ जोशी हॉस्पिटलमध्ये जा. मी फोन करून ठेवतो.''

एव्हाना, हे मनातून आमच्या सर्वांवर नक्कीच रागावलेले असणार; पण डॉक्टरांनीच असं सांगितल्यामुळे ह्यांचा नाइलाज झाला. आम्ही तसंच जोशी हॉस्पिटलकडे गेलो. पाच-सात मिनिटांत हॉस्पिटलमध्ये पोहोचलो. तोपर्यंत डॉ.

आठवल्यांनी फोन करून ठेवलेला असल्यामुळे व्हील चेअर घेऊन वॉर्ड बॉय हजर होता आणि त्यामुळे व्हील चेअरमध्ये बसवूनच ह्यांना अतिदक्षता विभागामध्ये (Intensive Care Unit) नेण्यात आलं. सुदैवानं त्या अतिदक्षता विभागामध्ये एक जागा रिकामी होती. तिथेच ह्यांना झोपविण्यात आलं, त्या वेळी हजर असणाऱ्या डॉक्टरांनी ह्यांना तपासून काही इंजेक्शन्स वगैरे दिली, इ.सी.जी (ECG) लावून मॉनिटर सुरू केला आणि डॉ. जगदीश हिरेमठांना फोन केला.

ह्यांना हृदयविकाराचा झटका आल्यापासून फारसे कुठलेही श्रम न होता साधारण अर्ध्या तासाच्या अवधीत हे सुसज्ज अशा रुग्णालयात डॉक्टरांच्या देखरेखीखाली पोहोचले होते.

बऱ्याच वेळापासून यांना शौचाची भावना होत असल्यामुळे मग वॉर्ड बॉयने यांना बेड पॅन दिलं. त्यानंतर ह्यांना अतिशय हलकं वाटू लागलं आणि मग आम्ही दोघं बोलत असतानाच थोड्या वेळानं डॉ.जगदीश हिरेमठ आले. त्यांनी तपासणी केली आणि हृदयविकाराचा सौम्य झटका आलेला आहे असं ते मला सांगत असतानाच माझ्याशी बोलणं थांबवून त्यांनी एकदम नर्सला पेसमेकरची लगेच तातडीनं तयारी करायला सांगितली, आणि मला खोलीबाहेर जायला सांगितलं.

ह्यांची स्थिती बिघडत असल्याचं त्यांना मॉनिटरवर कळलं असावं हे माझ्या लक्षात आलं. पाच-दहा मिनिटांच्या अवधीतच यांना स्ट्रेचरवरून ऑपरेशन थिएटरमध्ये नेण्यात आलं. तिथे गेल्यावर पेसमेकर बसविण्यासाठी, पेसमेकरच्या तारा मांडीतून हृदयापर्यंत पोचविण्याचं काम पुरं झाल्यानंतर ह्यांना हृदयविकाराचा मोठा झटका आला, म्हणजे हृदय पूर्णपणे बंद पडलं. ते सुमारे २०-२५ सेकंद पूर्णपणे बंद होतं. हार्ट मसाज करून आणि नंतर पेसमेकर सुरू करून हृदय परत सुरू करण्यात आलं आणि मग काही वेळानं यांना ऑपरेशन थिएटरमधून बाहेर आणून परत अतिदक्षता विभागामध्ये ठेवण्यात आलं, त्या वेळी हे बेशुद्धीतच होते (ह्या सगळ्या गोष्टी डॉक्टरांनी अर्थातच मला मागाहून सांगितल्यामुळे कळल्या.)

त्यानंतर सुमारे दीड-दोन तास पेसमेकरवरच ह्यांच्या हृदयाचं काम चालू होतं. या काळामध्ये ह्यांच्या सर्व शारीरिक यंत्रणा व्यवस्थित आणि सुरळीत काम करताहेत असं बघून दीड-दोन तासांनी डॉक्टरांनी पेसमेकर काढला आणि त्यानंतर तो परत कधी बसवायची वेळ आली नाही.

हृदयविकाराचा हा झटका येईपर्यंत ह्यांची तब्येत अगदी ठणठणीत म्हणावी

अशी होती. ''शरदची तब्येत अगदी उत्तम आहे, ठणठणीत आहे, त्याला कधी काही होत नाही'' ह्याविषयी सर्व नातेवाइकामध्ये आणि परिचितांमध्ये एकमत होतं. ह्यांना कधी-कुठे काही दुखायचं नाही, पोट वर्षावर्षात कधी बिघडायचं नाही, तापही असाच वर्षा दोन वर्षांत एखादा दिवसच यायचा. वजन उचलणं, जिने ४-५ वेळा चढउतार करणं, विशेष कष्टाचं काही काम करणं ह्याला यांची सदैव तयारी असायची आणि त्याचा ह्यांना फारसा कधीही त्रासही व्हायचा नाही. दिवसभर काम केल्यानंतर अगदी रात्री झोपतानासुद्धा कधीही फार थकल्यासारखं झालेलं असायचं नाही. रात्रीची झोपही उत्तम लागायची. त्यामुळे यांना हृदयविकाराचा झटका येणं हा मला आणि आमच्या सर्व नातेवाइकांनाही मानसिक धक्काच होता.

इतकी ठणठणीत तब्येत असलेल्या माणसाला एकाएकी हृदयविकाराचा झटका का यावा? असा विचार करू लागल्यावर हृदयविकार कशाने होतो, त्याची काय कारणं असतात हे शोधायच्या मी मागे लागले. हृदयाच्या दृष्टीनं ज्या धोकादायक गोष्टी आहेत त्यांपैकी कोणकोणत्या ह्यांच्या बाबतीत लागू पडतात हे बघायला लागल्यावर असं लक्षात आलं की–

हे सिगारेट ओढत नव्हते किंवा तंबाखू खात नव्हते. मद्यपान अगदीच कधीतरी क्वचित महिन्या दोन महिन्यांनी मित्रांबरोबर थोडंसं करत होते.

व्यायाम नियमितपणे करत असत, तो नियमितपणा २-४ वर्षांपासून कमी झालेला होता.

ह्यांच्या मामांना आणि त्यांच्यापूर्वी ह्यांच्या आजोबांना हृदयविकार असल्यामुळे आनुवंशिकतेनं तो यांना आला असण्याची शक्यता होती.

दूध, तूप, लोणी, साय यांच्यावर मात्र हे आडवा हात मारत असत.

यांना अगदी सौम्य प्रमाणात मधुमेह २ वर्षांपूर्वीपासून होता.

वय पन्नाशीच्या पुढं होतं.

वय आणि आनुवंशिकता ह्या गोष्टींबाबत काही करणं हातात नसलं आणि धूम्रपान किंवा मद्यपान ह्याबाबत काही करण्याची गरज नसली तरी आहारातलं तूप, लोणी, अंडी वगैरे लगेच आम्ही वर्ज्य करून टाकलं. थोड्या फार प्रमाणात यांनी व्यायामही सुरू केला. कोणते पदार्थ आहारात असले म्हणजे कोलेस्टेरॉलची पातळी कमी राहायला मदत होते यासंबंधी अमेरिकन हार्ट असोसिएशननं काही वस्तूंची यादी प्रसिद्ध केली होती. सोयाबीन, कांदा, लसूण, गाजर, वांगं, स्निग्धांशविरहित असं

दूध आणि त्याच्यापासून बनवलेलं दही, सफरचंद इत्यादी हे पदार्थ होते. हे पदार्थ नेहमीच खाण्यात ठेवायला आम्ही सुरुवात केली आणि गहू दळायला देतानाच त्यात सोयाबीन घालून दळून आणायला सुरुवात केली. त्यामुळे आपोआपच रोजच्या पोळीमधून सोयाबीन पोटात जाऊ लागलं.

असं सगळं करत असल्यामुळे, आणि शिवाय फार श्रम करायचे नाहीत, फार दमायचं नाही असं पथ्यही हे पाळत असल्यामुळे आता परत यांना हृदयविकाराचा झटका येऊ नये अशी आमची अपेक्षा होती. पण तरीही १८ एप्रिल १९९५ ला यांना हृदयविकाराचा सौम्य झटका आलाच.

त्याच सुमारास डॉ. डीन ऑर्निश यांचं 'प्रोग्रॅम फॉर रिव्हर्सिंग हार्ट डिसीज' हे पुस्तक वाचण्यात आलं होतं. तेव्हा ते संपूर्ण वाचलं नव्हतं तरी वरवर का होईना चाळलेलं होतं आणि यात काहीतरी वेगळं दिलेलं आहे हे लक्षात आलेलं होतं. ह्यांना हृदयविकाराचा झटका परत आल्यामुळे ते पुस्तक मग नीट लक्ष देऊन वाचलं. त्याच सुमारास डॉ. जगदीश हिरेमठांनी पूना हॉस्पिटलमध्ये डीन ऑर्निश यांच्या कार्यक्रमासारखाच कार्यक्रम सुरू केल्याचं ऐकलं. तेच ह्यांचेही डॉक्टर असल्यामुळे त्यांनी ह्यांना कार्यक्रमात सामील करून घेतलं आणि व्यायाम, आहार, चर्चा ह्या गोष्टी अधिक मोकळेपणानं आणि काटेकोरपणानं होऊ लागल्या.

डॉ. हिरेमठांच्या कार्यक्रमात सहभागी झालेल्या दोन गटांचा कार्यक्रम आधीच सुरू झालेला होता. यांचा गट तिसरा होता. आता चौथ्या गटाचा कार्यक्रम सुरू आहे. पहिल्या गटाचा कार्यक्रम हा डीन ऑर्निश यांच्या कार्यक्रमाबरहुकूम असला तरी त्यात काही फरकही होते. एक तर ध्यान, योगासनं, प्राणायाम या गोष्टी पूना हॉस्पिटलमध्ये करून घेतल्या जात नव्हत्या, तर त्या करण्यासाठी सहभागींना वेगवेगळ्या ठिकाणी जावं लागत होतं. कल्पनाचित्रणाचा अभ्यास आणि सराव या पहिल्या कार्यक्रमात नव्हता. आणि आहारावर नियंत्रण हे ज्याचं त्यानं स्वेच्छेनं ठेवायचं होतं. त्यासाठी मार्गदर्शन मात्र पूना हॉस्पिटलच्या आहार-तज्ज्ञांकडून मिळत होतं.

आणि सर्वांचा आहार हा अर्थातच भारतीय पद्धतीचा होता. असे फरक असूनही, १५ महिन्यांनंतर केलेल्या तपासण्यांमध्ये काही सहभागींचा हृदयविकार मोजण्याइतक्या प्रमाणात कमी झालेला दिसून आला आणि 'बरं' तर सगळ्यांनाच वाटू लागलं होतं.

डॉ. डीन ऑर्निश यांच्या प्रयोगाविषयी आणि त्याच्या भारतीय आविष्काराविषयी

लिहावं, लोकांना सांगावं असं मला एव्हाना मनापासून वाटू लागलं होतं. त्या दृष्टीनं मी थोडं थोडं लेखन सुरूही केलं होतं. पण लिहिताना आपण चुकणार तर नाही ना, चुकीची माहिती तर देऊन बसणार नाही ना अशी शंकेची पाल मनात चुकचुकत होती. तसं होऊ नये म्हणून मी डॉ.जगदीश हिरेमठांशी त्यासंबंधी बोलले. त्यांनी मला मदत करण्याचं आणि त्यांच्या कार्यक्रमाविषयी, त्यातून निघणाऱ्या निष्कर्षांविषयी सगळी माहिती देण्याचं आश्वासन दिलं आणि मग मी उत्साहानं कामाला लागले.

माझ्या शंकांचं निरसन करून घेण्यासाठी मी अधूनमधून हिरेमठांना भेटत होते, त्यांच्या कार्यक्रमाचा भाग असलेल्या काही व्याख्यानांना हजर राहात होते आणि घरी तेल-तूपविरहित पदार्थ बनवण्याचे प्रयोगही करत होते. शिवाय प्रत्यक्ष नवराच कार्यक्रमात सहभागी असल्यामुळे त्यात भाग घेणाऱ्या रुग्णांच्या प्रतिक्रियाही मला कळत होत्या. त्यामुळे या कार्यक्रमाची पुरेशी माहिती मला आहे असा विश्वास मला वाटू लागला.

हा कार्यक्रम, म्हणजेच यात सांगितलेली जीवनशैली ही हृदयविकार असणाऱ्याच्या दृष्टीनं उपयोगी आहे असं मला स्वत:ला खात्रीपूर्वक वाटलं आणि म्हणूनच गेली २-२।। वर्षं मी नेटानं हे लिखाण केलं. काही अडचणींमुळे त्यात अधूनमधून खंडही पडत होता. पण अडचण संपल्यावर मी परत लिहायला सुरुवात करत होते.

अशा रीतीनं तयार झालेलं हे हृदयविकार निवारणाचं पुस्तक हृदयविकार असणाऱ्यांच्या उपयोगी पडलं, त्यांच्या दुखण्याशी दोन हात करण्यासाठी त्यांना याची मदत झाली तर या लेखनाचं सार्थक झालं असं म्हणता येईल.

या संदर्भात डॉ. जगदीश हिरेमठ यांची अपॉइंटमेंट खाली दिलेल्या टेलीफोनवर संपर्क करून मिळेल ०२० - २४४३३६४४.

– शुभदा गोगटे

संदर्भ ग्रंथ

1. Dean Ornish, M.D.- Dean Ornish's Program for Reversing Heart Disease, (Ballantime Books U.S.A. 1991).
2. B.K.S Iyengar- Light on Yoga, (George Allen & Unwin U.K. 1982).
3. Ghafoorunissa & Kamala Krishnaswamy- Diet and Heart Disease, (National Inst. of Nutrition, Hyderabad, 1995).
4. C. Gopalan, B.V. Rama Sastri & S.C. Balasubramanian- Nutritive Value of Indian foods, (National Inst. of Nutrition, Hydarabad, 1996).
5. Shakti Gawai- Creative Visualization, (Bantam Books, U.S.A. Canada, 1982).
6. Jose Silva & Philip Miele- The Silva Mind Control Method (1977)
7. पं. महादेवशास्त्री जोशी- भारतीय संस्कृती कोश खंड १, (भारतीय संस्कृती कोश मंडळ).
8. Glenn Rothfeld & Suzanne Levert- Natural Medicine for Heart Disease, (Rodale Press inc; U.S.A. 1996).
9. Dr. Ramesh Kapadia- Heart Disease : A New Direction, (Navajivan Publishing House, Ahmedabad, 1995).
10. Rohit Gandhi- Health, Nutrition and Dietary fats/oils, (Centre for Innovation in Health & Education, Ahmedabad, 1996).
11. The Hindu, Jan 21, 1996.
12. Indian Journal of Clinical Practice, June 1997, Jan. 1996.
13. Indian Heart Journal, May-June 1996, Sept-Oct. 1996.

■

डॉ. जगदीश हिरेमठ यांची प्रयोगामागची वैचारिक भूमिका

करोनरी आर्टरी डिसइज म्हणजे ज्या आजारामुळे हृदयविकाराचा झटका येतो तो आजार. हृदयाला रक्तप्रवाह देणाऱ्या या करोनरी आर्टरीजमध्ये एकदा अडथळा निर्माण झाला की, त्याला औषध नाही, असंच वैद्यकीय शास्त्र आजपर्यंत मानत आलेलं आहे. औषध नसलेल्या या अडथळ्याला बलून घालून दूर करावे लागते किंवा ऑपरेशन करून 'बायपास' करावे लागते. या दोनही उत्कृष्ट उपचार पद्धती आहेत आणि योग्य निवड केल्यास एका नव्या आयुष्याची सुरुवात करून देण्याची क्षमता त्यामध्ये आहे. मग अडथळा असलेल्या प्रत्येक व्यक्तीनेच या दोन उपचारपद्धतींकडे वळावे का असा विचार येतोच. प्रत्यक्ष प्रॅक्टिसमध्ये असे लक्षात येते की, अडथळे निर्माण झालेले १०० पेशंट असले तर ५० सुद्धा यामार्गे जात नाहीत. याची कारणे अनेक आहेत. अज्ञान, आर्थिक अडचण, भीती, आडमुठेपणा आणि 'डॉक्टर जगवतात का नागवतात' वगैरे विचारांमुळे ही मंडळी औषधे घेत राहतात. सध्या भारतात या आजाराचे प्रमाण बेसुमार वाढते आहे आणि २०१० सालापर्यंत सर्वांत जास्त पेशंटस् भारतात असतील. अथेरोस्क्लेरोसिस हा आजार शरीरातील सर्व मध्यम व्यासाच्या सर्व आर्टरीजमध्ये होतो. आजार होऊ नये म्हणून प्रयत्न (primary prevention), आजार झाल्यास तो रोखण्याचे किंवा परतवण्याचे प्रयत्न (Secondary prevention / reversal) काहीतरी असतीलच असा विचार सारखा मनात घोळत असे.

अशात डॉ. डीन ऑर्निश यांचे पुस्तक १९९३ च्या सुमारास प्रत्यक्ष वाचनात आले. आजपर्यंत, अडथळ्याची तीव्रता कमी करणे (reversal of atherosclerosis) हा कल्पना विलासच वाटायचा, पण प्रत्यक्ष पुस्तक वाचल्यावर अंगावर रोमांच उभे राहिले. कादंबरीच्या

स्वरूपात लिहिलेले, काहीसे अशास्त्रीय वाटणारे हे पुस्तक मला प्रेरणा आणि उत्साह देऊन गेले.

आहार, व्यायाम, मानसिक तणावावर नियंत्रण या त्रिसूत्रीवर आधारित ही उपचारपद्धती खरंच काही करेल यावर माझा विश्वास बसेना. Lancet या वैद्यकीय बायबल समजण्या जाणाऱ्या जरनलमधले डॉ. ऑर्निश यांचे वैद्यकीय विश्लेषण आणि निबंध वाचला. त्यांच्याशी प्रत्यक्ष पत्रव्यवहार केल्यावर अजून माहिती मिळाली. ही सर्व उपचार पद्धती भारतीय वळणाची आहे. पण तरीसुद्धा आपल्या पेशंट्सपर्यंत ती पोहोचवता येईल अशी खात्री वाटत नव्हती. मनाच्या कोपऱ्यात कुठेतरी घोळणारे विषय, जमा झालेली माहिती यांच्याच आधारे बरेच महिने गेले.

सिद्ध समाधी योग (SSY) ची ओळख मला स्वत:लाच या वेळी झाली हा सुद्धा योगायोगच असावा. ध्यानधारणा शिकावी आणि त्याबद्दल आपल्याला जास्त जाणीव व्हावी या उद्देशाने मी हा कोर्स पूर्ण झाला. 'ध्यान' हा गाभा असलेल्या या कोर्समध्ये मानसिक ताणावर नियंत्रण, शाकाहारी कच्चे अन्न आणि प्राणायाम याची इतकी सुरेख गुंफण होती की, मी फारच प्रभावित झालो. 'Paradigm shift' का काय म्हणतात ते हेच काय असे वाटू लागले. माझ्या वैयक्तिक विचारांमधल्या 'shift' मुळे की काय, अचानक डीन ऑर्निश यांचा कोर्स करण्याची हिंमत आली. पण करावा करावा म्हणून सुद्धा त्याचे मूर्त स्वरूप अजून कागदावर उतरेना. SSY आणि डीन ऑर्निशच्या कोर्समधील साम्य, त्या दोघांशी माझी एकाच वेळी झालेली ओळख, अँजियोप्लास्टी किंवा बायपास न करता राहणारे पेशंट्स आणि पूर्वीपासून मनात घोळत असलेले विचार यातून अचानक एक दिवस या कोर्सची कल्पना डोक्यात आली आणि ती भरभर मी कागदावर लिहून काढली.

कागदावर कल्पना लिहिल्यावर मात्र हा कोर्स शक्य आहे असे वाटू लागले. पण हे असं काहीतरी करतो आहे हे सांगण्यासारख्या व्यक्ती थोड्या होत्या. बायको आणि अगदी जवळचे मित्र केवळ, हा एकदा ठरविले म्हणजे करून दाखवेल एवढ्या विश्वासावर होते. (असावेत!). पण हा कोर्स चांगला का वाईट वगैरे टिप्पणी कोणालाच करणं शक्य नव्हतं. एक invasive cardiologist असा 'non invasive course' करण्याच्या मागे लागणार म्हणजे बऱ्याच प्रतिक्रिया मेडिकल वर्तुळात अपेक्षित होत्या. माझ्या मनात एक खात्री होती. ती अशी की, यामध्ये अशास्त्रीय किंवा अलोपथी सोडून उपचार नाहीत. आहार, व्यायाम आणि

तणाव कमी करण्याबाबतचा उपदेश प्रत्येक डॉक्टरच हार्टपेशंटस्ना देत असतो (असे अपेक्षित आहे!) या कोर्समध्ये याच प्रक्रिया जास्त प्रखर केलेल्या आहेत आणि प्रत्यक्ष पेशंटस्कडून कृती करवून घेण्याची जबाबदारी त्यात होती. योगासने आणि ध्यानधारणा या दोन नावांमुळे काहीसा अशास्त्रीय वाटणारा हा कोर्स मुळात अलोपथीला धरून होता. फक्त या नावांमुळे त्याला Holistic असा नवीन शब्द देण्यात आला होता.

हा प्रयोग करत असताना शास्त्रीय दृष्टीने त्याचे विश्लेषण करणे सुद्धा जरुरी होते. अमेरिकेत रिसर्च करणे जेवढे सोपे आहे तेवढेच पुण्यासारख्या ठिकाणी ते अवघड जाते. Dean Ornish ने २५ पेशंटस् घेतले होते आणि एका वर्षाच्या शेवटी २२ पेशंट्सच्या आकडेवारीवर आधारित असलेला रिसर्च Lancet सारख्या मासिकामध्ये प्रसिद्ध झाला याचाच अर्थ अशा प्रकारचा रिसर्च आणि सिद्धांत हे अवघड काम असते. Coronary atherosclerosis वरचा रिसर्च हा angiography वर आधारित असणेच भाग होते. PE T Scan, जो Dean Ornish ने वापरला तो भारतात उपलब्धच नाही आणि QCA ही, जेव्हा हा कोर्स सुरू झाला (मे १९९५) तेव्हा पुण्यात उपलब्ध नव्हता. Dean Ornish ने २% आणि ३% चा फरक computer द्वारा दाखविला, पण हा सूक्ष्म फरक फक्त डोळ्यांनी (Naked Eye) बघून सांगणे अवघड होते. शिवाय २०-२५ पेशंट्सचे angiography, stressecho, Thallium इत्यादी करणे म्हणजे जवळजवळ ७ ते ८ लाख रुपयांची गरज होती. या सर्व अडचणींचा विचार करता 'जगदीशला वेड लागले आहे' अशी प्रतिक्रिया कोणी दिली तर त्यात फारसे नवल नव्हते.

यासाठी लागणारी जागा, वातावरण आणि आर्थिक मदत या सर्व दृष्टीने पूना हॉस्पिटलने मोलाची मदत केली. खरं तर हा पूना हॉस्पिटलचाच प्रकल्प म्हणून नावारूपाला येणं रास्त होतं. बऱ्याच विचाराअंती आणि चर्चेनंतर पेपरमध्ये एक जाहिरात दिली गेली. आम्हाला २५ जागा भरणे शक्य होते, पण त्यासाठी ९९ अर्ज आले. या सर्व अर्जांची छाननी करून, त्या प्रत्येकाचा इंटरव्ह्यू घेऊन ३० नावे select केली गेली. या वेळी ४-५ जण याआधीच पुस्तक वाचून आपआपल्यापरीने या गोष्टी पाळतच होते.

१ मे १९९५ ला पहिले व्याख्यान मी स्वत:च दिले. जमलेल्या २५-३० पेशंटस्बरोबर (यांपैकी २० जण कोर्समध्ये सामील झाले.) त्यांचे काही नातेवाईक,

उत्सुक आणि कुतूहलपूर्ण असणारे काही डॉक्टर्स , S.S.Y.चे शिक्षक यांच्यासमोर मी कोर्सची कल्पना आणि आजाराचे स्वरूप, कोलेस्टेरॉल वगैरे गोष्टी मांडल्या. सोमवार ते शुक्रवार या वेळात डॉ. ह. वि. सरदेसाई, डॉ. के. एम. गंगवाल (शाकाहार), डॉ. श्री. वि. करंदीकर (योग आणि हृदय), मधुकर टिल्लू (विनोद) या विषयांवरती पाच व्याख्याने झाली. पूना हॉस्पिटलच्या डायेटिशियन्सनी फॅट फ्री आणि व्हेजिटेरीयन या पद्धतीच्या डायेटवरती सुद्धा व्याख्यान दिले आणि अशा प्रकारच्या डायेट तयार करण्यासाठी कोणत्या रेसिपींचा वापर करता येईल याचेसुद्धा विश्लेषण केले. या पाच दिवसांमध्ये lifestyle मधील बदलांमधले हे विविध पैलू बघितल्यानंतर या सर्व गटाला 'सिद्धसमाधी योग' हा कोर्स पुढच्या तीन आठवड्यांमध्ये करावयास लागला. या गटामध्ये २३ व्यक्ती अशा होत्या की ज्यांच्या Angiography आधीच झालेल्या होत्या आणि रक्तवाहिनीमध्ये असलेल्या अडथळ्यांचे निदान झालेले होते. हा गट 'S.S.Y.' चा कोर्स complete करत असताना पूना हॉस्पिटलमध्ये असलेले माझे सहकारी आणि मित्र डॉ. सुनील साठे यांनीसुद्धा हा कोर्स त्यांच्याबरोबर केला. हा कोर्स चालू असतानाच या पहिल्या महिन्यामध्ये या सर्व पेशंटस्च्या 'लिपीड प्रोफाईल' आणि 'स्ट्रेस एको' या दोन्ही टेस्ट आम्ही पूना हॉस्पिटलमध्ये पार पाडल्या.

कोर्स सुरू झाल्यानंतर महिन्याभराच्या शेवटी सर्व पेशंटस्ना आहाराबद्दल पूर्ण कल्पना होती. Meditation, प्राणायाम व्यवस्थित सुरू झालेले होते आणि S.S.Y.मुळे एक 'कॉमन वेवलेन्थ' आमच्यात आणि त्यांच्यात तयार झालेली होती.

या महिन्यानंतर त्यांना योगातील प्रशिक्षण घेण्यासाठी डॉ. श्री. वि. करंदीकर यांच्या मार्गदर्शनाखाली कबीरबाग, नारायण पेठ येथे पाठविण्यात येऊ लागले. सर्व पेशंट्स दर दिवसाआड सकाळी नारायण पेठेमध्ये योगासनांचा वर्ग करू लागले. सुरुवात झाल्यानंतर या सर्व ग्रुपला बांधून ठेवणे आणि प्रोत्साहन देत राहणे ही फार महत्त्वाची जबाबदारी अजूनही शिल्लक होती. त्यासाठी दर सोमवारी संध्याकाळी त्यांची मीटिंग पूना हॉस्पिटलमध्ये आम्ही भरवू लागलो. या मीटिंगचे स्वरूप थोडेसे वेगळे होते. पहिला अर्धातास मेडीटेशन होत असे. त्यानंतर एक कुठल्याही विषयावरील व्याख्यान– सुमारे तासाभराचे– होत असे. आणि त्यानंतर परत थोडा वेळ ग्रुप डिस्कशनसाठी वेळ मिळत असे. या दर आठवड्याच्या लेक्चरसाठी डॉ. एच. एन. फडणीस, डॉ. एस. डब्ल्यु. देशपांडे इ.ची विविध विषयांवरती लेक्चर्स झाली. या सर्व पेशंट्सच्या झालेल्या ओळखींनी आणि वारंवार होणाऱ्या भेटींमुळे

एक प्रकारचे ग्रुप स्पिरिट निर्माण होऊन हे सर्व नियम पाळण्यासाठी त्यांना प्रोत्साहन मिळू लागले आणि अर्थातच ते पाळत आहेत की नाही याचा पडताळा हळूहळू येऊ लागला. नियमित चालणे, अतिशय कडक असा पथ्याचा आहार, योगासने, मेडीटेशन, प्राणायाम, आणि ग्रुप थेरपी या आधारे चाललेला हा कोर्स मोठ्या जोमाने सुरू झाला. आणि काही आठवड्यांमध्येच एक प्रकारचे 'सेन्स ऑफ वेल बिईंग' या सर्व पेशंट्समध्ये दिसू लागले.

यानंतर तीन महिन्यांनी दुसरी आणि अजून तीन महिन्यांनंतर तिसरी बॅचसुद्धा सुरू केली. आणि आज जवळजवळ ८१ व्यक्ती या 'रिव्हर्सल ऑफ हार्ट डिसीझ' कोर्समध्ये भाग घेतात. मंगळवारच्या मिटिंगज्ना अजूनही उत्साहानी लोक उपस्थिती लावतात. आता त्यामध्ये डॉ. बहाले यांच्या मार्गदर्शनाखाली संचेती हॉस्पिटलमध्ये एरोबिक्सचा पण वर्ग सुरू केलेला आहे.

पहिल्या बॅचमधल्या वीस पेशंटस्च्या साधारण १५ महिन्यांच्या कालावधीनंतर परत एकदा 'लिपीड प्रोफाईल', 'स्ट्रेस एको', 'थॅलीअम् स्ट्रेस टेस्ट' आणि 'कॉरोनरी एन्जीओग्राफी' या टेस्टस् केल्या गेल्या. या सर्व टेस्ट्स करण्यासाठी लागणारे बरेचसे आर्थिक साह्य 'पूना हॉस्पिटल'कडून आणि थोडे आर्थिक साह्य 'रूबी हॉल क्लिनिक'कडून मिळाले. हे सर्व तयार झालेले रिझल्ट्स डॉ. सुनील साठे, डॉ. एम. दुराईराज आणि मी अशा सर्वांनी मिळून तपासले. याच सुमारास आम्ही असेसुद्धा काही पेशन्ट्स पाहिले की ज्यांना काही इतर कारणांसाठी या दोन, तीन वर्षांच्या कालावधीमध्ये दुसऱ्यांदा ॲन्जीओग्राफी करावी लागली होती. हे १५ जण आमच्या कोर्समधले नसून आपापल्या कार्डीओलॉजीस्टकडे स्वतंत्रपणे ट्रीटमेंट घेत होते. या ग्रुपचा एक 'तुलना' ग्रुप म्हणून आम्ही विचार करायचा ठरवले.

या सर्व कोर्सच्या रिझल्ट्सचा परामर्श देण्यामध्ये पहिले महत्त्वाचे सांगायचे म्हणजे दोन दोन आणि तीन तीन रक्तवाहिन्यांमध्ये अडथळे असलेल्या या वीस पेशन्ट्समध्ये एकालाही हृदयविकाराचा झटका या काळात आला नाही. एक व्यक्ती फक्त दोन दिवसांसाठी ॲडमिट होती. एकालाही बायपास किंवा ॲन्जीओप्लास्टी करावी लागली नाही आणि अर्थातच कुणाला मृत्यूही आला नाही. सर्वजणांची वजनंही जरुरीपेक्षा जास्त होतीच आणि ती कमी झाली. सर्वांच्या रक्तातील कोलेस्टेरॉलचे प्रमाण कमी होऊन ते साधारणपणे १७० ते १८० मिलीग्रॅमपर्यंत येऊन थांबले. 'अंजायनासाठी' लागणारी औषधांची संख्या कमी झाली आणि या

सर्व व्यक्ती पूर्णपणे उत्साही बनून एक सामान्य जीवन जगू शकत होत्या. सर्वांच्याच चेहऱ्यावरती एक प्रकारचा आत्मविश्वास आणि सेन्स ऑफ वेलबिईंग हे अतिशय बघण्यासारखे होते.

याहीपेक्षा महत्त्वाचा शास्त्रीय दृष्टिकोन हा थॅलियम स्ट्रेस टेस्ट, आणि अॅन्जीओग्राफी हा होता. स्ट्रेस एको आणि थॅलियम या टेस्टमधून बऱ्याच जणांचे रिझल्ट्स संपूर्ण नॉर्मल आले आणि त्यातून आम्हाला अशी खात्री वाटू लागली की angiography मध्ये सुद्धा डीन ऑर्निशने वर्णन केल्याप्रमाणे थोड्याफार प्रमाणात का होईना नक्कीच 'रिव्हर्सल' सापडेल. यामध्ये सांगण्यासारखी महत्त्वाची गोष्ट म्हणजे आजपर्यंत अॅथेरोस्क्लेरॉसिस हा रिव्हर्स होतो ही कल्पनाच शास्त्रीय जगताला मान्य नव्हती. त्यामुळे एकदा तयार झालेला ब्लॉक वाढतच जाणार ही कल्पना रूढ आहे. अशा ब्लॉकमध्येच तुम्ही ३ किंवा ४ टक्के जरी रिव्हर्सल दाखविलेत की ते फार महत्त्वाचे ठरते. डीन ऑर्निशच्या म्हणण्याप्रमाणे या छोट्या छोट्या रिव्हर्सलमधून रक्तप्रवाह मात्र भरपूर वाढतो. त्यामुळे प्रत्यक्ष अॅन्जीओग्राफीमध्ये तुम्हाला फक्त ५% च रिव्हर्सल दिसले तरी पेशन्टला मात्र त्याचा प्रचंड फायदा होतो. वाढलेल्या रक्तप्रवाहामुळे त्यांना सर्व वरील फायदे दिसून येतात.

अॅन्जीओग्राफीच्या रिझल्ट्समध्ये एकंदर ५९ रक्तवाहिन्यांतील अडथळे आम्ही तपासले. यामधील ३८% रक्तवाहिन्यांमध्ये आम्हाला रिव्हर्सल झालेले आढळून आले. हे रिव्हर्सल समजा कॉम्प्यूटरच्या साह्यानी बघितलं तर नक्कीच जास्त संख्येने आढळून येतील. परंतु जवळजवळ ७०% लोक या १५ महिन्यांच्या काळामध्ये 'जैसे थे' राहिले. या ७०% लोकांमध्ये कॉम्प्यूटरच्या साह्याने तपासले असता निश्चितच जास्त रिव्हर्सल्स आढळून येतील. याउलट तुलना ग्रुपमध्ये मात्र अतिशय तुरळक प्रमाणात रिव्हर्सल आढळून आले. आमचा कोर्स करणाऱ्या सर्व पेशन्ट्समध्ये फक्त दोन नवीन ब्लॉकेजेस् तयार झालेली आढळली. (१५ महिन्यांच्या काळात) तर ज्यांनी DORH केले नाही अशा लोकांमध्ये, तुलना गटांमध्ये जवळजवळ १६ नवीन ब्लॉक्स तयार झाले होते. मुंबईच्या KEM हॉस्पिटलमध्ये आम्ही सर्व रिझल्ट पाठविले त्या वेळी तेथील बायोस्टॅटीस्टिशियनने या दोन गटांमधला फरक हा फक्त नैसर्गिक किंवा चुकून झालेला फरक नसून DORH मुळे झालेला फरक आहे असे आम्हाला प्रुफ पाठविले. आता लवकरच हा सर्व झालेला प्रयोग 'भारतीय हार्ट जनरल'मध्ये पब्लिकेशनसाठी पाठविला जात आहे.

अँजीओग्राफीचे रिझल्ट्स मुंबईहून आल्यानंतर एका मोठ्या दिव्यातून बाहेर पडल्याचे समाधान लाभले. अनेकजणांची याच्यामध्ये साथ होती. मुख्यत्वेकरून ज्या पार्टिसिपन्ट्सनी मन लावून या सर्व प्रक्रिया केल्या, त्याशिवाय डॉ. सुनील साठे, पूना हॉस्पिटलचे बाकीचे पदाधिकारी आणि दर मंगळवारी येऊन वेगवेगळ्या विषयांवर बोलणारे वक्ते, डायेटीशिअन या सर्वांनी मनापासून काम केल्यानंतर हा प्रोजेक्ट सिद्धीस गेला असे म्हणता येईल.

हे सर्व करत असताना अनेक प्रकारच्या अडचणी सुद्धा आल्या. प्रत्यक्ष पूना हॉस्पिटलमधली मिटिंग, वक्त्यांची व्याख्याने, कबीरबागेमधली योगासने, एरोबीक क्लास, S.S.Y. इतक्या अनेक प्रकारच्या ऑर्गनायझेशन्सना एकत्र गुंफणारा हा प्रोग्रॅम असल्यामुळे या सर्वांचे कोऑरडीनेशन करणे हा एक अवघड भाग होता. त्यामध्ये वेळ, श्रम आणि पैसे या तीनही गोष्टी खर्ची पडल्या. दुसरा अडचणीचा भाग असा होता की हे सर्व पार्टिसिपन्ट्स आपापल्या घरी किती तन्मयतेने हा कार्यक्रम करत असतील याबद्दल शंकेस थोडी जागा होती. किंवा यावर नियंत्रण ठेवण्याचे काही साधन आमच्याकडे नव्हते. थॅलीयम स्ट्रेस टेस्ट, ॲन्जीओग्राफी, स्ट्रेस इको या अतिशय खर्चिक टेस्ट करून घेण्यासाठी पुष्कळ आर्थिक मदतीची जरुरी होती आणि ती उभी करणे हे सुद्धा मोठे अडचणीचे होऊन बसले होते. या प्रकारच्या ट्रीटमेंटबद्दल पूर्ण खात्री आपल्या देशातल्या रिसर्चमध्ये नसल्यामुळे अँजीओप्लास्टी किंवा बायपास सर्जरीसारखा एखादा चांगला पर्याय आपण पेशन्टपासून हिरावून तर घेत नाही ना अशी एक शंका मनामध्ये काही वेळा उपस्थित झाली; पण या सर्व अडचणींतून मार्ग निघत गेला आणि दोन वर्षांच्या शेवटी अतिशय यशस्वी असा हा कार्यक्रम झाल्याचे मला वाटते. कार्यक्रम चालू असताना इतर डॉक्टर्सकडून म्हणावा तेवढा प्रतिसाद नक्कीच मिळाला नाही. कारण की अशा प्रकारचा ऑफबीट किंवा चाकोरीला धरून नसलेला मार्ग नेहमीच अवघड असतो. पण आता रिझल्ट्स बघितल्यानंतर तरी बहुतेक सर्वांची खात्री पटेल आणि आपल्या पेशन्ट्सना ही जीवन पद्धती अवलंबण्यासाठी ते उद्युक्त करतील अशी माझी खात्री आहे.

आता प्रश्न असा विचारला जातो की प्रत्येक पेशन्टनीच डीन ऑर्निशचा कोर्स करावा का? याचा अर्थ बायपाससर्जरी व ॲन्जीओप्लास्टी हे पूर्णपणे बंद होतील की काय?

अर्थातच याला उत्तर असे आहे की, अँजीओप्लास्टी किंवा बायपास किंवा

आधुनिक नवीन प्रक्रिया यांचे स्थान या कोर्समुळे अजिबात डळमळीत होत नाही. या कोर्ससाठी यायला योग्य पेशन्ट निवड करणे हे याच्या यशामागचे गमक आहे. वय वर्ष ५० च्या वरील व्यक्तींत अतिशय धोकादायक जागेमध्ये रक्तवाहिनीत ब्लॉक जर नसेल आणि ॲन्जीओप्लास्टी किंवा बायपास सर्जरी न करण्याची प्रवृत्ती असेल तर त्यांना जरूर या कोर्समध्ये आपल्याला सामील करता येते. अँजीओप्लास्टी किंवा बायपास सर्जरी हे आग लागलेली असताना विझविण्यासाठी असलेल्या अशा प्रक्रियांसारख्या असून अतिशय प्रभावी आहेत. त्यामुळे योग्य व्यक्तीसाठी योग्य वेळी ते वापरणे अतिशय आवश्यक आहे. पण मी प्रथम नमूद केल्याप्रमाणे हार्टब्लॉक असणारे जवळजवळ ७०% पेशन्ट हे DORH मध्ये जाऊ शकतात आणि यशस्वीरीत्या स्वत:ला सांभाळू शकतात. ज्यांची अँजीओप्लास्टी झाली आहे आणि बायपास झालेली आहे त्यांनाही या कोर्सचे महत्त्व अनन्यसाधारण आहे. जर अँजीओप्लास्टी व बायपास सर्जरीने आग विझविण्याचे काम झालेले असेल तर आग लागू नये म्हणून या कोर्सचा उपयोग या व्यक्ती करू शकतात. ज्या व्यक्तींना अजिबात रोग नाही त्यांच्यावर हा कोर्स लादणे हे थोडे अन्यायकारक होईल. ते सर्व प्रकारे हा कोर्स पाळू शकतील याबद्दल खात्री देता येणार नाही. कारण यासाठी पेशन्टचे स्वत:चे मनोबल खूप लागते. ज्यांना कोणताही आजार अथवा त्रास नाही ते अशा प्रकारची जीवनपद्धती फार काळ पाळू शकत नाहीत. त्यांच्यासाठीची लाईफस्टाईल ही थोडी कमी शिथील आहे व वय वर्ष ३० पासून प्रत्येकाने, त्रास असो वा नसो, आहार, व्यायाम आणि मानसिक तणावावर लक्ष ठेवणे आवश्यक आहे.

भारतीय तत्त्वांवर अवलंबून असणारी ही पद्धत एका अमेरिकन कार्डीओलॉजीस्टनी नावारूपाला आणली. थोड्या उशिरा का होईना पण आपण आपल्या देशात याचा उपयोग करून घेतला याचेच एक प्रकारचे समाधान मला आहे. पुढे हा कोर्स मोठा व्हावा, पेशन्ट्सनी तर याचा लाभ घ्यावाच, पण घराघरात अशा प्रकारची जीवनपद्धती अवलंबली जावी अशी माझी इच्छा आहे. तरुण वयापासून जाणीवपूर्वक याचा अवलंब झाला तर आपण या घातक रोगापासून आपले संरक्षण करू शकू.

■

ऋणनिर्देश

हृदयविकार निवारण यासारख्या, माझ्या दृष्टीनं कठीण विषयाची माहिती गोळा करताना आणि त्यावर लिहिताना मला अनेकांची मदत झाली. या मदतीशिवाय हे पुस्तक शक्य झालं नसतं.

सर्वांत मोलाची मदत झाली ती डॉ. जगदीश हिरेमठ यांची. त्यांच्या प्रयोगाची ऐकीव माहिती मला होती. पण लेखनाच्या दृष्टीनं तेवढं पुरेसं नव्हतं. त्यांच्या कार्यक्रमातील साप्ताहिक व्याख्यानांना हजर राहणं, कार्यक्रमातील सहभागींचे अनुभव ऐकणं, तिथलं वातावरण अनुभवणं, प्रश्न विचारणं, या सगळ्या गोष्टींची परवानगी त्यांनी मला दिली आणि वेळोवेळी माझ्या शंकांचं निरसनही केलं. कार्यक्रमात भाग घेणाऱ्या पहिल्या गटाच्या तपासण्यांचे निष्कर्ष आणि रंगीत पारदर्शिकाही त्यांनी उपलब्ध करून दिल्याबद्दल मी त्यांची ऋणी आहे.

डॉ. एस. व्ही. करंदीकर हे कबीर बाग मठ संस्थेचे अध्वर्यू. अतिशय व्यस्त असूनही त्यांनी आपला बहुमोल वेळ खर्च करून मला संस्थेची आणि त्यांच्या कार्यक्रमाची माहिती दिली. एवढंच नव्हे, तर हृदयरुग्णांसाठीच्या आसनांची सचित्र माहिती उपलब्ध करून देऊन ती छापण्याची परवानगी दिली याबद्दल मी त्यांची मन:पूर्वक आभारी आहे.

डॉ. सौ. आशा प्रतिनिधी यांनी बी.जे. मेडिकल कॉलेज, पुणे, इथल्या ग्रंथालयातील ग्रंथांमधून माहिती मिळवायला मला मदत केली, सल्ला दिला याबद्दल मी त्यांची ऋणी आहे.

भारतीय अन्नपदार्थांमधील पोषण मूल्यांच्या तक्त्यांमध्ये मासे आणि इतर काही जलचर प्राण्यांमधली पोषणमूल्यं दिलेली सापडतात. पण त्यात सर्व नावं इंग्लिशमधून असतात. त्यांची इतर भारतीय भाषांमधली नावंही हैद्राबादच्या नॅशनल इन्स्टिट्यूटच्या पुस्तकांमध्ये आहेत. त्यात मराठी नावंही आहेत. पण इंग्लिश स्पेलिंगवरून मराठी

नावांच्या उच्चाराची नीट कल्पना येत नाही. शिवाय स्थानिक नावं पुष्कळदा वेगळी असतात. त्यामुळे या पदार्थांची मराठी नावं मिळवणं आवश्यक होतं. यासाठी मला श्री. श्यामराव नाईक आणि त्यांचे मित्र श्री. भाऊसाहेब परदेशी यांची मोलाची मदत झाली. त्याबद्दल मी त्यांचे मन:पूर्वक आभार मानते.

डॉ. जगदीश हिरेमठांच्या कार्यक्रमात सहभागी झालेल्या श्री. प्रभाकर बंडगर आणि श्री. रमेश बापट यांनी स्वत:चे अनुभव या पुस्तकात समाविष्ट करण्यासाठी लिहून दिले याबद्दल मी त्यांची आभारी आहे.

माझं हे लिखाण सुरू असतानाच ते प्रकाशित करण्याचं आश्वासन दिलं, माझं काम पूर्ण व्हायला जरा वेळ लागला तरी त्याबद्दल कधी नाराजी दर्शविली नाही आणि माझ्यासारख्या अ-तज्ज्ञ व्यक्तीचं लेखन प्रकाशित केलं याबद्दल मेहता पब्लिशिंग हाऊसचे श्री. अनिल मेहता व श्री. सुनील मेहता यांची मी मन:पूर्वक आभारी आहे.

पुस्तकातील चित्रं आणि आकृत्या यासाठी श्री. पोलजवार यांचे, अक्षरजुळणीसाठी हेमंत जोशी यांचे मी आभार मानते.

पुस्तक पूर्ण होताना अनेकांचा त्याला हातभार लागलेला आहे. त्या सर्वांची मी आभारी आहे.

– शुभदा गोगटे

अनुक्रमणिका

प्रकरण १

हृदयविकाराची सद्य:स्थिती

हृदयविकाराची सद्य:स्थिती : या पुस्तकात जगातील आणि भारतातील हृदयविकाराच्या कोणत्या प्रकाराचा विचार केला आहे–

हृदय, हृदयविकार, हृदयविकाराचा झटका, हृदय शस्त्रक्रिया हे शब्द हल्ली सर्व सुशिक्षित-अशिक्षितांच्या चांगल्या परिचयाचे झाले आहेत. 'हार्ट ॲटॅक' (Heart Attack), हा शब्द तर मराठीच वाटावा इतका आपल्या भाषेत रुळला आहे. टीव्ही, रेडिओ आणि वृत्तपत्रांमधल्या बातम्यांमध्ये हृदयविकाराच्या झटक्यानं मरण पावलेल्या एखाद्या प्रसिद्ध व्यक्तीसंबंधीची बातमी अधूनमधून असतेच. आपले नातेवाईक, आपले परिचित यांच्यातही एखाद्याला हृदयविकाराचा झटका येण्याची, तर कधी त्यामुळे एखाद्याला मृत्यूसुद्धा येण्याची घटना अधूनमधून घडत असते.

एकंदरीत 'हृदयविकार' या रोगाला आपण टरकून असतो. आपल्याला किंवा आपल्या जवळच्या व्यक्तीला कधीही हृदयविकार होऊ नये अशी आपली मनोमन इच्छा असते. कारण हृदयविकार झाला तर अचानक झटक्यानं किंवा थोड्याच काळात मृत्यू ओढवणार अशी भीती आपल्या मनात असते. हृदयविकार म्हणजे आकस्मिक मृत्यू, आज नाहीतर थोड्याच दिवसांत, अशी सर्वसाधारणपणे या रोगाबाबतची समजूत आहे अन् ती फारशी चुकीची आहे असंही नाही. दरवर्षी जगभरात मृत्यू पावणाऱ्यांमध्ये हृदयविकारानं मरणाऱ्यांची संख्या सर्वांत जास्त आहे. कॅन्सर आणि एड्स या दोन रोगांची सध्या खूप चर्चा आहे आणि त्यांच्यावर उपाय शोधण्यासाठी

जगभर संशोधन सुरू आहे. या संशोधनावर अफाट पैसाही खर्च होतो आहे. अजूनही त्यांच्यावर म्हणण्यासारखे उपाय सापडलेले नाहीत. असं असलं तरी वेगवेगळ्या कारणांनी म्हणजे कॅन्सर, एड्स, संसर्गजन्यरोग, अपघात, खून (मात्र यात युद्धात मारले जाणारे अंतर्भूत नाहीत) यासारख्या सर्व कारणांनी मरणाऱ्या लोकांपेक्षा हृदयविकारानं मरणाऱ्यांची संख्या अधिक असते.

भारतातील प्रमाण

जगभरात एकूण मृत्यूंपैकी जास्तीत जास्त मृत्यू हे हृदयविकारानं होतात आणि हे प्रमाण दरवर्षी वाढतं आहे हे खरं, पण भारतातही हीच स्थिती आहे का?

हृदयविकाराच्या दृष्टीनं आज आपल्या देशाची काय स्थिती आहे? भारतात हे दुखणं किती प्रमाणात आहे? हे प्रमाण वाढतं आहे की घटतं आहे? हे प्रश्न या संदर्भात कोणाच्याही मनात येणं स्वाभाविक आहे.

आपल्या देशातही हृदयविकार होणाऱ्यांची आणि त्यामुळे मृत्यू पावणाऱ्यांची संख्या खूप मोठी आहे. दक्षिण आशियातील सर्वच देशांमध्ये हृदयविकाराचं प्रमाण जगातील इतर देशांपेक्षा अधिक आहे आणि ते वाढतं आहे.

भारतात तर या विकाराची घोडदौड चालू आहे असं म्हणण्याजोगी परिस्थिती आहे. त्यातही शहरी भागात हे दुखणं फार झपाट्यानं वाढतं आहे. १९६० पासून १९९० पर्यंतच्या काळात शहरी भागात हृदयविकाराचं प्रमाण ९ पटींनी वाढलं आहे.

इंडियन हार्ट जर्नल या नियतकालिकाच्या मे-जून ९६ च्या अंकात डॉ. राजीव गुप्ता आणि डॉ. व्ही. पी. गुप्ता यांनी प्रसिद्ध केलेल्या 'मेटॅ-ॲनालिसिस ऑफ कॉरोनरी हार्ट डिसीज प्रिव्हॅलन्स इन इंडिया' (Meta-analysis of coronary Heart Disease Prevalence in India)' या लेखात ही माहिती आणि आकडेवारी दिलेली आहे. देशभरात ठिकठिकाणी झालेल्या अभ्यासांमध्ये गोळा झालेल्या आकडेवारीची चिकित्सा त्यांनी केली आहे. १९६० साली शहरी लोकसंख्येच्या १.०५% इतकं असलेलं (आग्रा, १९६०) हे प्रमाण १९९५ साली ९.५९% इतकं झालेलं आहे. (जयपूर– ७.५९%, मोरादाबाद– ८.५५%, तिरुअनंतपुरम्– १२.६५%, सरासरी– ९.५९%). दिल्लीमध्ये हेच प्रमाण १९९० साली ९.६७% इतकं होतं. म्हणजे शहरी भागात सर्वसाधारणपणे हे प्रमाण ९ पटींनी वाढलं आहे असं म्हणता येतं.

ग्रामीण भागातली परिस्थिती यापेक्षा बरी आहे. १९७४ साली २.०६% असलेलं हृदयविकाराचं प्रमाण (हरयाना– २.०६%) १९९५ साली ३.०९% (उत्तर प्रदेश ३.०९%) झालेलं होतं. १९९४ मधील पंजाब आणि राजस्थान या प्रांतांमधले आकडेही साधारण याच प्रमाणात होते. (पंजाब– ३.०९%, राजस्थान– ३.५३%).

पण केरळमध्ये १९९३साली झालेल्या एका अभ्यासात तिथे मात्र हे प्रमाण ७.४३% पर्यंत वाढलेलं आढळलं होतं.

हृदयविकाराचं प्रमाण ठरविण्यासाठी केलेले हे अभ्यास देशातल्या सर्व मोठ्या शहरांमध्ये केले गेलेले नव्हते. तसंच सर्व ग्रामीण भागांमध्येही ते केले गेलेले नाहीत. शिवाय एकाच ठिकाणचे वेगवेगळ्या वर्षांमधले आकडेही उपलब्ध झालेले दिसत नाहीत. म्हणजे, १९६० साली असलेलं हृदयविकाराचं १.०५% हे प्रमाण जयपूर इथल्या पाहणी अभ्यासात आढळून आलेलं आहे. तर १९९५ सालचं १२.६५% हे प्रमाण तिरुअनंतपुरम् इथलं आहे. या सगळ्या मर्यादा लक्षात घेऊनसुद्धा असं निश्चितपणे म्हणता येतं की भारतात हृदयविकाराचं प्रमाण झपाट्यानं वाढतं आहे.

परदेशी स्थायिक झालेल्या भारतीयांमध्येही हृदयविकाराचं प्रमाण मोठं आहे. आणि विशेष काळजीची गोष्ट म्हणजे तरुणांमध्येही हृदयविकाराचं प्रमाण वाढतं आहे. हृदयविकार हा मध्यमवयीन आणि वृद्ध व्यक्तींना होणारा आजार आहे असं साधारणपणे समजलं जातं; पण आता तरुणांमध्येही हा आजार लक्षणीय प्रमाणात असल्याचं आढळून येतं आहे. १९९५ मध्ये जयपूर इथे पार पाडलेल्या एका अभ्यासात २० ते २९ वयाच्या व्यक्तींमध्ये हृदयविकाराचं प्रमाण ३.४२% इतकं असल्याचं दिसून आलं आहे.

भारतीयांमध्ये हा आजार इतक्या मोठ्या प्रमाणात का आहे? आणि तो इतक्या मोठ्या प्रमाणात का वाढतो आहे? 'मेटॲनालिसिस...' मध्ये डॉ. गुप्ता यांनी असं नमूद केलं आहे की ज्यांच्यावर कॉरोनरी अँजिओग्राफी केली जाते त्यांच्यापैकी ३५-४०% रुग्णांना हा विकार असल्याचं कारण निश्चितपणे सांगता येत नाही. उच्च रक्तदाब, मधुमेह, कोलेस्टेरॉलची वाढलेली पातळी, लठ्ठपणा, बैठी जीवनशैली, धूम्रपान, आनुवंशिकता या गोष्टी म्हणजे हृदयाच्या दृष्टीनं धोक्याचे घटक आहेत. पण ३५-४०% रुग्णांमध्ये हे घटक फारसे नसतानासुद्धा त्यांना हृदयविकार झालेला आढळून येतो. शहरीकरण आणि त्यामुळे निर्माण होणारे ताण-तणाव, जीवनशैलीत करावे लागलेले बदल या गोष्टींचाही हृदयविकार होण्यात वाटा असावा, हेही धोक्याचे घटक असावेत असं यावरून दिसून येतं असं डॉ. गुप्तांनी म्हटलं आहे.

हृदयविकाराचं शहरी लोकवस्तीतील प्रमाण		
शहर	**वर्ष**	**प्रमाण %**
आग्रा	१९६०	१.०५
दिल्ली	१९६२	१.०४
चंदीगढ	१९६८	६.६०
रोहटक	१९७५	३.६३
दिल्ली	१९९०	९.६७
जयपूर	१९९५	७.५९
मोरादाबाद	१९९५	८.५५
तिरुअनंतपुरम्	१९९५	१२.६५

हृदयविकाराचं ग्रामीण भागातील प्रमाण		
भाग	**वर्ष**	**प्रमाण %**
हरयाना	१९७४	२.०६
विदर्भ	१९८८	१.६९
केरळ	१९९३	७.४३
पंजाब	१९९४	३.०९
राजस्थान	१९९४	३.५३
उत्तर प्रदेश	१९९५	३.०९

या आकडेवारीवरून एक गोष्ट ठळकपणे नजरेत भरते, ती म्हणजे बाकी राज्यांच्या तुलनेत केरळमध्ये असलेलं हृदयविकाराचं मोठं प्रमाण. हे प्रमाण शहरी भागात (तिरुअनंतरपुरम्) १२.६५% तर ग्रामीण भागात ७.४३% इतकं आहे.

केरळमध्ये रोजचा स्वयंपाक आणि बहुतेक सर्व खाद्यपदार्थ खोबरेल तेलात बनवले जातात आणि पैसे कमावण्यासाठी त्या भागातून बरेच लोक मध्यपूर्वेत जातात या दोन गोष्टी सर्वश्रुत आहेत. आप्तस्वकीय दूर राहिल्यामुळे निर्माण होणारा मानसिक ताण आणि खोबरेल तेलाचा वापर या दोन गोष्टींचा आणि त्या राज्यात हृदयविकार मोठ्या प्रमाणात असण्याचा काही संबंध आहे का हे तपासणारा एखादा

अभ्यास व्हायला हवा आहे. (कदाचित तसा तो झालाही असेल.) सकृत्‌दर्शनी तरी या गोष्टींचा थेट संबंध असल्यासारखं वाटतं. अर्थात् हे एका अ–तज्ज्ञ व्यक्तीचं मत आहे.

बाय-पास आणि अँजिओप्लास्टीच्या शस्त्रक्रिया आता आपल्या देशातल्या अनेक मोठ्या सुसज्ज रुग्णालयांमध्ये होतात. त्यांची दरवर्षीची सर्वसाधारण आकडेवारी–

बायपास–

पुण्यात	५००
महाराष्ट्रात	२०००
भारतात	१००००

प्रत्यक्ष शस्त्रक्रिया आणि आधीच्या व नंतरच्या तपासण्यांचा मिळून एकूण खर्च १,२५०००/- ते १,५००००/- रुपये येतो.

बलून/स्टेन्ट अँजिओप्लास्टी–

पुण्यात	३५०
महाराष्ट्रात	१०००
भारतात	६०००

ही शस्त्रक्रिया आणि आधीच्या व नंतरच्या तपासण्यांचा मिळून एकूण खर्च साधारण वरीलप्रमाणेच येतो.

आपल्या देशात हृदयविकार झपाट्यानं वाढतो आहे आणि हृदयशस्त्रक्रियेचा खर्च सामान्यांना परवडणारा नाही या दोन गोष्टी यावरून ठळकपणे लक्षात येतात.

या पुस्तकात हृदयविकाराच्या कोणत्या प्रकाराचा विचार केला आहे?

हृदयविकार या संज्ञेमध्ये हृदयाच्या अनेक प्रकारच्या दुखण्यांचा समावेश होतो. ॲन्जायना पेक्टोरिस (Angina Pectoris–हृदयाला पुरेसा रक्तपुरवठा न झाल्यामुळे छातीत, पाठीत, मानेत, हातात किंवा यापैकी एखाद्या ठिकाणी वेदना होणे), आर्टिरिओ स्क्लेरॉसिस (Areterio Sclerosis–शुद्ध रक्तवाहिन्यांची/धमन्यांची लवचिकता कमी होत जाऊन त्या कडक होत जाणे), कार्डिॲक अरेस्ट (Cardiac Arrest–हृदयक्रिया बंद पडणे), कॉरोनरी हार्ट डिसीज् (Coronary Heart Disease–हृदयाला रक्तपुरवठा करणाऱ्या धमन्यांमध्ये अडथळा येणे किंवा त्या चिंचोळ्या होणे), व्हॉल्व्यूलर हार्ट डिसीज् (Valvular Heart Disease–हृदयातील झडपेचा आजार) ही आणि हृदयाशी संबंधित इतरही अनेक दुखणी हार्ट डिसीज् (Heart Disease) म्हणजे हृदयविकार किंवा हृद्रोग या मथळ्याखाली

येतात. यापैकी कॉरोनरी हार्ट डिसीज् म्हणजे हृदयाला रक्तपुरवठा करणाऱ्या धमन्यांच्या आजारामुळे, त्या चिंचोळ्या झाल्यामुळे किंवा त्यांच्यात अडथळे निर्माण झाल्यामुळे होणाऱ्या हृदयविकाराचा आणि त्याच्या परिणामांचा, तसंच त्याच्यावरील उपायांचा विचार आपण इथे करणार आहोत.

हृदयविकार आणि हृदयझटका (Heart Disease And Heart Attack) यांच्यावरील पारंपरिक (ॲलोपॅथिक चिकित्सा पद्धतीच्या परंपरेप्रमाणे) उपायांखेरीज इतर काही अपारंपरिक उपायांचा (जे भारतीयांना अधिक पारंपरिक वाटतील– उदा. योग, प्राणायाम इत्यादी) अवलंब केल्यास हृदयविकार कमी होऊ शकतो का? आणि तसा तो कमी होत असला, तर किती प्रमाणात तो कमी होऊ शकतो? त्यासाठी काय काय करावं लागतं? उपाय किती काळासाठी करावे लागतात? त्यांचा परिणाम किती टिकतो? या सगळ्याचा सांगोपांग विचार करण्याचा प्रयत्न या पुस्तकात केलेला आहे.

हृदयविकार हा शब्द, हृदयधमन्यांच्या आजारामुळे होणारा हृदयविकार (Coronary Heart Diseas) या अर्थानं या लिखाणात वापरण्यात आलेला आहे. हृदयविकाराच्या अनेक प्रकारांपैकी फक्त याच प्रकाराचा विचार यात करण्यात आला आहे.

अमेरिकेतील एक प्रसिद्ध हृदयतज्ज्ञ डॉ. डीन ऑर्निश (Dr. Dean Ornish) यांच्या आता जगप्रसिद्ध झालेल्या संशोधनावर आधारित असा कार्यक्रम, मे १९९५ पासून पुण्याचे डॉ. जगदीश हिरेमठ हे पूना हॉस्पिटल इथे राबवत आहेत. या त्यांच्या कार्यक्रमामध्ये आत्तापर्यंत ८०-८५ लोकांनी भाग घेतलेला असून, त्याचा बराच फायदा दिसून आल्यामुळे हा त्यांचा कार्यक्रम काय आहे याची माहिती देण्यासाठी हे लिखाण केलेलं आहे. जरी सर्वजण या कार्यक्रमात सामील होऊ शकत नसले तरी घरच्या घरी स्वत:ला जमेल तितका हा कार्यक्रम अमलात आणून त्याचा फायदा जास्तीत जास्त लोकांना घेता यावा या हेतूनं हे पुस्तक लिहिलं गेलं आहे.

डॉ. डीन ऑर्निश आणि डॉ. हिरेमठ यांच्या कार्यक्रमांची माहिती, हृदयविकार म्हणजे काय, तो कशामुळे होतो, या गोष्टींची माहिती, त्याचप्रमाणे हृदय रुग्णांसाठी योग्य असा भारतीय पद्धतीचा आहार, त्यातून मिळणारे उष्मांक, स्निग्धांश यांसारखे पोषक घटक आणि नमुन्यादाखल काही पाककृतीही यात समाविष्ट आहेत. हृदयविकार असणाऱ्यांना किंवा त्यांच्या घरातल्या माणसांना, तसंच त्यांच्या परिचितांमध्ये, मित्रांमध्ये पेसमेकर (Pace Maker), ई. सी. जी. (E.C.G.), ॲन्जिओग्राम (Angiogram) हे शब्द सुपरिचित असतात. सर्व अत्याधुनिक तंत्रज्ञान वापरून हृदयविकाराला Treatment द्यावी लागते, त्याच्यावर औषधपाणी करावं लागतं आणि तरीही हृदयविकार हा हळूहळू का होईना पण सतत वाढत जातो अशीच

आजपर्यंत रुग्णांची, त्यांच्या आप्त-परिचितांची, एवढंच नव्हे, तर डॉक्टरांचीही समजूत आहे. अर्थात ही समजूत हृदयविकार या दुखण्याच्या अनुभवातून, त्या दुखण्याची कशी वाटचाल होते ते बघितल्यानंतर मिळालेल्या अनुभवातून तयार झालेली आहे. पण आता मात्र हृदयविकारासारख्या दुखण्यालाही काही प्रमाणात का होईना आळा घालता येऊ शकतो, तो कमी करता येऊ शकतो, पुढे चाललेला हृदयविकार योग्य त्या हाताळणीनंतर थोडा थोडा का होईना मागे येऊ शकतो, असं दिसून येऊ लागलं आहे. हे करण्यासाठी खूप पैसे खर्च करण्याची किंवा अतिशय आधुनिक यंत्र तंत्र वापरण्याची, कुठलाही अटीतटीचा प्रयत्न करण्याची गरज नसते, पण आपल्या रोजच्या आचारविचारांमध्ये मात्र थोडा थोडा बदल करत जावा लागतो आणि काही वेळेला नित्याच्या सवयींपेक्षा बरंच वेगळं असं जीवन कंठण्याची, जीवनशैलीच बदलायची तयारी ठेवावी लागते.

हृदयविकार हे फक्त शारीरिक किंवा कायिक दुखणं नसून ते मनोकायिक म्हणजे शरीराचं आणि मनाचं एकत्रित दुखणं आहे. शरीराइतकाच हृदयाचाही हे दुखणं होण्याशी संबंध असतो. म्हणजेच हृदयातील भावनांचा, मनातील भावनांचा दुखणं होण्यात खूप मोठा वाटा असतो, असा डीन ऑर्निश यांना विश्वास वाटत असल्यामुळे त्यांच्या कार्यक्रमात त्यांनी इतर गोष्टींबरोबरच हृदय मोकळं करण्यावर म्हणजे मन मोकळं करण्यावर भर दिलेला आहे. त्यांच्या कार्यक्रमाचा मोठा भाग हा 'Opening your Heart' Programme (ज्याला मराठीत 'तुमचं मन मोकळं करण्याचा कार्यक्रम' असं म्हणता येईल) या नावानंच राबवला गेला होता. माणसाला होणारी बहुतेक सर्व दुखणी मनोकायिक स्वरूपाची असतात या मताला हल्ली दिवसेंदिवस अधिकाधिक पुष्टी मिळू लागली आहे. रोग होण्यात आणि तो बरा होण्यात, कोणतंही दुखणं निर्माण होण्यात आणि ते नष्ट होण्यात, दोन्हींमध्ये शरीराइतकाच आपल्या मनाचाही वाटा असतो. ऑर्निश यांच्या कार्यक्रमात या दोन्हींची हाताळणी अपारंपरिक पद्धतीनं करून हृदयविकार कमी होऊ शकतो, त्याचा परतावा होऊ शकतो, त्याची पीछेहाट करता येते, हे त्यांनी दाखवून दिलं आहे. त्यांच्या कार्यक्रमात भाग घेणाऱ्या रुग्णांना या कार्यक्रमामुळे बरं तर वाटू लागलंच, पण त्यांच्या हृदय धमन्यांमध्ये तयार झालेले अडथळे प्रत्यक्ष मोजता येण्याइतक्या प्रमाणात, कमी झालेले आढळून आले.

या कार्यक्रमावर आधारित अशा डॉ. हिरेमठांच्या कार्यक्रमातही हीच गोष्ट आढळून आलेली आहे. कार्यक्रमात भाग घेणाऱ्या रुग्णांपैकी काही रुग्णांचा हृदयविकार थोड्या, प्रमाणात, तर काही रुग्णांचा विशेष प्रमाणात कमी झाल्याचं प्रत्यक्ष चाचण्यांमध्ये आढळून आलं आहे. शिवाय, feeling of well-being म्हणजे बरं वाटणं असं ज्याला म्हणतात ते तर जवळजवळ सर्वच रुग्णांच्या बाबतीत प्रत्ययास

आलेलं आहे. असं 'बरं वाटणं' हे या कार्यक्रमाचं मोठं यश म्हणता येईल. हृदयविकार कमी होऊ लागला, त्याचा परतावा होऊ लागला तरी कधी ना कधी मृत्यू हा येणारच असतो. हृदयविकार नसणारी व्यक्तीसुद्धा केव्हा ना केव्हा मृत्यूप्रत जाणारच असते. जन्माला आलेला जीव हा मरणार असतोच. मात्र जन्मापासून मृत्यूपर्यंतचा काळ जास्तीत जास्त निरोगी आणि सुखी व्हावा असा आपला प्रयत्न असतो. हृदयविकार झाल्यानंतरसुद्धा आयुष्य चांगलं जावं अशीच प्रत्येकाची इच्छा असते. या इच्छेप्रमाणे चांगलं जीवन जगता येईल, सतत मृत्यूच्या भीतीखाली न राहता मोकळेपणानं जीवनाचा आनंद लुटता येईल. मात्र त्यासाठी आपली जीवनशैली बदलावी लागेल. आपल्या सवयीच्या झालेल्या काही गोष्टी सोडून द्याव्या लागतील, तर काही नवीन गोष्टींची सवय लावून घ्यावी लागेल. पण हृदयविकाराच्या झटक्याची धास्ती सतत मनात बाळगून जगण्यापेक्षा आपल्या जीवनशैलीमध्ये थोडा बदल करून निर्वेधपणे आणि आनंदानं आयुष्य कंठणं हे केव्हाही अधिक चांगलं नाही का?

जन्म आणि मृत्यू आपल्या हातात नसले तरी आयुष्य कसं जगायचं, हे ठरवणं आणि तसा प्रयत्न करणं हे मात्र आपल्या हातात असतं.

आपलं हृदय हे साधारणपणे आपल्या वळलेल्या मुठीएवढं असतं. हे एवढंसं हृदय जन्मल्यापासून मरेपर्यंत अखंड काम करत असतं, अजिबात न थांबता. (ते काही क्षणांसाठी जरी थांबलं तरी सर्वांच्या तोंडचं पाणी पळतं आणि ते परत चालू व्हावं म्हणून तज्ज्ञांची धावपळ सुरू होते.)

■

स्टेन्ट अँजिओप्लास्टी

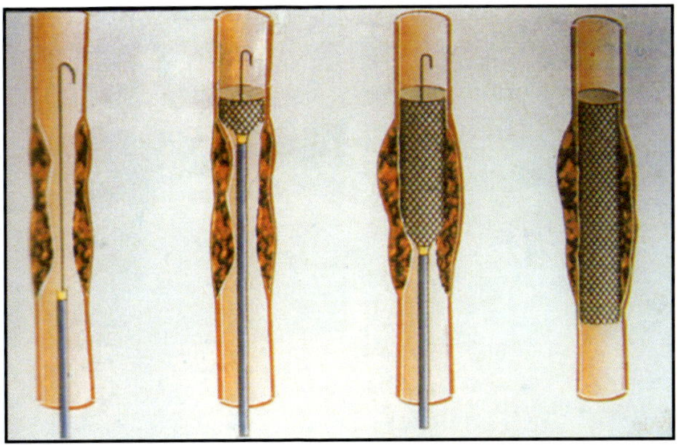

यात स्टेनलेस स्टीलची जाळी धमनीत अडथळ्याच्या ठिकाणी आतील बाजूनं बसवली जाते. ही जाळी एका वायरनं अडथळ्याच्या जागी पोचवली जाते. वायर परत काढून घेताना जाळी उलगडली जाते आणि ती अडथळ्याच्या जागी बसवून वायर काढून घेतली जाते.

बायपास

पायातून काढलेल्या नीला (अशुद्ध रक्तवाहिन्या - Veins) सूक्ष्म टाक्याद्वारे एकीकडे महारोहिणीला (हृदयाकडून शरीराकडे शुद्ध रक्त वाहून नेणारी प्रमुख धमनी - Aorta) व दुसरीकडे हृदयधमन्यांना जोडल्या जातात. त्यामुळे धमन्यांमधले अडथळे टाळून रक्त सुरळीत वाहू लागते.

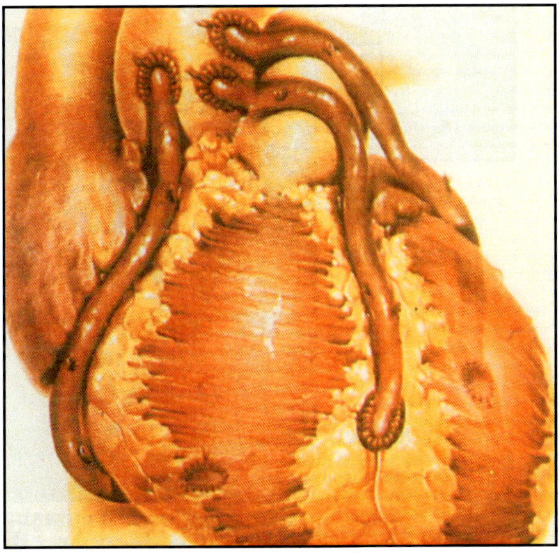

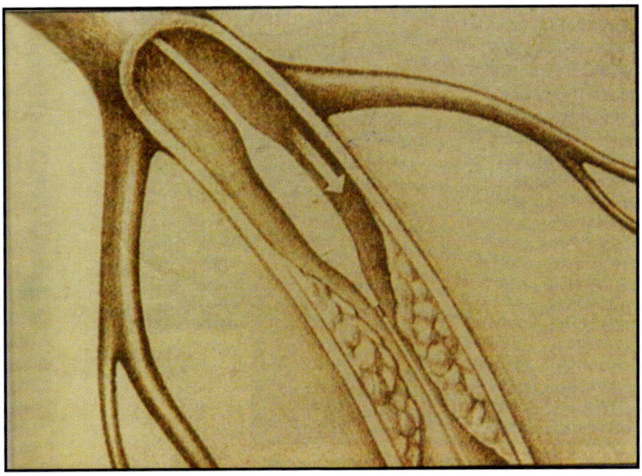

बलून अँजिओप्लास्टी

१

हृदयधमनीतील अडथळ्याकडे बलून ढकलला जातो.

२

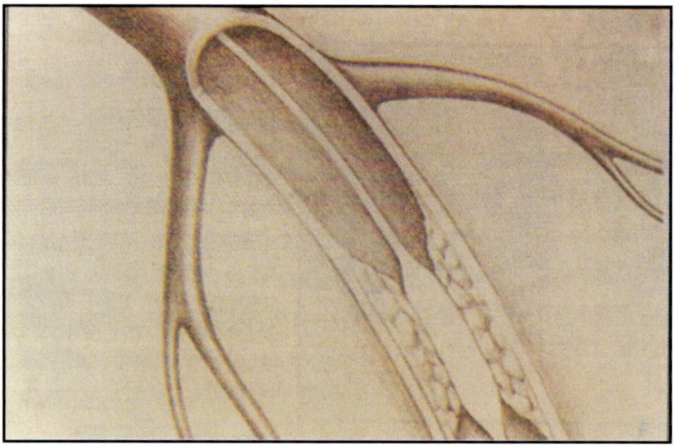

अडथळ्याच्या जागी पोचलेला बलून

३

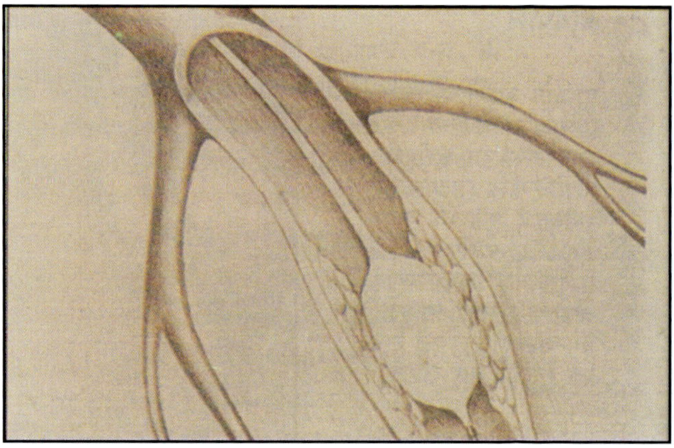

जास्त दाबानं बलून फुगवल्यामुळं अडथळा चेपला जातो.

४

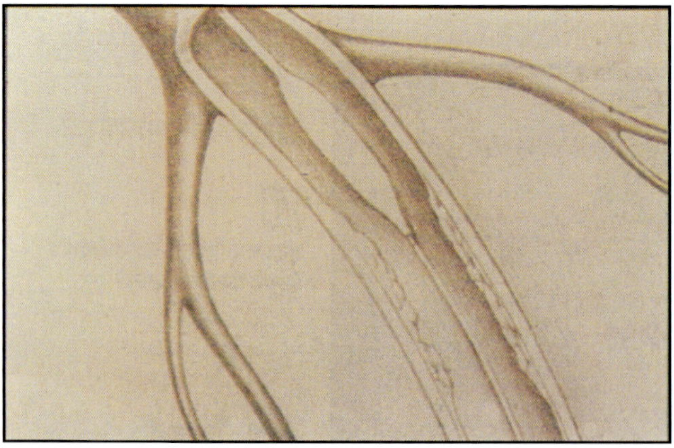

अडथळा पुरेसा चेपला गेला, की बलून काढून घेतला जातो.

रक्तवाहिनीतील अडथळा कमी झाल्याचे दर्शवणारी अँजिओग्राफीच्या वेळी घेतलेली छायाचित्रे. (बाणाने अडथळ्याची जागा दर्शविली आहे.)

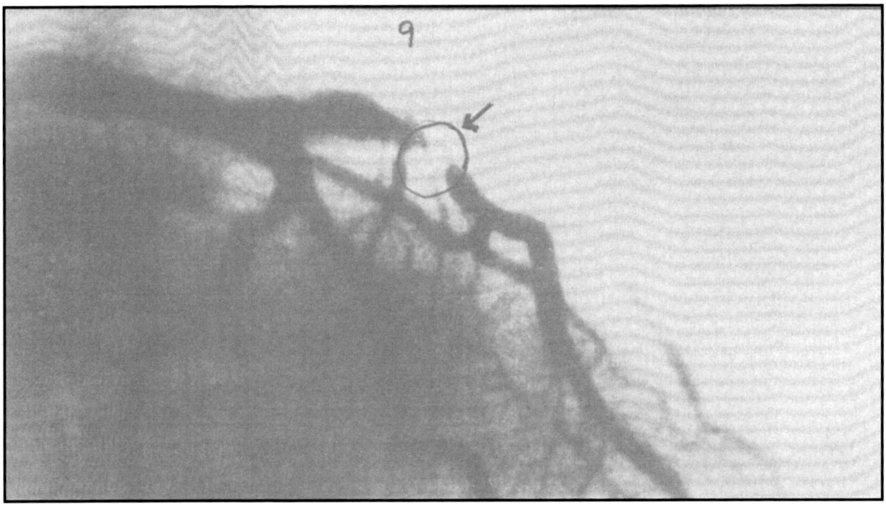

१. कोर्सपूर्वी

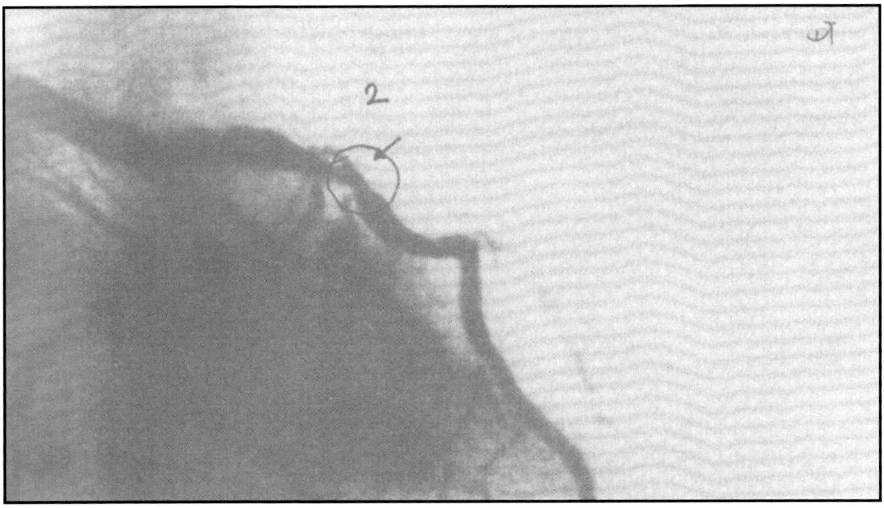

२. कोर्सनंतर

रक्तवाहिनीतील अडथळा कमी झाल्याचे दर्शवणारी अँजिओग्राफीच्या वेळी घेतलेली छायाचित्रे. (बाणाने अडथळ्याची जागा दर्शविली आहे.)

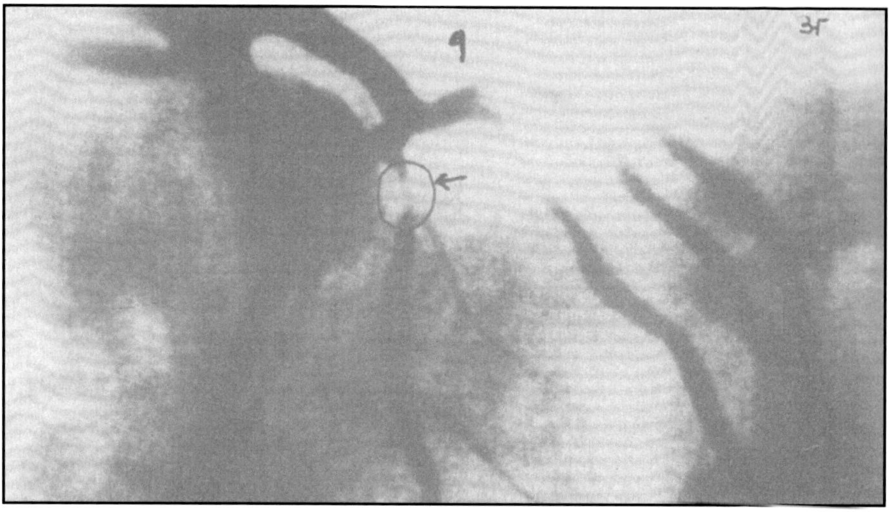

१. कोर्सपूर्वी

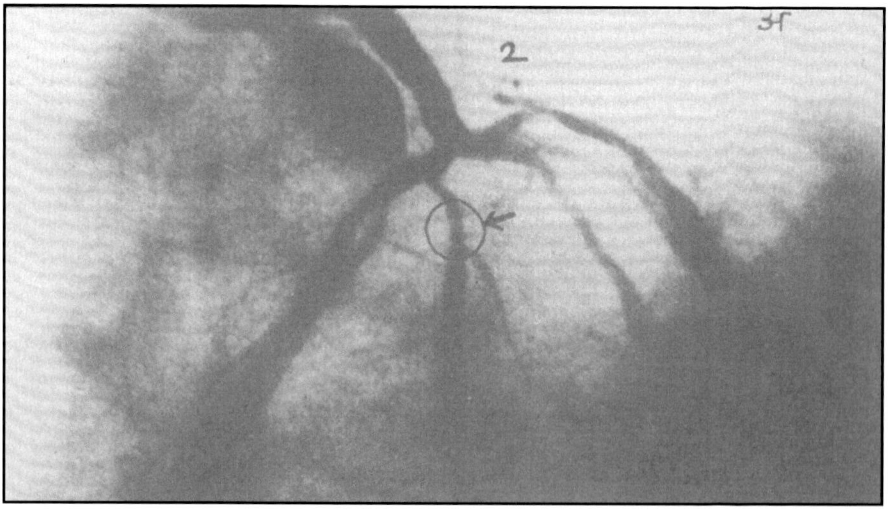

२. कोर्सनंतर

प्रकरण २

हृदयविकार (Coronary Heart Disease)

हृदय विकार (Coronary Heart Disease) म्हणजे काय?, धमन्यांमध्ये अडथळे तयार होण्याची कारणं, कोलेस्टेरॉल, हृदयधमनीची दुखापत आणि रक्तातील गुठळ्या, बेताल हृद्स्पंदन, हृदयधमनीला आकुंचनाचा झटका

Coronary Heart Disease म्हणजे हृदयधमन्यांच्या विकारामुळे होणारा हृदयविकार.

आपलं हृदय हे छातीच्या पिंजऱ्यात, मध्यभागी किंचित डाव्या बाजूला सरकलेलं असतं हे आता बहुतेक सर्वांना माहिती आहे. सगळ्या शरीरासाठी रक्त पुरवण्याचं म्हणजेच रक्त 'पंप' करण्याचं काम हृदय करतं. तसंच, स्वत:च्या पोषणासाठीही हृदय रक्त पंप करत असतं. प्राणवायू हे हृदयाचं अन्न आहे आणि ते रक्तातून पुरवलं जातं. जोपर्यंत पुरेसं रक्त हृदयाकडं जात असतं तोपर्यंत हृदयाचं काम सुरळीत चालू असतं. हृदयाला रक्तपुरवठा करणाऱ्या शुद्ध रक्तवाहिन्यांना हृदयधमन्या असं म्हणतात. या हृदयधमन्यांचं काम सुरळीत चालू असतं तोपर्यंत त्यातून रक्ताचा पुरेसा पुरवठा होत राहतो आणि हृदयाचं कामही सुरळीत चालू राहतं. काही कारणानं हा रक्तपुरवठा अपुरा पडू लागला तर छाती, मान, पाठ, हात यांपैकी एका किंवा अनेक ठिकाणी वेदना होऊ लागतात आणि त्याला ॲन्जायना पेक्टोरीस (Angina Pectoris) असं म्हणतात.

जर काही कारणानं हृदयाला होणारा रक्तपुरवठा पूर्ण बंद पडला किंवा फार मोठ्या प्रमाणात बंद पडला तर झटक्यानं हृदय बंद पडतं. त्याला हृदयविकाराचा झटका असं म्हणतात.

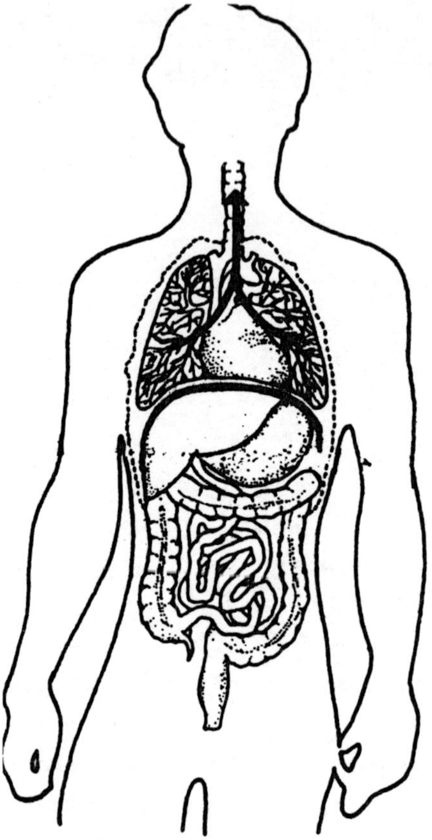

आपलं हृदय छातीच्या पोकळीत बरगड्यांच्या पिंजऱ्यात दोन्ही फुफ्फुसांच्यामध्ये म्हणजेच छातीच्या मध्यभागी असतं. ते थोडंसं डावीकडे कललेलं असतं. छातीची पोकळी आणि पोटाची पोकळी यांमध्ये एक स्नायूचा पडदा असतो याला उदरपटल असे म्हणतात. श्वासोच्छ्वास करताना हा पडदा आकुंचन-प्रसरण पावतो.

तीन प्रमुख धमन्यांमधून हृदयाला रक्त पुरवलं जातं. उजव्या हृदय- धमनीतून हृदयाच्या उजव्या बाजूला रक्तपुरवठा होतो, तर डाव्या बाजूला रक्तपुरवठा करण्यासाठी दोन धमन्या असतात. पुढची डावी उतरती धमनी ही हृदयाच्या पुढच्या बाजूला रक्त पुरवते आणि वळसा घेऊन पाठीमागे जाणारी हृदयधमनी ही हृदयाच्या मागच्या बाजूला रक्तपुरवठा करते. या प्रमुख हृदयधमन्यांना पुढे अनेक फाटे फुटतात आणि ते सर्व हृदयाला रक्तपुरवठा करतात. यांपैकी एखाद्या धमनीत काही अडथळा निर्माण झाला तर तिच्यातून वाहणाऱ्या रक्ताचं प्रमाण कमी होतं आणि हृदयाला रक्त अपुरं पडू लागतं.

या धमन्यांमधून होणाऱ्या रक्त पुरवठ्यात अडथळा कशामुळे येऊ शकतो?

हृदयविकाराच्या झटक्यानं मृत्युमुखी पडलेल्या व्यक्तींची शवचिकित्सा केल्यावर त्यांच्यापैकी बहुतेकांच्या हृदयधमन्यांमध्ये अडथळे असल्याचं आढळून येतं. (या अडथळ्यांना प्लाक– Plaque, ॲथेरोस्क्लेरॉसिस- : Athero- sclerosis, किंवा आर्टिरिओ स्क्लेरॉसिस– Arteri osclerosis असं म्हणतात) हे अडथळे हे छातीत दुखण्याचं, हृदयाला रक्त कमी पडण्याचं आणि हृदयविकाराच्या झटक्याचं मुख्य कारण असलं पाहिजे असा निष्कर्ष यावरून काढला गेला. गेल्या ५०-६० वर्षांपूर्वीपर्यंत हृदयाविषयीचं वैद्यकीय क्षेत्राचं ज्ञान हे

शवविच्छेदनातून मिळालेलं होतं. कारण जिवंतपणी हृदयाचं निरीक्षण आणि अभ्यास करण्यासाठी आवश्यक ती साधनं त्या काळापर्यंत उपलब्ध नव्हती.

धमन्यांमध्ये अडथळे तयार होण्याची कारणं

हृदयधमन्यांमध्ये आढळणाऱ्या या अडथळ्यांची चिकित्सा केल्यावर असं

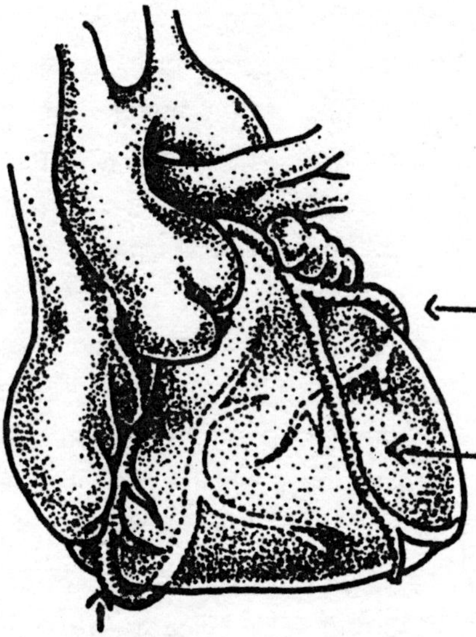

प्रमुख हृदयधमन्या

आढळून आलं होतं की, हे अडथळे कोलेस्टेरॉल (Cholesterol) आणि इतर काही पदार्थांनी मिळून बनलेले असतात. धमन्यांमध्ये अडथळे निर्माण होण्यात कोलेस्टेरॉलचा मोठा वाटा असतो. म्हणजे आहारातील कोलेस्टेरॉलही हे अडथळे निर्माण होण्यास कारणीभूत ठरत असावेत असं सूचित होत होतं.

एखाद्या नळीच्या आतल्या पृष्ठभागावर गंजाचा थर बसावा त्याप्रमाणे हृदयधमन्यांच्या आतल्या अस्तरावर हळूहळू किटण जमत जातं. यालाच 'प्लाक' म्हणतात. असं किटण जमत गेल्यामुळे नळीची आतली पोकळी कमी होऊन हृदयाकडे जाणारा रक्तप्रवाह कमी होतो. हृदयाला रक्त कमी पडू लागलं की Angina चा त्रास सुरू होतो आणि हा फार वाढला, म्हणजे रक्तपुरवठा फार मोठ्या प्रमाणात कमी झाला आणि (Angina) ॲन्जायना बराच काळ चालू राहिला तर हृदयविकाराचा झटका येण्याची शक्यता असते.

यावर उपाय म्हणून १९५० च्या दशकात शल्यविशारदांनी हृदयाचा रक्तपुरवठा

वाढवण्यासाठी एक नवीन मार्ग शोधून काढला. हा मार्ग म्हणजे छातीच्या भिंतीला रक्तपुरवठा करणाऱ्या वक्षस्थलीय धमनीची दिशा बदलून ती हृदयधमनीला तिच्यातील अडथळ्यापासून खालच्या बाजूला जोडायची आणि त्यामुळे हृदयधमनीचा अडथळा टाळून हृदयाचा रक्तपुरवठा सुरळीत चालू ठेवायचा. अशा प्रकारे हृदयाचा रक्तपुरवठा वाढवण्याचा प्रयत्न करणारी शस्त्रक्रिया डॉ. वाईनबर्ग यांनी प्रथम १९४६ मध्ये केली. हृदयाचा रक्तपुरवठा वाढल्यामुळे हृदयाचं काम सुरळीत चालू राहणं, ॲन्जायनाचा त्रास कमी होणं किंवा संपूर्णपणे बंदही होणं हे फायदे लगेच दिसू लागल्यामुळे अशा हजारो शस्त्रक्रिया त्यानंतर करण्यात आल्या. पण काही वर्षांनी, नियंत्रित शास्त्रीय चाचण्या केल्यानंतर हे ऑपरेशन निरुपयोगी असल्याचं आढळून आलं. कारण हे ऑपरेशन तात्कालिक उपयोगाचं ठरत असलं तरी दुखण्याच्या मुळाशी ते पोचत नव्हतं. अशा ऑपरेशननंतर छातीतील वेदना कमी होत असत. पण तशा तर त्या ऑपरेशनची नुसती बतावणी केल्यानंतरही होत असत. अशी बतावणी करताना रुग्णाला भूल देत असत, मग त्याच्या छातीला चीर देत असत आणि दुसरं काही न करता ती शिवून टाकत असत. (हल्लीच्या मापदंडानुसार अशी बतावणी आता अनैतिक ठरते).

किटणामुळे (Plaque) तुंबलेल्या हृदयधमन्या

वक्षस्थलीय धमनीची दिशा बदलून ती हृदयधमनीला अडथळ्याच्या खाली जोडण्याच्या शस्त्रक्रियेनंतर काही दिवसांतच हृदयधमन्यांमध्ये नवीन अडथळे तयार होऊ लागत आणि काही काळातच दुखणं परत डोकं वर काढत असे.

हल्ली ज्याला 'बाय-पास' ऑपरेशन असं म्हणतात या प्रकारचं ऑपरेशन म्हणजे रुग्णाच्या पायातील एक नीला (अशुद्ध रक्तवाहिनी) काढून ती हृदयधमनीतील अडथळ्याला ओलांडून जाईल, अडथळ्याच्या बाजूनं जाईल अशा तऱ्हेनं त्या हृदयधमनीला जोडण्याची शस्त्रक्रिया होय. या प्रकारचं पहिलं ऑपरेशन ऑगस्ट १९६१ मध्ये प्रथम करण्यात आलं. हे ऑपरेशन लवकरच वैद्यकीय क्षेत्रात आणि रुग्णांमध्येही इतकं लोकप्रिय झालं की, पुढची २०-२५ वर्षं अमेरिका आणि युरोपसारख्या सुधारलेल्या देशांमध्ये आणि आता आपल्याही देशात अतिशय मोठ्या

प्रमाणात ते करण्यात येऊ लागलेलं आहे. या ऑपरेशनबाबत शल्य विशारदांचा उत्साह इतका दांडगा होता आणि अजूनही आहे की, आयुष्य वाढविण्याच्या बाबतीत अशा ऑपरेशनची उपयुक्तता तपासून पाहण्यासाठी, यादृच्छिक निवड करून केल्या जाणाऱ्या नियंत्रित चाचण्यांमध्ये भाग घ्यायला कित्येक वर्षं ते नकारच देत होते, असं डॉ. ऑर्निश यांनी म्हटलं आहे.

अखेरीस दोन दशकांनी म्हणजे १९८० च्या सुरुवातीच्या वर्षामध्ये अशा तीन मोठ्या चिकित्सालयीन (Clinical) अभ्यासांचे निष्कर्ष प्रसिद्ध झाले आणि त्यात असं दिसून आलं की, मध्यम स्वरूपाचा किंवा गंभीर स्वरूपाचा हृदयविकार असणाऱ्या रुग्णांच्या बाबतीत पारंपरिक उपचार पद्धतीपेक्षा (औषध) बायपास ऑपरेशन अधिक फायदेशीर ठरत असलं तरी अशा फायद्याचं प्रमाण अगदी अल्प असतं. या दोन्हींपासून मिळणाऱ्या फायद्यांत फारसा फरक नाही. म्हणजेच ज्यांच्यावर बायपास ऑपरेशन करण्यात आलं होतं त्या रुग्णांपैकी बऱ्याच जणांना त्याची गरज नव्हती. हार्वर्ड च्या डॉ. टॉमस ग्रॅबॉईज (Dr.Thomas Graboys) आणि डॉ. बर्नार्ड लोन (Dr. Bernard Lown) यांनी १९८७ मध्ये Journal of The American Medical Association मध्ये प्रसिद्ध केलेल्या एका अहवालात म्हटलं होतं... 'हृद्रोग्यांवर केल्या जाणाऱ्या बायपास ऑपरेशन्सपैकी निदान १/४ ऑपरेशन्स तरी अनावश्यक असतात.'

शिवाय, बाय-पास केलेल्या धमन्यांपैकी ५०% धमन्या ५ वर्षांत आणि ८०% धमन्या ८ वर्षांत परत तुंबलेल्या आढळून येतात. ऑपरेशनच्या परिणाम स्वरूप काही नवीन समस्या आणि दुखणीही निर्माण होऊ शकतात. हृदयविकाराचा झटका, मेंदूतला झटका किंवा Stroke, जंतुसंसर्ग आणि प्रसंगी मृत्यूसुद्धा या ऑपरेशनच्या वेळी येऊ शकतो. बाय-पास ऑपरेशननंतर जवळजवळ १/३ रुग्णांच्या मज्जासंस्थेची काहीतरी तात्कालिक किंवा कायमची हानी होते किंवा त्यांचा बुद्ध्यांक कमी होतो. म्हणजेच काही काळानंतर जुनं दुखणं तर उपटतंच, शिवाय काहीतरी नवीन दुखणं निर्माण होण्याची शक्यता पुष्कळच असते. अलीकडच्या एका अभ्यासात असं आढळून आलं की मेंदूत बायपास ऑपरेशन झालेल्या रुग्णांमध्ये स्ट्रोकचं म्हणजे मेंदूत झटका येण्याचं प्रमाण अधिक असतं. हृदयाचं किंवा मेंदूचं बायपास ऑपरेशन ही दोन्ही ऑपरेशन्स अतिशय खर्चिक आणि आक्रमक, शरीरात घुसून आक्रमण करण्यासारखी असतात. जगभर दरवर्षी इतकी बायपास ऑपरेशन्स होतात की, ही शस्त्रक्रिया अगदी नित्याची सर्वसामान्य गोष्ट असल्यासारखी वाटू लागते. पण खरं म्हणजे ती अत्यंत आक्रमक, धक्का देणारी आणि आघात करणारी असते.

शिवाय, हृदयाचा रक्तपुरवठा कमी होण्याचं दुखणं परत सुरूच होतं.

तेव्हा, तुंबलेल्या हृदयधमनीतील अडथळ्याला वळसा घालून पुढं जाणं, त्या

अडथळ्याला By-Pass करणं हे काही या समस्येवरचं, या दुखण्यावरचं खरं उत्तर होऊ शकत नाही.

याचा अर्थ, बाय-पास ऑपरेशन निरुपयोगी आहे असा मात्र नाही. बाय-पास हे आधुनिक वैद्यकाकडं असलेलं एक अत्यंत प्रभावी असं हत्यार आहे. अनेकांचे प्राण त्यामुळे वाचू शकतात हेही निर्विवाद आहे. पण हृदयविकाराच्या उपचारासाठी ते पुरेसं नाही. त्याच्या जोडीला किंवा काही वेळा त्याच्याऐवजी हा विकार कमी होईल असे उपायही योजायला हवेत. योग्य अशी जीवनशैली स्वीकारून हा विकार कमी करण्याचा प्रयत्न करायला हवा.

हृदयविकार होऊ नये किंवा झाला असला तर तो कमी व्हावा यासाठी हृदयधमन्यांमधील अडथळे कमी व्हायला हवेत हे खरं. त्याहीपेक्षा पुढे जाऊन असं म्हणता येईल की, आदर्श अशी स्थिती म्हणजे हृदयधमन्यांमध्ये अडथळेच तयार होता कामा नयेत. अशी स्थिती येण्यासाठी हे अडथळे कसे तयार होतात ते पाहिलं पाहिजे.

१. अडथळे तयार होण्याची कारणे

१. हृदयधमन्यांमध्ये तयार होणारे अडथळे हे Cholesterol चे बनलेले असतात हे आपल्याला माहीत आहे.

कोलेस्टेरॉल–

कोलेस्टेरॉल हा मेणासारखा मऊ पदार्थ असून आपल्या शरीर पेशींचं काम व्यवस्थित चालण्यासाठी आवश्यक असतो. कोलेस्टेरॉलचं नियंत्रण करण्याचं काम आपल्या यकृतात होत असतं. आवश्यकतेपेक्षा जास्त असणारं कोलेस्टेरॉल बाहेर टाकण्याचं काम यकृत करत असतं आणि आवश्यक तेवढं कोलेस्टेरॉल रक्तात ढकललं जात असतं. यकृताचं काम जर पुरेसं व्यवस्थित होत नसलं, कोलेस्टेरॉलची पातळी हवी त्या प्रमाणातच ठेवण्याचं काम व्यवस्थित होत नसलं तर रक्तातली कोलेस्टेरॉलची पातळी वाढते आणि ही वाढलेली पातळी हृदयधमनीविकाराच्या दृष्टीनं वाईट असते.

आपल्या रक्तात अनेक प्रकारचे स्निग्ध पदार्थही असतात, काही संपृक्त तर काही असंपृक्त असे असतात, त्यांना लिपिडस् (lipids) असं म्हणतात. अनेक प्रकारची lipids एकत्र येऊन जे कण तयार होतात त्यांना लिपो-प्रोटिन्स (lipo-proteins) असं म्हणतात. या lipo-proteins मध्ये High density lipo-proteins (HDL) आणि Low density lipo-proteins (LDL) असे दोन प्रकार असतात. रक्तातलं Cholesterol पेशींपर्यंत नेऊन पोचवण्याचं काम LDL करतं, तर पेशीतला अतिरिक्त Cholesterol चा भाग काढून घेण्याचं काम HDL करतं.

त्यांच्या जोडीला रक्तात ट्रायग्लिसराईड्स (Tryglycerides) नावाची लिपिड्सही असतात आणि हृदयविकाराच्या दृष्टीनं तीही महत्त्वाची असतात. एल. डी. एल. बरोबर वाहून नेल्या जाणाऱ्या कोलेस्टेरॉलला एल. डी. एल. कोलेस्टेरॉल आणि एच. डी.एल. बरोबर वाहून येणाऱ्या कोलेस्टेरॉलला एच. डी. एल. कोलेस्टेरॉल म्हटलं जातं. या सर्वांचीच आपल्या रक्तात योग्य ती पातळी असणं जरूरीचं आहे. अनेक प्रयोग आणि चाचण्यांनंतर या घटकांच्या पातळीचं रक्तातील योग्य प्रमाण पुढीलप्रमाणे ठरवण्यात आलं आहे.

एकूण कोलेस्टेरॉल पातळी

उत्तम – २०० mg/dl पेक्षा कमी (हल्ली ही पातळी १५० mg/dl पेक्षा कमी असावी असा नवीन विचार आहे.)

सावधगिरी– २००-२३९ mg/dl असल्यास सावधगिरी बाळगायला हवी.

वाढलेली/धोक्याची– २४० mg/dl किंवा त्यापेक्षा अधिक.

एच. डी. एल. कोलेस्टेरॉल पातळी

उत्तम– ६० mg/dl किंवा त्यापेक्षा अधिक.

ठीक– ४०-६० mg/dl.

कमी/धोक्याची– ४० mg/dl किंवा त्यापेक्षा कमी.

एल. डी. एल. कोलेस्टेरॉल पातळी

उत्तम– १०० mg/dl किंवा त्यापेक्षा कमी.

ठीक– १००-१२९ mg/dl.

सावधगिरी– १३०-१५९ mg/dl.

वाढलेली/धोक्याची– १६०-१८९ mg/dl.

अति वाढलेली/खूप धोक्याची– १९० mg/dl किंवा त्यापेक्षा अधिक

ट्रायग्लिसराईड्स

उत्तम– १५० mg/dl किंवा त्यापेक्षा कमी.

सावधगिरी– १५०-१९९ mg/dl.

वाढलेली/धोक्याची– २०० mg/dl किंवा त्यापेक्षा अधिक.

थोडक्यात असं म्हणता येईल की, रक्तात एच.डी.एल कोलेस्टेरॉल शक्य तितकं जास्त, तर एल.डी. एल. कोलेस्टेरॉल आणि ट्रायग्लिसराइडस् शक्य तितके कमी असावे.

जन्मत: आपल्या शरीरातल्या धमन्या आतल्या बाजूनं, एखादा नवीन pipe किंवा नळी असावी त्याप्रमाणे गुळगुळीत असतात. रक्तातलं Cholesterol चं प्रमाण जास्त असलं तर रक्तप्रवाहाबरोबर वाहणाऱ्या या Cholesterol चा धमन्यांच्या आतल्या बाजूला हळूहळू थर जमू लागतो. आधी हा थर धमनीच्या आतल्या अस्तरावर पट्टे ओढल्यासारख्या स्वरूपात बसू लागतो. आणि मग जसं थर बसण्याचं, Cholesterol आतल्या अस्तराला चिकटण्याचं प्रमाण वाढत जातं तसे त्या Cholesterol चे चट्टे तयार होऊ लागतात आणि पुढे कालांतरानं त्या ठिकाणी कोलेस्टेरॉल साठून-साठून अडथळे तयार होतात. असे अडथळे शरीरातल्या कुठल्याही धमनीत तयार होऊ शकतात. तसेच ते हृदयधमन्यांमध्येही तयार होऊ शकतात. हृदयधमन्यांपैकी एका किंवा अनेक धमन्यांमध्ये असे अडथळे तयार झाले की त्या धमन्यांमधून वाहणारा रक्तप्रवाह कमी होतो. कारण धमनीचा आतला घेर कमी झालेला असतो. चिंचोळ्या झालेल्या धमनीतून पुरेसं रक्त हृदयाकडे वाहिनासं झालं की हृदयाची उपासमार व्हायला लागते.

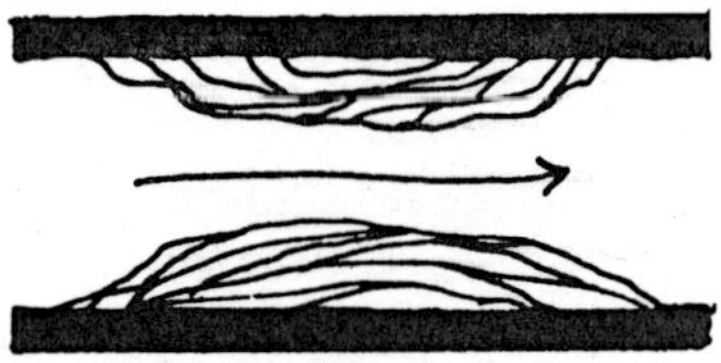

धमनीत किटण बसून अडथळे तयार झाल्यामुळे चिंचोळ्या धमनीतून अपुरा रक्तपुरवठा होऊ लागतो.

प्राणवायू हे आपल्या हृदयाचं अन्न आहे, ते रक्तातून पुरवलं जातं. रक्तपुरवठा कमी झाला की हृदयाला प्राणवायू कमी पडू लागतो आणि मग अशा वेळी छातीत, हातात, मानेत, खांद्यात, पाठीत किंवा यांपैकी एखाद्या ठिकाणी कमी-जास्त प्रमाणात वेदना होऊ लागतात. मात्र काही लोकांना अशा वेदना होतही नाहीत. त्यांच्या धमन्यांमध्ये अडथळे असले आणि काही वेळेला ते पुष्कळ मोठ्या प्रमाणावर असले तरी देखील त्यांना वेदना होत नाहीत. या प्रकाराला सायलेंट इस्किमिया (Silent Ischaemia) असं म्हणतात. इस्किमिया म्हणजे रक्त कमी पडून होणाऱ्या वेदनांना ॲन्जायना पेक्टोरीस् (Angina Pectoris) असं किंवा नुसतंच ॲन्जायना असंही म्हणतात.

ज्या व्यक्तीच्या हृदयधमन्या तुंबलेल्या आहेत अशी व्यक्ती जर विशेष काही कष्टाचं काम करू लागली, म्हणजे पळत जाणे, भराभर जिना चढणे, उड्या मारणे, धावत जाऊन बस पकडणे अशा काही गोष्टी जर ती करू लागली तर पुष्कळ वेदना होऊ लागतात. मग अशी व्यक्ती स्वाभाविकत:च ते कष्ट करायचे थांबवते आणि साधारणपणे वेदना हळूहळू कमी होत जाऊन थांबतात. कारण तुंबलेल्या धमनीतून रक्तप्रवाह काही प्रमाणात का होईना अजून चालू असतो. त्यामुळे जास्तीचे कष्ट करायचे थांबवले की होणाऱ्या वेदनाही थांबतात.

२. हृदयधमनीची दुखापत आणि रक्तातील गुठळ्या

हृदयधमनीच्या आतल्या अस्तराला जर काही कारणानं दुखापत झाली तर ती दुखापत बरी करण्याचा प्रयत्न आपलं शरीर करतं. ज्याप्रमाणे आपल्या शरीराला बाहेरून झालेल्या एखाद्या जखमेवर आपण औषधी पट्टी किंवा चिकटपट्टी लावतो, काहीच नाही, तर कापडाची चिंधी बांधतो त्याप्रमाणे हृदयधमनीच्या आतल्या जखमेवर आपलं शरीर औषधपट्टी लावतं. ही औषधपट्टी Cholesterol ची बनलेली असते. झालेली दुखापत जर लवकर बरी झाली नाही, तर त्या ठिकाणी परत-परत Cholesterol च्या पट्ट्या लावून त्या Cholesterol च्या बँडेजची जाडी वाढत जाते आणि तिथे एक मोठा अडथळा तयार होतो.

म्हणजे हृदयधमनीच्या आतल्या बाजूला Cholesterol चे थर बसून धमनीतली पोकळी आधीच कमी झालेली असते. आणि जिथे दुखापत होते त्या ठिकाणी Cholesterol चे थर जमून अडथळे तयार होतात. अशा तयार झालेल्या अडथळ्यांमधून जर काही कारणानं रक्तस्राव होऊ लागला, तर तो रक्तस्राव थांबावा यासाठी रक्त गोठण्याची प्रक्रिया सुरू होऊन रक्ताची गुठळी तयार होते. आणि ती रक्तप्रवाहाबरोबर वाहू लागते. एखाद्या मोठ्या अडथळ्यामुळे धमनीतली पोकळी जिथे अगदी कमी झालेली असते, जिथे ती धमनी अगदी चिंचोळी झालेली असते तिथे ही गुठळी अडकून बसते आणि त्या धमनीतून पुढे जाणारा रक्तप्रवाह थांबतो. याला कॉरोनरी थ्रॉम्बोसिस् (Coronary Thrombosis) असं म्हणतात. या कॉरोनरी थ्रॉम्बोसिसमुळे हृदयविकाराचा झटका (Heart Attack) येतो ज्याला मायोकार्डियल इन्फाक्र्शन (Myocardial Infarction) असं म्हणतात.

हृदयधमनीतून वाहणारा रक्तप्रवाह बंद पडल्यामुळे ती धमनी ज्या भागाला रक्तपुरवठा करत असते त्या भागाची रक्ताची उपासमार होऊ लागते आणि तो भाग हळूहळू मृत होऊ लागतो. रक्तप्रवाह बंद पडलेली धमनी जर हृदयाला रक्तपुरवठा करणाऱ्या तीन प्रमुख धमन्यांपैकी असली आणि तिच्या उगमाजवळच अडथळा येऊन रक्तपुरवठा बंद पडलेला असला तर अशा वेळेला हृदयाचं फार मोठं नुकसान होतं. त्याला फार मोठी इजा पोहचते. कित्येकदा अशा वेळेला प्रचंड वेदना होतात आणि मृत्यू येण्याचीही शक्यता असते.

बेताल हृदयस्पंदन– हृदयाच्या एखाद्या भागाला होणारा रक्तपुरवठा अगदी कमी झाल्यामुळे किंवा एखाद्या धमनीतला रक्तप्रवाह पूर्ण बंद पडल्यामुळे तो हृदयाचा भाग, हृदयस्नायूचा तो भाग मृत होऊ लागतो. आणि त्यामुळे हृदयस्पंदनाची, हृदयाचे ठोके पडण्याची लय बिघडून जाते. आकुंचन-प्रसरण पावण्याची हृदयाची क्रिया अनियमित, विस्कळीत होते आणि कमी वेगानं हृदय स्पंदन पावू लागतं. याला

अडथळ्यातून रक्तस्राव सुरू झाल्यास तो थांबावा म्हणून रक्त गोठण्याची क्रिया सुरू होते आणि मग एखादी रक्ताची गुठळी प्रवाहातून वाहू लागते.

रक्ताची गुठळी धमनीतील चिंचोळ्या भागात अडकून बसते आणि रक्तप्रवाह पूर्णपणे बंद पडतो.

व्हेंट्रिक्युलर फिब्रिलेशन (Ventricular Fibrillation) असं म्हणतात. हृदयातली विद्युतवहन प्रणाली नीट काम करत नसली तरीही फार बेताल हृदयस्पंदनाचा Ventricular Fibrillation चा आजार होऊ शकतो. आणि हे बेताल हृदयस्पंदन मृत्यूला आमंत्रण ठरू शकतं.

३. हृदयधमनीला आकुंचनाचा झटका

हृदयाचा रक्तपुरवठा बंद पडण्याचं आणखी एक कारण म्हणजे हृदयधमनीला येणारा आकुंचनाचा झटका किंवा पेटका.

आपल्या हृदयधमन्या या काही धातूच्या नळीसारख्या कडक आणि टणक नसतात, तर त्या लवचिक असतात. आणि त्यांच्या आतल्या बाजूला अरेखित स्नायूचं (Smooth muscle - स्मूथ मसल) अस्तर असतं. काही कारणानं हृदयधमनीला जर पेटका आला तर अशा या अचानक आलेल्या पेटक्यामुळे या अस्तराला इजा पोहोचते आणि मग तिथे कोलेस्टेरॉलच्या पट्ट्या लागायला सुरुवात होऊन अडथळा तयार होतो.

हृदयविकाराला बहुतेक वेळा हे तीनही घटक कारणीभूत असतात. म्हणजे वाढीव कोलेस्टेरॉलचे थर हृदयधमनीच्या आतल्या बाजूला बसत जाऊन ती चिंचोळी होते. या चिंचोळ्या झालेल्या रक्तवाहिनीतून रक्ताचा अपुरा पुरवठा हृदयाला होऊ लागतो. धमनीच्या आतल्या अस्तराला काही कारणानं इजा पोहोचून तिथे अडथळा तयार होऊ लागतो. तयार होऊ लागणाऱ्या अडथळ्यातून काही कारणानं रक्तस्राव होऊ लागला तर तो रक्तस्राव बंद होण्यासाठी रक्तात गुठळी तयार होते. ती गुठळी वाहात जाऊन अतिशय चिंचोळ्या झालेल्या ठिकाणी जाऊन बसते, आणि रक्तप्रवाह पूर्ण बंद पडतो किंवा हृदयधमनीला अचानक पेटका येतो. त्यामुळे आधीच चिंचोळी झालेली धमनी आणखीच चिंचोळी होते आणि मग रक्तप्रवाहातून वाहणारी एखादी लहानशी रक्ताची गुठळी सुद्धा तिथे अडकून रक्तप्रवाह पूर्ण बंद पडतो.

हृदयधमन्यांमध्ये कोलेस्टेरॉलचं बसणारं किटण, धमनीच्या आतल्या बाजूला होणारी दुखापत, हृदयधमनीला येणारे पेटके आणि रक्तप्रवाहातून वाहणाऱ्या रक्ताच्या गुठळ्या या गोष्टी हृदयझटका येण्याला किंवा हृदयविकाराला कारणीभूत ठरतात असं म्हटल्यानंतर हृदयविकारावर नियंत्रण ठेवण्यासाठी आणि हृदयझटका येऊ नये यासाठी आपण या गोष्टी आटोक्यात ठेवायला हव्यात हे उघड आहे. या गोष्टी आटोक्यात ठेवण्यासाठी आपण काय करावयाला हवं आणि काय टाळायला हवं ते जाणून घेणं आवश्यक आहे.

हृदय झटका– Heart Attack

हृदय झटक्याची लक्षणं अनेक आहेत. खालीलपैकी एक किंवा अनेक लक्षणं दिसू लागल्यास ती हृदय झटक्याची असू शकतात.

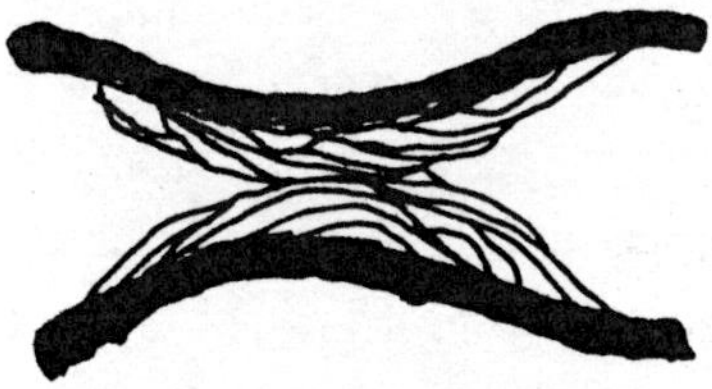

धमनीत आलेल्या पेटक्यामुळे अडथळ्याच्या जागी रक्तप्रवाह पूर्ण बंद होतो.

१. छातीवर खूप दडपण आल्यासारखं, वजन आल्यासारखं वाटणं. छातीत वेदना होऊ लागणं आणि या भावना २ मिनिटांपेक्षा अधिक काळ सुरू राहणं.

२. अचानक छातीत मध्यभागी जोराची कळ येणं, जळजळ होणं. विश्रांतीनं ही लक्षणं कमी होणं आणि हालचालीनं वाढणं.

३. छातीत मध्यभागी बेचैन, अस्वस्थ वाटणं. ही बेचैनी वाढून मान, पाठ, खांदा आणि डाव्या दंडातही बेचैनी निर्माण होणं किंवा या ठिकाणी दुखू लागणं.

४. कुठल्याही पूर्वसूचनेशिवाय अचानक अल्पकाळ (काही क्षणांपुरती) बेशुद्धी येणं.

५. एकदम खूप घाम फुटणं.

६. विनाकारण खूप थकवा येणं.

७. मळमळ आणि उलट्या, शौचाची भावना.

८. छातीत जोराची धडधड आणि अनियमित हृदयस्पंदन.

हृदयविकार आणि स्त्रिया

साधारण पन्नाशीपर्यंत किंवा खरं म्हणजे ऋतुसमाप्ती (Menopause) पर्यंत स्त्रियांमध्ये हृदयविकाराचं प्रमाण पुरुषांपेक्षा पुष्कळ कमी असतं. पण त्यानंतर मात्र या बाबतीतही त्या पुरुषांच्या बरोबरीनं असतात. ऋतुसमाप्तीनंतर त्यांच्यात आढळणाऱ्या हृदयविकाराचं प्रमाण पुरुषांमधील प्रमाणाइतकंच असतं.

हा फरक पडण्याचं कारण इस्ट्रोजेन (Estrogen) या संप्रेरकाचा (Hormone) ऋतुसमाप्तीनंतर असणारा अभाव हे असावं असं समजलं जात होतं. ऋतुसमाप्तीपूर्वी सुमारे दोन वर्षं आधीपासून इस्ट्रोजेनचं प्रमाण कमी होऊ लागतं. त्याचबरोबर रक्तातील एल.डी.एल.चं प्रमाण वाढू लागतं आणि एच.डी.एल.चं प्रमाण कमी होऊ लागतं. इस्ट्रोजेनमुळे रक्तप्रवाह सुरळीत चालू राहतो आणि ते अँटी-ऑक्सिडंटही असतं. रक्तदाब आणि रक्तात गुठळी तयार होण्याची प्रक्रिया यावर इस्ट्रोजेनचे परिणाम संमिश्र स्वरूपाचे असतात.

एकंदरीत इस्ट्रोजेन हे हृदयाला हितकारक आहे असं वाटत असल्यामुळे अनेक डॉक्टर्स स्त्रियांना ऋतुसमाप्तीनंतर हे संप्रेरक ज्यात आहे अशा गोळ्या घ्यायला सुचवत असतात. या उपचाराला एच.आर.टी.हार्मोन रिप्लेसमेंट थेरपी असं नावही रूढ झालेलं आहे.

पण नवीन संशोधन अभ्यासांमध्ये आता असं आढळून आलं आहे की, इस्ट्रोजेन आणि प्रोजेस्टीन ही संप्रेरके असलेली औषधं घेणाऱ्या हृदयविकारी स्त्रियांच्या कोलेस्टेरॉलच्या पातळीत सुधारणा झाली तरी रक्तात गुठळ्या होण्याचं आणि हृदयविकारामुळे त्रास होण्याचं त्यांच्यातलं प्रमाण हेही औषध न घेणाऱ्या हृदयविकारी स्त्रियांपेक्षा अधिक असतं. इस्ट्रोजन व प्रोजेस्टिनसहित इस्ट्रोजेन या दोन्ही प्रकारच्या औषधांचे परिणाम या बाबतीत सारखेच होतात. ही औषधं घेतल्यानं हृदयविकाराला प्रतिबंध होत नाही.

जुलै २००१ मध्ये अमेरिकन हार्ट असोसिएशननं वैद्यकीय क्षेत्रासाठी काढलेल्या सूचनांमध्ये असं म्हटलं आहे की, हृदयविकार असणाऱ्या स्त्रियांनी एच.आर.टी. उपचार घेणं थांबवावं आणि ही उपचारपद्धती हृदयाला हितकारक आहे असं आपल्या रुग्णांना सांगण्याचं डॉक्टरांनीही थांबवावं.

हार्मोन रिप्लेसमेंट थेरपी या विषयात अधिक संशोधन व्हायला हवं आहे आणि काही ठिकाणी ते चालू आहे. पण सध्या तरी ही उपचारपद्धती हृदयाला हितकारक नाही आणि म्हणून हृदयविकार असणाऱ्या स्त्रियांनी ती घेऊ नये असं तज्ज्ञांनी ठरवलं आहे.

हृदयझटका आणि स्त्रिया

साधारण पन्नाशीपर्यंत स्त्रियांमध्ये हृदयविकाराचं आणि हृदयझटक्याचं प्रमाण पुरुषांपेक्षा कमी असलं, तरी त्यांना तो धोका मुळीच नसतो असं नाही. त्यामुळे आहार, व्यायाम, मासिक ताणाची सुयोग्य हाताळणी, कोलेस्टेरॉलची पातळी या गोष्टींबाबत त्यांनीही जागरूक राहायला हवं. पुरुषांनी तीस-पस्तीस वयानंतर दर पाच वर्षांनी कोलेस्टेरॉलची चाचणी करून घ्यावी असा सल्ला आता काही डॉक्टर्स देत आहेत. स्त्रियांनीही अशी चाचणी करून घ्यायला हरकत नाही. विशेषत: ज्यांच्या घराण्यात

आधीच्या पिढ्यांमध्ये हृदयझटका येण्याचे प्रसंग घडून गेलेले आहेत किंवा ज्यांना मधुमेह, उच्च रक्तदाब असे विकार आहेत अशांनी आपल्या हृदयाच्या आरोग्याची काळजी आधीपासूनच घेतलेली बरी. ऋतुसमाप्तीनंतर तर ही काळजी नक्कीच घ्यायला हवी.

काही वेळा, एखाद्या स्त्रीला हृदयझटका आला आहे (किंवा येतो आहे) हे चटकन समजत नाही. डॉक्टर्सही फसतात आणि दुसऱ्याच दुखण्याचं निदान केलं जातं. याचं कारण म्हणजे स्त्रियांमध्ये दिसणारी हृदयझटक्याची लक्षणं ही पुरुषांमध्ये दिसून येणाऱ्या लक्षणांपेक्षा वेगळी असू शकतात. (असतातच असं नाही.)

छातीवर खूप दडपण, छातीत खूप वेदना, खूप घाम, यांसारखी पुरुषांच्यात आढळणारी लक्षणं पुष्कळदा स्त्रियांच्या अनुभवाला येत नाहीत. त्यांच्या अनुभवाला येणारी लक्षणं थोडी वेगळी आणि थोडी सौम्य असू शकतात.

- छातीत घट्ट झाल्यासारखं, भरून आल्यासारखं किंवा अस्वस्थ वाटणं.
- अपचन झाल्याप्रमाणे पोटात दुखणं,
- दम लागणं
- खूप थकवा
- हातात, खांद्यात, पाठीत किंवा जबड्यात दुखणं
- व्यायाम करताना छातीत दुखणं आणि व्यायाम थांबल्यावर दुखणं थांबणं.
- हाताचे तळवे घामट होणं

याप्रमाणे लक्षणं एखादीला अनुभवाला येऊ लागली, तर ती हृदयझटक्याची असू शकतात. अर्थात ती दुसऱ्याही काही कारणांनी असू शकतात. पण अपचनाचं काही कारण नसलं (खूप जेवण, अवेळी जेवण, न पचणारे पदार्थ खाणं इ.) आणि अँटासिड वगैरे घेऊनही पोट दुखणं, मळमळ थांबत नसली, विनाकारण एकदम थकवा आलेला असला, घामट वाटत असलं, पाठ, मान दुखत असली तर अशा वेळी डॉक्टरांकडून तपासून घेणं शहाणपणाचं ठरतं. आपल्याला आलेली हृदयझटक्याची शंकाही त्यांना सांगावी म्हणजे आवश्यक वाटल्यास ते आणखीही काही तपासण्या करायला सांगतील.

हृदय झटका झाल्यास जवळच्या व्यक्तींनी काय करावं?

१. हृदय झटका आलेल्या व्यक्तीस शक्य तितक्या आरामशीरपणे बसवावं किंवा झोपवावं.

२. अंगावरचे घट्ट कपडे सैल करावेत.

३. तातडीनं डॉक्टरांना बोलावणं पाठवावं.

४. रुग्णालयात हलवावयाचं असल्यास वाहनातूनच न्यावं. शक्य असल्यास रुग्णवाहिकेतून न्यावं. रुग्णालय अगदी जवळ असलं तरीही पायी चालत नेऊ नये.

५. हृदय पूर्ण बंद पडलं असल्यास छातीवर मध्यभागी एक जोराचा गुद्दा मारावा. म्हणजे त्या धक्क्यानं हृदय परत सुरू होण्याची शक्यता असते.

६. झटका आलेली व्यक्ती बेशुद्ध असली तर तोंडावाटे काहीही - खाणं, पिणं किंवा औषध देऊ नये. अशी व्यक्ती शुद्धीवर असली तरी खायला, प्यायला देऊ नये. कुठलं औषधही स्वत:च्या विचारानं देऊ नये. अशा वेळी घेण्यासाठी डॉक्टरांनी काही औषध दिलेलं असल्यास ते मात्र द्यावं. तसंच पाणी प्यायला देण्यास हरकत नाही. मात्र बेशुद्ध व्यक्तीस काहीच देऊ नये.

हृदयाच्या प्रत्येक स्पंदनाबरोबर रक्तवाहिन्यामध्ये रक्त ढकललं जातं आणि शरीरातल्या ३,००,०००,०००,०००,००० पेशींना (३०० ट्रिलियन म्हणजेच ३ x १०१३ इतक्या पेशींना) प्राणवायू व पोषक द्रव्यांचा पुरवठा या रक्तामार्फत होतो.

एका वर्षाच्या काळात आपलं हृदय साधारणपणे ३० दशलक्ष वेळा स्पंदन पावतं.

■

प्रकरण ३

हृदयविकाराच्या दृष्टीनं धोक्याचे घटक

हृदयविकाराच्या दृष्टीनं धोक्याचे घटक, कोलेस्टेरॉल, उच्च रक्तदाब, धूम्रपान, इतर उत्तेजक पदार्थ, स्थूलत्व आणि बैठी जीवनशैली, लिंग आणि वय, आनुवंशिकता, मधुमेह, मानसिक ताण, मानसिक एकटेपणा, सॅम, जीवनशैली बदलाचा सुपरिणाम-माईक रीड

हृदयधमनीविकाराला (आणि त्यामुळे होणाऱ्या हृदयविकाराला) कोणकोणत्या गोष्टी कारणीभूत होतात ते आपण पाहिलं. हृदयविकार टाळायचा असला तर कोलेस्टेरॉलची पातळी, धमनीच्या अस्तराला होणारी दुखापत, धमनीला येणारे पेटके आणि रक्तात तयार होणाऱ्या गुठळ्या या गोष्टी नियंत्रणात हव्यात. तेव्हा या गोष्टींवर परिणाम करणारे, त्यांना कारणीभूत ठरणारे घटक म्हणजेच धोक्याचे घटक कोणते असतात ते आपण पाहू या.

१. कोलेस्टेरॉल

आपल्या शरीरातील कोलेस्टेरॉल नियंत्रणाचं काम यकृत करत असतं. आपल्या रोजच्या दैनंदिन आहारातल्या घटकांमधून यकृत कोलेस्टेरॉल बनवत असतं आणि यकृताची ही क्षमता बऱ्याच अंशी आनुवंशिक असते. त्यामुळे काही लोकांची कोलेस्टेरॉल पातळी त्यांनी कितीही संपृक्त चरबीयुक्त पदार्थ खाल्ले तरी फारशी वाढलेली आढळत नाही. तर याउलट काही लोकांच्या आहारात संपृक्त चरबीचा फारसा भाग नसतानासुद्धा त्यांची कोलेस्टेरॉलची पातळी वाढत गेलेली दिसते. अशा लोकांच्या दृष्टीनं आहारातील कोलेस्टेरॉलवर नियंत्रण ठेवणं फारच आवश्यक

असतं. आपल्या रक्तातील कोलेस्टेरॉलची पातळी प्रमाणात ठेवायची असली तर आहारातून कोलेस्टेरॉल न खाणं किंवा कमीत कमी खाणं हा एक त्याचा मार्ग आहे. कोलेस्टेरॉलच्या दोन प्रकारांपैकी रक्तामधील HDL कोलेस्टेरॉलची पातळी जास्त असणं आणि LDL कोलेस्टेरॉलची पातळी कमी असणं हेही फार आवश्यक असतं. आपल्या आहारातील काही पदार्थांमधून आपल्याला थेट कोलेस्टेरॉलच मिळत असतं. उदा :- अंड्यातला पिवळा बलक. हा बलक जवळ-जवळ संपूर्ण कोलेस्टेरॉलचाच बनलेला असतो. तसंच लोणी, साय, चीज (cheese), तूप इ. पदार्थांमधून आपल्याला कोलेस्टेरॉल आणि संपृक्त चरबी मिळते जिचं रूपांतर पुढे Cholesterol मध्ये होतं. कोलेस्टेरॉलची पातळी कमी ठेवायची असली तर हे पदार्थ आहारातून गाळणं आवश्यक आहे. आपल्या आहारातले तेल, तूप, लोणी या आणि अशा स्निग्ध पदार्थांपैकी कोणते संपृक्त चरबीचे आहेत हे बघण्याचा साधा मार्ग म्हणजे हे पदार्थ किती तापमानाला गोठतात ते बघावं. सर्वसाधारण तापमानाला म्हणजे रोजच्या आपल्या घरातल्या तापमानाला जे पदार्थ घट्ट होतात ते संपृक्त चरबीचे असतात असं म्हणायला हरकत नाही. आपल्या रोजच्या स्वयंपाकातलं शेंगदाणा तेल, करडईचं तेल किंवा सोयाबीन तेल ही आणि अशी वनस्पतिजन्य तेलं घरातल्या तापमानात द्रवस्थितीत असतात. आणि ती असंपृक्त चरबीची असतात. पण पामतेल व खोबरेल तेल यांच्यात मात्र बऱ्याच प्रमाणात संपृक्त चरबी असते.

२. उच्च रक्तदाब

उच्च रक्तदाबाखाली वाहणारं रक्त हे अधिक दाबाखाली वाहात असल्यामुळे धमनीच्या भिंतीवर अधिक जोरात धडका देतं आणि त्यामुळे धमनीच्या भिंतींना इजा पोचण्याची शक्यता असते. अशी इजा पोहचली की त्या ठिकाणी कोलेस्टेरॉलचा थर साचून अडथळा तयार होऊ लागतो. अडथळा तयार झाल्यामुळे धमनी चिंचोळी होते, ती चिंचोळी झाल्यामुळे, रक्तप्रवाहाला मिळणारी वाट कमी झाल्यामुळे, रक्तप्रवाहाचा दाब आणखी वाढतो आणि ते आणखी जोरानं भिंतीवर धडका देऊ लागतं. असं एक दुष्टचक्र उच्च रक्तदाबामुळे सुरू होतं.

३. धूम्रपान

धूम्रपान या विषयावर जगभर आज इतकं संशोधन चालू आहे आणि झालेलं आहे की धूम्रपान आपल्या आरोग्याला अपायकारक असतं हे सर्वांनाच माहीत आहे. धूम्रपानामुळे श्वसनसंस्थेचे रोग होण्याची तसंच फुफ्फुसांचा कॅन्सर होण्याचीही शक्यता असते हेही आज बऱ्याच लोकांना माहीत आहे. फारशी माहीत नसलेली गोष्ट आहे ती ही की धूम्रपानामुळे फुफ्फुसांच्या कॅन्सरपेक्षाही हृदयविकार

होण्याची शक्यता जास्त असते. धूम्रपान न करणाऱ्यांपेक्षा धूम्रपान करणाऱ्यांमध्ये हृदयविकाराचं प्रमाण २-३ पटींनी जास्त असतं.

धूम्रपानातले हानीकारक घटक म्हणजे निकोटिन आणि कार्बन-मोनॉक्साईड. निकोटिन हे विषारीच असतं. कीटकनाशक म्हणून त्याचा वापरही केला जातो. त्यामुळे विडी किंवा सिगरेटमधून तंबाखू ओढल्यानं हानीकारक असं निकोटिन आपल्या शरीरात जाईल यात विशेष ते काही नाही. बिडी किंवा सिगरेट ओढायला लागल्यानंतर निकोटिन आणि कार्बन-मोनॉक्साईड हे पदार्थ रक्तात शोषले जातात. रक्तातल्या निकोटिनमुळे धमनीतल्या आतल्या अस्तराला इजा पोहोचू शकते. तर कार्बन-मोनॉक्साईड रक्तातल्या हिमोग्लोबिनशी संयोग पावतं आणि त्यामुळे प्राणवायूचं रक्तातलं प्रमाण कमी होतं. निकोटिन हे व्यसन बनतं. म्हणजे त्याच्या अमलाखाली मेंदूतला एक भाग ताणाखाली असल्यासारख्या प्रतिक्रिया करू लागतो. ताणाला तोंड देण्यासाठी आवश्यक असलेल्या ॲड्रिनॅलिन (Adrenaline) सारखी हार्मोन्स (Hormones) रक्तात सोडली जातात. धमन्या आकुंचन पावतात, हृदय जास्त जोरानं स्पंदन पावू लागतं आणि रक्त अधिक चिकट बनून गुठळी तयार होण्याची शक्यता वाढू लागते. रक्तदाबही तात्पुरता वाढतो. नेमका त्याच वेळेला कार्बन-मोनॉक्साईडशी संयोग पावून रक्तातील प्राणवायू कमी झालेला असल्यामुळे जेव्हा अधिक प्राणवायूची गरज असते तेव्हाच नेमका प्राणवायूचा पुरवठा कमी पडू लागतो आणि ॲन्जायनाचा किंवा हृदयविकाराचा झटका येण्याची शक्यता वाढते. हे सगळं टाळायचं असेल तर निकोटिन टाळणं म्हणजे धूम्रपान न करणं आणि करत असल्यास बंद करणं आवश्यक ठरतं.

तोंडावाटे तंबाखू खाल्ल्याचे दुष्परिणामही धूम्रपानासारखेच असतात.

निकोटिन हा काही आपल्या अन्नाचा आवश्यक भाग नाही. एवढंच नाही, तर तो पोषकही नाही, उलट हानीकारक आहे. हृदयविकाराच्या दृष्टीनं सुद्धा निकोटिन आहारातून वर्ज्य करणं अतिशय आवश्यक आहे.

४. इतर उत्तेजक पदार्थ

ब्राऊन शुगर, कोकेन, मॉर्फिन, हेरॉईन अशा वेगवेगळ्या नावांनी चोरटेपणानं विकल्या जाणाऱ्या पदार्थांना 'ड्रग्ज' या एका सर्वसमावेशक नावानं हल्ली ओळखलं जातं. 'ड्रग्ज' या शब्दाचा मूळ अर्थ औषध असा असला तरी एखादी व्यक्ती 'ड्रग्ज' घेते असं कोणी म्हणालं तर त्याचा अर्थ ती व्यक्ती औषध घेते असा होत नाही हे आपल्याला माहीत असतं. चट्कन व्यसन लावणाऱ्या, आरोग्याला अतिशय अपायकारक असलेल्या आणि बेकायदेशीररीत्या चोरटेपणानं विकल्या जाणाऱ्या कोकेनसारख्या पदार्थांना ड्रग्ज म्हटलं जातं.

हे पदार्थ हृदयविकाराच्या दृष्टीनं अतिशय वाईट असतात. रक्ताच्या गुठळ्या तयार होणं, किटणातून रक्तस्राव होणं आणि हृदयधमन्या आकुंचन पावणं या सगळ्या प्रक्रिया घडून येण्यात या उत्तेजक पदार्थांचा फार मोठा हात असू शकतो. या पदार्थांच्या सेवनामुळे अनुकंपी चेतासंस्था (Symapthetic Nervous System) उत्तेजित होते आणि ॲड्रिनॅलिन व इतर हार्मोन्सची रक्तातील पातळी भराभर वाढत जाते. ड्रग घेणाऱ्या व्यक्तीला खूप छान वाटू लागतं. पण ही अवस्था थोडाच काळ टिकते. आणि मग अतिशय उदास, निरुत्साही, निराश वाटू लागतं. या अवस्थेतून बाहेर पडण्याचा मार्ग म्हणजे परत ड्रग घेणं. अशा रीतीनं ड्रग घेण्याचं व्यसन अतिशय लवकर लागतं. आणि एकदा लागलेलं व्यसन सुटता सुटत नाही. ड्रगच्या वाढत्या व्यसनाबरोबरच हृदयविकाराचा, हृदयझटक्याचा धोकाही वाढत जातो.

कॅफिनमुळेही अशाच प्रकारची उत्तेजना अनुकंपी चेतावस्थेला मिळते. मात्र तिचं स्वरूप अगदी सौम्य असतं. ड्रग्ज न घेणाऱ्या काही व्यक्ती खूप सिगारेट ओढताना आणि खूप कॉफी पिताना दिसतात. याचं कारण हेच आहे. या पदार्थांमुळे मिळणारी उत्तेजना अगदी तात्पुरती असते आणि तिचं व्यसन लागतं.

कॅफिन हे फक्त कॉफीतच असतं असं नाही. ते चहा, चॉकलेट, कोकोपासून तयार केलेले पदार्थ, 'कोला' प्रकारची पेयं यांच्यातही असतं. या पदार्थांचं कमीत कमी सेवन करणं आणि त्यांचं व्यसन लागू न देणं हे अगदी निरोगी माणसाच्या दृष्टीनंही शहाणपणाचं आहे.

५. स्थूलत्व आणि बैठी जीवनशैली

लठ्ठपणा आणि फारसे शारीरिक श्रम करावे न लागणारी दैनंदिन राहणी असलेली जीवनशैली या गोष्टींचाही हृदयविकार होण्यात वाटा असतो. अशा लोकांच्यात हृदयविकाराचं प्रमाण इतरांपेक्षा जास्त असल्याचं आढळून येतं.

हृदयविकाराच्या दृष्टीनं आणखी काही धोकायदायक असे घटक आहेत की ज्यांच्यावर आपलं काहीही नियंत्रण असू शकत नाही. उदा :- लिंग, वय, आनुवंशिकता, मधुमेह.

६. लिंग आणि वय

आपण स्त्री व्हायचं की पुरुष हे आपल्या हातात असू शकत नाही तसंच जन्मल्यापासून माणसाचं वय सतत वाढतच असतं, आणि वाढत्या वयाबरोबर हृदयधमन्यांना विकार होण्याची आणि हृदयविकार होण्याची शक्यताही त्यामुळे वाढत असते. हृदयविकारानं मृत्यू येण्याचं प्रमाण ६५ वर्षांनंतर पुष्कळ जास्त असलं तरी एकूण मृत्यूंपैकी १/३ मृत्यू ६५ वर्षांपूर्वीच झालेले असतात. त्यातही

हृदयविकारानं मृत्यू होण्याचं प्रमाण पुरुषांमध्ये जास्त आहे. असं आढळून आलेलं आहे की ३५ ते ४४ या वयाच्या दरम्यान स्त्रियांपेक्षा पुरुषांचे हृदयविकारानं मृत्यू येण्याचं प्रमाण ५ ते ६ पट जास्त असतं. पण ६५ वर्षांच्या वयानंतर मात्र हे प्रमाण जवळ-जवळ सारखंच असतं. मेनोपॉजपूर्वी (म्हणजे मासिक पाळी बंद होण्यापूर्वी) स्त्रियांच्या रक्तात चांगल्या कोलेस्टेरॉलचं म्हणजे HDL Cholesterol चं प्रमाण जास्त असतं, आणि त्यामुळे बहुधा त्यांना हृदयविकार कमी होत असावा.

७. आनुवंशिकता

आपल्या रोजच्या आहारातून किती कोलेस्टेरॉल तयार होतं हे आपल्या यकृताच्या कामगिरीवर अवलंबून असतं. काही लोकांना आनुवंशिकत:च या दृष्टीनं कार्यक्षम असं यकृत मिळालेलं असतं, तर काही लोकांचं यकृत पुरेसं सक्षम नसतं. या बाबतही आपल्या हातात करण्याजोगं काहीच नसतं.

८. मधुमेह

हृदयविकाराचा झटका येऊन मृत्यू येण्याचं प्रमाण मधुमेहींच्यामध्ये इतर लोकांपेक्षा जास्त असतं. विशेषत: लहान वयात ज्यांना मधुमेह झालेला असतो त्यांच्यामध्ये हे प्रमाण वाढलेलं आढळून येतं. मधुमेह हा बऱ्याच वेळा आनुवंशिक असतो. त्यामुळे तो टाळता येत नाही. पण योग्य आहार, व्यायाम यांसारख्या गोष्टींनी तो आटोक्यात मात्र ठेवता येतो.

हृदयाला होणारा रक्तपुरवठा हृदयधमनीविकारामुळे कमी झालेला असला की हृदयविकार होतो आणि काही कारणानं तो पूर्णपणे बंद पडला किंवा बराच काळ अपुऱ्या प्रमाणात सुरू राहिला तर हृदयविकाराचा झटका येतो हे आपण पाहिलं. हृदयधमनी विकारात हृदयधमन्यांमधे अडथळे निर्माण झालेले असतात आणि त्यामुळे त्या चिंचोळ्या होऊन रक्ताचा प्रवाह कमी झालेला असतो. याशिवाय काही वेळेला अडथळ्यांमधून रक्तस्राव होऊन रक्ताच्या गुठळ्या प्रवाहात येतात आणि चिंचोळ्या भागात त्या अडकून बसून रक्तपुरवठा बंद पडतो. पण कधी कधी खुद्द हृदयधमनीलाच पेटका येऊन ती एकदम चिंचोळी होते आणि अशा तात्पुरत्या चिंचोळ्या झालेल्या धमनीतही अडथळ्याच्या ठिकाणी रक्तप्रवाह पूर्णपणे बंद पडून हृदयविकाराचा झटका येऊ शकतो.

म्हणजे, हृदयविकाराला (कार्डिॲक हार्ट डिसीजल T) कारणीभूत कोण? तर हृदयधमनी विकार आणि हृदयधमनी विकाराला कारणीभूत असलेल्या गोष्टी म्हणजे एकतर कोलेस्टेरॉलचं धमनीच्या आतल्या भागावर बसणारं किटण (याला कारण म्हणजे रक्तातली कोलेस्टेरॉलची वाढलेली पातळी), दुसरं म्हणजे हृदयधमन्यांना

येणारे पेटके, आणि तिसरं म्हणजे हृदयधमनीतील अडथळ्यांमधून रक्तस्राव होऊन बाहेर सुटणाऱ्या रक्ताच्या गुठळ्या.

या तिन्ही गोष्टींना कारणीभूत असणाऱ्या बाबी म्हणजे, वाढीव कोलेस्टेरॉल, उच्च रक्तदाब, निकोटिन असलेल्या पदार्थांचं सेवन, वाढतं वय, आनुवंशिकता, आहार, मधुमेह अशा असतात हे आपण पाहिलं. यांपैकी काही बाबींवर आपलं नियंत्रण असूच शकत नाही हे खरं असलं तरी, काही बाबी मात्र आपण प्रयत्नानं आटोक्यात ठेवू शकतो. शिवाय या सगळ्या घटकांच्या जोडीला आणखी दोन घटक बरेच महत्त्वाचे असल्याचं अलीकडे लक्षात येऊ लागलं आहे. एक म्हणजे मानसिक ताणतणाव आणि दुसरा म्हणजे एकटेपणा किंवा एकाकीपणा.

१. मानसिक ताण

मानसिक ताण मोजण्याचं साधन आज उपलब्ध नसलं, तरी सध्याच्या आधुनिक जगामध्ये, आपल्या आधुनिक दिनक्रमामध्ये सकाळी उठल्यापासून रात्री झोपेपर्यंत अनेक मानसिक तणावाचे, ताणाचे प्रसंग आपल्या रोजच्या आयुष्यात घडत असतात. यांच्यामुळे मनावर प्रचंड ताण पडतो असं नाही, पण सौम्य प्रमाणातला ताण मात्र आपल्या जीवनामध्ये मनावर बराच काळ असतो तर काही काही वेळेला अचानक अतिशय मोठा ताणही येण्याची शक्यता असते.

या दोन प्रकारच्या ताणांना आपण तीव्र ताण आणि सौम्य ताण असं म्हणू या. बहुतेक वेळा तीव्र मानसिक ताण हा तात्कालिक, अगदी थोड्या वेळापुरता असतो. तर सौम्य मानसिक ताण मात्र बराच काळ चालू राहतो. ताण मानसिक असो किंवा शारीरिक, त्याला तोंड देण्याची, त्याला प्रतिसाद देण्याची आपल्या शरीराची पद्धत एकच असते. ताण निर्माण झाला की ज्याला इंग्रजीत फाईट ऑर फ्लाईट (Fight or Flight) असं म्हणतात ती यंत्रणा कार्यरत होते (Fight or Flight) म्हणजे समोर आलेल्या आव्हानाला तोंड देऊन त्याच्याशी लढाई करणं किंवा ते झेपत नसल्यास पळून जाणं. या दोन गोष्टी साध्य होण्यासाठी अनेक प्रतिक्रिया आपल्या शरीरात ओळीनं घडत जातात. म्हणजे 'लढा किंवा पळा' असंच या यंत्रणेमार्फत सांगितलं जातं.

हे कसं होतं?

आपला मेंदू आणि हृदय यांना जोडणारी जी चेतासंस्था असते तिला अनुकंपी चेतासंस्था (Sympathetic Nervors System – सिम्पथेटिक नर्व्हस सिस्टम्) असं म्हणतात. ताण निर्माण झाला की अनुकंपी चेतासंस्थेकडून मिळालेल्या संदेशामुळे हृदय अधिक वेगानं आणि अधिक जोरानं स्पंदन पावू लागतं आणि हृदय धमन्या

आकुंचन पावू लागतात. दुसरं म्हणजे मेंदूकडून इतर इंद्रियांना गेलेल्या संदेशांमुळे ॲड्रेनल (Adrenal) ग्रंथीमधून ॲड्रिनॅलिन (Adrenaline) सारखे स्टिरॉईड्स पाझरू लागतात. रक्तातून ही हार्मोन्स आणि स्टिरॉईड्स हृदयापर्यंत पोचतात. तीव्र ताणामुळे ॲड्रिनॅलिन आणि त्याच्या जोडीला नॉरॲड्रिनॅलिन (Noradrenaline) या हार्मोन्सचं प्रमाण वाढतं तर सौम्य पण दीर्घकाळ असणाऱ्या ताणामुळे कॉर्टिझोनचं प्रमाण वाढतं. या हार्मोन्सच्या वाढलेल्या पातळीमुळे पुढील गोष्टी घडून येतात :

- आपले स्नायू आकुंचन पावू लागतात. त्यामुळे शरीर जरा अधिक टणक बनून, होणाऱ्या दुखापतीपासून शरीराचं रक्षण होऊ शकतं.
- चयापचय क्रियेचा वेग वाढतो. त्यामुळे अधिक जोर, पळून जायला किंवा लढायला मिळतो. हृदयाच्या स्पंदनाचा आणि त्यामुळे हृदयातून रक्त पंप केल्या जाण्याचा वेगही वाढतो.
- श्वासोच्छ्वासाचा वेग वाढतो आणि त्यामुळे शरीराला पुरवल्या जाणाऱ्या प्राणवायूचं प्रमाण वाढून पळून जायला वा धोक्याला तोंड द्यायला अधिक ताकद मिळते.
- पचनसंस्थेचं काम मंदावू लागतं त्यामुळे स्नायूंकडे जास्त रक्त आणि ऊर्जेचा, एनर्जीचा (Energy) पुरवठा होतो.
- अधिक चांगलं दिसावं म्हणून डोळ्यांच्या बाहुल्या मोठ्या होऊ लागतात. तसंच ऐकू येणं, वास येणं यांसारख्या क्रिया अधिक तीव्र होतात.
- लघवीची आणि शौचाची भावना होते की ज्यामुळे पोट रिकामं होऊन पोटाच्या पोकळीत असलेल्या इंद्रियांपैकी कुठे जखम झाल्यास त्यातून जंतुसंसर्ग होण्याची शक्यता कमी होते.
- आपल्या हातापायांतील धमन्या आकुंचन पावू लागतात. म्हणजे जर जखम झाली तर कमी रक्त वाहून जाईल अशी सोय व्हायला लागते. त्यामुळेच विशेष ताणाच्या प्रसंगी आपले हातपाय गार पडतात.
- शरीराला कुठे जखम झाल्यास, दुखापत झाल्यास, कमीत कमी रक्त वाहून जावं म्हणून रक्त गोठण्याची क्रिया अधिक जलद होऊ लागते.

ही सर्व यंत्रणा शतकानुशतकं उत्क्रांत होत आलेली आहे. जेव्हा एखादा धोका स्पष्ट आणि थोड्या काळासाठी असतो, म्हणजेच पडणारा शारीरिक किंवा मानसिक ताण तीव्र असला तरी थोड्या काळासाठी असतो तेव्हा ही यंत्रणा अतिशय उपयोगी ठरते. उदा :- समजा सकाळच्या वेळेला तुम्ही फिरायला निघाला आहात. वेळ सकाळची छान, शांत आणि थंड आहे, रस्त्यांवर रहदारी फारशी नाही त्यामुळे तुम्ही रमत गमत मजेत चालला आहात, इकडे तिकडे बघून तुम्ही रस्ता ओलांडताय आणि तेवढ्यात अचानक वळणावरून एक मोटार अतिशय वेगानं वळून तुमच्या दिशेनं

येताना तुम्हाला डोळ्याच्या कोपऱ्यातून दिसते. मोटार तुमच्या अंगावर आदळणार असा मोठा धोका स्पष्ट दिसताच तुमचं शरीर अतिशय झटपट कार्यरत होतं.

तुमची 'फ्लाईट ऑर फाईट' ही यंत्रणा झटपट काम करायला लागते. तुमच्या स्नायूंवर ताण येतो, अंगात एकदम जोम येतो आणि तुम्ही घाईघाईनं पाऊलभर मागे उडी मारता. घाईनं तशीच आणखी दोन पावलं मागे टाकून फूटपाथवर चढण्याच्या गडबडीत फूटपाथच्या कडेला अडकून तुम्ही खाली पडता. त्यामुळे तुम्हाला थोडासा मुका मार बसतो. कोणी बघितलं तर नाही ना असं बघत तुम्ही हळूहळू उठून उभे राहता, पण तरी पायातलं त्राण गेल्यासारखंच तुम्हाला वाटत असतं. पण थोड्याच वेळात म्हणजे काही मिनिटांतच तुमची शारीरिक स्थिती पूर्ववत होते. या सगळ्या गोष्टीत जेमतेम काही मिनिटांचा काळ गेलेला असतो. म्हणजे तुमची 'फाईट ऑर फ्लाईट' यंत्रणा फक्त काही मिनिटंच कार्यरत झालेली असते आणि नंतर तुमचं शरीर पूर्वस्थितीत परत आलेलं असतं.

हे तीव्र मानसिक आणि शारीरिक ताणाचं उदाहरण झालं. असा ताण अगदी थोडा काळच असल्यामुळे त्याला प्रतिसाद देणारी यंत्रणा अतिशय थोडा काळ कार्यान्वित होऊन परत शरीर मूळ पदाला आलेलं असतं.

दुर्दैवानं सौम्य मानसिक ताण मात्र बराच काळ चालू राहतो. आपल्या दैनंदिन जीवनामध्ये, विशेषत: शहरातील दैनंदिन आयुष्यामध्ये सकाळी उठल्यापासूनच मानसिक ताणतणावाला सुरुवात होते. एकतर पुष्कळदा सकाळी उठायला आपल्याला उशीर झालेला असतो. उठल्यावर कधी दिवे गेलेले असतात, तर कधी पाणी आलेलं नसतं. दूधवाला आपल्याला हवं असतं त्यापेक्षा दूध कमी देतो कारण त्याची दुधाची गाडी वेळेवर पोचलेली नसते.

वर्तमानपत्र उशिरा येतं. घाईघाईनं सगळं उरकून सकाळच्या न्याहारीसाठी म्हणून तुम्ही टेबलापाशी बसता तेव्हाच नेमका तुमच्या कुणातरी मित्राचा फोन येतो आणि तो सांगतो की तुमच्या दोघांच्या परिचयाचा असलेला एक तिसरा मित्र हृदयविकाराचा झटका येऊन हॉस्पिटलमध्ये भरती झालाय. मित्राशी बोलण्यात तुमचा वेळ तर जातोच शिवाय त्याच्या जोडीला मनावर ताणही पडतो.

घाईनं न्याहारी उरकून तुम्ही ऑफिसला जायला निघता आणि नेमकं दारात तुम्हाला तुमचे शेजारी अडवतात. त्यांच्या घरच्या काही समारंभासाठी त्यांना तुम्हाला आमंत्रण द्यायचं असतं. शेजाऱ्यांनी आमंत्रण देणं ही खरं म्हणजे काही ताणाची नाही, पण तुम्हाला आधीच उशीर झाला असल्यामुळे त्यांच्याशी बोलण्यात जी काही २-४ मिनिटं जातात त्यांनीसुद्धा मनावरचा ताण आणखी वाढतो. घाईघाईनं त्यांच्याशी बोलणं उरकून तुम्ही बाहेर पडता आणि बस-स्टॉपवर जाता.

तर त्या स्टॉपवर रोजच्यापेक्षा जास्त मोठी रांग असलेली तुम्हाला दिसते!

तुम्ही रोज जी बस पकडता त्या बसमध्ये तुम्हाला जागाच मिळत नाही. दुसरी बस यायला अजून १५ मिनिटं वेळ असतो. मग आता १५ मिनिटं वाट बघून ऑफिसला उशिरा जावं की रिक्षा करून खिसा थोडा हलका करावा असा विचार करण्यात तुम्ही ५-१० मिनिटं खर्ची घालता आणि शेवटी स्वत:ची बेचैनी थांबवण्या-साठी म्हणून रिक्षाला हात करता. पण मध्ये विचारात तुम्ही ५-१० मिनिटं घालवली असल्यामुळे, आणि रस्त्यात त्या वेळेला फार रहदारी असल्यामुळे तुम्ही उशिराच्या बसनं ऑफिसला ज्या वेळी पोचला असतात त्याच वेळेला रिक्षानंही पोचता. म्हणजे तुमचा वेळही जातो आणि खिशातले थोडे पैसेही जातात.

असा वाढलेला मानसिक ताण घेऊनच तुम्ही ऑफिसमधे उशिरा पोचता आणि नेमकं त्याच दिवशी तुमच्या बॉसनं तुम्हाला आल्याबरोबर त्यांना रिपोर्ट करायला सांगितलेलं असतं. कधी नव्हे ते तुम्ही उशिरा गेल्यावर, जेव्हा बॉसना जाऊन रिपोर्ट करता तेव्हा 'फक्त आजच उशिरा आलात' हे तुम्ही त्यांना सांगूनही खरं न वाटल्याचं त्यांच्या चेहऱ्यावर स्पष्ट दिसतं त्यामुळे त्यांनी तुम्हाला काहीही न म्हणता सुद्धा तुमच्या मनावरचा ताण आणखी वाढतो. अशा प्रकारे ऑफिसमध्ये वाढलेला मानसिक ताण घेऊन तुम्ही काम करत असल्यानं कामात चुकाही जास्त होतात. आणि मग चिडचिडलेल्या मन:स्थितीतच तुम्ही संध्याकाळी घरी परतता.

घरी गेल्यावर कपडे बदलून, हातपाय धुऊन स्वस्थ आराम करत टीव्हीसमोर पडायचं असं तुम्ही ठरवत असतानाच घरी पोचल्यावर तुम्हाला कळतं की तुमच्या मुलीला बराच ताप आला आहे आणि तिला डॉक्टरकडे घेऊन जायला हवं आहे. आता आराम करण्याचा प्रश्न उरलेलाच नसतो. तुम्ही मुलीला डॉक्टरांकडे घेऊन जाता, त्यांनी सांगितलेलं औषध घेऊन घरी परत येता आणि त्यानंतर झोपेपर्यंत मनात काही मुलीच्या आजाराचे, काही ऑफिसमधल्या कामाचे, काही केलेल्या चुकांचे असे विचार घोळत राहतात. आणि जेव्हा तुम्ही रात्री झोपता तेव्हासुद्धा मनावरचा ताण संपूर्णपणे नाहीसा झालेला नसतो.

अशा रीतीनं सौम्य पण दीर्घकाळ टिकणाऱ्या मानसिक ताणाला तोंड देत तुम्ही दिवस काढलेला असतो. असं रोजच घडतं असं नाही, परंतु दैनंदिन धावपळीच्या आयुष्यामध्ये अशा प्रकारचा मानसिक ताण खूप वेळेला आपल्या अनुभवाला येतो.

या मानसिक ताणाखाली वावरत असताना आपली 'फाईट ऑर फ्लाईट' यंत्रणा कार्यान्वित झालेली असते आणि ती दीर्घकाळ कार्यरत राहिल्यामुळे, धोका टाळण्यासाठी म्हणून कार्यरत होणारी ही यंत्रणा नुकसानकारक एवढंच नव्हे, तर प्रसंगी प्राणघातकही ठरू शकते.

आपल्या हातापायांच्याच नव्हे, तर हृदयातल्या धमन्याही आकुंचन पावू

लागतात. रक्तात गुठळ्या होण्याची शक्यता वाढत जाते. कारण रक्त गोठण्याची क्रिया बराच काळ जलद चालू राहते.

शरीराचे बरेच स्नायू या काळात आकुंचित होतात. या स्नायूंमध्ये पाठ, खांदे, मान यांतल्या मोठ्या स्नायूंबरोबरच हृदयधमन्यांमधले अरेखित स्नायूदेखील असतात. एवढंच नव्हे तर खुद्द हृदयातले तंतूसुद्धा (fibres) असतात.

हल्लीच्या आधुनिक युगात कुठल्याच प्रकारचा ताण नसलेलं आयुष्य जगणं ही अशक्य गोष्ट आहे. विशेषत: शहरी धावपळीच्या आणि स्पर्धेच्या जीवनात तर दिवसभरच ताणाच्या प्रसंगांना सततच तोंड द्यावं लागतं. ताण टाळता येणं ही आता अशक्यच गोष्ट झाली आहे, पण शक्यतो कमी ताण येईल असं बघणं आणि आलेला ताण योग्य रीतीनं हाताळणं हे मात्र आपण करू शकतो. ताणाच्या प्रसंगांना योग्य रीतीनं तोंड द्यायचं आणि नंतर मनावरचा ताण जाणीवपूर्वक हलका करायचा हे हृदयविकाराच्या दृष्टीनं महत्त्वाचं असल्याचं आता लक्षात येऊ लागलेलं आहे.

१०. मानसिक एकटेपणा

या सर्व घटकांप्रमाणेच मानसिक एकटेपणा, एकाकीपणा हाही हृदयविकार होण्यास, तो वाढण्यास आणि तो कमी न होण्यास कारणीभूत ठरत असावा असं लक्षात येऊ लागलं आहे. डॉ. डीन आर्निश यांच्या म्हणण्याप्रमाणे तर हृदयविकार होण्यात मानसिक एकटेपणा हा इतर घटकांइतकाच किंबहुना इतर घटकांपेक्षाही अधिक महत्त्वाचा आहे. कारण या नेहमीच्या, वैद्यकीय क्षेत्रात धोक्याचे घटक म्हणून ओळखल्या गेलेल्या बाबींमुळे फक्त ५०% रुग्णांच्या हृदयविकारामागचं कारण कळू शकतं. उरलेल्या सुमारे ५०% रुग्णांना हृदयविकार का झाला असावा ते नक्की सांगता येत नाही. कोलेस्टेरॉल, उच्च रक्तदाब यांसारख्या गोष्टी हृदयविकाराच्या संदर्भात महत्त्वाच्या आहेतच, पण इतरही काही घटक त्या दृष्टीनं महत्त्वाचे आहेत. मानसिक ताण हा महत्त्वाचा घटक असल्याचं आता मान्य होऊ लागलेलं आहे. त्याच्या जोडीला मानसिक एकटेपणा या गोष्टीलाही फार महत्त्व आहे असं ऑर्निश यांचं प्रतिपादन आहे.

हृदयविकाराचं मूळ कारण शोधण्याच्या प्रयत्नाला ते जेव्हा लागले तेव्हा त्यांच्या असं लक्षात आलं की, जी माणसं मनानं एकटी असतात, ज्यांची इतरांशी फारशी जवळीक नसते त्यांच्यात हृदयरोगाचं प्रमाण जास्त असतं.

मानसिक एकटेपणामुळे मनावर सतत सौम्य ताण राहतो. आणि असा सततचा ताण हे हृदयविकाराला कारणीभूत ठरू शकतं. याउलट दुसऱ्याशी जवळीक साधण्यानं, संपर्क वाढवण्यानं हा ताण हलका होतो आणि परिणामस्वरूप आजारही

कमी होऊ लागतो. एकटी राहणारी किंवा एकांडी माणसं थोडी चमत्कारिक वागतात, तुसडी असतात, हेकट असतात असे किंवा अशाच प्रकारचे उद्गार आपल्याला पुष्कळदा ऐकू येतात. मनानं निरोगी राहण्यासाठी माणसांमध्ये मिळून मिसळून राहणं, मैत्री करणं, कुणाशी तरी जवळीक असणं आवश्यक असतं हे सर्वसाधारणपणे सर्वांना मान्य असतं.

अशी जवळीक, मिळून मिसळून राहणं हे केवळ मानसिकच नव्हे, तर शारीरिक स्वास्थ्यासाठीही आवश्यक आहे असं आता लक्षात येऊ लागलं आहे. अनेक संशोधन अभ्यासांमध्ये तसं आढळून आलं आहे.

१. 'ॲलामेडा काउंटी स्टडी' या नावानं प्रसिद्ध असणाऱ्या एका संशोधन प्रकल्पात सॅन फ्रान्सिस्कोच्या आसपास राहणाऱ्या ६९२८ स्त्री-पुरुषांचा तर 'नॉर्थ कॅरेलिया स्टडी' मध्ये पूर्व फिनलंडमध्ये राहणाऱ्या १३३०१ स्त्री-पुरुषांचा अभ्यास करण्यात आला. या अभ्यासांचा कालावधी ५ ते ९ वर्षांचा होता. या प्रकल्पांमधून मिळालेल्या आकडेवारीचा अभ्यास केल्यानंतर असं दिसून आलं की समाजात मिळून मिसळून राहणाऱ्या आणि इतरांशी जवळीक असणाऱ्या व्यक्तींपेक्षा एकांडेपणानं जीवन व्यतीत करणाऱ्या आणि कोणाशी फारशी जवळीक नसणाऱ्या व्यक्तींमध्ये हृदयविकारानं आणि इतरही दुखण्यांमुळे अकाली मृत्यू येण्याची शक्यता दोन ते तीन पट अधिक असते.

२. सामाजिक किंवा मानसिक आधारामुळे, एवढंच नव्हे तर इतर सजीव प्राण्यांशी होणाऱ्या व्यवहारामुळे, सरमिसळीमुळे, प्राण्यांमध्येही दुखणं होण्याचं प्रमाण कमी होतं असा एक आश्चर्यजनक निष्कर्ष ह्यूस्टन विद्यापीठात डॉ. रॉबर्ट नेरेम यांनी केलेल्या संशोधनातून पुढे आलेला आहे.

या संशोधनात धमन्या तुंबण्याचा अभ्यास करण्यासाठी म्हणून काही सशांना भरपूर कोलेस्टेरॉलयुक्त आहार देण्यात येत होता. हे ससे पिंजऱ्यांमध्ये ठेवलेले होते आणि या पिंजऱ्यांची जमिनीपासून छतापर्यंत थप्पी लावलेली होती.

संशोधनकालावधी संपल्यावर सर्व सशांची तपासणी केली असता खालच्या पिंजऱ्यांमध्ये ठेवलेल्या सशांपेक्षा वरच्या पिंजऱ्यांमध्ये असलेल्या सशांच्या धमन्या अधिक तुंबलेल्या आढळल्या. त्यांच्यात जास्त अडथळे निर्माण झालेले होते. हे असं का झालं असावं ते संशोधकांच्या प्रथम लक्षात येईना. पण सर्व गोष्टींचा सखोल विचार केल्यावर त्यांच्या असं लक्षात आलं की बाकी सर्व गोष्टी सारख्या असल्या तरी एका बाबतीत मात्र खालच्या आणि वरच्या पिंजऱ्यांमधल्या सशांमध्ये फरक होता.

सशांना ठरलेल्या वेळी त्यांचं खाद्य देण्यासाठी जी तंत्रज्ञ महिला रोज येत असे ती खालच्या पिंजऱ्यामधल्या सशांशी त्या वेळी खेळत असे, बोलत असे. पण

वरच्या पिंजऱ्यांमधल्या सशांशी मात्र ती खेळू शकत नसे कारण ती ठेंगणी होती. वरच्या पिंजऱ्यांमध्ये अन्न ठेवण्याचं कर्तव्य तेवढं ती पार पाडत असे. पण त्यांच्याशी खेळू-बोलू शकत नसे. या वरवर पाहता लहान वाटणाऱ्या गोष्टींमुळे सशांना होणाऱ्या धमनीविकारात फरक पडला होता. सर्व सशांना सारखंच अन्न देण्यात येत असूनसुद्धा आणि इतर बाबींमध्येही त्यांच्यात सारखेपणा असतानासुद्धा वरच्या पिंजऱ्यांमधल्या सशांपेक्षा खालच्या पिंजऱ्यांमधल्या सशांना कमी प्रमाणात धमनी- विकार झाला होता.

या संशोधनातून मिळालेल्या या अनपेक्षित निष्कर्षाची खात्री करून घेण्यासाठी म्हणून पुन्हा एकदा असाच प्रयोग करण्यात आला. या नवीन प्रयोगातल्या सशांच्या एका गटातील सशांना गोंजारणे, त्यांच्याशी बोलणे, खेळणे या गोष्टी प्रयोगाचा एक भाग म्हणून नियमितपणे करण्यात येत होत्या तर दुसऱ्या गटाला नियमितपणे फक्त खाऊ घालण्यात येत होतं. त्यांची स्वच्छता वगैरे केली जात होती आणि इतर वेळी त्यांच्याकडे दुर्लक्ष करण्यात येत होतं. प्रयोगाचा कालावधी संपल्यावर असं आढळून आलं की, दुसऱ्या गटातल्या सशांपेक्षा पहिल्या गटातील सशांमध्ये धमनीविकार ६०% कमी होता. दोन्ही गटांच्या सशांमधल्या कोलेस्टेरॉल, रक्तदाब आणि हृदयस्पंदनाचा वेग या गोष्टी तुलनीय असूनसुद्धा एवढा मोठा फरक पडला होता.

३. कुटुंबात राहणाऱ्या किंवा एकत्र राहणाऱ्या व्यक्तींमध्ये हृदयविकाराचं प्रमाण, एकटं राहणाऱ्या व्यक्तींमध्ये असलेल्या हृदयविकाराच्या प्रमाणापेक्षा कमी असतं. एवढंच नव्हे, तर एकटं राहणाऱ्या व्यक्तीनं एखादा प्राणी, पक्षी किंवा मासे पाळले तरीसुद्धा हृदयविकार होण्याची शक्यता कमी होते. अशा पाळीव प्राण्यांमुळेही एकटेपणा आणि हृदयविकार कमी होतो.

४. इतरांशी असणारी जवळीक आणि त्यातून मिळणारा मानसिक आधार या गोष्टींची गुणवत्ता त्याच्या बाहुल्यापेक्षा महत्त्वाची असते. म्हणजे खूप लोकांशी परिचय असण्यापेक्षा थोड्याच लोकांशी दाट मैत्री असणं, खरी जवळीक असणं अधिक महत्त्वाचं आहे. याचा अर्थ अनेकांशी परिचय असू नये असा नाही. असा परिचय असणंही चांगलंच आहे. पण ज्यांच्याशी आपलं मन मोकळं करून बोलता येईल, ज्यांच्याशी खरी आंतरिक जवळीक असेल असे मित्र, आप्त, सुहृद असणं आणि त्यांच्याशी आपलं मन मोकळं करणं, आपले विचार, आपल्या भावना व्यक्त करणं हे फार महत्त्वाचं आहे.

५. येल युनिव्हर्सिटी स्कूल ऑफ मेडिसिनमधल्या एका संशोधन प्रकल्पात ११९ पुरुष आणि ४० स्त्रियांचा अभ्यास करण्यात आला. या सर्वांची अँजियोग्राफी केली असता असं आढळून आलं की ज्या व्यक्तींना आपल्याला

प्रेमाची, मायेची, आपली काळजी करणारी माणसं आहेत असं वाटत होतं त्यांच्यात हृदयधमनी विकाराचं प्रमाण इतरांपेक्षा कमी होतं. विशेष म्हणजे वय, लिंग, उत्पन्न, मधुमेह, उच्च रक्तदाब, धूम्रपान, आनुवंशिकता, एवढंच नव्हे तर चिडचिडेपणा, रागीट वृत्ती या धोक्याच्या घटकांच्या पातळीशी या कमी प्रमाणाचा काही संबंध नव्हता.

६. ओहायओ स्टेट युनिव्हर्सिटी कॉलेज ऑफ मेडिसिनमधल्या शास्त्रज्ञांना असं आढळून आलं की जे लोक फार एकटे, एकाकी असतात त्यांची रोगप्रतिकारक्षमता कमी असते.

७. 'सायन्स' या प्रसिद्ध आणि प्रतिष्ठित नियतकालिकात प्रकाशित झालेल्या एका लेखात म्हटल्याप्रमाणे समाजात राहूनही अलिप्त, वेगळं राहणं, एकटेपणा वाटणं ही गोष्ट मृत्युसंख्येच्या प्रमाणाच्या दृष्टीनं धूम्रपान, उच्च रक्तदाब, कोलेस्टेरॉलची उच्च पातळी, लठ्ठपणा, शारीरिक व्यायाम व श्रम यांची कमतरता यांसारख्या घटकांइतकीच महत्त्वाची आहे. किंबहुना वयामुळे पडणारा फरक लक्षात घेतल्यावर असं म्हणता येतं की एकटेपणा हा धूम्रपानाइतका किंवा त्याहूनही अधिक धोक्याचा घटक आहे.

डॉ. डीन ऑर्निश यांच्या प्रयोगात भाग घेणारे रुग्ण समाजाच्या वेगवेगळ्या स्तरांमधून आणि वेगवेगळ्या व्यावसायिक क्षेत्रांमधून आलेले होते. या प्रयोगात त्यांनी भाग घेतला नसता तर त्यांचा एकमेकांशी फारसा संबंधही आला नसता. त्यांच्यापैकी प्रत्येकाला हृदयविकार झालेला होता एवढी एकच गोष्ट त्या सर्वांच्यात समान अशी होती.

पण जसजसे दिवस जाऊ लागले तसतसं डीन ऑर्निश यांच्या असं लक्षात येऊ लागलं की त्या सर्व रुग्णांमध्ये आणखी एक अतिशय महत्त्वाची अशी समान गोष्ट होती आणि ती म्हणजे त्यांची स्वत:कडे व जगाकडे बघण्याची दृष्टी. इतर अनेक गोष्टींमध्ये त्यांच्यात फरक असला तरी प्रत्येकजण मानसिक दृष्ट्या एकटा होता, एकाकी होता.

'मी अगदी एकटा/एकटी आहे आणि मला हे एकटेपण नको आहे. मला इतरांशी मैत्री हवी आहे, जवळीक हवी आहे. मला अशी जवळीक साधता येत नाही त्याअर्थी माझ्यात काहीतरी उणीव आहे, कमतरता आहे. ती मला भरून काढायला हवी. विशेष काहीतरी करून दाखवायला हवं, खास कोणीतरी बनायला हवं म्हणजे मला इतरांकडून प्रेम मिळेल.' अशी साधारणपणे त्या प्रत्येकाची भावना होती.

आपल्यात काहीतरी उणीव आहे अशी भावना एकदा झाली की ती तथाकथित उणीव भरून काढण्याचा प्रयत्न सुरू होतो. अधिक पैसा, अधिक यश, अधिक सत्ता

यासाठी आणि यांसारख्या गोष्टींसाठी धडपड सुरू होते. त्या मिळाल्या की आपलं महत्त्व प्रस्थापित होईल, इतरांचं प्रेम आपल्याला मिळेल, आणि आपण सुखी होऊ असं वाटू लागतं.

यातली हवी ती गोष्ट मिळाली नाही की आणखी धडपड, आणखी ताण सुरू होतो. आपल्याला हवी असलेली गोष्ट न मिळता ती दुसऱ्याला मिळाली तर ईर्षा, असूया या भावनांमुळे ताणात भर पडते. आणि हवी ती गोष्ट मिळाली, यश मिळालं तरी थोड्याच काळात असं लक्षात येतं की, त्यामुळे काही आपण फार काळ सुखी होणार नाही आहोत. दुसऱ्याचं प्रेमही त्यामुळे मिळणार नाही. मिळवलेल्या गोष्टीचं सुख फार थोडा काळ टिकणार आहे.

म्हणजे अजूनही काहीतरी कमी आहे. आणखी प्रयत्न करायला हवेत म्हणजे हवं ते मिळेल. सुख मिळेल. लोकांचं प्रेम मिळेल.

मग आणखी धडपड सुरू होते आणि अशी व्यक्ती आणखी एकटी पडत जाते.

स्वकेंद्रित वृत्ती, चिडचिडा आणि सगळ्या जगावर राग काढणारा किंवा राग दडपणारा स्वभाव, कडवटपणा हे स्वभावविशेष व्यक्तीचा हृदयविकाराकडे झुकणारा कल दर्शवतात पण या साऱ्यांच्या मुळाशी असतो तो एकटेपणा, एकाकीपणा. आणि हा एकटेपणा धोक्याच्या इतर घटकांपेक्षाही अधिक धोकादायक असतो असा ऑर्निश यांचा दावा आहे.

सॅम

या दाव्याच्या पुष्ट्यर्थ त्यांनी त्यांच्या कार्यक्रमात भाग घेणाऱ्या एका रुग्णाचं उदाहरण दिलं आहे. या रुग्णाला त्यांनी सॅम हे नाव दिलं आहे. त्याचं खरं नाव वेगळं आहे.

सॅम हा एक अतिशय उत्तम ॲथलीट (Athlete) होता. तो जागतिक दर्जाचा धावपटू आणि सायकलपटू होता आणि ऑलिंपिक स्पर्धांमध्ये पूर्वी भाग घेतल्याचं त्यानं कार्यक्रमाच्या सुरुवातीलाच सांगितलं होतं. तो अतिशय ईर्षेनं सर्व स्पर्धांमध्ये भाग घेत असे. एखाद्या शर्यतीत जर तो जिंकला तर तो पुढच्या शर्यतीपर्यंतचाच जेता आहे असं त्याला वाटत असे. आणि तो दुसरा आला तर तो पराभूत झाल्यामुळे पुढच्या शर्यतीत त्यानं जिंकायलाच हवं अशी त्याची मनोधारणा होत असे. म्हणजे तो पहिला किंवा दुसरा आला तरी त्याच्या मनातली ईर्षा संपत नसे आणि ताण कमी होत नसे. परिणामी तो मनानं एकटा पडत असे.

सॅम ४९ वर्षांचा असताना एका शर्यतीत धावताना त्याच्या छातीत खूप दुखू लागलं. त्यानं ती शर्यत तरीही पुरी केली आणि नंतर तो त्याच्या डॉक्टरांकडे गेला. डॉक्टरांनी त्याची स्ट्रेस टेस्ट घेतली आणि अँजिओग्राम काढला.

त्याच्या मोठ्या हृदयधमन्यांपैकी अनेक धमन्या पुष्कळ प्रमाणात तुंबल्याचं आढळून आल्यामुळे त्याच्यावर अँजिओप्लास्टी करण्यात आली. शस्त्रक्रियेनंतर छातीतल्या वेदना थांबल्या आणि त्यानं परत शर्यतींमध्ये भाग घ्यायला सुरुवात केली. सहा आठवड्यांनी एका शर्यतीत धावताना त्याच्या छातीत परत वेदना होऊ लागल्या आणि तो परत रुग्णालयात दाखल झाला. त्याच्यावर परत अँजिओप्लास्टी करण्याचा डॉक्टरांचा विचार होता. पण त्याच्या प्रमुख हृदयधमन्यांपैकी एक धमनी पूर्ण तुंबली असल्याचं लक्षात आल्यामुळे शस्त्रक्रियेचा विचार सोडून द्यावा लागला. त्यानंतर तो ऑर्निश यांच्या कार्यक्रमात दाखल झाला.

कार्यक्रमात दाखल झाल्यावर सॅमनं त्याच्या जीवनशैलीत बदल करायला सुरुवात केली. कार्यक्रमात सुचवलेला आहार तो घेऊ लागला, धूम्रपान करेनासा झाला आणि मानसिक ताणाच्या हाताळणीसाठी सुचवलेल्या गोष्टीही तो केवळ यांत्रिकपणे करू लागला. पण सहा आठवड्यांनी त्यानं ताणाच्या हाताळणीसाठी आवश्यक त्या तंत्राचा सराव करण्याचं थांबवलं.

कार्यक्रमात सुचवलेल्या मर्यादेत कितीही व्यायाम करायला हरकत नाही, मात्र व्यायाम करताना घड्याळ लावून चुरशीनं व्यायाम करायचा नाही असं डॉ. ऑर्निश यांनी त्याला सांगितलं होतं. कारण इतर कोणी नसलं तर सॅम स्वत:शीच स्पर्धा करतो आणि त्यातून ताण निर्माण होतो असं ऑर्निश यांच्या लक्षात आलं होतं. शर्यतीच्या यशापयशावर तो स्वत:ची योग्यता ठरवत असे.

जीवनशैली बदलाच्या कार्यक्रमात सुचवल्याप्रमाणे आहार आणि व्यायाम या गोष्टी सॅम पाळत असला तरी ग्रुप डिस्कशनमध्ये भाग घ्यायला आणि स्वत:च्या भावना उघड करायला, चर्चा करायला मात्र तो नकार देत असे. पहिल्या पहिल्यांदा जेव्हा तो थोडा बोलत असे, तेव्हा त्याच्या बहुतेक सगळ्या समस्यांसाठी तो त्याच्या मैत्रिणीला दोष देत असे. पुढे मग तो काही न बोलता गप्प बसून राहू लागला. या कार्यक्रमातले एक मानसतज्ज्ञ डॉ. बिलिंग्ज यांना भेटायला तर त्यानं नकारच दिला.

आहाराचं पथ्य सॅम अतिशय काटेकोरपणे पाळत असल्यामुळे त्याच्या कोलेस्टेरॉलची पातळी २४९ वरून १२१ पर्यंत खाली आली. त्यामुळे त्याच्या छातीत दुखण्याचं प्रमाण खूप कमी झालं. कार्यक्रमात सामील होण्यापूर्वी नुसत्या चालण्यानंही त्याच्या छातीत दुखू लागायचं. नऊ महिन्यांमध्ये त्याच्या प्रकृतीत इतकी सुधारणा झाली की तो एका आठवडाभराच्या काळात शंभर मैल धावणं आणि सायकल चालवणं या दोन गोष्टी करू लागला. एवढ्या मोठ्या प्रमाणातल्या व्यायामानं सुद्धा त्याच्या छातीत दुखेनासं झालं.

पण हृदयविकाराला कारणीभूत ठरू शकणाऱ्या अधिक मूलभूत अशा बाबींकडे

मात्र त्यानं दुर्लक्ष केलेलं होतं. ऑलिम्पिक खेळाडू होण्याचं त्याचं स्वप्न होतं आणि ते साध्य करण्यासाठी तो अतिशय कष्टही करत असे. तरीसुद्धा तो ऑलिम्पिक-पर्यंत कधीच पोचू शकला नव्हता. ज्यामुळे आपलं मोठेपण, आपली विशेषता सिद्ध होईल असं त्याला वाटत होतं ती गोष्ट साध्य करण्यात तो अपयशी ठरला होता. ते झाकण्यासाठी तो आपण ऑलिम्पिकमध्ये भाग घेतल्याचं खोटंच सांगत असे. स्वतःची एक खोटीच प्रतिमा त्यानं निर्माण केली होती. स्वतःचा उणेपणा झाकण्यासाठी, प्रेम आणि आदर या गोष्टींना आपण पात्र आहोत असं दर्शवण्यासाठीचा त्याचा हा प्रयत्न होता. एकटेपणातून त्याचा हा खोटेपणा निर्माण झाला होता.

आपणच निर्माण केलेली ही प्रतिमा कायम राहावी म्हणून सॅमला सतत दक्ष राहावं लागे आणि त्यामुळे तो सतत सौम्य ताणाखाली वावरत असे. अर्थात या सगळ्या गोष्टी डॉ. ऑर्निश यांना पुष्कळ उशिरानं कळल्या.

सॅमला कार्यक्रमात सामील करून घेताना ऑर्निश यांनी त्याला तो कार्यक्रमात असेपर्यंत कुठल्याही स्पर्धेत भाग घेऊ नये असं सांगितलं होतं. सुरुवातीला त्यानं ही अट पाळलीही होती, पण काही काळानंतर त्यानं कुणाच्या नकळत सायकलिंगच्या आणि चालण्याच्या शर्यतींमध्ये भाग घ्यायला सुरुवात केली.

ग्रुप डिस्कशनमध्ये तो सहसा सामील होतच नसे. क्वचित एखादे वेळी तो हजर राही. अशाच एका डिस्कशनला तो हजर असताना त्या गटाच्या शिक्षकांनी रुग्णांना आपापल्या हृदयाचं चित्र-प्रत्येकाच्या कल्पनेत असलेलं काढायला सांगितलं. हृदयाचं दुखणं बरं करण्याच्या प्रयत्नात कल्पनाचित्रांचा वापर करण्याचा तो एक भाग होता. सॅमनं त्याच्या हृदयाचं जे चित्र काढलं त्यात हृदयाभोवती एक काळी भिंत काढली होती. काळ्या भिंतीच्या आत बंदिस्त चित्राविषयी, स्वतःच्या एकटेपणाविषयी काही बोलायला किंवा चर्चा करायला मात्र तो तयार झाला नाही. त्यानंतर त्यानं परत कधी ग्रुप डिस्कशनमध्ये भागही घेतला नाही.

सॅमनं कार्यक्रमात भाग घ्यायला सुरुवात केल्यानंतर दहा महिन्यांनी त्याला मृत्यू आला.

तो मरण पावला त्या वेळी तो एका व्यायामशाळेत वल्हवण्याच्या यंत्रावर व्यायाम करत होता. पण तो नुसता व्यायाम नव्हता, तर एका व्हिडिओ गेममधल्या वल्हवायच्या नौकांबरोबर त्याची स्पर्धा चालू होती. त्याचा वेग जसा कमीजास्त होत असे तसा व्हिडिओमधल्या त्याच्या नौकेचा वेगही कमीजास्त होई. एक तासभर अशी स्पर्धा खेळल्यानंतर त्यानं १५० व्हिडिओ नौकांना शर्यतीत मागे टाकल्याचं त्यानं अभिमानानं सांगितलं. मग तो व्यायामशाळेत विश्रांती कक्षात गेला आणि तिथे कोसळला. त्या वेळी तिथे एक हृदयतज्ज्ञ उपस्थित होते. पण त्यांच्या उपचारांचा काहीही उपयोग न होता सॅमला मृत्यू आला.

सॅमच्या देहाची जेव्हा उत्तरीय तपासणी करण्यात आली तेव्हा त्याच्या एका हृदयधमनीमध्ये मोठी रक्तगाठ असल्याचं आणि दुसऱ्या एका हृदयधमनीला पेटका आल्याचं आढळून आलं. या पेटक्यामुळे धमनीच्या अस्तराला दुखापत होऊन किटणातून रक्तस्राव झाला होता. या गोष्टी तीव्र मानसिक ताणामुळे झाल्या असण्याची खूप शक्यता होती. व्यायामशाळेत सॅम जो व्यायाम करत होता तो इतक्या ईर्षेनं, स्पर्धेच्या भावनेनं करत होता की, जणू काही व्हिडिओगेममधल्या त्याच्या जयापजयावर त्याचं जीवन-मरण अवलंबून होतं.

दुर्दैवानं त्याच्यासाठी तो खरोखरच जीवनमरणाचा खेळ ठरला.

डॉ. ऑर्निश यांच्या कार्यक्रमात भाग घेतल्यानंतर हृदयविकारानं मृत्यू येणारा सॅम हा एकटाच रुग्ण होता. त्याच्या बाबतीत असा अकाली मृत्यू येण्याचं कारण डॉ. ऑर्निश जेव्हा खोलात जाऊन शोधू लागले तेव्हा त्यांच्या असं लक्षात आलं की त्यांच्या सूचनांप्रमाणे आहारात आणि शारीरिक व्यायामात सॅमनं बदल केला होता. पण मोकळेणानं तो कुणाशी कधी बोलला नव्हता की स्वत:ची स्पर्धावृत्ती त्यानं सोडली नव्हती. कोणताही व्यायाम तो ईर्षेनंच करत असे आणि आपण ऑलिम्पिकपर्यंत पोचल्याचं त्यानं खोटंच सांगितलं होतं. म्हणजे खेळातल्या नैपुण्यावर आपली लायकी अवलंबून आहे असं त्याला मनोमन वाटत होतं.

आपली लायकी, आपली योग्यता ही एखाद्या बाह्य गोष्टीवर, ती गोष्ट घडण्या न घडण्यावर किंवा एखाद्या व्यक्तीवर, त्या व्यक्तीकडून मिळणाऱ्या प्रेमावर अवलंबून असली की ती गोष्ट, ती घटना, ती व्यक्ती यांना आपल्या आयुष्यात प्रचंड महत्त्वाचं स्थान मिळतं आणि आपलं सुखदु:ख, आपली आशा-निराशा या गोष्टी त्या घटनेवर किंवा त्या व्यक्तीवर अवलंबून राहतात. आपली स्वत:ची योग्यायोग्यता आपण तिच्या मापानं मोजू लागतो आणि मग आपली योग्यता टिकवून ठेवण्यासाठी धडपड, स्पर्धा, ईर्षा आणि सततचा मानसिक ताण सुरू होतो. सॅमच्या बाबतीत असंच घडलं होतं.

एखाद्या स्पर्धेमधल्या जयापजयावर सतत स्वत:ची योग्यता ठरवणं हे त्या यशाला आपल्या आयुष्यात प्रचंड महत्त्व देणं आहे. त्याच्यावर आपलं सुखदु:ख अवलंबून ठेवणं आहे. असं केलं की त्या एकाच गोष्टीभोवती आयुष्य फिरत राहातं. तेच आपलं जीवनसर्वस्व बनतं.

ही चूक आहे आणि ती आपण करता कामा नये असं लक्षात आलं तर ईर्षेच्या या पकडीतून माणूस बाहेर पडू शकतो. अधिक आनंदी होऊ शकतो. एवढंच नव्हे, तर त्याची कार्यक्षमताही वाढू शकते. डीन ऑर्निश यांनी उद्धृत केलेलं माईक रीड या गोल्फरचं उदाहरण त्या दृष्टीनं उद्बोधक आहे.

माईक रीड– हा प्रसिद्ध अमेरिकन गोल्फर आहे. त्याचं गोल्फमधलं नैपुण्य वाखाणण्याजोगं होतं. असं असूनही तो स्पर्धेत कधीच विजयी होत नसे. एखादी स्पर्धा तो हरला की त्याची मित्रमंडळी गमतीनं त्याला चिडवत. काही परिचित आणि अपरिचितही त्याला सहानुभूतीच्या तारा पाठवत. कारण त्याचा खेळ फार चांगला होता हे सर्वांना मान्य होतं. मित्रांच्या आणि इतरांच्याही सहानुभूतीमुळे माईकला आणखी चेव चढत असे. तो आणखी सराव करत असे आणि अधिक ईर्षेनं पुढच्या स्पर्धेत भाग घेत असे.

आणि त्या स्पर्धेतही हरत असे.

असं वर्षानुवर्षं चालू होतं. त्याचं सगळं आयुष्य गोल्फभोवती फिरत होतं. पण त्याला हवं होतं ते यश काही मिळत नव्हतं. हळूहळू माईकचं स्पर्धेतलं अपयश हा चेष्टेचा विषय राहिला नाही. तो स्पर्धा हरल्यानंतर गमतीनं काही बोलण्याऐवजी त्याचे मित्र संकोचानं त्याची नजर चुकवू लागले.

आपल्या बाबतीत असं का होतं हे माईकला कळत नव्हतं. त्यानं आणि त्याच्या पत्नीनं बराच विचार केला. पण त्यांना काही कारण सापडेना. शेवटी स्पर्धेतलं अपयश त्यांनी मनोमन स्वीकारून टाकलं. त्यासाठी मानसिक त्रास करून घ्यायचा नाही असं ठरवलं.

आणि लगेचच पुढची गोल्फ टूर्नामेंट त्यानं जिंकली!

मानसिक ताण हलका करण्यासाठी दुसऱ्याजवळ बोलणं, आपलं मन मोकळं करणं, चर्चा-संवादामध्ये भाग घेणं असे उपाय करता येतात. पण कित्येकदा या गोष्टी करायला रुग्णांची मनापासून तयारी नसते. स्वतःच्या भावना दडपून ठेवणं, अगदी जवळच्या माणसांपाशीही आपलं मन मोकळं न करणं या गोष्टींची त्यांना वर्षानुवर्षांची सवय झालेली असते. स्वतःच्या भावनांभोवती म्हणजेच स्वतःच्या हृदयाभोवती त्यांनी जणू काही एखादी संरक्षक भिंत उभारलेली असते. अशी भिंत उभी करण्यासाठी पूर्वायुष्यात काही कारणंही घडलेली असू शकतात. भावना व्यक्त केल्यावर त्या भावनांचा अव्हेर झालेला असतो, कधी कुचेष्टा झालेली असते, तर कधी एखाद्याला दुसऱ्याचा रागही ओढवून घ्यावा लागलेला असतो.

अशा प्रकारचा प्रतिसाद दुःखद असतो आणि तो परत परत अनुभवाला येऊ लागला की आपल्या भावना मनात झाकून ठेवायला ती व्यक्ती शिकते. हळूहळू एक संरक्षक भिंतच आपल्या हृदयाभोवती ती बांधत जाते. त्यामुळे दुःखकारक अनुभवांपासून तिचं रक्षण होतं. पण त्याचबरोबर मनातल्या भावना मनातच कोंडून राहतात.

कित्येकदा तर आपल्या मनात काय भावना आहेत हेही त्या व्यक्तीला जाणवेनासं झालेलं असतं. केवळ इतरांपासून नव्हे तर स्वतःपासून, स्वतःच्या

भावनांपासूनही ती व्यक्ती तुटलेली असते. एकटी पडलेली असते. हा एकटेपणा तीन पातळ्यांवरच्या तुटलेपणामुळे असतो.

१. स्वतःपासून (स्वतःच्या भावनांपासून) तुटलेपणा

२. इतरांपासून तुटलेपणा

३. परम स्वत्वापासून (स्वतःच्या परम स्वरूपापासून, यालाच ईश्वर, शक्ती, अल्ला, गॉड असं म्हटलं जातं असावं.) तुटलेपणा.

हृदय विकाराच्या दृष्टीनं एकटेपणा, तुटलेपणा फार धोकादायक ठरू शकतो.

शरीरातल्या सर्व रक्तवाहिन्यांच्या भिंती उलगडून सपाट केल्या, (एखादी रबरी नळी उभी चिरून तिचं रबर सपाट केल्याप्रमाणे) तर या भिंती ६०,००० ते ७०,००० चौ. फूट जागा व्यापतील आणि एका फूटबॉल मैदानाला त्यांचं आच्छादन होऊ शकेल.

■

प्रकरण ४

धोक्याच्या घटकांवर नियंत्रण

धोक्याच्या घटकांवर नियंत्रण, कोलेस्टेरॉल, उच्च रक्तदाब, निकोटिन मधुमेह, मादक पदार्थ, मानसिक ताण व एकटेपणा

हृदयविकाराच्या दृष्टीनं अत्यंत धोक्याचे घटक कोणते ते बघितल्यानंतर ते आपल्याला कसे नियंत्रणात ठेवता येतील ते आपण बघू या.

१. कोलेस्टेरॉल

आपल्या रक्तात असलेल्या कोलेस्टेरॉलपैकी ७५% कोलेस्टेरॉल यकृतामध्ये तयार केलं जातं आणि फक्त २५% कोलेस्टेरॉलच्या पातळीमध्ये आहारातून मिळणाऱ्या कोलेस्टेरॉलमुळे फरक पडू शकतो. इतक्या कमी प्रमाणात आपण कोलेस्टेरॉलच्या पातळीत हस्तक्षेप करू शकत असल्यामुळे हृदयविकार असणाऱ्यांनी किंवा हृदयविकार असण्याची शक्यता असणाऱ्यांनी आहारातून शरीरात कोलेस्टेरॉल जाणार नाही किंवा अत्यंत कमी प्रमाणात जाईल अशी दक्षता घेणं फार महत्त्वाचं आहे. प्राणिजन्य स्निग्ध पदार्थांमध्ये भरपूर कोलेस्टेरॉल असतं. याउलट वनस्पतिजन्य बहुतेक स्निग्ध पदार्थांमध्ये म्हणजे मुख्यत: तेलांमध्ये कोलेस्टेरॉल नसतं. याला पाम तेल आणि खोबरेल तेल यांचा अपवाद आहे. सामान्यत: जे स्निग्ध पदार्थ साध्या, नेहमीच्या हवामानाला घट्ट होतात, त्यात संपृक्त स्निग्धांश असतो आणि जे साध्या, नेहमीच्या हवामानाला पातळ राहतात त्यांमध्ये असंपृक्त म्हणजे मोनो अनसॅच्युरेटेड किंवा पॉलीअनसॅच्युरेटेड स्निग्धांश असतो.

या संपृक्त स्निग्धांशातून पुढे कोलेस्टेरॉल निर्माण होतं. कोलेस्टेरॉलची रक्तातली मर्यादा १५० किंवा त्यापेक्षा कमी असली तर उत्तम. हीच कोलेस्टेरॉलची पातळी

१५० ते २०० च्या दरम्यान असल्यास कोलेस्टेरॉल असणारे किंवा कोलेस्टेरॉल निर्माण करणारे पदार्थ जपून खायला पाहिजेत. आपली कोलेस्टेरॉलची पातळी यापेक्षा जास्त वाढत तर नाही ना याच्यावर लक्ष ठेवलं पाहिजे. आणि २०० च्या वर पातळी असणाऱ्यांनी हा नक्कीच धोक्याचा इशारा आहे असं समजून आपल्या कोलेस्टेरॉलच्या आहारावरती किंवा कोलेस्टेरॉल निर्माण करणाऱ्या आहारावरती लगेचच नियंत्रण घातलं पाहिजे.

औषधांनी कोलेस्टेरॉल कमी करता येत नाही का? औषधांनी कोलेस्टेरॉल कमी करता येतं, आणि आवश्यक तेव्हा डॉक्टर आपल्या रुग्णांना ही औषधं देतातही. पण कोलेस्टेरॉल कमी करणारी औषधं हा काही या समस्येवरचा खरा उपाय होऊ शकत नाही. कारण एकतर ही औषधं अतिशय महाग असतात व त्यांचे वाईट असे जोड-परिणाम होतात. यांपैकी काही औषधांमुळे यकृताला इजा पोहचू शकते आणि त्यांच्यामुळे मोतिंबदूही होत असावा अशी शक्यता आहे. तर काही औषधांमुळे पोटात दुखणं, मळमळणं, पोट गुबारणं असे परिणाम होतात. हे सगळे परिणाम ही सर्व औषधं थोड्या काळासाठी घेतल्यावर दिसून आलेले आहेत. वर्षानुवर्षं, दीर्घकाळपर्यंत ही औषधं घेत राहिल्यास त्यांचे परिणाम काय होतील हे आज तरी माहीत नाही.

कोलेस्टेरॉल कमी करणाऱ्या औषधांमुळे हृदयविकाराची पीछेहाट होते का? याचा अभ्यास करणाऱ्या संशोधन प्रकल्पांपैकी फक्त दोन प्रकल्पांमध्ये असं दिसून आलं आहे की, या औषधांमुळे अगदी थोड्या रुग्णांच्यात हृदयविकाराची पीछेहाट झालेली होती. अर्थात याचा अर्थ कोलेस्टेरॉल कमी करणारी औषधं घेऊ नयेत किंवा डॉक्टरांनी देऊच नयेत असा नाही. आवश्यक तिथे व तेवढा काळ ही औषधं देणं आणि रुग्णांनी ती घेणं भाग आहे. पण आपल्या जीवनशैलीमध्येच बदल करून– आपल्या आहारामध्ये, व्यायामामध्ये, दिनक्रमात बदल करून, या औषधांचं प्रमाण कमी करत आणणं आणि शेवटी ते बंद करणं हा सगळ्यात उत्तम उपाय आहे. अर्थात तो डॉक्टरांच्या देखरेखीखाली करायचाच उपाय आहे.

२. उच्च रक्तदाब

उच्च रक्तदाबावरील औषधांचेही अनेक वाईट जोडपरिणाम असतात. थकवा, औदासीन्य, रक्तपेशींमध्ये काही वैगुण्य निर्माण होणं अशासारखे हे जोडपरिणाम असल्यामुळे उच्च रक्तदाबासाठी औषधं घेणाऱ्यांपैकी जवळजवळ ९०% लोक ती नियमितपणे घेत नाहीत असं लक्षात आलेलं आहे. शिवाय बऱ्याच मोठ्या संख्येनं लोकांना सौम्य प्रकारचा उच्च रक्तदाब असतो. म्हणजे त्यांचा रक्तदाब हा त्यांच्या वयाला आदर्श अशा रक्तदाबापेक्षा थोडा वाढलेला असतो आणि असा थोडा वाढीव

रक्तदाब असणाऱ्यांची संख्या खूप मोठी असते. इतक्या मोठ्या संख्येनं असलेल्या लोकांना उच्च रक्तदाबावर औषधं देणं हे काही या प्रश्नावरचं उत्तर म्हणता येणार नाही. जसं कोलेस्टेरॉलच्या औषधांच्या बाबतीत आपल्याला म्हणता येतं तसंच याही औषधांबाबतीत आपल्याला असं म्हणता येईल की आवश्यक तेव्हा व आवश्यक तेवढी ही औषधं घेणं भाग आहे. पण शक्य तितक्या कमी प्रमाणात ही औषधं घ्यावी हे उत्तम. त्यासाठी आपल्या जीवनशैलीमध्ये योग्य ते बदल करायला रुग्णांनी तयार असावं.

हृदयविकाराचा झटका येण्याला कारणीभूत असणारी आणखी एक गोष्ट म्हणजे रक्तात गुठळी तयार होणं आणि ती चिंचोळ्या झालेल्या धमनीत अडकून बसणं. याच्यावरचा एक उपाय म्हणजे रक्तात गुठळी तयार होणार नाही व रक्त सारखं वाहात राहील अशी औषधं देणं. या दृष्टीनं 'ॲस्पिरीन' म्हणजेच ॲसेटिल सॅलिसिलीक ॲसिड हे औषध अतिशय उत्तम आहे आणि जगभरचे हृदयतज्ज्ञ आपल्या रुग्णांना नियमितपणे ॲस्पिरीन घ्यायला सुचवितात. ॲस्पिरीनमुळे रक्तात गाठ तयार होण्याची प्रक्रिया मंदावते आणि त्यामुळे रक्तात गुठळी होण्याची शक्यता कमी होते. पर्यायानं हृदयविकाराचा झटका येण्याचीही शक्यता कमी होते हे बरोबर आहे. पण याचबरोबर रक्त गोठण्याची क्रिया मंदावल्यामुळे रक्तस्राव होऊन मेंदूमध्ये झटका येण्याची (यालाच 'स्ट्रोक' (Stroke) असं म्हणतात) शक्यता मात्र खूप वाढते. म्हणजे नियमित ॲस्पिरीन घेतल्यामुळे हृदयविकाराच्या झटक्याची शक्यता कमी झाली तरी अशा लोकांमध्ये स्ट्रोकची शक्यता मात्र बऱ्याच मोठ्या प्रमाणात वाढते. त्यामुळे ॲस्पिरीनचं प्रमाण कमी करत आणणं आणि शक्यतो शेवटी ते बंद करणं हे योग्य ठरतं.

३. निकोटिन

निकोटिन आणि इतर उत्तेजक पदार्थांमुळेही रक्तात गुठळ्या तयार होण्याची प्रक्रिया वेगानं व्हायला लागते. त्यामुळे हे पदार्थ न खाणं किंवा न ओढणं हे हृदयविकार थांबवण्याच्या किंवा परतवून लावण्याच्या दृष्टीनं फार महत्त्वाचं असतं.

४. मधुमेह

मधुमेह हा पुष्कळदा आनुवंशिक असतो. पण काही वेळा मधुमेही व्यक्तीच्या मागील पिढ्यांमध्ये दुखणं नसतानाही त्या व्यक्तीला ते झालेलं असतं. कोणत्याही कारणानं मधुमेह झालेला असला तरी पथ्य, व्यायाम, औषधं या उपायांनी तो नियंत्रणात ठेवता येतो. मधुमेही व्यक्तींमध्ये हृदयविकार होण्याचं प्रमाण जास्त असतं. त्यामुळे त्या दृष्टीनंही मधुमेह आटोक्यात ठेवणं महत्त्वाचं आहे.

बैठं काम करणाऱ्या, व्यायाम न करणाऱ्या आणि स्थूल असणाऱ्या व्यक्तींमध्ये मधुमेहाचं प्रमाण अधिक असल्याचं आढळून येतं. मधुमेह असणाऱ्यांनी रोज व्यायाम करावा, चालायला जावं आणि आहारातून साखर व साखरेचे पदार्थ पूर्णपणे वर्ज्य करावेत. वजन जास्त असल्यास ते व्यायाम आणि योग्य आहार यांचं पालन करून कमी करावं, नियमितपणे औषध घ्यावं असा सल्ला डॉक्टर देतात.

व्यायाम, योग्य आहार या गोष्टींमुळे मधुमेह आटोक्यात राहायला मदत होते. त्याचबरोबर हृदयविकाराचं निवारण होण्यालाही त्याचा हातभार लागतो.

५. मादक पदार्थ

हृदयधमनीला आकुंचनाचा झटका येणं हे हृदयविकाराचं आणखी एक कारण असतं आणि कोकेन, ॲम्फेटामाईन्स अशा पदार्थांमुळे धमनीला पेटका येण्याची, रक्ताची गुठळी होण्याची आणि किटणातून रक्तस्राव होण्याची शक्यता खूप वाढते.

६. मानसिक ताण व एकटेपणा

मानसिक ताण आणि एकटेपणाची भावना या दोन गोष्टी हृदयविकाराच्या दृष्टीनं अतिशय महत्त्वाच्या आहेत हे आपण पाहिलं. आजमितीला तरी या गोष्टी मोजण्याचं साधन आपल्याजवळ उपलब्ध नाही. पण या गोष्टी परिमाणात मोजता येत नसल्या तरी वाढलेला मानसिक ताण, कमालीचा एकटेपणा या गोष्टी जवळच्या व्यक्तीच्या किंवा डॉक्टरांच्या लक्षात येऊ शकतात. त्या मोजता आल्या नाहीत तरी त्या वाढल्या आहेत का कमी झाल्या आहेत, जास्त आहेत का कमी आहेत अशा मोघम शब्दांमध्ये आपल्याला त्याचा अंदाज बांधता येऊ शकतो. मानसिक ताण आणि एकटेपणा या गोष्टी शक्य तितक्या कमी करणं हे हृदयविकार कमी करण्याच्या किंवा होऊ न देण्याच्या दृष्टीनं अतिशय महत्त्वाचं असतं.

हृदयविकाराला कारणीभूत ठरणारे घटक आटोक्यात ठेवले की हृदयविकार आटोक्यात राहील आणि हृदयविकाराची पीछेहाट होईल. हे घडून यावं यासाठी डॉ. ऑर्निश यांनी सर्वसमावेशक असा एक कार्यक्रम आखला. त्यानुसार त्यांनी तीन संशोधन प्रयोग पार पाडले. पहिल्या प्रयोगात मिळालेल्या अनुभवावरून दुसऱ्यात त्यांनी सुधारणा केल्या होत्या आणि त्यात मिळालेल्या आणखी अनुभवावरून त्यांचा तिसरा प्रयोग जास्त काळजीपूर्वक व जास्त काळासाठीचा आखला होता. या तिसऱ्या संशोधन प्रकल्पात भाग घेतलेल्या रुग्णांपैकी बहुसंख्य रुग्णांच्यात म्हणजे ८२% रुग्णांच्यात त्यांच्या हृदयधमन्यांमधील अडथळे कमी-जास्त प्रमाणात घटलेले आढळले. ज्या दुखण्याची पीछेहाट होत नाही, जे दुखणं नेहमी वाढतच जातं असं आतापर्यंत वैद्यकीय क्षेत्रात समजलं जात होतं त्या दुखण्याच्या बाबतीत

इतक्या मोठ्या प्रमाणावरील पीछेहाट म्हणजे ऑर्निश यांनी सुचवलेल्या कार्यक्रमाचा दणदणीत विजयच म्हणावा लागेल. अर्थात या सगळ्या ८२% रुग्णांच्या धमन्यांमधले अडथळे खूप मोठ्या प्रमाणात कमी झाले होते असे नाही. काही रुग्णांच्या बाबतीत हे अडथळे अगदी थोड्या प्रमाणात कमी झाले असण्याचीही शक्यता आहे. पण महत्त्वाची गोष्ट म्हणजे ते कमी झाले, वाढले नाहीत.

हे भरघोस यश मिळवून देणारा कार्यक्रम म्हणजे काय प्रकारचा कार्यक्रम आहे? कसा कार्यक्रम आहे ते थोडक्यात आपण बघू या.

■

प्रकरण ५

डॉ. डीन ऑर्निश यांचा कार्यक्रम

डॉ. डीन ऑर्निश यांचा कार्यक्रम, मानसिक ताणाची हाताळणी, स्ट्रेचेस, रिलॅक्सेशन, ब्रीदिंग टेक्निक्स, मेडिटेशन म्हणजे काय? मेडिटेशनचा परिणाम, ऑर्निश यांनी सांगितलेले मेडिटेशनचे प्रकार, कल्पनाचित्रण किंवा कल्पनारेखाटन, ग्रहणक्षम कल्पनाचित्रण, जॉननं केलेलं कल्पनाचित्रण, अंतर्गुरू कल्पनाचित्रण, अंतर्मन कल्पनाचित्रण, अनुलक्षित कल्पनाचित्रण, मानसिक जवळीक व संपर्क कुशलता, स्वत:शी व इतरांशी जवळीक, परमस्वत्वाशी/परमेश्वराशी जवळीक, व्यायाम : ॲनेरोबिक आणि एअरोबिक व्यायाम, हृदयस्पंदनाचा कमाल वेग किंवा शारीरिक कार्यक्षमता, व्यायाम केव्हा करू नये, आहार : आहाराचे सर्वसाधारण नियम.

डॉ. डीन ऑर्निश यांनी त्यांच्या कार्यक्रमाचे चार मुख्य भाग पाडले आहेत.

१. मानसिक ताण योग्यप्रकारे हाताळण्यासाठीचं आणि इतरांशी मानसिक जवळीक वाढविण्यासाठीचं तंत्र.

२. कोलेस्टेरॉल आणि स्निग्धांश अत्यंत कमी प्रमाणात असणारा योग्य असा आहार.

३. धूम्रपान आणि इतर उत्तेजक पदार्थांचं सेवन थांबविण्यासाठी साहाय्यभूत ठरतील अशा गोष्टींच्या सूचना.

४. योग्य असा बेताचा व्यायाम.

१. मानसिक ताणाची हाताळणी

स्ट्रेस मॅनेजमेंट टेक्निक्स (Stress Management Techniques) या नावाखाली दिलेल्या या विभागात ऑर्निश यांनी एकूण एक तासाचा कार्यक्रम सांगितलेला आहे. त्यापैकी–

- २० मिनिटं ही १२ 'स्ट्रेचेस'साठी (Stretches ताणण्याचा व्यायाम)
- १५ मिनिटं ही क्रमानं ताण ढिले करण्यासाठी, 'रिलॅक्सेशन'साठी. (Relaxation)
- ५ मिनिटं नुसती श्वासाच्या तंत्रासाठी
- १५ मिनिटं 'मेडिटेशन'साठी (Meditation)
- आणि ५ मिनिटं ही 'कल्पनाचित्रणासाठी.'

असा एकूण तासाभराचा कार्यक्रम दिला आहे.

स्ट्रेचेस–

त्यांनी ज्याला स्ट्रेचेस म्हणजे ताणाचे व्यायाम व शरीर शिथिल करण्याचे व्यायाम असे म्हटलेले आहे ते म्हणजे प्रत्यक्षात वेगवेगळ्या प्रकारची योगासनंच आहेत. योग आणि योगासन या गोष्टी अजून अमेरिकन लोकांना नवीन असल्यामुळे, शिवाय 'योग' म्हणजे काहीतरी जुनाट, पूर्वेकडचं, आपल्याला न कळणारं आणि आजच्या आधुनिक युगात आपल्या उपयोगी न पडणारं असं तंत्र, अशी सर्वसाधारण समजूत त्यांच्याकडे असल्यामुळे बहुतांशी लोकांचा, विशेषत: डॉक्टरांचा 'योग' ह्या शब्दाला विरोध होता आणि त्यामुळे 'योग' असं नाव न देता 'स्ट्रेचेस' आणि टेक्निक्स असे शब्द वापरून ऑर्निश यांनी योगासनं करायला सांगितलेली आहेत. भुजंगासन, शलभासन, पश्चिमोत्तानासन, महामुद्रा, सर्वांगासन, मत्स्यासन अशी आसनं त्यांनी सचित्र दिली असून ती कशी करावीत हेही समजावून सांगितलं आहे. त्याच्या जोडीला त्यांनी इतरही काही व्यायाम दिलेले आहेत आणि 'सूर्यनमस्कारही' घालायला सांगितलेले आहेत.

रिलॅक्सेशन–

ताण कमी करण्यासाठी क्रमानं शिथिलता आणण्याची किंवा ताण कमी करण्याची पद्धत म्हणून प्रोग्रेसिव्ह डीप रिलॅक्सेशन (Progressive Deep Relaxation) या नावाखाली त्यांनी 'शवासन' करायला सांगितलं आहे.

ब्रिदिंग टेक्निक्स–

'ब्रिदिंग टेक्निक्स' (Breathing Techniques) या नावाखाली डॉ. ऑर्निश यांनी प्राणायामाला जवळचा असा श्वसनाचा व्यायाम करायला सांगितलाय आणि त्याचं संपूर्ण वर्णनही दिलेलं आहे. सर्व प्रकारच्या व्यायामांची आणि श्वसनाच्या पद्धतीची सचित्र आणि सविस्तर माहिती ऑर्निशांनी दिलेली असली तरीही आसनं आणि श्वसनाचे व्यायाम तसेच प्राणायाम या गोष्टी कोणातरी गुरूकडून नीट शिकून करणं श्रेयस्कर ठरतं. कारण प्राणायाम करताना आसन किंवा श्वासोच्छ्वासाची प्रक्रिया यात काही चूक झाल्यास त्याचे बरेच दुष्परिणाम शरीरावर होऊ शकतात.

मेडिटेशन–

'मेडिटेशन' (Meditation) या इंग्रजी शब्दाचं सर्वसाधारण मराठीमध्ये 'ध्यान' असं भाषांतर किंवा रूपांतर करण्यात येत असलं तरी मेडिटेशन या नावाखाली 'धारणा', 'ध्यान' आणि 'समाधी' या तीनही गोष्टी येतात. अशांत असलेलं मन शांत करण्याचे हे मार्ग आहेत.

आपल्या दैनंदिन आयुष्यातल्या नित्यनैमित्तिक घटनांमुळे, वेगवेगळ्या पातळ्यांवर, वेगवेगळ्या व्यक्तींशी होणाऱ्या आपल्या व्यवहारांमुळे मनात सतत खळबळ, गडबड माजत असते आणि त्यामुळे आपलं मन सतत अशांत राहात असतं. हे अशांत मन शांत करून, मानसिक आणि शारीरिक आरोग्य मिळवून देण्याचा उत्तम योगिक मार्ग म्हणजे 'धारणा, ध्यान आणि समाधी' हा आहे. अशांत मन शांत होऊ लागलं की मनाची मरगळ, उदासीनता कमी व्हायला लागते. सगळ्या गोष्टींमध्ये परत एकदा उत्साह वाढू लागतो आणि एकटेपणाची भावना कमी होऊ लागते. इतरांविषयी आपुलकीची भावना जागृत व्हायला लागते आणि इतर माणसंही आपल्यावर प्रेम करतात, त्यांची आपल्याशी जवळीक आहे असा विश्वासही वाटायला लागतो. केवळ हृदयरोग्यांच्या दृष्टीनंच नव्हे, तर सर्वच प्रकारच्या आरोग्यासाठी ही भावना फार महत्त्वाची आहे.

ध्यानामुळे इतरांशी जवळीक वाढू लागते. एकटेपणा कमी होतो आणि त्याचबरोबर स्वत:विषयीही अधिक जवळीक साधायला सुरुवात होते. पुष्कळांच्या मनात दडून बसलेली उणेपणाची, हीनत्वाची भावना कमी व्हायला लागते. त्याच्याही पलीकडे जाऊन तुम्हाला 'परमस्वत्वाचा' अनुभव येण्याचीही शक्यता असते.

'योग' या शब्दाचा अर्थ आपल्याला सर्वसाधारणपणे सर्वांनाच माहीत असतो. योग जुळून येणं, योगायोग जमणं, योगायोगानं गाठ पडणं असे वाक्प्रयोग आपण अनेकदा करत असतो. त्यामुळे 'योग' या शब्दाचा अर्थ एकत्र येणं, जुळणं, एकत्र

सांधणं असा आहे हे आपल्याला माहीत आहे. भारतीय अध्यात्माच्या दृष्टीनं 'योग' या शब्दाचा अर्थ 'परमात्मा' आणि 'जीवात्मा' यांचा एकत्र संयोग होणं, जीवात्म्याचं परमात्म्याशी मीलन होणं असा आहे.

'जीवात्मा व परमात्मा' यांचा हा 'योग' घडून येण्यासाठी साधकानं जी साधना करायची असते त्याच्या आठ पायऱ्या 'पातंजली'नं आपल्या योगसूत्रांमध्ये सांगितलेल्या आहेत.

१. यम (वैश्विक नीतिमूल्यं-सत्य, अहिंसा, अस्तेय म्हणजे चोरी न करणं, ब्रह्मचर्य आणि अपरिग्रह-म्हणजे संग्रह न करणं.)
२. नियम (योग्य असा शिस्तबद्ध आहारविहार.)
३. आसन (शारीरिक आसनं म्हणजेच योगासनं)
४. प्राणायाम
५. प्रत्याहार (इंद्रिय निग्रह म्हणजेच इंद्रियांवर नियंत्रण ठेवणं.)
६. धारणा
७. ध्यान
८. समाधी

धारणा–

धारणा म्हणजे चित्त एकाग्र करणं. मानवी मन चंचल असतं. ते एका ठिकाणी किंवा एका विषयावर फार काळ टिकत नाही. ते एकाग्र करण्याची, आपलं लक्ष एका ठिकाणी केंद्रित करण्याची साधना करणं म्हणजे 'धारणा' होय.

ध्यान–

चित्त एकाग्र करण्याची आपली धारणा पुरेशी झाली की त्याच्या पुढची पायरी म्हणजे 'ध्यान' होय. एकाग्र चित्तानं आपल्या इष्ट देवतेचं किंवा आपल्या प्रिय देवतेचं चिंतन करणं, मनन करणं, याचंच नाव 'ध्यान' होय. कोणी गणपतीचं ध्यान करेल, कोणी रामाचं, कोणी शंकराचं, कोणी कृष्णाचं. हिंदू धर्मामध्ये अनेक देवतांची संकल्पना असल्यामुळे आपल्याला प्रिय अशा देवतेच्या स्वरूपात परमात्म्याचं चिंतन ध्यानामध्ये केलं जातं. हा 'परमात्मा' म्हणजेच 'अल्ला' म्हणजेच 'गॉड' होय आणि वैश्विक शक्ती, वैश्विक चैतन्य ही सगळी वेगवेगळी नावंही या परमात्म्याचीच नावं आहेत. प्रत्येकजण आपापल्या धर्माप्रमाणे किंवा श्रद्धेप्रमाणे, विश्वासाप्रमाणे या शक्तीला आपल्याला प्रिय अशा रूपात किंवा अरूपात बघतो. आपलं सगळं तन, मन, बुद्धी, अहंकार आणि जाणिवा एकवटून साधक या परमात्म्याचं चिंतन करू लागला की हळूहळू तो त्याच्याशी 'तद्रूप' होऊ लागतो. परमेश्वर आणि साधक

यांच्यातील अंतर हळूहळू नाहीसं व्हायला लागतं आणि ही स्थिती अतीव आनंदाची असते. अतिशय सुखाची असते, वर्णनातीत असते. या स्थितीत त्या साधकाला, त्या योग्याला सर्वत्र प्रकाश भरून राहिलेला दिसतो. तो स्वत:च प्रकाशमय होऊन जातो.

हे सर्व चराचर विश्व म्हणजे त्या वैश्विक शक्तीचंच रूप आहे.

सर्व सजीव निर्जिवांच्या ठिकाणी ही शक्ती वेगवेगळ्या रूपामध्ये वास करत असते. मग त्याला आपण परमात्मा म्हटलं, अल्ला म्हटलं, देव म्हटलं किंवा ब्रह्म म्हटलं, तरी त्यानं काही फरक पडत नाही. अगदी आधुनिक विज्ञानाच्या कसोटीवरसुद्धा ही गोष्ट खरी ठरलेली आहे. विश्वातल्या यच्चयावत् वस्तू (निर्जीव व सजीवसुद्धा) मूलद्रव्यांपासून बनलेल्या आहेत. मूलद्रव्याच्या लहानात लहान कणाला अणू म्हणतात. त्या अणूमध्ये त्या मूलद्रव्याचे सगळे गुणधर्म एकवटलेले असतात. मूलद्रव्याचे सगळे गुणधर्म दाखवणारा लहानात लहान कण म्हणजे अणू होय. हे आपल्याला माहीत आहे. अशी दोन किंवा अधिक मूलद्रव्यं एकत्र आली, म्हणजे अशा २ किंवा अधिक मूलद्रव्यांच्या अणूंचा संयोग झाला की एक संयुग तयार होतं. एक नवीन पदार्थ तयार होतो. ज्याचे गुणधर्म आधीच्या मूलद्रव्यांपेक्षा वेगळे असतात. याचं सोपं उदाहरण म्हणजे पाणी. हायड्रोजनचे २ अणू व ऑक्सिजनचा १ अणू मिळून पाणी बनतं व ह्या पाण्याचे गुणधर्म हायड्रोजन व ऑक्सिजन (उदजन व प्राणवायू) यांच्यापेक्षा सर्वस्वी वेगळे असतात. हायड्रोजन, प्राणवायू आणि पाणी हे तिन्ही अगदी वेगवेगळे पदार्थ आहेत.

पण हे तीनही पदार्थ ज्या अणूंपासून बनले आहेत त्या अणूंची फोड केल्यानंतर त्या अणूंच्या अंतरंगी आणखी सूक्ष्म असे कण-उपाणू असतात असं आढळून येतं. प्रोटॉन, न्यूट्रॉन आणि इलेक्टॉन हे उपाणू सर्व सजीव-निर्जीव पदार्थांच्या अणुगर्भात असतात आणि यापैकी इलेक्ट्रॉन हे अणुकेंद्राभोवती प्रचंड वेगानं गरगर फिरत असतात. या उपाणूंची म्हणजेच sub atomic particles ची प्रत्येक पदार्थातल्या अणूंमधील संख्या वेगवेगळी असते. पण सर्व अणूंच्या अंतरंगात ते उपाणू असतातच आणि ते अतिशय वेगानं अणुगर्भामध्ये फिरत असतात.

दगड, फूल, पाणी, मनुष्य, पक्षी अशा वर वर भिन्न दिसणाऱ्या आणि भिन्न गुणधर्म असणाऱ्या व्यक्ती आणि वस्तूंच्या गाभ्यामध्ये मात्र एकाच प्रकारचे उपाणू असतात. एकाच प्रकारच्या गाभ्यातून विविध वस्तू आणि सजीव निर्माण होतात. म्हणजे आपण सर्वजण एकाच मुळातून आलेले आहोत आणि वर वर आपल्यात भेद दिसत असले तरी अंतर्यामी आपण एकच आहोत. त्याचबरोबर सर्व सृष्टी चैतन्यमय अशी आहे. अगदी दगडाच्या अणुगर्भातसुद्धा उपाणूंचं गरगर फिरणं, त्यांची प्रचंड हालचाल सतत चालू असते. अशा प्रकारे सर्व चराचर, सर्व निर्जीव, सजीव वस्तू मुळात एकाच शक्तीतून, ब्रह्मातून, अल्लातून निर्माण झालेल्या आहेत आणि म्हणून

त्या एकमेकींशी जोडलेल्या आहेत.

ध्यान साधना करू लागलं की त्या परमशक्तीशी, परमचैतन्याशी, परमात्म्याशी जवळीक हळूहळू वाढू लागते. आपण सर्व अंतरंगी एकच आहोत, जोडलेले आहोत, तुटक नाही आहोत अशी जाणीव व्हायला लागते आणि मनातला एकटेपणा कमी होऊ लागतो. ध्यानसाधनेच्याद्वारे परमात्म्याशी तादात्म्य होण्याची स्थिती यायला कदाचित खूप काळ लागेल. कदाचित प्रत्येकाला ती स्थिती प्राप्त होणार नाही. परंतु मनातला एकटेपणा कमी व्हायची सुरुवात मात्र लवकरच होऊ शकते आणि हृदयरोग्याच्या दृष्टीनं ही बाब फार मोलाची आहे.

समाधी–

समाधी हे साधकाच्या साधनेचं अंतिम ध्येय असतं. ध्यान करता-करता ध्यानाच्या परमोच्च क्षणी साधकाला समाधी प्राप्त होऊ शकते. त्याचं शरीर आणि शारीरिक संवेदना विश्रांत स्थितीत असतात. पण मन आणि बुद्धी मात्र सजग आणि तरतरीत असतात. समाधी स्थितीत साधक पूर्णपणे भानावर असतो. पण त्याचं शरीर मात्र भानावर नसल्यासारखं वाटतं. 'मी'पणा संपून गेलेला असतो आणि आत्म्यामध्ये प्रगाढ शांतता भरून राहते. ही अवस्था अवर्णनीय असते. दुसऱ्या कुठल्याही स्थितीशी, भावनेशी, परिस्थितीशी, सुखाशी या अवस्थेची तुलना करता येत नाही.

योगमार्गाने जाणारे साधक परमेश्वर प्राप्तीसाठी प्रयत्नशील असतात. परमात्म्यात आपला आत्मा विलीन व्हावा, परमात्म्याचं आणि जीवात्म्याचं मीलन व्हावं यासाठी त्यांचा सगळा प्रयत्न असतो. सर्वसाधारण संसारी माणूस हा काही त्या मार्गानं जाणारा नसतो. त्यामुळे एखाद्या योग्यासारखी योगसाधना तो करू शकणार नाही आणि त्याला तशी इच्छाही नसते.

पण नियमितपणे केलेलं ध्यान हे व्याधीमुक्तीसाठीही उपयोगी पडतं. आपलं दुखणं कमी करणाऱ्या उपायांचा एक भाग म्हणून हृदयरुग्णांनी नियमित ध्यान करावं असं डॉ. डीन ऑर्निश यांनी सांगितलेलं आहे. ध्यानामुळे हृदयविकार कमी व्हायला कशी मदत होते ते त्यांनी स्पष्ट करून सांगितलं आहे आणि त्यांच्या कार्यक्रमाचा तो एक आवश्यक भाग आहे.

ध्यानामुळे शारीरिक व्याधी कमी होते हे आता वैज्ञानिक प्रयोगांनीही सिद्ध झालेलं आहे.

डॉ. हर्बर्ट बेन्सन आणि त्यांच्या सहकाऱ्यांनी मेडिटेशन या विषयावर जे संशोधन केलं त्यात त्यांना असं आढळून आलं की मेडिटेशनमुळे रक्तदाब कमी होतो आणि उत्पादनक्षमता वाढते. ध्यानधारणेमुळे होणारे हे दोन शारीरिक फायदे

मोजता येण्याजोगे असल्यामुळे ते शास्त्रीय पद्धतीनं मोजता आले. पण न मोजता येण्याजोगे असे जे ध्यानाचे फायदे आहेत, म्हणजे मन:शांती, इतरांशी जवळीकीची भावना हे यंत्रांनी मापता येणारे नसले तरी हृदयरोग्यांच्या दृष्टीनं फार महत्त्वाचे आहेत.

मन:शांती ही औषधांनी मिळवता येण्याजोगी गोष्ट नाही. खूप धडपड करूनही मन शांत करता येत नाही. ज्याप्रमाणे एखाद्या तळ्यातल्या पाण्यात जर लाटा उठत असल्या, तरंग निर्माण होत असले तर त्या पाण्यावर हात फिरवून काही तरंग उठायचे थांबणार नाहीत. तसंच धडपड करून मन शांत होत नसतं. तळ्यातल्या पाण्याला आपोआपच शांत होऊ द्यावं लागतं. म्हणजे मग त्या पाण्यात आपल्याला आपलं प्रतिबिंब, आपलं रूप दिसू लागतं. जोपर्यंत पाण्यात तरंग उठत असतात तोपर्यंत त्यात बघणाऱ्याला स्वत:चं रूप वेडंवाकडंच दिसतं. ध्यानामुळे मनातले तरंग, मनातली अशांतता, मनातली खळबळ थांबत नाही. पण ध्यानामुळे आपल्याला स्वत:च्या मनाचा जास्त ठाव घेता येतो. आपण आपल्याच मनात खोलवर जाऊन ही खळबळ कशानं माजली आहे किंवा ही अशांतता कशानं निर्माण होते आहे ते शोधून काढू शकतो. आणि मग ज्यामुळे अशांतता निर्माण होते आहे, खळबळ माजते आहे त्या गोष्टींवर आपण नियंत्रण मिळवू शकतो. मनाची शांती बाहेरून कुठून येत नाही. अगदी ध्यानानं सुद्धा नाही. मनात शांती आधीपासून असतेच. मात्र ती भंग पावलेली असते. त्या शांतिभंगाचं कारण शोधून ते कारण नाहीसं करायला ध्यान आपल्याला मदत करतं.

ध्यान किंवा Meditation करण्याचे काही सोपे प्रकार डॉ. डीन ऑर्निश यांनी आपल्या पुस्तकात सांगितले आहेत.

डॉ. ऑर्निश यांनी सांगितलेल्या मेडिटेशनमध्ये धारणा आणि ध्यान दोन्ही अंतर्भूत आहेत. ध्यान करण्याचे वेगवेगळे प्रकार डॉ. ऑर्निश यांनी दिले आहेत. प्रत्येक काम लक्षपूर्वक करणं, त्या कामात आपलं लक्ष केंद्रित करणं हाही एक ध्यानाचाच (ज्यात धारणाही आली) प्रकार आहे असं त्यांचं म्हणणं आहे. आपण करत असलेल्या कामात आपलं चित्त पूर्णपणे गुंतलेलं असलं की ते एकाग्र झालेलं असतं. चित्त एकाग्र झाल्यामुळे ते वर्तमानात राहतं आणि भूत-भविष्याचा त्याला विसर पडतो. आपल्याला आवडणारं काम करताना 'वेळ कसा गेला ते कळलंच नाही.' असं आपण म्हणतो. म्हणजे तेवढ्या काळापुरत्या तरी आपण आपल्या सगळ्या चिंता, काळज्या, दु:ख, राग, आशा, निराशा या भावना विसरलेले असतो. या भावनांचा मनावर असणारा ताण दूर झालेला असतो. करत असलेल्या गोष्टींवर आपलं लक्ष केंद्रित झालेलं असल्यामुळे आपण भूतकाळातलं दु:ख आणि भविष्याची वाटणारी भीती विसरलेलो असतो. ध्यान-धारणेमुळे लक्ष वर्तमानात केंद्रित होतं.

लक्ष असं केंद्रित झाल्यामुळे, दु:ख, भीती, चिंता विसरल्यामुळे वर्तमान क्षण

हा शांतीपूर्ण, आनंदमय आणि दडपणापासून मुक्त होतो. आणि त्यामुळे हा क्षण अधिक निर्मितिक्षमही होतो.

दिवसभर जर आपण प्रत्येक काम अतिशय समरसून करत असलो तर आपला दिनक्रम म्हणजे ध्यानाचाच एक प्रकार असल्यासारखा होतो.

मात्र जे काम आपण एकाग्र चित्तानं करणार ते चिंता वाढवणारं, दुःख वाढवणारं, ताण निर्माण करणारं असता कामा नये. ते आनंददायी असलं पाहिजे. मग भले ते अगदी हलक्या दर्जाचं समजलं जाणारं का असेना. बागकामाची आवड असणाऱ्या एखाद्या व्यक्तीला बागेतलं तण काढणं आनंददायक वाटेल, तर स्वच्छतेची आवड असणारी एखादी सुगृहिणी घर झाडण्यात रमून जाईल. काम कोणतं आहे याला महत्त्व नाही, तर ते करण्यानं आपल्याला आनंद मिळतो की नाही हे महत्त्वाचं आहे. त्यात आपलं चित्त एकाग्र होतं की नाही हे महत्त्वाचं आहे.

पण आपली कितीही इच्छा असली तरी दिवसभर फक्त आवडतंच काम करायला मिळणं रोजच्या व्यावहारिक जीवनात शक्य होत नाही. आपल्याला नकोशी वाटणारी कितीतरी कामं केवळ कर्तव्य म्हणून पार पाडावी लागतात. कितीतरी भल्याबुऱ्या प्रसंगांना तोंड द्यावं लागतं आणि कितीतरी वेळा मनातली इच्छा मनातच दडपावी लागते. म्हणून ध्यानासाठी वेगळा वेळ काढणं आणि त्या वेळी नियमानं ध्यान करणं चांगलं.

ध्यान अमुकच वेळेला करायला हवं असं बंधन नाही. मात्र ध्यानाला बसल्यावर तेवढ्या १५-२० मिनिटात कोणी तुम्हाला येऊन उठवणार नाही किंवा तुमच्याशी बोलणार नाही इतपत निवांतपणा त्या वेळी असावा. आसपास गजबज, गोंगाट नसावा म्हणजे चित्त एकाग्र करणं सोपं जातं. शिवाय ती जागा स्वच्छ, हवेशीर अशी असावी. एखाद्या अस्वच्छ, कोंदट, दुर्गंधी येणाऱ्या जागेत ध्यानाला बसल्यास त्याच गोष्टींकडे लक्ष लागण्याची शक्यता असते.

ध्यानाला बसताना शरीर थोडं थकलेलं आणि पोट बरंचसं रिकामं असावं. शरीर थकलेलं असल्यामुळे एका जागी स्वस्थ बसणं सोपं जाईल आणि पोट रिकामं असल्यामुळे पोटातली पचनसंस्थेमुळे होणारी हालचाल थंडावलेली असेल. याउलटही काही लोकांचं मत आहे. त्यांच्या म्हणण्याप्रमाणे पहाटे आणि संध्याकाळी ध्यान करणं चांगलं.

ध्यानाला बसताना, आपल्याला १५-२० मिनिटं एकाच स्थितीत बसायचं आहे हे लक्षात घेऊन तितका वेळ न हलता बसता येईल अशा प्रकारे बैठक घ्यावी. खुर्चीवर, पलंगावर, जमिनीवर, कुठेही बसलं तरी चालेल. मात्र पाठ ताठ राहण्यासाठी भिंतीला किंवा खुर्चीच्या पाठीला टेकून बसावं. पद्मासन किंवा वज्रासन घालून इतका वेळ बसणं ज्यांना शक्य होत असेल त्यांनी त्या आसनात बसायला हरकत नाही.

एकदा आरामशीर बैठक घेतली की दोन्ही हातांचे तळवे एकावर एक ठेवून उताणे मांडीवर टेकवावेत. डोळे मिटून घ्यावेत आणि मन एकाग्र करायला सुरुवात करावी. आपल्या श्वासोच्छ्वासावर किंवा एखाद्या ध्वनीवर लक्ष केंद्रित करण्यानं मन एकाग्र करणं सोपं जातं. ध्यानाचे काही प्रकार पुढे दिले आहेत.

श्वासोच्छ्वासावर लक्ष केंद्रित करणं— आपल्या शरीरात अखंड आणि लयीत चाललेली, आपल्याला जाणवणारी हालचाल म्हणजे आपला श्वासोच्छ्वास. डोळे मिटून स्वस्थ बसल्यावर आपल्या श्वासोच्छ्वासावर लक्ष केंद्रित करावं. प्रत्येक श्वास कसा येतो आहे आणि जातो आहे ते जाणीवपूर्वक अनुभवावं. श्वासावरच लक्ष केंद्रित व्हावं म्हणून प्रत्येक श्वासोच्छ्वास मोजावा. श्वास आणि उच्छ्वास असं चक्र असल्यामुळे उच्छ्वास टाकताना मोजणी करावी. असे पाच उच्छ्वास मोजून झाले की परत एकापासून मोजायला सुरुवात करावी. असं परत परत करत राहावं.

मानवी मन फार चंचल असतं. एका विषयावर ते काही क्षणांपेक्षा जास्त वेळ स्थिर राहात नाही. श्वासोच्छ्वास मोजतानाही ते काही क्षणांमध्येच विचलित व्हायची शक्यता आहे. तसं झालं तर पाचपर्यंत मोजणी केल्यावर पुढच्या उच्छ्वासाला सहा हा आकडा मोजला जाऊन पुढे सात-आठ अशी मोजणी सुरू राहील. असं झालं तर ही गोष्ट लक्षात आल्यावर पुन्हा एकपासून मोजायला सुरुवात करावी. हळूहळू सवयीनं श्वासोच्छ्वासावर अधिकाधिक वेळ लक्ष केंद्रित होऊ लागेल.

ध्वनीवर लक्ष केंद्रित करणं– ही पद्धतही वरीलप्रमाणेच आहे. मात्र यात श्वासोच्छ्वास मोजण्याऐवजी एखादा ध्वनी किंवा शब्द किंवा मंत्र म्हणून तो मोजायचा. उदाहरणार्थ, ॐ.

ओम् हा ध्वनी, म्हणजे ओंकार, हा सर्व ब्रह्मांडाला अंतर्बाह्य व्यापून राहिलेला असून तो अत्यंत सूक्ष्म आहे. मांडुक्योपनिषदात मुख्यत: ओंकाराचंच विवेचन आहे. विश्वरूप वृक्षाचा नामरंगरूपमय विस्तार ॐच्या ध्वनिबीजानं होतो म्हणून ओंकार हा एकाक्षरी महामंत्र आहे. त्याच्यापासून निघालेल्या वर्णमालेतील प्रत्येक अक्षर व ध्वनी शक्तिगर्भ आहे, अ, उ, म आणि अर्धचंद्रावर बिंदू असे ॐ या अक्षराचे घटक आहेत.

स्वामी विवेकानंद म्हणतात– 'ॐकार म्हणजेच ईश्वर. म्हणून त्याचा जप करावा, त्याचं ध्यान करावं, त्याच्या अद्भुत स्वरूपाचं व अपूर्व अर्थाचं चिंतन करावं. सर्वदा ॐकाराचा जप करणं हीच खरी उपासना होय. ॐ हा काही एक केवळ साधा शब्द नाही. तो स्वयं ईश्वररूप आहे.'

इथे एक सावधगिरीची सूचना देऊन ठेवणं आवश्यक आहे, असं वाटतं. ॐकार

उपासना करायची असल्यास ती तज्ज्ञ गुरूच्या मार्गदर्शनाखालीच करायला हवी. ओंकार हा शक्तिशाली महामंत्र असल्यामुळे त्याच्या उपासनेत काही चूक झाल्यास दुष्परिणाम होण्याची शक्यता नाकारता येत नाही.

हृदयविकार कमी करण्याच्या कार्यक्रमाचा एक भाग असलेल्या ध्यानामध्ये (Meditation) ॐ हा केवळ लक्ष केंद्रित करण्यासाठीचा एक ध्वनी म्हणून अल्प काळासाठी म्हणायला सांगितलेला आहे. ती ओंकार उपासना नाही. त्याच्याऐवजी दुसराही कुठला ध्वनी शब्द किंवा मंत्ररूपात वापरला तरी चालेल. उदाहरणार्थ श्रीराम, नारायण, ॐनम: शिवाय इत्यादी. एखादा मंत्र म्हणून त्याच्यावर लक्ष केंद्रित करायचं असल्यास असा मंत्र शक्य तितका लहान असावा म्हणजे उच्छ्वास टाकताना तो म्हणून पूर्ण होईल. ज्यांना हे किंवा असे शब्द हिंदूधर्माशी संबंधित असल्यामुळे नकोसे वाटत असतील त्यांनी त्यांच्या धर्माशी जोडले गेलेले आमेन, आमीन किंवा असे दुसरे काही शब्द वापरायला हरकत नाही.

आणि ज्यांना कुठल्याच धर्माशी किंवा संस्कृतीशी जोडले गेलेले शब्द आणि ध्वनी नको असतील त्यांनी कुठलेही धर्मातीत ध्वनी/शब्द वापरावेत. उदा. शांती, आनंद इ.

हे शब्दोच्चारण प्रथम मोठ्यानं आणि मग सवयीनंतर मनातल्या मनात करावं. यामुळे लक्ष केंद्रित व्हायला, चित्त एकाग्र व्हायला मदत होते. आणि मनही शांत होत जातं. जप करण्यामागेही मूळ उद्देश हाच असतो.

मुक्तमन ध्यान– कुठल्याही गोष्टींवर लक्ष केंद्रित न करता ध्यान करणं हाही एक ध्यानाचा प्रकार आहे. या प्रकारामध्ये ध्यानाला बसल्यानंतर मुद्दाम कुठलाही विचार मनात आणायचा नाही. शांतपणे बसल्यावर जे विचार किंवा भावना मनात येतील तसे ते येऊ द्यावेत. साधारणपणे मनातले विचार सारखे बदलत असतात. काही विचार दु:खद असतात तर काही आनंददायी असतात. त्यांपैकी कुठलाही विचार मुद्दाम धरून ठेवू नये किंवा कुठल्याही विचाराला आडकाठी करू नये. विचारांची आणि त्यांच्या जोडीला होणारी भावनांची ये-जा मुक्तपणे चालू द्यावी आणि कुठल्याही एका विचारात फार वेळ गुंतू नये. ध्यानाला बसण्यापूर्वी आपल्या डोक्यात एखादा विषय घोळत असला किंवा एखाद्या प्रश्नावर आपण विचार करत असलो तर ध्यानाला बसल्यावर त्या प्रश्नावर किंवा विचारावर मन केंद्रित व्हायची शक्यता असते. तसं होऊ देऊ नये. आपल्यापुढे असलेले प्रश्न सोडवण्यासाठी आपण ध्यान करत नाही आहोत हे लक्षात ठेवावं.

एकच विचार किंवा प्रश्न मनात घोळत राहिला तर आधी सांगितल्याप्रमाणे एखाद्या शब्दाचा किंवा मंत्राचा उच्चार मनातल्या मनात ४-६ वेळा करावा म्हणजे घोळत असलेला विषय विसरला जातो. आणि दुसरा विचार मनात येतो. मग

शब्दोच्चारण थांबवावं. बसल्या बसल्या डुलकी येते आहे असं वाटलं तरी याचप्रमाणे शब्दोच्चारण करावं.

मन अशा प्रकारे मुक्त सोडून येणाऱ्या विचारांचं आपण नुसतं निरीक्षण करत राहावं. त्या विचारांमध्ये आणि निर्माण होणाऱ्या भावनांमध्ये आपण गुंतू नये. तसंच त्याच बरंवाईटही ठरवू नये. अमुक एक विचार चांगला आहे, अमुक एक वाईट आहे. अमुक एक आनंदप्रद आहे, तर अमुक एक दु:खद आहे असं कुठल्याही विचाराचं मूल्यमापन करू नये. असं मुक्तमन ध्यान केवळ पंधरा मिनिटं केल्यानंही मनावरचे ताण खूप शिथिल होतात.

आत्मपरीक्षण ध्यान– आत्मपरीक्षण हा ध्यानाचा प्रकार कसा होऊ शकेल असं कोणालाही वाटण्याची शक्यता आहे. पण आत्मपरीक्षणामुळे आपल्याच मनातल्या भावना आणि विचार आपल्याला समजायला मदत होते. स्वत:च्याच मनाची ओळख व्हायला लागते. आपले विचार स्वत:लाच स्पष्ट व्हायला लागतात. मनात साठून राहिलेल्या भावना, मनाच्या तळाशी दडपून ठेवलेले विचार वर येऊ लागतात. त्यांचा निचरा होऊ लागतो आणि मनावरचा ताण सैल होऊ लागतो.

कल्पनाचित्रण किंवा कल्पनारेखाटन :

आपल्या मनात येणाऱ्या राग, चिंता, दु:ख, काळजी, भीती अशा भावनांमुळे मानसिक ताण निर्माण होतो आणि या मानसिक ताणामुळे आपली 'लढा किंवा पळा' (Fight or Flight) ही यंत्रणा कार्यरत होते हे आपण पाहिलं. सौम्य पण दीर्घकालीन आणि तीव्र पण अल्पकालीन अशा दोन्ही प्रकारच्या ताणांच्या बाबतीत हे खरं असतं. म्हणजे आपल्या मानसिक स्थितीचा, आपल्या मनातल्या विचारांचा, मनातल्या भावनांचा आपल्या शारीरिक स्थितीवरही परिणाम होत असतो.

मनावर ताण निर्माण करणाऱ्या विचारांमुळे आपली शारीरिक स्थिती बिघडायला जर मदत होत असली तरी मनातल्या आनंददायी विचारांमुळे, मनातल्या चांगल्या विचारांमुळे आपली शारीरिक स्थिती सुधारायला, दुखणं कमी व्हायला मदत होणार नाही का?

अशी मदत जरूर होऊ शकते.

बरीचशी दुखणी ही केवळ शरीराची नसून शरीर आणि मन या दोन्हींची मिळून मनोकायिक स्वरूपाची असतात. मन:स्थिती बिघडल्यावर शरीरस्थितीही बिघडते आणि याउलट शरीरस्थिती बिघडल्यामुळे मन:स्थितीही बिघडते. शरीरस्थिती बिघडल्यावर मन:स्थिती बिघडते हे तर बहुतेक प्रत्येकानं अनुभवलेलं असतं. एखाद्याला काही दुखणं झालं, काही दुखापत झाली, डोकं दुखू लागलं, ताप आला की अशी दुखणेकरी माणसं चिडचिडी होतात. दुखणं जास्त काळ

लांबलं तर चिडचिडेपणा वाढीस लागतो. कोणाशी ती नीट बोलत नाहीत, बोलतात तेव्हा निराश सुरात बोलतात हे आपल्या सगळ्यांच्या अनुभवाला आलेलं असतं. त्याचबरोबर एखादं दुखणं झालेलं असलं, आजारपण असलं तरीही जर आसपास आनंदी वातावरण असलं, आपल्याला भेटायला येणारी, आसपास वावरणारी माणसं आनंदात वावरत असली, हसत-खेळत सर्वांचा वेळ जात असला, आपलं चित्त गुंतवून ठेवेल असा काही कार्यक्रम होत असला तर झालेलं दुखणं, तात्कालिक तरी का होईना पण विसरलं जातं. आणि त्या काळात तरी दुखणं आपल्याला जाणवत नाही हेही आपण केव्हाना केव्हा अनुभवलेलं असतं. मनाचा शरीरावर आणि शरीराचा मनावर परिणाम होत असतो, हे निर्विवाद आहे. आणि म्हणून आजारी माणसाला भेटायला येणाऱ्यांनी त्याच्याशी कधीही निराशेचं बोलू नये, दुखण्याचं बोलू नये असा एक सर्वसामान्य संकेत आहे. अशा माणसाला भेटताना, त्याच्याजवळ बसताना, बोलताना नेहमीच आशावादी असावं आणि सर्वसामान्यपणे हसत-खेळत बोलावं असं आपण सर्वसाधारणपणे समजतो आणि बऱ्याच प्रमाणात हा नियम पाळतोही. याच्या पुढची पायरी म्हणजे कल्पनाचित्रण होय. आपल्या मनाचा उपयोग आपल्याला झालेलं शारीरिक दुखणं दूर करण्यासाठी करून घेणं म्हणजे 'कल्पनाचित्रण' होय. याला इंग्लिशमध्ये व्हिज्युअलायझेशन (Visualization) असं म्हणतात.

कल्पनाचित्रण किंवा Visualization म्हणजे काय? तर आपल्याला हवं ते चित्र कल्पनेनं आपल्या मन:चक्षूंसमोर उभं करणं. तसं आपण नेहमीच मन:चक्षूंसमोर कल्पनेनं चित्रं रेखाटत असतो. आपल्या आयुष्यात घडून गेलेल्या कितीतरी भल्याबुऱ्या प्रसंगांची आठवण आपल्याला अधून मधून होत असते. आणि त्या आठवणींबरोबरच पुष्कळदा आपल्या मनाच्या डोळ्यांसमोर ती ती घटना चित्ररूपात धावत्या चित्रफितीतल्याप्रमाणे उभी राहात असते. आणि या अनुभवातून आपल्याला त्या त्या घटनेच्या पुन:प्रत्ययाचा आनंद किंवा दु:ख मिळत असतं. जरा जाणीवपूर्वक जर एखाद्या घटनेचा आपण पुन:प्रत्यय घेऊ लागलो तर आपल्या असं लक्षात येतं की, ती घटना घडताना ज्या भावना आपल्या मनात जागृत झालेल्या होत्या त्याच भावना पुन:प्रत्ययाच्या वेळीही थोड्या फार प्रमाणात आपल्याला अनुभवायला मिळत आहेत. मग त्या आनंदाच्या असोत किंवा दु:खाच्या असोत. प्रत्यक्षात जरी ती घटना घडत नसली तरी मन:चक्षूंसमोर तिचं चित्र उभं राहात असल्यामुळे ती घटना जणू परत घडते आहे अशाच स्वरूपाचा अनुभव आपल्या मनाला येतो आणि मनात तशाच भावना जाग्या होतात.

आणि मनातल्या त्या भावनांना आपलं शरीर तशाच प्रकारच्या प्रतिक्रियांनी प्रतिसाद देतं.

आपल्या मित्र-मैत्रिणींच्या समवेत गप्पा मारताना, हास्यविनोद करताना, जर काही विशेष विनोदाचा प्रसंग घडलेला असला तर तो आठवताना न कळतच आपल्या चेहऱ्यावर हसू उमटतं.

आपल्याला आवडणाऱ्या एखाद्या पदार्थाच्या आठवणीनंही आपल्या तोंडाला पाणी सुटतं. समजा एखाद्याला आमरस खूप आवडत असेल, व आप्तस्वकींयाबरोबर आमरसावर ताव मारण्याची एखादी आनंददायी घटना घडलेली असेल, तर त्या घटनेच्या आठवणीनंही त्याच्या तोंडाला पाणी सुटतं. प्रत्यक्ष घटना घडताना निर्माण झालेल्या भावनांना शरीर जसा प्रतिसाद देतं तसाच प्रतिसाद पुन:प्रत्ययाच्या वेळीही शरीराकडून दिला जातो.

या गोष्टींचा उपयोग आपल्याला शारीरिक दुखणं कमी करण्यासाठी करून घेता येऊ शकतो. अशा प्रकारे शारीरिक दुखणं कमी करण्यासाठी कल्पनाचित्रणाचा उपयोग करणं, मन:चक्षूंसमोर आपल्याला हवी असलेली घटना आणून त्या घटनेला शरीराकडून दिला जाणारा प्रतिसाद मुद्दाम निर्माण करणं हे आजचं अतिशय नवीन आणि अभिनव असं तंत्र आहे.

आपल्याला झालेली शारीरिक दुखणी कल्पनाचित्रणामुळे कमी होऊ शकतात. मानसिक स्वास्थ्य वाढतं. एवढंच नव्हे, तर आपल्याला ज्या गोष्टी आपल्या आयुष्यात घडाव्यात असं वाटतं त्या गोष्टी घडून येण्यालाही कल्पनाचित्रणाची मदत होते असं या पद्धतीच्या पुरस्कर्त्यांचं म्हणणं आहे. होझे सिल्व्हा (Jos'e Silva) या अमेरिकन माणसाच्या गाजलेल्या 'माइंड कंट्रोल' (ज्याचं पूर्ण नाव 'सिल्व्हा माइंड कंट्रोल मेथड') कार्यक्रमात कल्पनाचित्रणाचा वापर मोठ्या प्रमाणात केलेला असतो. १९६६ सालापासून त्याची 'मांइड कंट्रोल' किंवा 'माइंड कंट्रोल मेथड ऑफ मेंटल डायनॅमिक्स' शिकवणारी शिबिरं जगभर भरवली जातात. ध्यानाद्वारे आपलं मन शांत करून मग कल्पनाचित्रण करणं हा सिल्व्हा माइंड कंट्रोलचा गाभा आहे. या विषयाकडे आता अनेकांचं लक्ष वळलं आहे आणि त्याचा अभ्यास आणि लेखन अधिक प्रमाणात होऊ लागलं आहे.

डॉ. डीन ऑर्निश यांनीही त्यांच्या कार्यक्रमात या पद्धतीचा वापर करून घेतला आहे आणि हृदयरोग्यांनी कशा प्रकारे कल्पनाचित्रण करावं ते सविस्तर सांगितलं आहे. दुखणं कमी करण्यासाठी कल्पनाचित्रण करताना नेमकेपणानं, विचार करून, आपल्याला कशा प्रकारचा शरीराचा प्रतिसाद हवा आहे ते लक्षात घेऊन मन:चक्षूंसमोर कल्पनेनं चित्र रेखाटावं लागतं.

कल्पनाचित्रणाचे दोन प्रकार आहेत.

१. ग्रहणक्षम कल्पनाचित्रण

२. अनुलक्षित किंवा लक्षवेधी कल्पनाचित्रण.

१. ग्रहणक्षम कल्पनाचित्रण : आपल्याला स्वत:विषयी आपण समजतो त्यापेक्षा अधिक माहिती असते, अधिक ज्ञान असतं, या कल्पनेवर ग्रहणक्षम कल्पनाचित्रण आधारलेलं आहे. आपल्याला स्वत:विषयी बरीच माहिती असली तरी त्यातली पुष्कळशी आपल्या अचेतन मनात (unconscious mind) दडलेली असते. ही माहिती, हे स्वत:विषयीचं ज्ञान आपल्या सचेतन मनात, जाणिवेत आणणं आणि ह्या स्वत:विषयी मिळालेल्या ज्ञानाचा उपयोग करून घेणं यालाच ग्रहणक्षम किंवा ग्राहक कल्पनाचित्रण असं म्हणता येईल.

हृदयाला होणारा रक्तपुरवठा कमी पडू लागला म्हणजेच हृदयधमनी विकार झाला की अशा कमी पुरवठ्यामुळे छातीत, खांद्यात वगैरे वेदना होतात आणि त्याला ॲन्जायना असं म्हणतात. पण अलीकडच्या काही अभ्यासांमध्ये असं आढळून आलं आहे की, कित्येक रुग्णांमध्ये रक्तपुरवठा कमी झालेला असला तरी त्यांना कुठल्याही प्रकारच्या वेदना होत नाहीत. एवढंच नाही, तर काही रुग्णांना हृदयविकाराचा झटका आला तरीदेखील काहीही वेदना होत नाहीत. म्हणजे कुठल्याही प्रकारची वेदना न होता, पूर्वसूचना न मिळता रुग्णाला हृदयविकाराचा झटकाही येऊ शकतो.

असं का होतं? याचं कारण अजूनही स्पष्ट झालेलं नाही, पण अलीकडच्या काही संशोधनांमध्ये असं आढळून आलं आहे की, हृदयाला होणारा रक्तपुरवठा कमी पडला तरीही ज्यांना वेदना होत नाहीत म्हणजेच ज्यांना सायलेंट इस्किमिया (Silent Ischemia) असतो त्यांना सर्वच प्रकारच्या वेदना, शारीरिक दु:ख हे इतरांपेक्षा कमी तीव्रतेनं जाणवतं. डॉ. ऑर्निश यांना त्यांच्या अभ्यासात असंही आढळून आलं की, सायलेंट इस्किमिया असलेल्या बऱ्याच लोकांनी त्यांना येणारे अनुभव आणि त्यांच्या भावना यांच्यात फारकत केलेली असते. आपल्या भावनांभोवती त्यांनी जणू काही एखादी संरक्षक भिंत उभारलेली असते, तटबंदीच उभारलेली असते.

आपल्या कल्पनाशक्तीचा वापर करून या तटबंदीशी, या भिंतीशी आपण संवाद साधू शकतो. वरवर पाहता ही कल्पना कदाचित फारच चमत्कारिक वाटेल, परंतु या तटबंदीशी संवाद साधण्याचा प्रयोग केल्यावर त्याचा किती उपयोग होतो हे रुग्णांना कळून येतं.

बहुतेक वेळा हृदयरोगानं पीडित असलेले रुग्ण आयुष्यात केव्हा ना केव्हा दुखावलेले असतात. अशी दुखापत वारंवार होऊ नये म्हणून मग ते स्वत:च्या भावनांभोवती, स्वत:च्या हृदयाभोवती भिंत उभारत जातात. या उभारलेल्या भिंतीमुळे, त्या उभारलेल्या तटबंदीमुळे आपलं हृदय आतमध्ये सुरक्षित राहात असलं, बाहेरून येणाऱ्या दु:खद भावना आत येऊ शकत नसल्या, तरी त्याचबरोबर मनात असलेल्या भावना बाहेर पडायलाही आडकाठी येते. दुखापत होण्याची शक्यता कमी होते. त्याचबरोबर मनातला आनंद, हर्ष, दु:ख, विषाद यांसारख्या भावना व्यक्त करण्याची,

त्यांना वाट मिळण्याची शक्यताही कमी होते आणि माणूस इतरांपासून दुरावला जाऊ लागतो, एकटा पडू लागतो. संरक्षणासाठी उभारलेली भिंत तुरुंगाची भिंत ठरू लागते.

ही एकटेपणाची भावना अर्थातच दु:खद असते आणि परत या दु:खद भावनेपासून वाचण्यासाठी म्हणून तटबंदी आणखी वाढवली जाते. असं हे दुष्टचक्र चालू राहतं.

अर्थात, आयुष्यात कित्येक प्रसंग असे असतात की, आपल्या भावनांना आवर घालणं, त्यांना प्रदर्शित न करणं आवश्यकच ठरतं. त्यामुळे आपल्या स्वत:च्या मनाच्या, हृदयाच्या आणि भावनांच्या संरक्षणासाठी काही प्रमाणात तटबंदी असणं, हृदयाच्या भोवती भिंत घालणं हे प्रसंगानुरूप आवश्यक असतं, संरक्षक असतं. पण ही तटबंदी जर सर्व काळ तशीच राहू लागली, तर भावनांच्या प्रदर्शनाला किंवा भावनानिर्मितीला नेहमीच पायबंद बसू लागतो आणि त्यामुळे हृदयावरती सततच ताण राहू लागतो. एकटेपणाची भावना दिवसेंदिवस वाढू लागते आणि मग ते हृदयविकारासारख्या दुखण्याला आमंत्रण ठरू शकतं.

मन मोकळं करण्यासाठी हृदयाभोवतीच्या त्या तटबंदीला खिंडार पाडणं, भिंत पाडून टाकणं, भावना मोकळ्या करणं अतिशय गरजेचं आहे. असं केल्यानं कदाचित शारीरिक व मानसिक वेदना नव्यानं होऊ लागतील, किंवा असलेल्या वेदनांची तीव्रता थोडीफार वाढेल. पण त्याचबरोबर आनंद, आपुलकी, मैत्री या भावनाही जास्त तीव्रतेनं प्रत्ययाला येऊ लागतील. डॉ. डीन ऑर्निश यांच्या प्रयोगातील बहुतेक सर्व रुग्णांनी 'कल्पनाचित्रणाच्या' अभ्यासात आपल्या हृदयाभोवती अशी भिंत आपल्याला दिसत असल्याचं ऑर्निश यांना सांगितलं होतं. एवढंच नव्हे, तर पुष्कळांनी ही एक भिंत, तिच्या आत काहीतरी, त्या पलीकडे आणखी एक भिंत, तिच्या पलीकडे आणखी काहीतरी अशी दृश्यं क्रमानं दिसत असल्याचं, तसा अनुभव त्यांच्या मन:चक्षूंना येत असल्याचं, डोळ्यांसमोर प्रत्यक्ष चित्र स्पष्ट होत असल्याचं ऑर्निश यांना सांगितलं होतं.

त्यांच्या अभ्यासात भाग घेणाऱ्या रुग्णांपैकी जॉन नावाच्या एका रुग्णाच्या कल्पनाचित्रणाच्या अभ्यासाचं सविस्तर वर्णन ऑर्निश यांनी दिलेलं आहे. या कल्पनाचित्रणामध्ये ते प्रश्नांच्या आणि संवादांच्याद्वारे जॉनला सतत मदत करत होते. डोळे मिटून जॉननं कल्पनाचित्रणाला सुरुवात केल्यानंतर त्याला काय वाटतंय? असं ऑर्निश यांनी विचारल्यानंतर त्यानं आधी सांगितलं की त्याला गडगडाटासारखा आवाज ऐकू येतो आहे, त्याच्या शरीरातूनच.

स्वत:चं अंतरंग धुंडाळून काय दिसतंय आणि काय वाटतंय याचं वर्णन जॉन करू लागला आणि अगदी थक्क करून सोडण्याजोग्या गोष्टी बाहेर येऊ लागल्या. जॉनला फार मोठा गडगडाट ऐकू येत होता.

या गडगडाटाचं रूपांतर घंटानादामध्ये झालं.

या घंटानादानं तो संपूर्णपणे व्यापला गेला.

हा घंटानाद त्याचं पोट आणि घसा यांच्यामधल्या भागातून येत होता.

त्याला जखडल्यासारखं वाटत होतं.

तो अतिशय ताठरलाय, कडक झाला आहे असं वाटत होतं.

या सगळ्या आवाजांमध्ये आणि ऐकू येणाऱ्या गोष्टींमध्ये त्याचं हृदय कुठे आहे हे विचारलं असता त्यानं सांगितलं ते अतिशय लहान आणि बंदिस्त असं आहे.

त्याच्या हृदयाभोवती त्याला जखडणारं असं आवरण होतं. त्यात त्याचं हृदय बंदिस्त होतं. त्या आवरणातूनच, त्या स्ट्रेट जॅकेटमधूनच (Straight Jacket) तो आवाज येत होता.

ते आवरण काँक्रिट (Concrete) सारखं दिसत होतं.

त्याच्या भोवतीचं हे स्ट्रेट जॅकेट किंवा आवरण हे एखाद्या गोल, जाड आणि टणक अशा भिंतीसारखं होतं. दगडापासून बनवल्यासारखं वाटत होतं.

या आवरणाशी संभाषण करायला जॉनला डॉ. ऑर्निश यांनी सांगितलं आणि मनातल्या मनात या भिंतीशी जॉननं संवाद सुरू केल्यावर त्यातूनही अनेक आश्चर्यकारक गोष्टी त्याला कळल्या.

आवरणानं स्वत:चं नाव 'सेफ' (Safe) असं सांगितलं.

जॉनचं कुचेष्टेपासून संरक्षण करण्यासाठी ते अस्तित्वात आल्याचं या 'सेफ'नं सांगितलं.

'तुझी फार कुचेष्टा होते असं तुला केव्हा वाटतं? असा एखादा प्रसंग आठवून सांग' असं ऑर्निश यांनी जॉनला सांगितल्यावर जॉन म्हणाला, 'मला बहुतेक वेळा कुचेष्टाच अनुभवायला यायची.'

कुचेष्टेचा एखादा विशेष प्रसंग आठव असं सांगितल्यावर जॉननं, तो ११ वर्षांचा असताना लोक त्याची टर उडवत असल्याचा आणि तो एखाद्या पोरीसारखे बर्फाचे गोळे फेकत असल्यामुळे त्याची टिंगल करत असल्याचा प्रसंग सांगितला. त्या वेळी धरणी आपल्याला गिळून टाकेल तर बरं असं वाटत असल्याचंही त्यानं सांगितलं.

ऑर्निश यांनी त्याला सांगितलं, 'ही भावना अजून थोडा वेळ तुझ्या मनामध्ये राहू दे.'

त्यानंतर 'आता तुला काय वाटतं?' असं ऑर्निशनी विचारल्यावर तो म्हणाला,

'मी त्या सेफच्या मागे सुरक्षित आहे असं मला वाटतं. ती सेफ माझं संरक्षण करते आहे.'

या अभ्यासातला पुढचा भागही अतिशय विस्मयकारक असाच आहे. ऑर्निशनी जॉनला सांगितलं, 'जेव्हा तुला सेफची गरज होती तेव्हा त्या सेफनं तुझं

संरक्षण केल्याबद्दल तिचे आभार मान आणि परत तिची गरज लागली, तर तिनं परत यावं असंही तिला सांग. पण त्याचबरोबर या सेफला, या भिंतीला पारदर्शक व्हायला किंवा बाजूला व्हायला सांग. तसं करण्याची तिची तयारी आहे का, ते विचार.'

यावर जरा थांबून जॉननं सांगितलं की बाजूला होण्याची सेफची तयारी आहे.

जॉनच्या मन:चक्षूंसमोर दिसणारी भिंत बाजूला झाल्यानंतर त्याला आता काय दिसतंय असं विचारल्यावर त्यानं सांगितलं की त्याला बरेचसे चेहरे दिसतायत आणि ते चेहरे तिथे जमलेल्या त्यांच्या गटातल्या लोकांचे आहेत. 'आणि अजूनही माझं हृदय मला नीट दिसत नाहीये. ते स्पष्ट नाहीये, कारण अजूनही त्याच्याभोवती काहीतरी आहे. ते बंदिस्त आहे.'

हृदयाला बंदिस्त करणाऱ्या या दुसऱ्या भिंतीशी जॉननं परत संवाद सुरू केल्यानंतर त्या भिंतीनं सांगितलं की त्याचं दुसऱ्यांपासून संरक्षण करण्यासाठी ती अस्तित्वात आलेली नसून, त्याच्या हृदयात जे आहे ते बाहेर पडून निघून जाऊ नये म्हणून आतल्या गोष्टी आतच, हृदयातच ठेवण्यासाठी ती जन्माला आलेली आहे.

कोणत्या गोष्टी हृदयातून बाहेर पडू नयेत म्हणून ती अस्तित्वात आली असा प्रश्न विचारला असता भिंतीकडून जॉनला मिळालेले उत्तर होतं-

'अश्रू.'

आणि हे अश्रू आत का धरून ठेवायचे होते?

तर त्याचं उत्तर होतं– कुचेष्टा, टिंगल. या कुचेष्टेच्या भीतीमुळे आपले अश्रू हृदयातच, मनातच जॉननं कोंडून ठेवलेले होते. यानंतर डॉ. ऑर्निशनी जॉनला सांगितलं, 'तुझे अश्रू हृदयात थोपवून धरणाऱ्या या भिंतीचे आभार मानून विचार की आता तू निघून जाशील का? तुझी गरज पडली, परत जर मला माझ्या अश्रूंच्या संरक्षणाची गरज भासली तर मी तुला परत बोलवीन, पण आता तू जाशील का?'

हा प्रश्न जॉननं मनातल्या मनात या भिंतीला विचारला आणि त्यानंतर काही वेळातच जॉनच्या डोळ्यांतून घळाघळा अश्रू वाहू लागले. जरा वेळानं अश्रू थांबून त्याचा चेहरा हसरा दिसू लागला. डॉ. ऑर्निश यांनी त्याला विचारलं, 'आता तुला कसं वाटतं आहे?'

'खूपच शांत, निवांत असं वाटतंय.'

'जरा वेळ असंच शांत, निवांत वाटू दे.' थोडा वेळ गेल्यावर मग ऑर्निशनी पुढे विचारलं, 'आता गडगडाटाचं काय झालं? अजूनही तो आवाज ऐकू येतोय का?'

'नाही.'

'तुला आधीसारखं घशात अडकल्यासारखं, दाटल्यासारखं वाटतं आहे का?'

'नाही.'

'मग आता तुला काय वाटतं आहे?'

'मला मोकळं-मोकळं झाल्यासारखं, माझं मन, माझं हृदय मोकळं झाल्यासारखं वाटतं आहे.'

त्यानंतर मग हळूहळू डोळे उघडून ग्रुपमध्ये परत यायला ऑर्निशनी जॉनला सांगितलं.

या अभ्यासामध्ये जॉनच्या हृदयाभोवती दोन भिंतींची तटबंदी असल्याचं दिसलं होतं. पण प्रत्येकाच्या मनात दोनच भिंतींची तटबंदी असेल असं नाही. कित्येक वेळेला एकात-एक अशा अनेक भिंती, अनेक तटबंद्या उभ्या असल्याचंही आढळून येतं. 'अब्बी में डब्बी, डब्बी में डब्बी, डब्बी में डब्बी, डब्बी में दाना' असा एक उखाणा आहे. तशासारखी अवस्था काही लोकांची झालेली असते. हा जो अगदी आतल्या डब्बीतला दाणा असतो त्याला बाहेर काढणं, त्याला मोकळं करणं हे हृदय रोग्यांच्या दृष्टीनं फार महत्त्वाचं असतं.

ग्रहणक्षम कल्पनाचित्रणाचे, असं चित्रण करण्याचे आणखीही काही मार्ग असू शकतात. त्यापैकी १ मार्ग ऑर्निशनी लिहिला आहे तो म्हणजे अंत:गुरूचं मनोचित्र.

अंत:गुरू कल्पनाचित्रण

आपल्याला स्वत:विषयी जाणवतं त्यापेक्षा अधिक ज्ञान असतं हे जसं खरं आहे तसं काय करावं? कसं वागावं? असा सल्लाही आपल्या अंतर्मनातून आपल्याला मिळू शकतो. यालाच आपला मनातला गुरू, अंत:गुरू असं म्हणायला हरकत नाही. यालाच कदाचित गांधीजी 'आतला आवाज' असं म्हणत असावेत. काही वेळेला हा गुरू आपल्या मनातलाच आहे असं न वाटता तो बाहेरून आलेला कोणीतरी आहे, किंवा बाहेरून कुठूनतरी संदेश येत आहेत असंही काही लोकांना जाणवू लागतं. हा आतला आवाज ऐकण्यासाठी किंवा मनातल्या गुरूचं मार्गदर्शन घेण्यासाठी जे कल्पनाचित्रण करायचं त्यासाठीही डोळे मिटून शांत बसणं हीच पहिली पायरी असते.

असं डोळे मिटून शांत बसून थोडा वेळ ध्यान केल्यानंतर आपण एखाद्या शांत, निवांत व आपल्याला आवडणाऱ्या अशा जागी बसलोय असं चित्र डोळ्यांसमोर उभं करावं. जे चित्र आपण डोळ्यांसमोर आणू त्या चित्रातली जागाही एखादी आपल्याला आवडणारी, पूर्वी बघितलेली अशी जागा असेल किंवा नुसती कल्पनेनं निर्माण केलेलीही जागा असू शकेल. जागा कशी व कोणती असावी याला काही नियम नाहrत. मात्र त्या जागी आपल्याला विश्रांत आणि शांत वाटायला हवं. बरं वाटायला हवं. एखाद्याला समुद्र आवडत असला, तर समुद्रकाठी, पांढऱ्याशुभ्र चमकणाऱ्या वाळूत, डोलणाऱ्या माडांच्या खाली आपण बसलोय या कल्पनेनं असं बरं वाटेल, तर एखाद्याला जंगलाची आवड असल्यास घनदाट झाडीत, झुळझुळ

वाहणाऱ्या झऱ्याकाठी आपण बसलो आहोत, या कल्पनेनं छान वाटेल. अशा कुठल्याही आपल्या आवडीच्या जागेची कल्पना आपल्या मनात आणून ते चित्र डोळ्यांसमोर उभं करावं आणि आपण तिथे आहोत अशी कल्पना करावी. जी जागा आपण निवडली असेल त्या जागेचं सर्वसाधारण दृश्य डोळ्यांसमोर आल्यानंतर त्या जागेतले अनेक लहानसहान बारकावे आपल्याला हवे तसे त्यात भरावेत. तिथे दिसणारे रंग, येणारे आवाज, येणारे सुगंध, तिथे असणाऱ्या फळा-फुलांसारख्या गोष्टी किंवा खाद्यपदार्थ या सगळ्यांची कल्पना करून या कल्पनाचित्रात भरपूर रंग व जिवंतपणा भरावा.

हे एकदा केल्यावर आपण त्या ठिकाणामध्ये फिरतोय अशी कल्पना करावी. असं फिरताना, इकडून तिकडे जाताना एकदम काहीतरी किंवा कोणीतरी तुमच्या नजरेच्या टप्प्यात येईल, किंवा काहीतरी नजरेच्या टप्प्यात आलंय अशी कल्पना करावी. अशी नजरेच्या टप्प्यात येणारी एखादी व्यक्ती असेल, प्राणी असेल किंवा निर्जीव वस्तूसुद्धा असेल. अमुक एक व्यक्ती किंवा सजीव आपल्या डोळ्यांसमोर आला पाहिजे असं मनात न आणता जे भेटेल, जे समोर दिसेल त्याचा स्वीकार करावा आणि हा आपला मनातला गुरू आहे, अंतर्मनातलं सगळं शहाणपण आहे असं समजावं. ही भेटलेली व्यक्ती अतिशय प्रेमळ व शहाणी आहे असं तुम्हाला जाणवलं पाहिजे. तसं जर झालं नाही, ती व्यक्ती दुष्ट, टीका करणारी आहे असं वाटलं तर तिचा गुरू म्हणून स्वीकार न करता पुढे जात राहावं की मग पुढे तुम्हाला अशी एखादी शहाणी व प्रेमळ वस्तू किंवा व्यक्ती भेटेल.

अशा रीतीनं तुमची एका व्यक्तीशी भेट झाली आहे असं आपण क्षणभर समजू या. या व्यक्तीला तुम्ही नमस्कार करून स्वत:ची ओळख करून द्यावी व तिचं नाव विचारावं किंवा तिला काही नाव आहे का हे विचारावं. तसंच तुम्ही त्या व्यक्तीला कसं संबोधावं हे पण विचारून घ्यावं. ती माहिती मिळाली की मग त्या व्यक्तीला विचारावं, 'मला उपयोगी पडेल, मदत होईल अशी काही माहिती तुम्ही देऊ शकता का?' उत्तरादाखल तुम्हाला काही शब्द मनातल्या मनात ऐकू येतील, किंवा कदाचित काही चित्रं मन:चक्षूंसमोर दिसतील किंवा कदाचित यापैकी काहीच घडणार नाही. तुम्ही विचारल्याबरोबर ताबडतोब तुम्हाला स्वत:विषयीचं ज्ञान, माहिती मिळू लागेल असं नाही. पुढे त्या व्यक्तीला विचारावं, 'अशी कोणती गोष्ट आहे, कोणती माहिती आहे की जिच्याकडे मी लक्ष देत नाहीये, हे तुम्ही सांगू शकाल का?'

याच्यावरही कदाचित उत्तर मिळणार नाही, एखादे वेळेला मिळेल. उत्तर मिळालं नाही तर परत थोड्या वेळानं अशाच प्रकारचा प्रश्न विचारावा. हळूहळू आपल्याला त्या व्यक्तीकडून माहिती मिळू लागते. स्वत:विषयीचं ज्ञान वाढू लागतं.

अंत:गुरू मिळवण्याचा आणखी एक मार्ग म्हणजे

एखाद्या शहाण्या आणि ज्ञानी माणसाला मनातल्या मनात पत्र लिहावं. मग आपणच ती ज्ञानी व्यक्ती आहोत असं समजून स्वत:ला उत्तर लिहावं.

अशा अनेक प्रयत्नांनंतर आपल्याला एक मानसिक अंत:गुरू मिळू शकतो आणि त्याच्याकडून (म्हणजे खरं तर आपल्या मनाकडून) आपल्याला स्वत:विषयीचं ज्ञान, माहिती जास्त मिळू लागते.

अंतर्मन कल्पनाचित्रण

एखाद्या अंत:गुरूचं कल्पनाचित्रण करण्याऐवजी आपण स्वत:च्या हृदयाचं चित्र कल्पनेनं उभं करू शकतो. हृदयाचं चित्र आपण पुष्कळदा अभ्यासाच्या पुस्तकातून किंवा इतर ठिकाणीही बघितलेलं असतं. डोळे मिटून कल्पनाचित्रण करायला बसल्यानंतर स्वत:च्या हृदयाचं चित्र डोळ्यांसमोर आणायचं असलं तर बहुतेक वेळा पुस्तकात बघितलेलं आणि वास्तवाशी साम्य असलेलं हृदय डोळ्यांसमोर येईल. पण कदाचित ते तसं न येता काही वेगळ्या स्वरूपात, कदाचित फुगलेलं, गोल झालेलं, लांबोळं झालेलं अशा प्रकारेही डोळ्यांसमोर येऊ शकेल. ते ज्या स्वरूपात समोर येईल ते आपलं हृदय आहे असं स्वीकारून व आपलं हृदय म्हणजे एक स्वतंत्र व्यक्तिमत्त्व आहे असं समजून हृदयाला स्वत:ची ओळख करून द्यावी. तसंच त्याची ओळख करून घ्यावी. आपलं नाव त्याला सांगावं आणि त्याचं नाव विचारावं. मग त्यानंतर आपलं हृदय म्हणजे एक स्वतंत्र व्यक्ती आहे असं समजून त्याच्याशी संभाषण सुरू करावं. ज्याप्रमाणे अंतर्गुरूकडून आपण स्वत:विषयी माहिती व ज्ञान मिळवत होतो, तसंच हृदयाकडून स्वत:विषयी माहिती व ज्ञान मिळवायचा प्रयत्न करावा. यासाठी कदाचित अनेकदा प्रयत्न करावे लागतील. पण हळूहळू तुम्हाला स्वत:ची, स्वत:च्या शरीराची अधिकाधिक माहिती होत जाईल.

या आणि अशा इतर प्रकारांनी स्वत:विषयीचं ज्ञान मिळवता येईल, स्वत:विषयीची आणखी माहिती मिळवता येईल. कुठं काय बिघाड झाला आहे ते आपल्या स्वत:च्याच लक्षात येऊ लागेल. जर दुखणं कमी व्हायचं असलं, बरं व्हायचं असलं तर आधी ते किती झालं आहे, कुठं झालं आहे, कशा स्वरूपाचं आहे हे कळणं आवश्यक आहे. म्हणून कल्पनाचित्रणाच्याद्वारे स्वत:च्याच हृदयाची नीट ओळख करून घेणं हे फार महत्त्वाचं आहे.

कल्पनाचित्रणाचा दुसरा प्रकार म्हणजे अनुलक्षित कल्पनाचित्रण.

अनुलक्षित कल्पनाचित्रण– हृदयाचा आकार कसा आहे हे सर्वसाधारणपणे आपल्याला सर्वांना माहीत आहे. तसंच हृदयरोग्यांपैकी अनेकांना त्यांच्या

डॉक्टरांनी त्यांच्या हृदयाचं चित्र काढून त्यांच्या कुठल्या धमन्यांमध्ये अडथळे आले आहेत, किंवा त्या चिंचोळ्या झालेल्या आहेत हे दाखवलेलं असेल. अनुलक्षित कल्पनाचित्रणाचा अभ्यास करताना हृदयाचं हे चित्र डोळ्यांसमोर आणायचं आहे. आपलं हृदय कसं दिसतं आणि हृदयधमन्यांमध्ये अडथळे कुठे आहेत, त्या कुठे चिंचोळ्या झाल्या आहेत हे जरी कोणाला माहिती नसलं, तरी हरकत नाही. कल्पनेनं आपल्या हृदयाचं, तुंबलेल्या हृदयधमन्यांचं चित्र डोळ्यांसमोर आणावं. असं चित्र डोळ्यांसमोर आणल्यानंतर पुढील कल्पना कराव्यात.

आपलं हृदय अतिशय नियमित, नेहमीसारखं स्पंदन करत आहे.

हृदयधमन्या व्यवस्थित प्रसरण पावत आहेत व त्यातून पुरेसा रक्तप्रवाह हृदयाकडे जातो आहे.

हृदयाला भरपूर रक्त मिळत आहे.

नवीन रक्तवाहिन्या तयार होत आहेत, वाढत आहेत आणि त्यातून हृदयाकडे रक्त वाहून नेलं जात आहे.

हृदयधमन्यांमधून रक्तप्रवाह सुरळीत आणि जोमदारपणानं चालू आहे.

हृदयधमन्यांमध्ये जिथे अडथळे आहेत असं माहिती आहे, किंवा अशी कल्पना आपण करतोय, ते अडथळे कमी करण्यासाठी, हृदयधमनी चिंचोळी झाली असली तर ती परत व्यवस्थित प्रसारित व्हावी यासाठी कल्पनेनं आपल्याला हे अडथळे मोडून काढायचे असतात. त्यासाठी वेगवेगळ्या प्रकारे कल्पनाचित्र निर्माण करता येतं.

धमनीमध्ये जो अडथळा आहे तो एखाद्या ड्रिलिंग मशीननं ड्रिल करून त्या अडथळ्यामधून वाट काढण्यात आली आहे असं चित्र निर्माण करता येईल.

प्रत्येक श्वासाबरोबर पांढराशुभ्र तेजस्वी प्रकाश आपण फुफ्फुसात घेतो आहोत आणि प्रत्येक श्वासाबरोबर हृदयधमन्यांमध्ये तो प्रकाश ढकलला जाऊन धमन्यांमधले अडथळे प्रकाशात विरघळून जात आहेत असं चित्र डोळ्यांसमोर उभं करता येईल, किंवा आणखीही काही कल्पना करता येईल. कोणत्याही मार्गानं आपण आपल्या हृदयधमन्यांमधले अडथळे कमी करतो आहोत, विरघळवून टाकतोय, नष्ट करत आहोत असं कल्पनाचित्र उभं करणं हे महत्त्वाचं आहे.

ग्रहणक्षम किंवा अनुलक्षित कल्पनाचित्रण केव्हा करावं? याला तसा काही नियम नाही. पण ध्यानानंतर कल्पनाचित्रण केल्यास, ध्यानानंतर काही मिनिटांचा वेळ कल्पनाचित्रणासाठी दिल्यास त्याचा फार चांगला परिणाम होतो. कारण ध्यानामुळे आपलं लक्ष, आपलं चित्त केंद्रित व्हायला मदत झालेली असते. त्यामुळे एकचित्तानं आपण कल्पनाचित्रण करू शकतो.

रोज दोन्ही प्रकारचं कल्पनाचित्रण केलंच पाहिजे असंही नाही. पण

स्वत:विषयीचं ज्ञान पुरेसं होईपर्यंत ग्रहणक्षम कल्पनाचित्रण आणि हृदय, हृदयधमन्या निरोगी झाल्या आहेत असं स्वत:ला वाटू लागेपर्यंत अनुलक्षित कल्पनाचित्रण केलेलं चांगलं.

कल्पनाचित्रण करायला सुरुवात करताना ध्यानाला बसतो त्याप्रमाणेच स्वस्थ आणि आरामशीर बसावं, डोळे मिटावेत आणि थोडा वेळ ध्यान करावं. मग कल्पनाचित्रण करावं. रोज खूप वेळ चित्रण केलं तर चांगलंच, पण त्यापेक्षाही महत्त्वाची गोष्ट म्हणजे नियमानं ते रोज करावं. रोज खूप वेळ ते केलं नाही, तरी रोज निदान थोडा वेळ तरी ते करावंच.

कल्पनाचित्रणामुळे आपल्याला आपल्या भावनांची, मनात दडून बसलेल्या, मनाच्या वरच्या कप्प्यात नेहमी न येणाऱ्या भावनांची ओळख व्हायला लागते. स्वत:ची, स्वत:च्या अंतरंगाची ओळख व्हायला लागते. आपल्या एकटेपणाची जाणीव व्हायला लागते आणि एकटेपणा कमी होण्याची ही सुरुवात असते. बरं होण्याच्या प्रक्रियेची ही सुरुवात असते.

मानसिक जवळीक

संपर्क कुशलता :

आपल्या रोजच्या व्यवहारामध्ये आपला अनेक व्यक्तींशी वेगवेगळ्या पातळ्यांवर संबंध येत असतो. एखाद्याशी आपण अतिशय प्रेमानं बोलतो. एखाद्याशी रागानं बोलतो, एखाद्याला वेळ नाही म्हणून कटवतो, तर एखाद्याचं म्हणणं आपण चित्तपूर्वक ऐकूनही घेतो. नित्याच्या व्यवहारामध्ये अनेक लोकांशी संपर्क येणं हे स्वाभाविक आहे आणि तसा न येणं ही आजच्या जगात जवळजवळ अशक्यच गोष्ट आहे.

या इतरांशी चाललेल्या व्यवहारामधून मनामध्ये कधी उणेपणाची, एखाद्या वेळेला रागाची, कधी तिरस्काराची तर कधी आनंदाची अशा भावना निर्माण होत असतात. यांपैकी त्रासदायक भावना मनात जर साचत गेल्या, त्या भावनांना आपण दडपत गेलो, भावनांना आवर घालण्याच्या भरामध्ये त्या सतत दाबूनच ठेवू लागलो, तर त्या मनाच्या तळाशी जाऊन बसतात आणि मग त्यांचं दडपण मनावर येऊ लागतं. एकटेपणाची भावना निर्माण होते आणि वाढू लागते. ही भावना कमी व्हावी म्हणून इतरांशी संपर्क साधण्याचं कौशल्य आपण अवगत करून घ्यायला हवं.

हृदयविकार कमी होण्यासाठी एकटेपणा कमी होणं या गोष्टीला फार महत्त्व आहे असं ऑर्निश यांचं म्हणणं आहे.

तसा इतरांशी संपर्क तर अपरिहार्यच असतो. पण या संपर्कामध्ये, या व्यवहारामध्ये कटुता येऊ नये, राग येऊ नये, एकमेकांविषयी दुजाभाव मनात येऊ नये, असा प्रयत्न मात्र आपण जाणीवपूर्वक करायला हवा.

जेव्हा दोन व्यक्तींचं भांडण होतं किंवा काही बोलाचाली होते तेव्हा प्रत्येक वेळेला त्या दोघांना एकमेकांशी भांडायचं असतं किंवा त्यांच्या मनात एकमेकांविषयी राग असतो किंवा काही दुष्टभाव असतो असंही नसतं. कित्येकदा तर काही कारण नसतानाच दोन व्यक्तींचं बारीकशा कारणावरून भांडण होतं. भांडणही खरं म्हणजे खूप मोठं असतं किंवा महत्त्वाच्या विषयावर असतं असंही नाही. पण भांडणात थोडीशी कटुता निर्माण होते, एखादे वेळेस तिरस्कार आणि रागही निर्माण होतो आणि या भावना मनात साठून राहू लागतात.

उदाहरणार्थ, आपण अगदी नेहमीचा घरात घडणारा प्रसंग घेऊ या. समजा नवरा ऑफिसला जाताना बायकोनं त्याला सांगितलं की 'ऑफिसमधून घरी येताना वाटेत भाजीबाजार लागतो, तर येताना तुम्ही दोन भाज्या घेऊन या.'

नवरा ऑफिसला जाण्याच्या गडबडीत चट्कन 'हो' म्हणून जातो आणि मग ऑफिसला गेल्यानंतर ऑफिसच्या कामात आपण बायकोला भाजी आणण्याचं कबूल केलंय हे विसरूनच जातो. ऑफिसमध्ये नेहमीप्रमाणे कुणाशी तरी खटका उडतो. कामात काहीतरी चूक होते. एखादा सहकारी त्याचं काम नवऱ्याच्या गळ्यात टाकतो. काम संपवून निघताना त्यामुळे नवरा चिडचिडलेला असतो. लोकल पकडायला तो पळत स्टेशनवर जातो तर लोकल २० मिनिटं लेट असल्याचं कळतं. साहजिकच लोकलच्या प्लॅटफॉर्मवर त्या २० मिनिटात प्रचंड गर्दी साठते आणि नवऱ्याला हवी असलेली लोकल येते तेव्हा गाडीत घुसताना त्या लोंढ्याचाच एक भाग होऊन तो गाडीत कसाबसा ढकलला जातो. आपल्या स्टेशनवर तो उतरतो तोही असा लोंढ्यातूनच ढकलला जाऊन. प्लॅटफॉर्मवर तो उतरतो तोपर्यंत अतिशय चिडचिडून गेलेला असतो. त्याचा नेहमीचा मित्र त्या दिवशी त्याच्याबरोबर नसतो. चिडचिडलेल्या मन:स्थितीतच तो घराच्या दिशेनं चालू लागतो. बाजाराच्या जवळ येतो पण भाजी घेण्याचं तो विसरलेलाच असतो, त्यामुळे बाजार पार करून तो तसाच पुढे जातो. जेव्हा दुरून घर दिसू लागतं तेव्हा त्याला एकदम भाजीची आठवण होते.

परत फिरून बाजारापर्यंत जाऊन भाजी आणायला त्याला वेळ असतो, पण एव्हाना तो इतका थकलेला आणि त्रासलेला असतो की भाजीचा विचार सोडून देऊन तो सरळ घरी जातो.

घरी बायको त्याची वाटच बघत असते. त्या दिवशी घरकाम करणारी बाई आलेली नसते आणि आणखी दोन दिवस येणार नाही, असा तिचा निरोप मात्र

आलेला असतो. त्यामुळे दिवसभराचं घरकाम उरकून तीही नुकतीच मोकळी झालेली असते. शिवाय संध्याकाळीच २-३ पाहुणे चार दिवसांसाठी राहायला येणार असल्याचा निरोप फोनवरून मिळालेला असतो. मुलगा शाळेतून घरी येताना पडल्यामुळे, गुडघ्याला खरचटलेलं असतं. त्यामुळं हातातलं काम सोडून तिला त्याच्या गुडघ्याला मलमपट्टी करायला लागलेली असते. मुलगी अजून शाळेतून आलेली नसते. तिला घरी यायला का उशीर झाला असेल याचा विचार करत,

खरं म्हणजे त्याची काळजी करत ती नवऱ्याची वाट बघत असते. नवरा आला की त्याच्यासाठी चहा करावा, स्वस्थ बसून थोडा वेळ त्याच्याबरोबर चहा प्यावा आणि तोपर्यंत मुलगी जर आली नाही, तर नवऱ्याला तिला शोधायला पाठवावं असा विचार करत ती नवऱ्याची वाट बघत असते.

एव्हाना नवरा घराशी पोचलेला असतो. भाजी आणण्याची आठवण त्याला उशिरानं झाल्यामुळे आणि आठवण आल्यानंतरही त्यानं भाजी आणण्याचं टाळल्यामुळं मनात अपराधीपणाची भावना आधीच आलेली असते, त्यामुळे जरा जास्तीच गंभीर चेहरा करून तो घरात शिरतो. हातातली बॅग ठेवून आणि खूप थकल्याचा आव आणून तो तोंड वगैरे धुऊन चहा घ्यायला येऊन बसतो. बायको चहा आणते आणि पहिला प्रश्न विचारते,

'अहो, भाजी आणणार होतात ना?'

'अंऽ, काय म्हणालीस?' काही न कळल्यासारखा नवरा प्रतिप्रश्न करतो.

'तुम्ही आज भाजी घेऊन येणार होतात ना?'

'मी! भाजी, होऽ - होऽ, खरंच म्हटलं होतं खरं.'

'मग, काय झालं? आणलेली दिसत नाही.'

आता नवरा एकदम चिडून बायकोवर ओरडतो, 'अगं आता सगळी कामं सोडून फक्त भाजीचंच लक्षात ठेवू का मी? एवढं एकच काम आहे का मला?'

बायको जरा दबकते. मग म्हणते, 'अहो, पण तुम्ही म्हणाला होतात येताना भाजी घेऊन येईन म्हणूऽऽन.'

'म्हणालो असेन. पण काय तेवढं एकच काम आहे का मला? सगळी ऑफिसातली कामं सोडून आधी तुझी भाजी आणू?'

''ऑफिसातली कामं कशाला सोडायला लागतात भाजी आणायला? स्टेशनवरून येता-येता तर मिळते.'

'मिळत असेल, पण मला काय तेवढंच काम आहे का? का भाजी आणणं इतकं प्रचंड महत्त्वाचं काम आहे, की मी बाकी सगळं बाजूला टाकून तुला आधी भाजी आणून देऊ?'

'बाकी सगळं टाकायला कशाला पाहिजे? पण रोज घरात भाजी लागते. तेवढी येताना कधीतरी आणावी एवढंसुद्धा तुम्हाला जमत नाही?'

'हो, नाही जमत. मला काही ऽऽच जमत नाही असं म्हण ना. भाजी आणायला जमत नाही, प्रमोशन मिळवायला जमत नाही, तुझ्या भावासारखं गाणं गाता येत नाही, काही येत नाही मला. काही जमत नाही.'

'उगाच त्रागा कशाला करताय? तुम्हाला काही येत नाही असं म्हटलं का मी? साधी भाजी आणायला सांगितलं तर एवढं त्याच्यात तणतणायला काय झालं? आणि भाजी काही मला एकटीला लागत नाही. सगळ्यांना करून घालते मी ती भाजी.'

'हो, मोठे उपकार करतेस हं! सगळ्यांना जेवू घालतेस, स्वयंपाक करतेस.'

'उगाच वाकडं बोलू नका. नुसतं भाजी का आणली नाही विचारलं, तर एवढं?'

'हो– बाई हो, नाही आणली भाजी. इतक्या जवळ बाजार आहे, तूच जाऊन का नाही आणलीस भाजी? सारखं, आल्यापासून भाजी-भाजी करतेयस. काय उद्योग होता नाहीतरी दिवसभर? का नाही जाऊन भाजी आणलीस?'

'हो ऽ नं. मला दिवसभर उद्योग होता का काही? लोळत तर पडले होते मी. बरोबर आहे हो तुमचं, भाजी आणली नाहीत ते अगदी बरोबर केलंत तुम्ही.'

असं म्हणून बायको रागारागानं चहाची कपबशी उचलून आत निघून जाते.

उद्या २-३ पाहुणे येणार असतात. अजून मुलगी घरी आलेली नसते. नवऱ्यानं भाजी न आणल्यामुळं काय करावं? आज रात्रीच्या स्वयंपाकात काय करावं? आणि दुसऱ्या दिवशीही पाहुण्यांच्यासाठी काय करावं? या काळजीनं ती ग्रासलेली असते. अशा वेगवेगळ्या गोष्टींचा ताण मनावर पडल्यामुळे तिच्या तोंडून दोन शब्द जास्तच निघून गेलेले असतात.

नवरा खूप थकलेला असतो. भाजी आणायला आपण विसरलो ही चूक झाली हे त्याला मनोमन माहीत असतं आणि त्यामुळेच ती चूक झाकायसाठी, किंबहुना आपण चूक केलीच नाही हे सिद्ध करण्यासाठी तोही दोन शब्द जास्त बोललेला असतो.

अशा रीतीनं एका छोट्याशा गोष्टीनं दोघांच्या मनावर बराच ताण निर्माण झालेला असतो आणि मग त्या ताणाखाली दुसरे दिवशी पाहुणे आल्यानंतर दोघंही नवरा-बायको पाहुण्यांसमोर उघडं पडू नये इतपतच एकमेकांशी बोलत, ताणाखाली चार दिवस काढतात.

नवऱ्यानं भाजी आणायला विसरणं आणि बायकोनं त्याच्याकडून भाजीची अपेक्षा ठेवणं हा अगदी नेहमी घराघरात घडणारा प्रसंग आहे. त्यात चूक असंही काही नाही. नवऱ्यानं भाजी विसरणं ही चूक नाही आणि बायकोनं त्याच्याकडून अपेक्षा ठेवणंही चूक नाही. मग हा इतका वाद आणि त्यातून निर्माण झालेला ताण टाळता येण्याजोगा नाही का? जरा थोड्याशा समजुतीनं किंवा खरं म्हणजे आपल्या स्वत:ची अडचण, किंवा आपल्या स्वत:च्या मनाची भावना कबूल केल्यानं हा ताण सहज टाळता येतो. उदा.– बायको जेव्हा विचारते भाजी आणली नाहीत का? तेव्हा जर नवऱ्यानं सरळपणानी सांगितलं,

'अगं, मी विसरलो. येताना भाजी-बाजार ओलांडल्यावर माझ्या लक्षात आलं की भाजी न्यायची होती. इतका थकलो होतो की म्हटलं जाऊ देत, नंतर बघू. तुला हवीय का आत्ता? मी थोड्या वेळानं जाऊन आणून देईन.'

तर त्याची थकलेली मन:स्थिती आणि शारीरिक स्थिती लक्षात घेऊन बायकोही म्हणाली असती, 'अहो, नाही आत्ता आणली तरी चालेल. उद्याला सकाळी आणून द्या म्हणजे झालं. कारण पाहुणे यायचेत ना उद्याला २-३, त्यामुळे उद्याला तरी भाजी पाहिजे. आज करते मी आता पिठलं-बिठलं काहीतरी.'

दिवसभर कामाला बाई न येणं, तिची वाट बघून काम केल्यानं आलेला थकवा, मुलगी अजून घरी न आल्यामुळं वाटणारी काळजी या गोष्टी तिनंही नवऱ्याला सांगितल्या असत्या तर नवरा-बायको दोघांच्याही मनावर काळजी, स्वत:विषयीची थोडीशी अपराधीपणाची भावना या गोष्टींचं दडपण आलं नसतं.

आपला थकवा, आपली अडचण या गोष्टी प्रांजळपणे आणि सरळपणे आपल्या जवळच्या व्यक्तीजवळ बोलल्यास काही गैर नाही असं जर पटलं, तर असे छोटे छोटे प्रसंग नक्की टाळता येऊ शकतात. संसारामध्ये असे प्रसंग घडण्याची वेळ वरच्या वर येत असते. हे प्रसंग हाताळायला किंबहुना हे प्रसंग उद्भवू नयेत असा प्रयत्न करायला शिकणं हाच त्याच्यावरचा मार्ग आहे. दुसरी व्यक्ती, विशेषत: जवळची व्यक्ती आपल्यावर टीका करते आहे, आपल्यात काहीतरी वैगुण्य आहे असं समजतेय असं

जर वाटलं तर त्या विचाराचा पगडा किंवा त्या विचाराचं दडपण मनावर फार मोठं असतं आणि मग आपलं असं प्रत्येक वैगुण्य झाकण्यासाठी, स्वत:ला वाटणारी कमीपणाची भावना झाकण्यासाठी माणूस स्वत:च्या भावना मनात कोंडून ठेवायला आणि वरपांगी निर्विकारपणे वागायला सुरुवात करतो. एकमेकांशी थोडा आधीच आणि थोडा अधिक मोकळेपणानं संवाद करून ही गोष्ट टाळता येऊ शकते.

दुसऱ्या व्यक्तीशी संवाद करताना ती व्यक्ती काय म्हणते आहे त्याचा शब्दश: अर्थ लक्षात न घेता त्यामागची भावनाही विचारात घेणं फार महत्त्वाचं असतं. बायको जेव्हा परत-परत भाजीविषयी बोलतेय तेव्हा त्याच्यामागे तिची काही काळजी आहे, काही अडचण आहे हे नवऱ्यानं ओळखायला पाहिजे आणि नवरा येताना भाजी आणली नाही असं म्हणतोय आणि शिवाय ते झाकण्यासाठी चिडतोय तेव्हा त्याच्या मागे त्याचीही काही भावना आहे, काही अडचण आहे हे बायकोनंही लक्षात घेतलं पाहिजे. हे उदाहरण नवरा-बायकोचं असलं, तरी अशा प्रकारची बोलाचाली, अशा प्रकारचं बारीकसारीक भांडण आपल्या जवळच्या आणि आसपासच्या व्यक्तींमध्ये आणि आपल्यामध्ये खूपदा होत असतं. भांडण पुष्कळदा मोठंही नसतं. प्रसंग क्षुल्लकच असतो. पण आपल्या जवळच्या व्यक्ती त्यात गुंतलेल्या असल्यामुळे त्या बारीकशा भांडणातूनही मनावर मोठा ताण पडू शकतो. म्हणून आपल्या भावना त्यांना समजावून देणं व त्यांच्या भावना आपण समजून घेणं, हे आपला मानसिक एकटेपणा कमी होण्याच्या दृष्टीनं, इतरांपासून आपण वेगळं पडल्याची, तुटून पडल्याची भावना कमी होण्याच्या दृष्टीनं फार महत्त्वाचं ठरतं.

घरातल्या कर्त्या पुरुषानं बाहेर जाऊन पैसे कमवून आणायचे, बाहेरचे व्यवहार बघायचे आणि घरच्या एकंदर घडामोडींमध्ये फारसं लक्ष घालायचं नाही, घरी आलं तरी फारसं बोलायचं नाही. आपल्या आपल्या व्यवधानात, वाचनात म्हणा किंवा लेखनात म्हणा, गुंतून राहायचं, आवश्यकतेपुरतंच घरातल्या इतर व्यक्तींशी बोलायचं, बोललंच तर आपल्या बरोबरीच्या भावांशी, वडिलांशी, आईशी अशा लोकांशी बोलायचं, पण बायकोशी फारसा संवाद करायचा नाही आणि मुलांशी तर फक्त वडीलकीच्याच नात्यानं काय ते वागायचं अशी आपली परंपरागत पद्धत आहे. त्याचप्रमाणे नवरा बाहेर जाऊन कमाई करून आल्यानंतर त्याला घरच्या कटकटी सांगून भंडावायचं नाही, तो घरी आल्यानंतर त्याचं चहापाणी, जेवणखाण व्यवस्थित करायचं आणि आपल्या मनातल्या शंका किंवा आपल्या मनातले विचार, भीती हे काही त्याच्यापुढे मात्र बोलायचं नाही अशी बायकांची रीतच आहे. जेव्हा कुटुंबामध्ये अनेक व्यक्ती असायच्या, २-४ प्रौढ पुरुष, २-४ प्रौढ बायका व लहान मोठ्या वयाची ७-८ मुलं असं जेव्हा एकत्र कुटुंब असायचं तेव्हा या प्रकारानं वागूनही जमून जायचं. कारण अशा वेळी नवरा बायकोजवळ किंवा बायको नवऱ्याजवळ

मन उघडं करत नसली, तरी बायका बायकांच्यात आणि पुरुष पुरुषांच्यात आपलं मन मोकळं करू शकत होते. अर्थात, म्हणून प्रत्येकजण आपलं मन मोकळं करत असे असं नाही, पण असं करण्याची शक्यता असायची. कारण पुरुषांची एकत्र बैठक असायची, तर बायकांचं काम एकत्र चालायचं. पण आता गेल्या काही वर्षांपासून आपल्या शहरांमध्येच नव्हे, तर अगदी लहान गावांमध्येसुद्धा एकत्र कुटुंबपद्धती मोडून 'युनिसेल्युलर' म्हणजे नवरा-बायको आणि त्यांची मुलं अशी एकाच पद्धतीची कुटुंबं जास्त दिसू लागली आहेत. अशा प्रकारच्या कुटुंबाचे फायदे पुष्कळ असले तरी त्यातील जबाबदारी घेणाऱ्या, कमाई करणाऱ्या व्यक्तींना आपलं मन मोकळं करायला, आपली अडचण दुसऱ्यापाशी सांगायला फारसं कोणी उरत नाही. त्यामुळे घरात असलेल्या व्यक्तींनी एकमेकांजवळ मन मोकळं करून बोलणं, आपल्या अडचणी सांगणं, दुसऱ्याचे विचार समजून घेणं, दुसऱ्याच्या सोयी-गैरसोई पाहून त्याप्रमाणे वागणं हे फार महत्त्वाचं झालेलं आहे. मानसिक आणि शारीरिक आरोग्यासाठीही ते आवश्यक ठरलेलं आहे.

काही वेळेला आपलं मन मोकळं करावं अशी व्यक्ती घरात नसते, किंवा घरात असलेल्या व्यक्तीशी आपला मोकळेपणानं संवाद होऊच शकत नाही. अशा वेळी मग आपल्या मित्र-मैत्रिणींच्या गटानं एकत्र जमून बोलणं, एकत्र जेवणाचा समारंभ करणं, कुठेतरी बाहेर पिकनिकला जाणं या गोष्टींमधूनही दुसऱ्याशी संवाद साधता येतो आणि एकटेपणाची भावना कमी होऊ शकते. एखाद्या क्लबचा किंवा मंडळाचा सभासद होणं, एखाद्या सामाजिक संस्थेमध्ये काम करायला जाणं अशा गोष्टीही एकटेपणा कमी करायला मदत करतात.

समाजात वावरताना समाजातल्या वेगवेगळ्या व्यक्तींशी निरनिराळ्या स्तरांवर संबंध जोडणं, आपल्या मनातल्या भावना योग्य प्रकारे व्यक्त करणं, दडपून न ठेवणं आणि दुसऱ्याच्याही भावना जाणून घेणं यामुळे एकटेपणाची भावना कमी होऊ लागते आणि जशी एकटेपणाची भावना कमी होत जाते तसं मनावरचं दडपणही कमी कमी होत जातं.

पण मुळात माणूस भावना मनात का दडपतो? मघाशी आपण बघितलं त्याप्रमाणे दुखावलं जाण्याची भीती हे एक मोठं कारण त्यामागे असतं. आपण आपल्या क्षेत्रात अयशस्वी आहोत असं कळलं तर लोक आपल्याला तुच्छ समजतील, आपल्या मनात काही गोष्टी किंवा व्यक्तींविषयी असलेली वाईट भावना लक्षात आली, तर ते आपला तिरस्कार करू लागतील, आपल्या मनातला राग प्रकट झाला तर लोक आपल्यापासून दूर पळतील अशा समजुतीनं माणूस आपल्या भावना झाकायला, दडवून ठेवायला शिकतो. या भावना आपण लपवतो आहे किंवा दडपतोय हे त्याला स्पष्टपणे जाणिवेच्या पातळीवर कळलेलंही नसतं.

आपलं न्यूनत्व, आपला उणेपणा, आपला राग, स्वार्थीपणा, आपला भ्याडपणा इ. दुर्गुण समजल्या जाणाऱ्या गोष्टी झाकण्यासाठी भावना मनात दडवून ठेवणं हा मार्ग नकळतच माणूस अवलंबू लागतो.

आणि असं केल्यामुळं तो स्वाभाविकपणे इतरांपासून तुटत जातो, एकटा पडू लागतो, आप्तमित्रांच्या जवळिकीला दुरावतो.

समाजाकडून मिळणाऱ्या मान-मान्यतेला, आदराला, कौतुकाला माणसाच्या मनामध्ये फार महत्त्वाचं स्थान असतं. हा समाज समाज म्हणजे तरी कोण? तर आपलेच आप्त मित्र, सखे सोयरे, परिचित, गावकरी असे सगळे असतात आणि त्यांची मान्यता मिळवण्यासाठी, त्यांच्या आदराला पात्र होण्यासाठी म्हणून आपण मनातल्या त्रासदायक किंवा कमीपणाच्या वाटणाऱ्या भावना दडपत जातो आणि नेमकं जे टाळायचं असतं तेच आपल्या वाट्याला येतं. ते म्हणजे एकटेपणा, तुटलेपणा, आप्त-मित्रांपासून दुरावा.

स्वत:च्या भावनांचं ज्ञान व नीट माहिती आपल्याला झाली की या भावना म्हणजे अतिशय निंद्य किंवा तुच्छ अशी काही गोष्ट नाही आहे हे आपल्या लक्षात यायला लागतं आणि मग त्या दुसऱ्यापुढे उघड करायचा, मन मोकळं करायचा इतका बाऊ वाटेनासा होतो. त्याचबरोबर दुसऱ्याच्याही अशा प्रकारच्या भावनांविषयी आपल्याला सहानुभूती वाटू लागते आणि त्यामुळेही दुसऱ्याशी जवळीक साधणं सोपं होतं.

परमस्वत्वाशी/परमेश्वराशी जवळीक

स्वत:पासून आणि इतरांपासून आपण वेगळे आहोत, एकटे आहोत ही भावना आणखीही एका कारणावर आधारलेली असते. ते कारण म्हणजे आपल्या परमस्वत्वापासून आपण दुरावलेले असतो, तुटलेले असतो.

योगासनं, प्राणायाम, ध्यान या गोष्टींचा नित्यनेमानं सराव करत गेल्यावर काही दिवसांनी असं लक्षात येतं की ध्यान संपल्यानंतर आपल्याला अगदी शांत, समाधानी, आनंदी वाटत आहे. बरं वाटत आहे. म्हणजे या सगळ्या गोष्टींनी आपल्याला काहीतरी मिळतं आहे, पण हे जे मिळतं आहे ते बाहेरून कुठून आलेलं नाही, दुसऱ्या कुणी आणून दिलेलं नाही किंवा आपणही कुणा दुसऱ्याकडून मिळवलेलं नाही; तर हे समाधान व ही शांती ही आपल्या मनातूनच निर्माण झालेली आहे, आपल्या मनातून प्रकट झालेली आहे.

आपलं चंचल मन शांत झाल्यामुळे या सुखद भावना आपल्या अनुभवाला येत आहेत.

ध्यान करणं हा परमेश्वराजवळ जाण्याचा मार्ग आहे असं आपली संस्कृती

सांगते. त्याचप्रमाणे भक्ती हाही परमेश्वराकडे नेणारा मार्ग आहे हेही आपल्याला माहीत असतं. निरीश्वरवादी असलेले काही लोक सोडले तर ईश्वरावर श्रद्धा ठेवणारे (अल्ला, गॉड यांच्यावरच फक्त श्रद्धा ठेवणारेही) कोणत्या ना कोणत्या स्वरूपात, कमीजास्त प्रमाणात त्याची भक्ती करण्याचा, प्रार्थना करण्याचा प्रयत्न करत असतात.

आपण फक्त स्वत:च्या बळावर सर्व गोष्टी करू शकत नाही. त्यासाठी 'ईश्वरेच्छा' असावी लागते. 'ईश्वरेच्छा बलीयसी' असा विश्वास देव मानणाऱ्या सर्वांच्या मनात असतो. आपण कितीही प्रयत्न केले तरी एखादी गोष्ट घडून येत नाही. याउलट आपण विशेष काही न करताच एखादी गोष्ट घडून येते असा अनुभव सर्वांनाच येत असतो. देव न मानणारे लोक त्याला योगायोग Chance असं म्हणतात, तर देव मानणारे लोक त्याला देवाची कृपा/अवकृपा असं म्हणतात.

ध्यान, भक्ती, प्रार्थना या गोष्टींमुळे ईश्वराशी जवळीक होऊ लागते. ईश्वर सर्वत्र वास करून असतो. तो सर्व चराचर सृष्टीत आहे. म्हणजे तो आपल्यातही आहे. आपण त्याच्यापासून दुरावलेले नाही ही जाणीव होऊ लागते. तुटलेपणा कमी होऊ लागतो आणि शारीरिक-मानसिक पातळीवर दुखणं कमी व्हायला सुरुवात होते.

पण दुखणं खरंच कमी होऊ लागतं का की असं नुसतं वाटतं? डॉ. रॅन्डी बायर्ड (Dr. Randy Byrd) या हृदयतज्ज्ञानं यासाठी एक प्रयोग केला. या प्रयोगाची हकीकत डॉ. डीन ऑर्निश यांनी दिली आहे. सान फ्रान्सिस्को जनरल हॉस्पिटलमध्ये दाखल झालेल्या ३९३ हृदयरुग्णांचे डॉ. रॅन्डी यांनी दोन गट पाडले. एक गट १९२ जणांचा होता तर दुसरा २०१ जणांचा होता. या प्रयोगात भाग घेण्यासाठी त्यांनी देशभरातून स्वयंसेवकांची नोंदणी केली आणि त्यांना पहिल्या गटातील लोकांसाठी म्हणजे रोज १९२ जणांसाठी प्रार्थना करण्याचं काम नेमून दिलं. प्रत्येक रुग्णासाठी ५ ते ७ लोक रोज प्रार्थना करू लागले. दुसऱ्या गटातील लोकांसाठी मात्र अशी प्रार्थना केली जात नव्हती. या दोन्ही गटांतील रुग्णांमध्ये वय आणि दुखण्याची गंभीरता याबाबत साम्य होतं.

ज्या रुग्णांसाठी प्रार्थना केली जात होती त्यांना त्या गोष्टीची कल्पना देण्यात आली नव्हती.

दहा महिन्यांनंतर डॉ. बायर्ड यांना असं आढळून आलं की,

ज्यांच्यासाठी प्रार्थना होत होती त्यांच्यापैकी फक्त ३ जणांना या काळात अँटिबायोटिक्स द्यावी लागली होती, तर दुसऱ्या गटातील १६ जणांना ती द्यावी लागली होती.

या काळात पहिल्या गटातील ६ जणांना फुफ्फुसात पाणी होण्याचा त्रास झाला होता तर दुसऱ्या नियंत्रण गटातील १८ जणांना हा त्रास झाला होता.

पहिल्या गटापैकी कोणालाच या काळात कृत्रिम श्वसन द्यावं लागलं नव्हतं तर दुसऱ्या गटातील १२ जणांना अशा उपचाराची गरज भासली होती.

या एका अभ्यासावरून अगदी ठाम असे निष्कर्ष काढता येत नसले तरी प्रार्थनेमुळे काही शारीरिक गोष्टीवरही काही प्रमाणात परिणाम होऊ शकतो असं म्हणायला जागा आहे.

तसंच आपण सगळे मुळात एकमेकांशी जोडलेलेच आहोत, एकटे नाही आहोत असं म्हणायलाही या प्रयोगानं आधार मिळतो. आपण सर्वजण परमेश्वराचाच अंश आहोत या श्रद्धेलाही आधार मिळतो.

ज्या लोकांची देवावर श्रद्धा नाही त्यांना ध्यानामुळे, इतरांशी संपर्क वाढवल्यामुळे समाधान आणि मन:शांती मिळू लागेल, पण स्वत:च्या परमस्वत्वाशी एकरूप असल्याचा अनुभव येण्यासाठी त्यांना कदाचित दुसरा काही मार्ग शोधावा लागेल. एखाद्या रुग्णाची सेवा करणं, एखाद्या लोकोपयोगी संस्थेत नि:स्वार्थपणे काम करणं अशा गोष्टींपासूनही कदाचित त्यांना गाढ समाधान मिळू शकेल. स्वत:च्या उदात्त रूपाशी ओळख होऊन तुटलेपणा कमी होऊ शकेल.

२. व्यायाम

व्यायाम हा डॉ. ऑर्निश यांच्या कार्यक्रमाचा एक महत्त्वाचा भाग होता. आरोग्यासाठी, शरीर कार्यक्षम आणि निरोगी राहण्यासाठी व्यायामाची गरज आहे. ही गोष्ट आज सर्वमान्य झालेली आहे. पण हृदयरोग्यांच्या बाबतीत व्यायाम करणं योग्य आहे का? व्यायाम करायचा असल्यास तो कोणत्या प्रकारचा करायला हवा? तो किती करावा? केव्हा करावा? अशा अनेक शंका हृदयरोग्यांच्या व त्यांच्या आसपासच्या व्यक्तींच्या मनातही उभ्या राहतात. एक काळ असा होता की हृदयरोग्यांना कमीत कमी श्रम करायला, कमीत कमी मेहनत करायला, शक्य तितकी विश्रांती घ्यायला सांगण्यात येत असे. त्यामुळे हृदयरोग्यांनी व्यायाम करणं ही गोष्ट अर्थातच बाद होती. पण आता काळ बदलला आहे आणि त्याबरोबर विचार आणि अनुभवांनी हृदयरोग्यांच्या बाबतीत व्यायामाचं महत्त्व डॉक्टर मंडळींसकट सर्वांना पटलेलं आहे. व्यायामानं एच. डी. एल. कोलेस्टेरॉलची पातळी वाढायला मदत होते असंही लक्षात आलं आहे. म्हणून हृदयरोग्यांनी व्यायाम जरूर करावा, मात्र तो कसा आणि किती प्रमाणात करावा हे काळजीपूर्वक आपल्या डॉक्टरांशी चर्चा करून, योजना करून ठरवावं आणि मग त्याप्रमाणे व्यायाम करावा.

शारीरिक व्यायाम प्रकारांची विभागणी २ भागांत करता येते.

१. ॲनेरोबिक (Anaerobic)

२. एरोबिक (Aerobic)

शरीरांतर्गत ऊर्जा मोठ्या प्रमाणावर पण अल्प काळासाठी ज्या व्यायामात वापरली जाते त्याला 'ॲनेरोबिक व्यायाम' असं म्हणतात. उदा :– शर्यतीत पळणं, दोरीवरच्या उड्या मारणं, यांसारख्या प्रकारांमध्ये जलद आणि जोमदार हालचाल करावी लागते आणि त्याच्यात बरीच ऊर्जा थोड्या काळासाठी का होईना पण वापरली जाते. हा व्यायाम प्रकार हृदयरोग्यांनी करू नये.

शरीरांतर्गत ऊर्जा दीर्घ काळासाठी पण प्रमाणशीरपणे आणि योग्य गतीनं वापरली जाते त्याला 'एरोबिक व्यायाम' असं म्हणतात. हा व्यायाम सतत काही वेळ आणि एका लयीमध्ये करायला हवा. तसंच शरीरातले मोठे स्नायू म्हणजे पायामधले, हातामधले या व्यायामप्रकारात वापरले जायला हवेत. भराभरा चालणं, सायकल चालवणं, पोहणं, जॉगिंग हे असे 'एरोबिक' व्यायामप्रकार आहेत.

एरोबिक व्यायाम करताना सुद्धा तो योग्य प्रमाणात व योग्य तितका वेळ करायला हवा. हृदयरोग्यांनीच नव्हे, तर सर्वांनीच एरोबिक व्यायाम करताना काही गोष्टी लक्षात घ्याव्या लागतात. आपण जे व्यायाम करतो आहोत तो किती वेळ करावा? किती जोमानं करावा? हे ठरवणारी गोष्ट म्हणजे आपली 'नाडी.' आपण व्यायाम म्हणून जर चालणार असलो तर भराभरा म्हणजे किती भराभरा चालायचं? सायकलिंग करणार असलो तर सायकल किती जोरानं पिटाळायची? आणि पोहणार असलो तर किती वेगानं पोहायचं? किती वेळ पोहायचं? हे विचार करून ठरवायला हवं. हे ठरवण्यासाठी आपल्या स्वत:च्याच नाडीचा उपयोग करायचा.

हृदयरुग्णांपैकी बहुतेक सर्वांनी ट्रेडमिल टेस्ट (यालाच स्ट्रेस टेस्ट–Stress test म्हणतात) केलेली असते. या टेस्टमध्ये म्हणजे या चाचणीमध्ये एका यंत्रावरती वाढत्या वेगानं आणि वाढत्या चढावरती चालण्याचा व्यायाम करायचा असतो. या चाचणीत नोंदलेली नाडीची जी कमाल मर्यादा असते, हृदय स्पंदनाचा जो जास्तीत जास्त वेग असतो त्याला त्या रुग्णाची 'शारीरिक कार्यक्षमता' (फंक्शनल कपॅसिटी–Functional Capacity) किंवा हृद्-स्पंदनाची कमाल गती असं म्हणतात.

पण काही लोकांची ट्रेडमिल टेस्ट झालेली नसते. अशा लोकांनी त्यांच्या हृद्-स्पंदनाचा कमाल वेग मोजण्यासाठी किंवा त्यांची शारीरिक कार्यक्षमता काढण्यासाठी २२० मधून आपल्या वयाचा आकडा वजा करावा. उरलेला जो आकडा येईल ती त्यांची शारीरिक कार्यक्षमता म्हणजेच हृद्-स्पंदनाचा कमाल वेग असतो.

व्यायाम करताना, नाडीची गती या शारीरिक कार्यक्षमतेच्या ४५% ते ८०% इतकी वाढून पुढे ३० ते ६० मिनिटांपर्यंत या बिंदूवर स्थिर राहिली पाहिजे. म्हणजे एकदा ही शारीरिक कार्यक्षमतेची गती नाडीनं गाठली की त्याच्या पुढे अर्धा ते एक तास त्याच गतीनं तुम्ही तो व्यायाम सुरू ठेवला पाहिजे.

उदा :- समजा एखाद्याचं वय ५० वर्षांचं आहे. तर त्याची शारीरिक कार्यक्षमता

किंवा त्याचा कमाल हृद्-स्पंदनाचा वेग हा १७० होईल.

१७० x ४५% = ७७.१

१७० x ८०% = १३६

म्हणजे या व्यक्तीनं व्यायाम करताना त्याच्या नाडीचा वेग ७७ ते १३६ या मर्यादेत वाढवला पाहिजे, आणि एकदा वाढल्यानंतर त्यानं तो वेग टिकवून धरण्यासाठी त्याच गतीनं पुढे व्यायाम केला पाहिजे.

यासाठी, आपली आपल्याला नाडी बघता येणं आवश्यक असतं. अर्थात थोड्याशा सरावानं ते सहज जमू शकतं. पण ज्यांना ते नीट जमत नाही त्यांच्यासाठी, आपण किती वेगानं व किती वेळ व्यायाम करायचा हे ठरविण्यासाठी एक संभाषण चाचणी घेता येते.

तुम्ही व्यायाम करत असताना फार जोराचा, जोमाचा व्यायाम करत नसाल तर तुम्हाला दुसऱ्याशी संभाषण चालू ठेवता येतं. दुसरं कोणी समोर नसलं तरी काहीतरी बोलता येतं, असं संभाषण जोपर्यंत तुम्ही चालू ठेवू शकता, आणि त्याच्या जोडीला व्यायामही करू शकता तोपर्यंत व्यायाम योग्यप्रकारे चालू आहे असं समजायला हरकत नाही. पण व्यायाम करताना संभाषण चालू ठेवणं अशक्य व्हायला लागलं, धाप लागू लागली, तर मात्र आपल्या व्यायामाचा वेग आणि जोर जास्त झाला आहे असं समजायला हरकत नाही.

तसंच, आपण स्वत:च्या थकव्याकडं लक्ष दिलं तर थकवानिदर्शकही आपल्याला लक्षात घेता येईल. आपल्याला विशेष काही थकवा जाणवत नाही असं आपल्याला जोपर्यंत वाटत असतं तोपर्यंत व्यायाम योग्य तऱ्हेनं चाललेला आहे असं समजावं. याउलट जरा जास्तच थकल्यासारखं झालं आहे असं वाटलं तर व्यायाम जास्त होतोय, जोर जास्त होतोय, असं लक्षात घेऊन व्यायाम थांबवावा.

पूर्वी कधी व्यायाम केला नसला तर व्यायामाचा सराव करायला सुरुवात करताना आपली 'शारीरिक कार्यक्षमता' एकदम गाठण्याचा प्रयत्न करू नये. आपला नाडीचा वेग हळूहळूच आपल्याला पाहिजे त्या मर्यादेपर्यंत येणार आहे हे लक्षात घेऊन व्यायाम चालू ठेवावा. सवयीनं, हळूहळू ही नाडीची गती पाहिजे त्या कमाल हृद्-स्पंदनाच्या वेगापर्यंत म्हणजेच 'शारीरिक कार्यक्षमते'पर्यंत जाऊन पोचते. ही कमाल मर्यादा गाठण्याची घाई कधीही करू नये. एवढंच नव्हे, तर व्यायाम-सरावाला सुरुवात केल्यानंतर आधी रोजच्या व्यायामाचा काळ वाढवत जावा आणि मग त्यातला जोर वाढवण्याचा प्रयत्न करावा. म्हणजे, जर चालण्याचा व्यायाम सुरू केला व पहिल्या दिवशी तुम्ही २० मिनिटं चालून आलात तर दुसऱ्या दिवशी २२ मि. नंतर २७ मि. असं करत वेळ वाढवत न्यावा. तुम्हाला हवा तितका वेळ म्हणजे ३० मि. पासून ६० मि. पर्यंत तुम्ही व्यवस्थित न थकता चालून येऊ शकलात की मग चालण्याची

गती वाढवून चालण्यात जोर आणण्याचा, जोम आणण्याचा, भराभरा चालण्याचा प्रयत्न करावा.

व्यायाम सुरू करताना आधीची ५ ते १० मिनिटं ही शरीर मोकळं करण्यामध्ये, वॉर्मिंग अप् मध्ये (Warming up) घालवावीत. म्हणजे या काळात हात-पाय ताणणं, ताणण्याचे काही व्यायाम प्रकार करणं, मान सर्व बाजूंना फिरवून मान मोकळी करणं हे प्रकार करावेत आणि मग व्यायामाला सुरुवात करावी. तसंच हवा तितका काळ व्यायाम करून झाल्यानंतर एकदम व्यायाम बंद न करता २-३ मिनिटं कमी वेगानं व्यायाम करून हळूहळू थांबावं.

आठवड्यातून ३ दिवस, रोज १ तास याप्रमाणे किंवा आठवड्यातून ६ दिवस, रोज १/२ तास याप्रमाणे भराभरा चालणं एवढा व्यायामसुद्धा हृदय रोग्यांच्या दृष्टीनं पुरेसा आहे. कदाचित काही लोकांना एकाच वेळेला, एकाच हप्त्यात अर्धा तास किंवा तासभर वेळ घालवणं शक्य नसेल तर अशा लोकांनी दिवसात दोनदा किंवा तीनदासुद्धा हा चालण्याचा व्यायाम पुरा करायला हरकत नाही.

ध्यान, प्राणायाम, योगासन, योग्य आहार या सर्वांच्या जोडीला एरोबिक व्यायामही हृदयरुग्णांनी करायला डॉ. ऑर्निश यांनी सांगितलं आहे. त्यांच्या कार्यक्रमाचा तो एक आवश्यक भाग आहे.

व्यायाम केव्हा करू नये? यासंबंधीच्या सूचनाही त्यांनी दिल्या आहेत.

पोटभर खाल्ल्यानंतर किंवा जेवल्यानंतर अर्धा तास ते तासभर तरी अशा प्रकारच्या कुठलाही व्यायाम करू नये. जेवणानंतर रक्तप्रवाह पोटाकडे जास्त जोरात वाहू लागतो आणि त्यामुळे अशा वेळेला व्यायाम करून हृदयाची रक्ताची गरज वाढवणं धोक्याचं असतं.

धूम्रपान :- धूम्रपान केव्हाच करू नये पण व्यायाम करण्यापूर्वी निदान २ तास तरी धूम्रपान केलेलं नसावं. कारण, धूम्रपानामुळे रक्ताची प्राणवायू वाहून नेण्याची क्षमता कमी झालेली असते आणि हृदय धमन्या आकुंचन पावण्याचीही शक्यता असते. त्यामुळे धूम्रपान केल्यानंतर २ तासांनी किंवा त्यानंतर व्यायाम करावा.

मद्यपान :– मद्यपानानंतर लगेच व्यायाम करू नये. मधे काही वेळ जाऊ द्यावा.

उन्हाळा :– ऐन उन्हाळ्यात हवा अतिशय गरम असताना जपून आणि बेतानंच व्यायाम करावा. उष्मा फार होत असला तर व्यायामाचा वेळ कमी करावा आणि आपल्या नाडीवर लक्ष ठेवावं. व्यायामाला सुरुवात करताना वॉर्मिंग अप्साठीही जास्त वेळ द्यावा आणि व्यायाम संपल्यावर थांबतानाही जरा जास्त वेळ द्यावा.

थंडी :– खूप थंडीच्या दिवसांमध्येही व्यायाम करताना काळजी घ्यावी. व्यायामाला सुरुवात करताना पुरेसे कपडे घालून सुरुवात करावी आणि मग गरम वाटू लागलं की वरचे कपडे काढून टाकावेत. तसंच खूप थंडीच्या दिवसांत चालायला

किंवा सायकलिंगला जायचं असलं तर हातांत आणि पायांत मोजे घालून जावे.

स्थानिक उंची :– समुद्रसपाटीपासून गावाची उंची जितकी जास्त असेल तितके व्यायाम करायला जास्त परिश्रम घ्यावे लागतात. कारण हवेमध्ये प्राणवायूचं प्रमाण कमी असतं. त्यामुळे अशा ठिकाणी व्यायाम करताना, व्यायामाचा वेळ आणि जोरही कमी करावा आणि अधिक उंचीच्या ठिकाणी डॉक्टरच्या सल्ल्याशिवाय व्यायाम करू नये.

औषधं :– हृदयरोगावर दिल्या जाणाऱ्या अनेक औषधांमुळे व्यायाम सहन करण्याची शरीराची क्षमता आणि व्यायामाला दिला जाणारा प्रतिसाद कमी झालेला असतो. त्यामुळे हृदयरोग्यांनी आपल्या औषधांविषयी डॉक्टरांशी चर्चा करून मगच आपण कोणता व्यायाम प्रकार किती करायचा हे ठरवावं.

आजार :– स्वत:ला काही आजार झाला असला, दुखणं झालं असलं तर अशा वेळी व्यायाम करायचा टाळावा. विश्रांती घ्यावी आणि आपलं दुखणं बरं करण्याची शरीराला संधी द्यावी. एकदा बरं वाटू लागल्यावर व्यायामाला हळूहळू सुरुवात करावी आणि मग तो पाहिजे त्या पातळीपर्यंत वाढवत न्यावा.

व्यायाम करताना नेहमीच काळजीपूर्वक तो करावा, सावधगिरी बाळगावी. आपल्या शरीराकडून मिळणाऱ्या प्रतिसादाकडे नेहमी लक्ष द्यावं आणि व्यायामात कमी-जास्तपणा करावा. तसंच गरगरणं किंवा चक्कर येणं,अधूनमधून खूप थकवा येणं, खूप घाम येणं, नाडी अनियमित चालणं, व्यायामाचा शीण लवकर भरून न येणं, छाती, पाठ, हात, जबडा यात नवीन वेदना होणं किंवा असलेल्या वेदना वाढणं, आणि विश्रांतीनंतरही किंवा औषध घेतल्यावरही या वेदना कमी न होणं अशी लक्षणं आढळल्यास व्यायाम ताबडतोब थांबवून आपल्या डॉक्टरांचा सल्ला घ्यावा.

काही लोकांना हृदयरोगाबरोबरच इतरही काही दुखणी असतात. अशांनी व्यायाम करताना काही विशेष काळजी घ्यावी लागते. सावधगिरी बाळगावी लागते.

मधुमेह

काही लोकांना मधुमेह बालपणातच होतो, तर काहींना तो प्रौढपणी होतो. या दोन्ही प्रकारच्या मधुमेहींना व्यायामामुळे फक्त लाभच होऊ शकतो. व्यायामामुळे रक्तातील शर्करेचं प्रमाण कमी होतं.

मधुमेह आटोक्यात ठेवण्यासाठी इन्शुलिन घेणाऱ्यांनी व्यायाम करताना विशेष काळजी घेणं आवश्यक असतं. कारण व्यायामाचा परिणाम हा इन्शुलिनसारखा होत असल्यामुळे रोज घ्याव्या लागणाऱ्या इन्शुलिनचं प्रमाण कमी होण्याची शक्यता असते. मात्र इन्शुलिनच्या प्रमाणात फरक करायचा असल्यास तो डॉक्टरांच्या सल्ल्यानंच करावा आणि पुढील काळजी जरूर घ्यावी.

१. व्यायाम करताना आणि लगेच नंतर, गरगरणं, चक्कर येणं, खूप भूक लागणं, किंवा थकवा येणं या गोष्टी होत असल्यास लगेच आपल्या डॉक्टरांना सांगाव्यात.

३. व्यायामाला सुरुवात करण्यापूर्वी आणि नंतर रक्तशर्करेचं प्रमाण तपासावं.

३. जलद पचणारे पिष्ट पदार्थ म्हणजे फळांचे रस, गोड बिस्किटं यांसारखे नेहमी हाताशी ठेवावेत.

४. इन्शुलिनचा परिणाम जेव्हा सर्वांत जास्त असेल त्या वेळी व्यायाम करू नये.

५. शरीरात टोचलेल्या इन्शुलिनचं प्रमाण सारख्या पातळीत राहावं म्हणून व्यायाम करताना उपयोगात न येणाऱ्या एखाद्या स्नायूत इन्शुलिन टोचावं. (उदा. पोटातील स्नायू.)

६. व्यायाम करताना स्वच्छ मोजे आणि शूज घालून पावलांना पुरेसा आधार मिळेल अशा तऱ्हेनं व्यायाम करावा आणि नंतर आंघोळ करावी किंवा पाय स्वच्छ धुवावेत. डायबिटिक रेटिनोपॅथी (Diabetic Retinopathy) असणाऱ्या मधुमेह्यांनी उड्या मारणं, पळणं यासारखे व्यायाम करू नयेत, कारण त्यांच्यामुळे डोळ्याभोवतीचा दाब वाढतो.

८. मधुमेहींनी आठवड्यातून ५ ते ७ दिवस व्यायाम जरूर करावा.

उच्च रक्तदाब

व्यायाम करताना रक्तदाब वाढत असला तरी नियमितपणे व्यायाम करणाऱ्यांच्या रक्तदाबाची पातळी खाली आलेली आढळून येते. त्यामुळे व्यायाम जरूर करावा आणि त्यानंतर मधूनमधून रक्तदाब तपासत राहून आवश्यक वाटल्यास रक्तदाबाची औषधं डॉक्टरांच्या सल्ल्यानं कमी करावीत.

पायदुखी

व्यायामानं काही लोकांचे पाय खूप दुखतात. अशा लोकांनी एकदम तासभर किंवा अर्धा तास व्यायाम न करता दिवसभरात २-३-४ हप्त्यांमध्ये मिळून व्यायाम पुरा करावा व शक्यतो आठवड्यातले ५ ते ७ दिवस व्यायाम करावा.

याशिवाय इतरही काही दुखणी हृदयरोग्यांना असू शकतात. त्यामुळे व्यायाम सुरू करताना आपल्या सर्व दुखण्यांबाबतची चर्चा डॉक्टरांशी करून मगच व्यायामाला सुरुवात करावी. व्यायामाला कधीही सुरुवात केली आणि कितीही थोड्या काळापासून सुरुवात केली तरीदेखील व्यायाम विशेषत: एरोबिक व्यायाम– हा सर्वांना फायदेशीरच ठरतो. चालणे, भराभरा चालणे, हा व्यायामप्रकार तर असा

आहे की सर्व लोकांना सर्व ऋतूंमध्ये सर्व ठिकाणी करता येणं शक्य आहे. त्यासाठी कुठल्या उपकरणांची जरुरी नाही की काही वेगळ्या जागेचीही आवश्यकता नाही. त्यामुळे सर्वांनी, अगदी निरोगी माणसांनीसुद्धा रोज तास-अर्धातास चालणं हे आरोग्यप्रदच ठरतं. शिवाय त्यामुळे वाहनांवर होणारा खर्चही कमी होतो.

३. आहार

'व्हॉट यू ईट टुडे वॉक्स टुमॉरो' (What you eat today, walks tomorrow) अशी एक इंग्रजी म्हण आहे. म्हणजे याचा अर्थ असा की तुम्ही जसा आहार घ्याल त्याप्रमाणे तुमची कार्यक्षमता राहते. जर तुम्ही योग्य असा आहार घेतलात तर तुमचं शरीरही व्यवस्थित कार्य करू शकतं. आपल्या भारतीय पद्धतीप्रमाणं आहारालाही आपण सात्त्विक, राजस आणि तामस अशा तीन प्रकारांत विभागलेलं आहे. ज्या अन्नाच्या सेवनामुळे सत्त्वगुण वाढीस लागतात. ते सात्त्विक अन्न, ज्याच्या सेवनामुळे राजस गुण वाढीस लागतात ते राजस अन्न आणि ज्याच्यामुळे तामसी गुण वाढीस लागतात तो तामस आहार अशी वर्गवारी केलेली आहे. पण अलीकडच्या आधुनिक पद्धतीप्रमाणे आहाराची योग्यायोग्यताही त्यात असणाऱ्या घटकांच्या प्रमाणावर, त्यात असणाऱ्या कर्बोदकांच्या, प्रथिनांच्या, व्हिटॅमिन्सच्या/जीवनसत्त्वांच्या, उष्मांकांच्या प्रमाणावर ठरविली जाते.

निरोगी आणि कार्यक्षम राहण्यासाठी योग्य असा आहार घ्यायला पाहिजे, हे आता आपल्याला सर्वांना माहिती असतं. काही विशेष कारणांसाठी किंवा काही विशेष निमित्तानं आहारातही बदल करायला हवा आणि त्या त्या परिस्थितीनुरूप किंवा त्या त्या गरजेनुसार आहार घ्यायला हवा हेही आपल्याला माहीत आहे. उदा. गर्भवती स्त्रीनं भरपूर दूध प्यावं, फळं खावीत, पौष्टिक आहार घ्यावा हे आपल्याला माहीत असतं आणि घरोघरी आपण तसं वागण्याचा प्रयत्नही करत असतो. त्याचप्रमाणे काही विशेष आजार किंवा काही विशेष दुखणं असल्यास त्याचं पथ्य पाळण्यासाठी म्हणून आहारातून काही हानिकारक गोष्टी वर्ज्य कराव्यात हेही आपल्या सगळ्यांना माहीत असतं. उदा.-मधुमेह असणाऱ्यांनी साखर, गूळ खाऊ नये. चवीला फार गोड असणारी फळंही फारशी खाऊ नयेत हे आपल्याला माहीत असतं.

त्याचप्रमाणे हृदयरोग असणाऱ्यांनी कोलेस्टेरॉल खाऊ नये हे आता बहुतेक सर्वांना माहीत असतं. पण कोलेस्टेरॉलच्या जोडीलाच संपृक्त स्निग्धांश एवढंच नव्हे तर असंपृक्त स्निग्धांशही (वनस्पतिजन्य तेल) जास्त खाऊ नयेत हे मात्र अजून लोकांना फारसं माहीत नाही.

आपल्या शरीरातच कोलेस्टेरॉल तयार केलं जात असल्यामुळे आहारात कोलेस्टेरॉल खाऊन शरीरात तयार होणाऱ्या कोलेस्टेरॉलमध्ये भर घालू नये आणि रक्तातील कोलेस्टेरॉलची पातळी वाढवू नये, त्याचबरोबर कोलेस्टेरॉल ज्यामुळे निर्माण होईल असे पदार्थही आपल्या आहारातून वर्ज्य करावेत. हे हृदयरोग्यांच्या दृष्टीनं महत्त्वाचं आहे. आपल्या नेहमीच्या आहारामध्ये काही पदार्थांमध्ये सरळ कोलेस्टेरॉलच असतं. तर काही पदार्थांमध्ये कोलेस्टेरॉल निर्माण करणारा संपृक्त स्निग्धांश असतो. (बहुतेक सर्व प्राणिजन्य पदार्थांमध्ये संपृक्त स्निग्धांश-Saturated असते, तर वनस्पतिजन्य पदार्थांमध्ये संपृक्त स्निग्धांश अगदी कमी प्रमाणात असतो.)

लोणी, अंड्यातलं पिवळं, दूध, मटण, चिकन यांसारख्या प्राणिजन्य पदार्थांमध्ये कोलेस्टेरॉलही असतं आणि संपृक्त स्निग्धांशही असतो. शेंगदाणा तेल, करडईचं तेल, तिळाचं तेल यासारख्या खाद्य तेलांमध्ये कोलेस्टेरॉल नसतं. पण थोड्याफार प्रमाणात संपृक्त स्निग्धांश असतो. या सगळ्या तेलांमधलं असंपृक्त स्निग्धाशांचं प्रमाण जास्त असलं तरी त्याच्या जोडीला थोडाफार संपृक्त स्निग्धांशही असल्यामुळे त्या संपृक्त स्निग्धांशातून कोलेस्टेरॉल निर्माण होतं आणि म्हणून वनस्पतिजन्य खाद्यतेलंही हृदयरोग्यांनी शक्यतो कमी खावीत असं डॉ. डीन ऑर्निश यांनी सांगितलं आहे. **त्यासाठी त्यांनी काही सर्वसाधारण नियमही दिले आहेत.**

१. आहारात कोलेस्टेरॉल वर्ज्य आणि चरबी किंवा स्निग्धांश अगदी थोड्या प्रमाणात.

२. रोजच्या आहारातून मिळणाऱ्या उष्मांकापैकी १०% किंवा त्यापेक्षाही कमी उष्मांक स्निग्धांशातून आलेले असावेत. आणि या स्निग्धांशापैकी बहुतेक सगळा भाग हा असंपृक्त स्निग्धांशाचा असावा.

३. ज्या पदार्थांमध्ये संपृक्त स्निग्धांशाचं प्रमाण जास्त असेल ते पदार्थ वर्ज्य. (उदा. काजू, अक्रोड, शेंगदाणे इ.)

४. आहारात तंतुमय पदार्थांचं म्हणजेच fibre चं प्रमाण पुष्कळ असावं.

५. अगदी थोड्या प्रमाणातलं मद्यपान चालू शकेल, मात्र ते करावं असं नाही. (रोज २ पेग किंवा त्यापेक्षा कमी.)

६. साय, तूप, लोणी, चीज यासारखे सर्व पदार्थ की ज्यांच्यामध्ये संपृक्त स्निग्धांश आणि काही प्रमाणात कोलेस्टेरॉल असतं ते सगळं वर्ज्य.

७. ज्याचा स्निग्धांश काढून घेतलाय असं दूध आणि अशा दुधापासून बनलेलं दही, ताक घ्यायला हरकत नाही. घरी दूध तापवल्यावर त्याची साय आपण वेगळी काढून विरजतो. दोनदा तापलेलं दूध आणि दोनदा साय काढून घेतलेल्या दुधापासून होणारे पदार्थ आहारात घ्यायला हरकत नाही.

८. अंड्यातील कोलेस्टेरॉल हे त्याच्या पिवळ्या भागामध्ये असतं. तो भाग वगळून अंड्यातलं पांढरं खायला हरकत नाही.

९. कॅफीन असलेले पदार्थ म्हणजे उदाहरणार्थ कॉफी आणि इतर उत्तेजक पदार्थ वर्ज्य करावेत.

१०. मीठ आणि साखर आहारात असायला हरकत नाही. पण ते कमी प्रमाणात वापरणं आरोग्याच्या दृष्टीनं योग्य असतं. त्याचप्रमाणं इतर काही दुखण्यामुळं उदा. मधुमेह आणि उच्च रक्तदाब– या पदार्थांचं जर पथ्य असलं तर ते पाळावं.

११. आहारातून किती उष्मांक घ्यावेत, रोज किती उष्मांक असलेला आहार घ्यावा यावर काही बंधन नाही.

थोडक्यात असं म्हणता येईल की आपण रोज जो आहार घेणार त्या आहारातील एकूण उष्मांकांपैकी

१०% स्निग्धांशातून

७० ते ७५% कर्बोदकांपासून (Carbohydrates मधून)

१५ ते २०% प्रथिनांमधून (proteins मधून)

आलेले असावेत. या आहारामध्ये ५ mg किंवा त्याच्यापेक्षा कमी कोलेस्टेरॉल एका दिवशी खायला हरकत नाही.

खरं म्हणजे या सर्व आहारामध्ये कोलेस्टेरॉल आणि संपृक्त चरबी किंवा संपृक्त स्निग्धांश यांच्यावरच खरं बंधन आहे. आपण रोज खात असलेल्या पदार्थांमध्ये विशेषत: प्राणिजन्य पदार्थांमध्ये कोलेस्टेरॉल आणि संपृक्त स्निग्धांश काही ना काही प्रमाणात असतोच आणि या घटकांवरच नियंत्रण ठेवायचं आहे. मग त्यासाठी आपण दिवसभरामध्ये जे जे काही खातो-पितो त्यातून आपल्याला स्निग्धांश किती मिळतात? प्रथिनं किती मिळतात? कर्बोदकं किती मिळतात? याचा सतत हिशेब करत राहायचा का?

असं करण्याची गरज नाही. आपण जर संपूर्ण शाकाहार घेत असलो तर, आणि थेट स्निग्ध पदार्थ खात नसलो म्हणजे तूप, लोणी किंवा तेल असं खात नसलो तर हा हिशेब रोज करत बसण्याची गरज पडत नाही. कारण स्निग्धांश, विशेषत: संपृक्त, आणि कोलेस्टेरॉल हे मुख्यत: प्राणिजन्य पदार्थांमध्येच असतात. शाकाहारी पदार्थांपैकी काही पदार्थांमध्ये हे घटक अगदी कमी प्रमाणात असतात. जर आपण शाकाहार करत असलो तर मुळातच शाकाहारी पदार्थांमध्ये हे घटक नसल्यामुळे किंवा अगदी कमी असल्यामुळे ते आपल्या पोटात किती जात आहेत याची काळजी करण्याचं कारण राहात नाही. शिवाय शाकाहारामध्ये उष्मांकही कमी प्रमाणात मिळत असल्यामुळे उष्मांक मर्यादित ठेवण्यासाठी म्हणून आहारावर नियंत्रण ठेवण्याचं, मोजकाच आहार घेण्याचं कारण उरत नाही.

आपल्या देशात अनेक प्रांत आहेत, अनेक भाषा आहेत; अनेक धर्म, पंथ, उपपंथ आहेत. पण सर्वसाधारणपणे या सर्वांचा रोजचा आहार हा भात, भाजी, पोळी, आमटी, चटणी, कोशिंबीर अशा प्रकारचाच असतो. वेगवेगळ्या प्रदेशानुसार यात थोडाफार फरक असतो. पण सर्वसाधारणपणे भात किंवा पोळी/भाकरी किंवा दोन्हीही (कर्बोदकं-Carbohydrates)

भाजी (मुख्यत: जीवनसत्त्वं)

आमटी/सांबार/वरण (प्रथिनं-Proteins)

कोशिंबीर, चटणी (मुख्यत: जीवनसत्त्वं)

या आहारातून आपल्या शरीराला लागणारे सर्व अन्नघटक मिळत असतात. आपल्या पद्धतीप्रमाणे भाजी, आमटी यांसारख्या पदार्थांवर आपण फोडणी घालतो. त्या फोडणीतून तेलावाटे स्निग्धांशांची गरजही पूर्ण होते.

याशिवाय प्रत्येकजण आपल्या ऐपतीप्रमाणे व पद्धतीप्रमाणे दही, दूध, तूप हे पदार्थही खात असतो. म्हणजे खरं तर आपला आहार हा आरोग्याच्या दृष्टीनं अतिशय योग्य आणि पौष्टिक असा आहे.

डॉ. डीन ऑर्निश यांनी सुचविलेला आहार या पद्धतीशी मिळताजुळता आहे. कारण त्यांनी संपूर्ण शाकाहार सुचवलेला आहे. मात्र त्याचबरोबर स्निग्ध पदार्थ वर्ज्य करायला सांगितलेले आहेत. म्हणजे आपण रोज जो आहार घेतो, रोज जे जेवतो तेच जेवण, तोच आहार फक्त त्यातला स्निग्धांश कमी करून (विशेषत: संपृक्त स्निग्धांश असणारे स्निग्ध पदार्थ वगळून) आपण घेतला तर आपल्या नेहमीच्या सवयींमध्ये फारसा बदल न करता हृदयविकाराच्या दृष्टीनं उपयोगी असा आहार आपण घेऊ शकू.

मुख्य बंधन आहे ते कोलेस्टेरॉल आणि संपृक्त स्निग्धांश यांच्या सेवनावर. आपल्या आहारातील त्यांचं प्रमाण मर्यादित असलं की रोजच्या जेवणाखाण्याचं वेगळं नियोजन करण्याची किंवा उष्मांकांचा हिशेब करण्याची गरज भासणार नाही.

■

प्रकरण ६

डॉ. डीन ऑर्निश

डॉ. डीन ऑर्निश आणि हृदयविकार निवारण कार्यक्रमामागची वैचारिक बैठक.

हृदयविकार कमी होऊ शकतो, त्याची पीछेहाट होऊ शकते असा दावा करणारे डॉ. डीन ऑर्निश, एम.डी. हे अमेरिकेतले एक प्रसिद्ध हृदयतज्ज्ञ आहेत. 'डॉ. डीन ऑर्निशेस प्रोग्रॅम फॉर रिव्हा\सग हार्ट डिसीज्' असं लांबलचक नाव असलेल्या त्यांच्या पुस्तकात हा दावा केलेला आहे. १९९० मध्ये त्यांचं हे पुस्तक प्रसिद्ध झाल्यानंतर त्याच्यावर बरीच उलटसुलट चर्चा जगभर करण्यात आली आहे. हृदयविकारावर पारंपरिक ॲलोपॅथिक उपचार पद्धतीप्रमाणे इलाज करणाऱ्या हृदयतज्ज्ञांना त्यांनी केलेला दावा मान्य नव्हता. कारण हा दावा करताना डॉ. ऑर्निश यांनी औषधं, शस्त्रक्रिया यांसारख्या पारंपारिक उपायांच्या जोडीलाच ध्यान, व्यायाम, योग्य आहार आणि मनातील भावना प्रकट करून मन मोकळं करणं, मनावरील ताण सैल करणं यांसारख्या गोष्टींचाही हृदयविकार कमी करण्यात मोठा वाटा असतो असं म्हटलं होतं. हृदयविकार वाढण्यात किंवा तो आहे तेवढाच राहण्यात आहाराचा, विशेषत: आहारातील कोलेस्टेरॉल आणि चरबी यांसारख्या घटकांचा वाटा असतो. उच्च रक्तदाब त्याला कारणीभूत ठरू शकतो. धूम्रपान, अतिरिक्त मद्यपान यांमुळेही हृदयविकार वाढतो हे तोपर्यंत प्रस्थापित झालेलं होतं. पण डॉ. ऑर्निश यांनी सुचवलेल्या ध्यान, योगासनांसारखे व्यायाम आणि मनावरील ताण कमी करण्याचे उपाय या गोष्टी मात्र वैद्यकीय तज्ज्ञांना माहितीच्या अशा नव्हत्या आणि त्यामुळे या पुस्तकावर बरीच उलटसुलट चर्चा होणं अपरिहार्य होतं.

हृदयविकारानं पीडित रुग्णाच्या दृष्टीनं रूढ, पारंपरिक उपचार आणि

शस्त्रक्रिया हे इलाज अपुरे आहेत. त्याच्या दुखण्याच्या मूळ कारणापर्यंत ते पोचत नाहीत आणि त्यामुळे पुरेसा इलाज होऊ शकत नाही याची जाणीव डॉ. ऑर्निश यांना, ते ह्यूस्टनमधल्या बेलर कॉलेज ऑफ मेडिसिनमध्ये शिकत असतानाच झालेली होती. या कॉलेजमध्ये असलेले कुशल हृदयशल्यविशारद डॉ. मायकेल डीबेकी यांच्या हाताखाली काम करण्याची, बायपास ऑपरेशन्समध्ये त्यांना मदत करण्याची संधी ऑर्निश यांना मिळाली होती. डॉ. डीबेकी यांचं शस्त्रक्रिया-कौशल्य वादातीत होतं. शस्त्रक्रियेसाठी वापरली जाणारी साधनं आणि उपकरणं अत्याधुनिक असायची आणि बायपास ऑपरेशनच्या वेळेला रुग्णाची, त्याच्या नातेवाइकांची आणि त्याच्या डॉक्टरांची मन:स्थिती तर नेहमीच नाट्यपूर्ण असायची. तरीसुद्धा काही काळ डीबेकींच्या हाताखाली काम केल्यानंतर बाय-पास ऑपरेशनसंबंधी ऑर्निश यांचा उत्साह कमी होऊ लागला. कारण अत्याधुनिक तंत्रानं केल्या जाणाऱ्या बाय-पास ऑपरेशनसारख्या शस्त्रक्रियेच्याही मर्यादा त्यांच्या लक्षात येऊ लागल्या. बाय-पास ऑपरेशन हे नुसत्या धमन्यांनाच नव्हे तर दुखण्याच्या मुळालाही बाय-पास करतं, बाजूला टाकतं हे त्यांच्या ध्यानात आलं. हे ऑपरेशन दुखणं बरं करत नव्हतं, तर त्याला बगल देत होतं. ऑपरेशननंतर बहुतेक रुग्णांच्या वेदना थांबत असत. त्यामुळे त्यांना स्वत:ला बरं वाटू लागत असे आणि ते बरे झाले आहेत असं त्यांना सांगितलंही जात असे. असे रुग्ण घरी जात आणि पूर्वीच्याच सगळ्या गोष्टी म्हणजे तसाच भरपूर चरबी आणि भरपूर कोलेस्टेरॉलयुक्त आहार, धूम्रपान, मानसिक ताण नीट न हाताळणं, बैठं काम अशा गोष्टी सुरू करत असत.

अशा रुग्णांना आवश्यकतेनुसार कोलेस्टेरॉल कमी करणारी, रक्तदाब कमी करणारी औषधं आणि आहारामध्येही काही प्रमाणात बदल सुचवलेला असे. पण पूर्वीसारखाच दैनंदिन आयुष्यक्रम आणि जोडीला ही औषधं एवढ्या उपायांनी बहुतेकांचा हृदयविकार आटोक्यात राहात नसे. उलट तो हळूहळू वाढत असे.

या आजारानं पीडित रुग्णांवर नुसते औषधोपचार करण्यापेक्षा त्यांच्या दुखण्याच्या मुळाशी आपण पोचायला हवं असा विचार डॉ. ऑर्निश यांच्या मनात सुरू झाला आणि त्यांनी आपलं वैद्यकीय शिक्षण मध्येच थांबवून या विषयाचा अभ्यास आणि प्रयोग करण्याचं ठरवलं.

वैद्यकीय ग्रंथालयांमध्ये जाऊन त्यांनी खूप वाचायला आणि संशोधनाला सुरुवात केली. कोलेस्टेरॉल आणि स्निग्ध पदार्थ भरपूर असणाऱ्या आहारामुळे रक्तातील कोलेस्टेरॉलची पातळी आणि रक्तदाब हे दोन्ही वाढतात तर कोलेस्टेरॉल आणि स्निग्ध पदार्थ कमी असणाऱ्या आहारामुळे या दोन्ही घटकांची पातळी कमी होते, हे सिद्ध करणाऱ्या अनेक संशोधनांचे अहवाल तिथे होते.

रोगांची कारणं आणि प्रतिबंधात्मक उपायांच्या (Epidemiological) अनेक अभ्यासांमध्ये असं दिसून आलेलं होतं की रक्तातील कोलेस्टेरॉलच्या उच्च पातळीमुळे हृदयविकार होण्याची शक्यता वाढते आणि ही गोष्ट जगातील बहुतेक सर्व देशांमध्ये आढळून येते.

इतर काही अभ्यासांमध्ये असंही आढळून आलेलं होतं की भावनिक/मानसिक ताणामुळे रक्तदाब आणि रक्तातील कोलेस्टेरॉलची पातळी वाढते आणि या वाढीचा आहाराशी काही संबंध नसतो. ताण कशा प्रकारचा आहे हेही फारसं महत्त्वाचं नसतं. इंडियानापोलिस इथल्या पाचशे मोटारकार रेस ड्रायव्हर्सची चाचणी घेतली असता शर्यतीनंतरची त्यांची कोलेस्टेरॉल पातळी आधीच्या पातळीपेक्षा जास्त असलेली आढळून आली होती. टॅक्स अकाउंटंट असणाऱ्यांची कोलेस्टेरॉल पातळी नेहमी पंधरा एप्रिलच्या आसपास सर्वोच्च असते. वर्षातील इतर वेळी ती त्यामानानं कमी असते, हेही नोंदलं गेलं होतं. वैद्यकीय विद्यार्थ्यांची कोलेस्टेरॉल पातळी परीक्षेच्या दिवसांमध्ये सर्वांत जास्त असते. थोडक्यात म्हणजे ताण असला की ही पातळी वाढलेली असते. ताण कोणत्या प्रकारचा आहे याचा या पातळीशी संबंध नसतो. तसंच आणखी काही संशोधनांमध्ये असंही आढळून आलं होतं की मानसिक ताण योग्य प्रकारे हाताळला तर आहारात फरक केला नसतानाही रक्तदाब आणि कोलेस्टेरॉलची पातळी कमी होऊ शकते. एवढंच नव्हे, तर धूम्रपानामुळे हृदयविकाराची शक्यता आणि धोका वाढतो तर नियमित व्यायामानं तो कमी होतो.

हे वेगवेगळे अभ्यास करणारे संशोधक फक्त आपापल्या क्षेत्रातच काम करीत होते. उदाहरणार्थ डॉ. हर्बर्ट बेन्सननं ध्यानाचा अभ्यास केला होता. डॉ. राल्फ पॅफेन बर्गर यांनी व्यायामाचा तर डॉ. फ्रॅन्क सॅक्सनी आहाराचा अभ्यास केला होता. याप्रमाणे आणखीही कोणी कोणी फक्त आपापल्या क्षेत्रात अभ्यास करत होते. आश्चर्य म्हणजे दैनंदिन आहारविहारातील म्हणजेच जीवनपद्धतीतील बदलांच्या परिणामांच्या अभ्यास करणाऱ्यांपैकी कोणीच या सर्वांना एकत्रित करू शकेल अशा जीवनपद्धतींचा अभ्यास केला नव्हता. आणि आहारविहारातील बदलांचा रक्तदाब आणि कोलेस्टेरॉलसारख्या धोक्याच्या घटकांवर होणाऱ्या परिणामांचा अभ्यास करताना या सर्वांना सामावणाऱ्या जीवनपद्धतीचा हृदयविकारावर काय परिणाम होतो हे मात्र तपासलं नव्हतं.

आपल्याला ही एक चांगली संधी आहे असं ऑर्निश यांना वाटलं आणि त्यांच्या वैद्यकीय अभ्यासाच्या दुसऱ्या आणि तिसऱ्या वर्षांच्या मध्ये एक वर्षभर सुट्टी घेऊन त्या काळात म्हणजे १९७७ मध्ये त्यांनी आपला जीवनशैली बदलाचा प्रयोग दहा हृदयरोग्यांवर सुरू केला. त्यांच्या कॉलेजनं या प्रयोगाला सक्रिय पाठिंबा दिला. ज्या वैद्यकीय तपासण्या या प्रयोगासाठी आवश्यक होत्या त्यांपैकी बहुतेक सर्व तपासण्या

त्यांच्या कॉलेजमध्ये विनाशुल्क करून दिल्या जात. 'फ्रॅन्झाईम सायनर्जी ट्रस्ट' या संस्थेनं प्रयोगासाठी देणगी दिली तर ह्यूस्टनमधल्या प्लाझा हॉटेलनं त्यांच्या दहा खोल्या एक महिनाभरासाठी विनामूल्य उपलब्ध करून दिल्या.

अशी सगळी मदत मिळाली तरी प्रयोगासाठी योग्य असे रुग्ण मिळणं मात्र ऑर्निश यांना कठीण गेलं. या प्रयोगासाठी असे रुग्ण हवे होते की ज्यांना हृदयविकार होता, ज्यांच्या छातीत दुखत होतं, पण ज्यांच्यावर बाय-पास ऑपरेशन करण्यात येणार नव्हतं. जगात सर्वांत जास्त बाय-पास ऑपरेशन्स ह्यूस्टन इथे केली जातात. एखाद्या रुग्णाच्या छातीत दुखत असलं आणि अँजियोग्राफवरून त्याला हृदयविकार असल्याचं सिद्ध होत असलं तर बहुतेक वेळा त्याचं बाय-पास ऑपरेशन करून टाकण्यात येत असे. त्यामुळे प्रयोगासाठी योग्य असे शंभर रुग्ण निवडण्यासाठी डॉ. ऑर्निश यांना दहा हजार रुग्णांचे डॉक्टरी अहवाल चाळावे लागले. या शंभर जणांपैकी दहा जण प्रयोग करवून घ्यायला तयार झाले.

'हृदयविकार कमी होत नाही. उलट हळूहळू तो वाढत जाण्याची शक्यता असते.' असं या दहा जणांपैकी बहुतेकांना त्यांच्या डॉक्टरांनी सांगितलेलं असल्यामुळे, ऑर्निश यांच्या प्रयोगानं हृदयविकार कमी होण्याची शक्यता आहे असं कळल्यावर या सर्वांना आशेचा किरण दिसल्यासारखं झालं. या दहा लोकांना प्लाझा हॉटेलमध्ये महिनाभर ठेवण्यात आलं आणि ऑर्निश यांच्या सूचनेप्रमाणे या दहाजणांनी त्यांच्या जीवनशैलीत आवश्यक ते बदल केले. तीस दिवसांतच बहुतेक सर्वांच्या प्रकृतीत सुधारणा झाल्याचं आढळून आलं. बहुतेकांच्या कोलेस्टेरॉल पातळीत लक्षणीय घट झाली होती. कित्येकांचा रक्तदाब कमी झाला. काहीजणांच्या रक्तदाबात इतकी घट झाली की रक्तदाबासाठी त्यांना दिल्या जाणाऱ्या औषधाचं प्रमाण कमी करावं लागलं. (हे औषध त्यांना कायम घ्यावं लागेल असं त्यांना सांगण्यात आलं होतं.) व्यायाम करण्याची त्यांची क्षमता वाढली. अगदी थोड्याशा श्रमांनीसुद्धा ज्यांना छातीत बरंच दुखत असे, म्हणजे आंघोळ करणं, दाढी करणं, थोडं चालणं यांसारख्या अगदी कमी श्रमांनीसुद्धा ज्यांना वेदना होत असत अशांपैकी बहुतेकांच्या वेदना थांबल्या. आणि या सर्व गोष्टी त्यांना विनासायास करता येऊ लागल्या. बहुतेकांच्या बाबतीत ही सुधारणा पहिल्या थोड्या दिवसांतच दिसू लागली. आपलं औदासीन्य कमी झालं आहे, उत्साह वाढला आहे आणि आपल्याला बरं वाटतं आहे असं तर या सर्वांनीच सांगितलं.

या रुग्णांना नुसतंच बरं 'वाटत' होतं असं नव्हे, तर खरोखरच त्यांची प्रकृती सुधारली होती. 'एक्सरसाईज थॅलियम स्कॅन' नावाची एक नवीनच चाचणी तेव्हा नुकतीच वापरात येऊ लागली होती. या चाचणीमध्ये हृदयाला होणारा रक्तपुरवठा मोजला जातो. या रुग्णांची ही तपासणी केली असता बहुतेक रुग्णांच्या हृदयाकडे

जाणाऱ्या रक्तप्रवाहात लक्षणीय वाढ झाल्याचं दिसून आलं आणि विशेष म्हणजे ही सुधारणा फक्त ३० दिवसांत घडून आलेली होती.

अशी सुधारणा घडून येणं आणि तीही केवळ ३० दिवसांत ही गोष्ट बहुतेक डॉक्टरांच्या दृष्टीनं अशक्य कोटीतील होती. 'यात काही तरी चूक झाली असली पाहिजे' असं अनेकांनी ऑर्निश यांना सांगितलं. या ज्या तपासण्या केल्या त्या बरोबर झाल्या नसतील असंही त्यांनी पुढं त्यांना सांगितलं. गंमत म्हणजे थॅलियम स्कॅन ही न्यूक्लिअर मेडिसिनच्या अंतर्गत येणारी तपासणी काही वेळेला न्यूक्लिअरच्याऐवजी अनक्लिअर मेडिसिन या नावानं डॉक्टरांच्यात ओळखली जात असे. कारण तिच्यातून मिळणारं चित्र हे १००% विश्वासार्ह नसायचं आणि तरीही रुग्णाच्या बाबतीतले वैद्यकीय निर्णय घेण्यासाठी ते पुरेसं विश्वासार्ह आहे असं ठरवून त्याच्यावर पुढचे निर्णय घेतले जायचे.

ऑर्निश यांच्या प्रयोगांमध्ये यादृच्छिक नियंत्रण गट (रॅन्डमाईझ्ड कंट्रोल ग्रुप-Randomized Control Group) नसल्यामुळे त्यांच्यावर टीका करणाऱ्या काही लोकांनी विचारलं, 'हे रुग्ण असेच... या रुग्णांची प्रकृती कदाचित आपोआपच सुधारली असती.' खरं म्हणजे कोठल्याही औषधांशिवाय किंवा ऑपरेशनशिवाय थॅलियम स्कॅनमध्ये सुधारणा होण्याची शक्यता फारच कमी असते.

काहीही असलं तरी या प्रयोगातून मिळालेले निष्कर्ष 'क्लिनिकल रिसर्च' या नियतकालिकात प्रसिद्ध झाले.

३० दिवसांच्या या प्रयोगानंतर डॉ. ऑर्निश यांनी आपला वैद्यकीय अभ्यास पुढे सुरू केला आणि १९८० मध्ये ते पदवीधर झाले. त्यानंतर इंटर्नशिप सुरू करण्यापूर्वी त्यांनी आणखी एक वर्ष हृदयविकाराच्या अभ्यासात आणि प्रयोगात घालवायचं ठरवलं आणि या वेळेच्या प्रयोगात तुलनेसाठी म्हणून त्यांनी एक यादृच्छिक नियंत्रण गटही सामील केला.

या दुसऱ्या प्रयोगात डॉ. शर्ली ब्राऊन, डॉ. सॅन्ड्रा मॅक्लेनाहान आणि डॉ. लॅरी शेरवित्झ हे ऑर्निश यांचे सहकारी होते. प्रयोगासाठी गंभीर हृदयविकाराच्या ४८ रुग्णांना दाखल करून घेण्यात आलं आणि त्यांची दोन यादृच्छिक गटांमध्ये विभागणी करण्यात आली. एक गट एका इमारतीत एकत्रच राहिला आणि त्यानं ऑर्निश यांच्या जीवनशैलीतल्या बदलांच्या कार्यक्रमाची २४ दिवस अंमलबजावणी केली, तर दुसऱ्या गटानं आपापल्या डॉक्टरांच्या सल्ल्याप्रमाणं दिनक्रम ठेवला. प्रयोगाच्या सुरुवातीला आणि अखेरीला सर्व रुग्णांची तपासणी करण्यात आली आणि त्यातून मिळालेल्या निष्कर्षांची तुलना करण्यात आली.

डॉ. ऑर्निश यांच्या कार्यक्रमाप्रमाणे दिनक्रम पार पाडणाऱ्यांच्या प्रकृतीत पुन्हा एकदा लक्षणीय सुधारणा दिसून आली. छातीत दुखण्याचं (अँजायनाचं) प्रमाण ९१%

कमी झालं. व्यायाम करण्याच्या क्षमतेत ५५% सुधारणा झाली. तर कोलेस्टेरॉलची पातळी २१% नी कमी झाली. शिवाय विश्रांती घेत असताना, एवढंच नव्हे, तर मनावर भावनिक ताण असतानासुद्धा रक्तदाबाच्या पातळीत लक्षणीय घट झालेली दिसून आली. आपली काळजी, चिंता, भीती आणि औदासीन्य कमी झाल्याचं आणि आपल्याला पूर्वीपेक्षा पुष्कळ बरं वाटत असल्याचं या गटातील लोकांनी सांगितलं. गेटेड ब्लड पूल स्कॅन (Gated Blood Pool Scan) ही न्यूक्लिअर मेडिसिनमधील चाचणी वापरून रुग्णांची तपासणी केली असता रक्त पम्प करण्याच्या त्यांच्या हृदयाच्या क्षमतेत आणि नियमित आकुंचन पावण्याच्या क्षमतेतही सुधारणा झाल्याचं दिसून आलं. केवळ २४ दिवसांत या रुग्णांच्या हृदयविकारात सुधारणा झाल्याच्या या अप्रत्यक्ष खुणाच होत्या. या प्रयोगात सामील झालेल्या पण स्वत:च्या डॉक्टरांच्या नजरेखाली दिनक्रम पार पाडणाऱ्या रुग्णांचा हृदयविकार मात्र याच काळामध्ये आहे त्याच स्थितीत तरी कायम राहिलेला होता किंवा तो थोडासा वाढलेलाही होता. या गटातील रुग्णांशी तुलना करता ऑर्निश यांचा कार्यक्रम अमलात आणणाऱ्या रुग्णांच्या प्रकृतीत लक्षणीय अशी सुधारणा झालेली दिसून येत होती. या प्रयोगाचे निष्कर्ष 'जर्नल ऑफ द मेडिकल असोसिएशन' मध्ये प्रसिद्ध करण्यात आले.

या दोन्ही प्रयोगांमधून मिळणारे परिणाम उत्साहवर्धक असले तरी त्यांच्यामुळे हृदयविकार कमी करता येतो याला निश्चित असा आधार मिळत नव्हता. शिवाय आपल्या नेहमीच्या जीवनशैलीमध्ये दैनंदिन दिनक्रमामध्ये बदल करायला– कायमचा बदल करायला लोक कितपत तयार होतील, त्यांना आपण कितपत तयार करू शकू याविषयी ऑर्निश आणि त्यांच्या सहकाऱ्यांच्या मनात शंका होती. एखाद्या इमारतीत एकाच गटातील लोकांनी २४ दिवस एकत्र राहून डॉक्टर ऑर्निश यांनी सुचविलेला कार्यक्रम पार पाडणं ही काही फारशी कठीण अशी गोष्ट नव्हती. पण नेहमीच्या आयुष्यात वावरताना आजवर सवयीच्या झालेल्या कित्येक गोष्टी सोडून देऊन डॉ. ऑर्निश यांच्या सूचनेप्रमाणे दिनक्रम पार पाडायला लोक तयार होतील अशी खात्री त्यांना वाटत नव्हती. शिवाय हा बदल या लोकांना त्यांच्या आयुष्यात कायमचा करावा लागणार असल्यामुळे या गोष्टी कितपत साध्य होतील, अनेक वर्षं हा कार्यक्रम पार पाडल्यानंतर अशा रुग्णांच्या प्रकृतीत कशा प्रकारचा बदल होईल आणि तो बदल निश्चितपणे मोजता येईल का हेही प्रश्न समोर होतेच.

या सर्व गोष्टींचा विचार करून एक मोठा संशोधन प्रकल्प हाती घेण्याचं डॉ. ऑर्निश आणि त्यांच्या सहकाऱ्यांनी ठरवलं. प्रकल्पाची नुसती आखणी करण्यातच जुलै '१९८४ पासून डिसेंबर १९८५ पर्यंतचा म्हणजे दीड वर्षाचा काळ गेला. प्रकल्प मोठा होता आणि खार्चिक होता. त्यामुळं त्यासाठी बऱ्याच मोठ्या अनुदानाची, मदतीची गरज होती. दोन लहान प्रकल्प पार पाडल्यानंतरसुद्धा

या मोठ्या संशोधन प्रकल्पासाठी पैसा उभा करणं या डॉक्टर मंडळींना कठीणच गेलं. अमेरिकन हार्ट असोसिएशन, नॅशनल इन्स्टिट्यूटस् ऑफ हेल्थ आणि इतरही अशा प्रकारच्या मोठ्या संस्थांकडे त्यांनी अर्ज केले. पण या आणि अशा संस्थांनी अनुदान नाकारलं कारण त्यांच्या म्हणण्याप्रमाणे– 'हृदयविकार कमी होणं अशक्य आहे आणि तो तसा होऊ शकत असला, तरी तसा तो व्हायला एक वर्षाचा काळ पुरेसा नाही. जीवनशैलीमध्ये, दैनंदिन आयुष्यक्रमांमधे केलेल्या बदलांमुळे कदाचित हृदयविकार होण्याचा धोका कमी होईल, पण असलेला विकार कमी होणार नाही. शिवाय एवढ्या मोठ्या प्रमाणावर स्वत:ची जीवनशैली बदलायला लोक तयार होणार नाहीत. हृदयविकार कमी करण्यासाठी कोलेस्टेरॉल कमी करणारी औषधं घेणं आवश्यक आहे. शिवाय अँजिओग्राफी ही चाचणी पद्धती धोकादायक असल्यामुळे परत परत अँजिओग्राफी करवून घ्यायलाही रुग्ण तयार होणार नाहीत.'

एका मोठ्या संस्थेतल्या एका प्रसिद्ध हृदयतज्ज्ञांनी डॉ. ऑर्निश यांना विचारलं, 'तुम्ही रोग्याच्या प्रकृतीत इतका मूलभूत हस्तक्षेप करायचा विचार का करता? त्यापेक्षा तुम्ही अधिक रूढ पद्धतींनी या दुखण्याचा उपचार का करीत नाही?'

'रूढ म्हणजे कोणत्या पद्धती म्हणता तुम्ही?'

'प्लाझ्मा फेरेसीससारख्या (यात रुग्णांच्या रक्तातील कोलेस्टेरॉल काढून टाकण्यासाठी त्याचं संपूर्ण रक्त दर आठवड्याला डायलिसिझ मशिनसारख्या एका मशिनमधून गाळून काढण्यात येतं.) किंवा पार्शल् आयलियम् बाय-पास सर्जरी (याच्यामध्ये आतड्याचं एक टोक दुसऱ्या टोकाला अशा प्रकारे जोडण्यात येतं की, ज्यामुळे आतड्याच्या बऱ्याच मोठ्या भागाला वळसा घालून किंवा बगल देऊन, कोलेस्टेरॉल आतड्यांमधे किंवा शरीरामध्ये शोषलं जाणार नाही अशी व्यवस्था करण्यात येते.) किंवा कोलेस्टेरॉल कमी करणाऱ्या औषधांचे मोठे डोस, मोठं प्रमाण, या गोष्टी तुम्ही का करीत नाही? म्हणजेच, आहाराची पद्धतच बदलायची, व्यायाम करायचा, धूम्रपान सोडायचं, मानसिक ताण कमी करावा किंवा तो नीट हाताळता यावा यासाठी प्रशिक्षण घ्यायचं असल्या गोष्टी कशाला करता?'

वैद्यकीय क्षेत्रातील विचारसरणी आधुनिक तंत्रज्ञानानं किती भारावली आहे याचं हे उत्तम उदाहरण होतं. व्यायाम करणं, आहारात बदल करणं, दिनक्रमात आवश्यक ते बदल करणं या गोष्टी म्हणजे अगदी मूलभूत बदल समजले जाऊ लागले होते. तर याउलट रुग्णाच्या शरीरात घुसून त्याच्यावर जणू काही आक्रमण करणारे तांत्रिक उपाय मात्र रूढ आणि नित्याचे समजले जाऊ लागले होते.

बऱ्याच प्रयत्नांनी डॉ. ऑर्निश यांना काही देणग्या मिळाल्या आणि त्यांनी संशोधन प्रकल्पाचं काम सुरू केलं. मिळालेल्या देणग्या या सगळ्या प्रकल्पाच्या कालावधीसाठी पुरणाऱ्या नव्हत्या. पण जसं जसं हे काम पुढं जाईल तसा तसा

आणखी पैसा उपलब्ध होत जाईल या आशेवर त्यांनी काम हाती घेतलं. पुढच्या तीन वर्षांत कित्येकदा अशी वेळ आली की पुढच्या महिन्याच्या खर्चासाठी पैसा कुठून येणार हे माहिती नसायचं, पण शेवटी त्यातून मार्ग निघून काम पुढं जायचं. काम अडण्याची वेळ केव्हाही आली नाही.

गंभीर स्वरूपाचा हृदयविकार असणाऱ्या रुग्णांना या संशोधन प्रकल्पात सामील करून घेण्यात आलं. या रुग्णांची दोन यादृच्छिक गटांमधे विभागणी करण्यात आली. एका गटातील रुग्णांना डॉ. ऑर्निश यांच्या कार्यक्रमाची अंमलबजावणी करण्यास सांगितलं गेलं, तर दुसऱ्या गटातील रुग्णांना त्यांच्या डॉक्टरांच्या सल्ल्याप्रमाणे कार्यक्रम करायला सांगितला. डॉक्टरांचा सल्ला हा सर्वसाधारणपणे पुढीलप्रमाणे होता.

१) आहारात थोडे फार बदल (लाल मांस न खाणं, मासे व कोंबडी यांचा आहारात अधिक समावेश, लोण्याऐवजी मार्गारीन आणि एका आठवड्यात तीनपेक्षा जास्त अंडी न खाणं)

२) थोडाफार व्यायाम आणि

३) धूम्रपान बंद करणं.

प्रकल्पाच्या सुरुवातीला आणि एक वर्षानंतर या सर्व रुग्णांची तपासणी, चाचणी करण्यात येऊन मिळालेल्या निष्कर्षांची तुलना केली गेली. सर्व माहिती आणि आकडेवारीचं संकलन, त्यांची तुलना आणि निष्कर्ष हे अतिशय शास्त्रोक्त पद्धतीनं काढण्यात आले. म्हणजे असं की सान फ्रान्सिस्को इथे काढलेले अँजिओग्रॅफ्स ह्यूस्टन येथे डॉ. गोल्ड आणि डॉ. कर्किडी यांच्याकडे परिमाणीय पृथक्करणासाठी पाठविण्यात आले. त्यातून मिळालेले आकडे बर्कले येथील डॉ. रिचर्ड ब्रँड यांच्याकडे आकडेशास्त्रीय चिकित्सेसाठी पाठविण्यात आले.

मिळालेल्या माहितीचा एकत्र अभ्यास केल्यानंतर असं लक्षात आलं की, जीवन शैलीमध्ये या कार्यक्रमांत सुचविलेले मोठे बदल करणाऱ्या रुग्णांपैकी बहुसंख्यांच्या म्हणजे ८२ टक्के लोकांच्या हृदयधमन्यांतील अडथळे, साधारणपणे मोजता येतील इतक्या प्रमाणात कमी झालेले होते. अर्थात प्रत्येक धमनीतील प्रत्येक अडथळा कमी झाला होता असं नाही, पण त्यांपैकी बहुसंख्य अडथळ्यांमध्ये घट झालेली दिसली. ही घट ६१.१ टक्के ते ५५.८ टक्क्यांपर्यंतची होती. त्यातही ज्या धमन्यांमध्ये मोठे अडथळे होते त्यांच्यामधील सुधारणा ही जास्त होती. हे अडथळे तयार व्हायला कित्येक वर्षं गेलेली असणार. त्यामुळे ते एका वर्षात संपूर्णपणे वितळून जातील अशी अपेक्षा नव्हतीच. पण खूप तुंबलेल्या एखाद्या धमनीमध्ये एका वर्षाच्या काळात अडथळा थोडासा जरी कमी झाला तरी हृदयाकडे जाणाऱ्या रक्त प्रवाहात पुष्कळ सुधारणा होते. (ही सुधारणा कार्डियाक पेट-झ्रू स्कॅननं मोजता येते.) अशा

रुग्णांना फार थोड्या काळात बरं वाटू लागलं. त्याखेरीज ऑर्निश यांना असं आढळून आलं की, ज्या चार हृदय-धमन्या संपूर्णपणे बंद होत्या, अडथळ्यांनी त्यांतला सर्व रक्तप्रवाह अडला होता, त्यात देखील सुधारणा होऊ लागली होती. त्यातून थोड्या प्रमाणात का होईना रक्तप्रवाह वाहू लागला होता. ज्या धमन्या कित्येक वर्षं बंद होत्या त्यादेखील हळूहळू मोकळ्या होऊ लागल्या होत्या. या अभ्यास प्रकल्पात पाच स्त्रियांनी भाग घेतला होता. गंमत म्हणजे त्या सर्वांच्या हृदयधमन्यांतील अडथळे कमी झाले होते. ज्यांनी स्वत:च्या जीवनशैलीत थोडेसे सौम्य बदल केले होते त्यांच्या बाबतीतही हे आढळून आलं होतं. यावरून पुरुषांपेक्षा स्त्रियांमध्ये या विकाराचा परतावा करणं, हा विकार हटवणं सोपं आहे असं सूचित होत होतं. डॉक्टरांच्या सल्ल्याप्रमाणे वागणारा, त्याप्रमाणे दैनंदिन कार्यक्रम ठेवणारा जो रुग्णांचा गट होता त्यांच्या प्रकृतीत मात्र एक वर्षाच्या काळात मोजता येण्याइतका बिघाड झालेला होता. पहिल्यापेक्षा त्यांची प्रकृती थोडी घसरलीच होती. म्हणजे हृदयविकार असलेल्या लोकांच्या बाबतीत नेहमी सुचविले जाणारे सौम्य बदल पुरेसे ठरत नव्हते.

या संशोधनाची माहिती, आकडेवारी आणि निष्कर्ष 'द लॅन्सेट' या आंतरराष्ट्रीय वैद्यकीय नियतकालिकामध्ये जुलै २१, १९९० च्या अंकात आणि इतरही अनेक नियतकालिकांमध्ये प्रसिद्ध झाले. अनेक वैज्ञानिक व्यासपीठांवर त्यांची चर्चा झाली. आणि हे संशोधन आणखी चार वर्षं पुढे चालविण्यासाठी देणगी मिळाली.

या अभ्यासात असं आढळून आलं की, रुग्णाच्या प्रकृतीत किती सुधारणा होते हे त्याच्या वयावर किंवा दुखण्याच्या गंभीरपणावर अवलंबून नसतं, तर कार्यक्रमात सुचविलेले बदल ती व्यक्ती किती प्रमाणात अमलात आणते याच्यावर अवलंबून असतं. सर्वांत जास्त सुधारणा आढळून आली होती ती सर्वांत वयस्क रुग्णाच्या बाबतीत आणि सर्वांत गंभीर आजार असणाऱ्या रुग्णाच्या बाबतीत. संशोधन प्रकल्प हाती घेताना संशोधकांच्या मनात असलेल्या अपेक्षांच्या हे अगदी उलट होतं. सौम्य हृदयविकार असलेल्या रुग्णांची सुधारणा झपाट्याने होईल, असं त्यांना वाटत होतं. पण प्रत्यक्षात मात्र गंभीर स्वरूपाचा हृदयविकार आणि सर्वांत वयस्क असलेल्या रुग्णाचा हृदयविकार झपाट्याने कमी झाला होता. हृदयधमन्यांमध्ये जे सर्वांत मोठे अडथळे होते ते लवकर कमी झाले होते.

पहिल्या दोन प्रयोग अभ्यासापेक्षा हे तिसरं संशोधन काही बाबतीत वेगळं होतं. उदा.– संपर्क कुशलता आणि दुसऱ्याशी जवळीक साधणं या गोष्टींवर या तिसऱ्या अभ्यासात विशेष भर देण्यात आला होता. तसंच विकार बरा करण्याच्या प्रक्रियांमध्ये कल्पनाचित्रांचा वापर अधिक व्यापक पद्धतीनं करण्यात आलेला होता.

दुखणं कमी करण्यामध्ये या कार्यक्रमातील प्रत्येक घटकाचा वाटा तुलनेनं किती आहे हे मात्र सांगता येत नव्हतं. उदा– प्रकृतीत झालेली सुधारणा ही किती

प्रमाणात आहारामुळे, किती प्रमाणात मानसिक ताणाच्या योग्य हाताळणीमुळे, तर किती प्रमाणांत व्यायामामुळे झालेली आहे हे निश्चित करता येत नव्हतं. पण गोळा झालेल्या माहितीवरून असं वाटत होतं की, कार्यक्रमातील एखादा भाग एखाद्या विवक्षित व्यक्तीसाठी, एखाद्या विवक्षित रुग्णासाठी बाकीच्या भागांपेक्षा महत्त्वाचा असू शकेल. या संशोधनामध्ये तरी असं लक्षात आलं होतं की कार्यक्रमांतील सर्व भाग व्यवस्थित पार पाडणं हे दुखण्याच्या परताव्याशी प्रत्यक्ष संबंध दाखवीत होतं.

भरपूर तेल, तूप आणि कोलेस्टेरॉलयुक्त आहार घेणाऱ्या पण फारसा मानसिक ताण नसणाऱ्या आणि धूम्रपान न करणाऱ्या व्यक्तीच्या बाबतीत, की जी व्यायाम करते आणि आप्तस्वकीयांचा मानसिक आधार ज्या व्यक्तीला भरपूर आहे अशा व्यक्तीच्या बाबतीत आहारातील बदल कदाचित जास्त महत्त्वाचे ठरतील, तर कोलेस्टेरॉलची पातळी १५० असलेल्या पण अतिशय मानसिक ताण निर्माण करणारी नोकरी करणाऱ्या व्यक्तीच्या बाबतीत मानसिक ताणाच्या हाताळणीचं तंत्र हे अधिक महत्त्वाचं ठरू शकेल. कोणता भाग किती महत्त्वाचा हे ज्या त्या रुग्णावर अवलंबून राहील. पण संपूर्ण कार्यक्रम एकत्रितरीत्या घेतला असता हा कार्यक्रम अमलात आणल्यास, त्याप्रमाणे जीवनपद्धती ठेवल्यास हृदयधमनी विकारानं होणारा हृदयविकार कमी होऊ शकेल, त्याची पीछेहाट होऊ शकेल असं या संशोधनातल्या बहुसंख्य रुग्णांच्या बाबतीत दिसून आलं.

गेल्या काही वर्षांपासून कोलेस्टेरॉलच्या पातळीबाबत वैद्यक क्षेत्रांतील मंडळीच नव्हे, तर सर्वसामान्य लोकही जागृत झाले आहेत. अर्थात कोलेस्टेरॉलची पातळी महत्त्वाची आहेच. पण हृदयविकाराच्या दृष्टीनं फक्त तेवढी एकच गोष्ट महत्त्वाची आहे असं मात्र नाही. तसंच उच्च रक्तदाब, धूम्रपान, व्यायामाचा अभाव या गोष्टीही महत्त्वाच्या आहेतच. पण फक्त त्याच गोष्टींना महत्त्व आहे असं मात्र नाही. या सर्व गोष्टींवर लक्ष ठेवून त्या नियंत्रणात ठेवल्या तरी देखील त्याच्यामुळे फक्त निम्म्या लोकांच्या हृदयविकारांचं स्पष्टीकरण देता येतं. त्यामुळे इतरही काही गोष्टी महत्त्वाच्या आहेत हे स्पष्ट आहे.

हृदयविकार कमी होण्यात कोलेस्टेरॉल पातळी हीच जर सर्वांत अधिक महत्त्वाची असती तर ही पातळी कमी झाल्यावर हृदयधमन्यांमधील अडथळे नेहमीच कमी झाल्याचं दिसून आलं असतं. पण तसं होताना आढळत नाही.

या बाबतीतले महत्त्वाचे संशोधन अभ्यास डॉ. डेव्हिड ब्लँकेनहॉर्न (David Blankenhorn) आणि डॉ. बी. ग्रेग ब्राऊन (B. Greg Brown) यांनी हाती घेतलेले होते. यापैकी पहिला अभ्यास डॉ. ब्लँकेनहॉर्न यांनी युनिव्हर्सिटी ऑफ सदर्न कॉलिफोर्निया स्कूल ऑफ मेडिसिनमध्ये केला आणि त्याचा अहवाल १९८७ मध्ये प्रसिद्ध झाला. डॉ. ब्राऊन यांचा अभ्यास त्यांनी युनिव्हर्सिटी ऑफ वॉशिंग्टन स्कूल

ऑफ मेडिसिनमध्ये केला आणि १९९० साली अहवाल प्रसिद्ध केला. ब्लँकेनहॉर्न यांच्या अभ्यासांतील रुग्णांची दोन यादृच्छिक गटांमध्ये विभागणी करण्यात आली होती. या दोन्ही गटांना कमी चरबीयुक्त म्हणजे ३०% पेक्षा कमी स्निग्धांश असलेला आहार देण्यात येत होता. एका गटाला या आहाराबरोबरच कोलेस्टेरॉल कमी करणाऱ्या औषधांचं मोठं प्रमाण देण्यात येत होतं आणि दुसऱ्या गटाला मात्र ही औषधं देण्यात येत नव्हती. औषधं घेणाऱ्या गटांतील रुग्णांच्या रक्तातील कोलेस्टेरॉलची पातळी १८० पेक्षा खाली आल्याचं या अभ्यासात आढळून आलं.

या अभ्यासात भाग घेतलेल्या सर्व रुग्णांचे दोन वर्षांनंतर आणि चार वर्षांनंतर अँजिओग्रॅम काढण्यात आले. दोन वर्षांच्या तपासणीत, जे रुग्ण कोलेस्टेरॉलची औषधं घेत होते त्यांच्यापैकी १६% लोकांच्या धमन्यांमधील अडथळे काही प्रमाणात कमी झाल्याचं आढळून आलं. ४४%लोकांच्यात काहीही फरक नव्हता. तर ४०% लोकांच्यामधील आजार उलट या काळात वाढला होता. तसंच या चार वर्षांमध्ये छातीत दुखण्यामध्ये फारसा काही फरक पडला नाही असंही रुग्णांनी सांगितलं.

डॉ. ब्राऊन यांच्या संशोधन अभ्यासांतील रुग्णांची त्यांनी तीन गटांमध्ये विभागणी केलेली होती. अ गटांतील रुग्णांना निआसिन आणि कोलेस्टीपॉल (Niacin and Colestipol) या औषधांचे मोठे डोस देण्यात आले होते. ब गटातील रुग्णांना लोव्हॅस्टॅटिन आणि कोलेस्टीपॉल (Lovastatin and Colestipol) या औषधांचे मोठे डोस देण्यात येत होते. तर क गटांतील रुग्णांना तीस टक्के स्निग्धांश असलेला 'कमी स्निग्धांश आहार' देण्यात येत होता. अडीच वर्षांनंतर या सर्व रुग्णांची तपासणी केली असता असं आढळून आलं की, अ गटांतील रुग्णांमध्ये त्यांच्या हृदयधमन्यांतील विकारांमध्ये किंचित सुधारणा झालेली होती. (०.९ टक्के). ब गटातील रुग्णांमध्ये सुधारणेचं प्रमाण यापेक्षाही कमी होतं. (०.७ टक्के). संख्येत हा हिशेब करायचा झाल्यास अ गटांमधील ३९% रुग्णांमध्ये आणि ब गटांतील ३२% रुग्णांमध्ये सुधारणा आढळून आली होती. अ गटातील ३६% रुग्णांमध्ये आणि ब गटांतील ४७% रुग्णांमध्ये काहीही फरक नव्हता, तर अ गटांतील २५% आणि ब गटांतील २१% रुग्णांची प्रकृती या काळात बिघडली होती. क गटांतील रुग्णांच्या प्रकृतीमध्येही बिघाड झालेला होता. त्यांच्या हृदयधमन्यांमधील अडथळ्यांमधे २.१% नी वाढ झालेली होती.

हृदयविकार कमी करण्यामध्ये, हृदयविकाराची पीछेहाट करण्यामध्ये कोलेस्टेरॉल हा सर्वांत महत्त्वाचा घटक असता तर डॉ. ब्लँकनहॉर्न आणि डॉ. ब्राऊन यांच्या संशोधनात भाग घेणाऱ्या बहुतेक सर्व रुग्णांमध्ये (जे रुग्ण मोठ्या प्रमाणात कोलेस्टेरॉल- वरची औषधे घेत होते त्यांच्या बाबतीत) रोगाची पीछेहाट झालेली दिसून यायला हवी होती कारण ही औषधं घेणाऱ्या बहुतेक रुग्णांच्या कोलेस्टेरॉल

पातळीमध्ये या काळात घट झालेली होती. असं असूनही त्यांच्यापैकी थोड्याच लोकांच्यामध्ये रोगाची पीछेहाट दिसून आली.

कोलेस्टेरॉलवरची औषधं न घेणाऱ्या आणि आहारात सौम्य बदल करणाऱ्या रुग्णांच्यापेक्षा कोलेस्टेरॉलवरची औषधं घेणाऱ्या रुग्णांच्या प्रकृतीत थोडी सुधारणा होती हे खरं, पण ही सुधारणा बहुसंख्यांच्या बाबतीत नव्हती. याउलट डॉ. ऑर्निश यांच्या कार्यक्रमांत भाग घेणाऱ्या रुग्णांमध्ये मात्र तुलनेनं कमी काळात हृदयधमन्यांमधील अडथळे जास्त प्रमाणांत कमी झालेले दिसून आले आणि तेही कोलेस्टेरॉलवरची औषधं न घेता. याचा अर्थ कोलेस्टेरॉलवरची औषधं घेणं चुकीचं आहे असं नव्हे. काहीच न करण्यापेक्षा ही औषधं घेणं हे केव्हाही बरं. पण त्याहीपेक्षा जीवनशैलीमध्ये योग्य ते बदल करणं, आवश्यक त्या गोष्टी करणं आणि नको त्या गोष्टी सोडून देणं हे हृदयविकारात सुधारणा होण्याच्या दृष्टीनं केव्हाही चांगलं आहे. निदान ही चांगली सुरुवात तरी आहे.

डॉ. ब्लँकेनहॉर्न आणि डॉ. ब्राऊन यांच्या संशोधन अभ्यासांमधून असंही दिसून आलं होतं की ३०% पेक्षा कमी स्निग्धांश असलेला आहार हा हृदयविकार रोखण्यासाठी पुरेसा ठरत नाही. डॉ. ऑर्निश यांच्या अभ्यासातही आणि इतरही दोन संशोधन अभ्यासातून असंच आढळून आलं होतं की ३०% स्निग्धांश असलेला आहार घेणं, म्हणजे आहारातील चरबीचं, स्निग्धांशाचं प्रमाण ३०% पर्यंत कमी करणं हे हृदयविकार असलेल्या रोग्यांच्या दृष्टीनं पुरेसं नाही. त्यामुळे हृदयविकार होण्याला प्रतिबंध होऊ शकत असेल परंतु असलेला हृदयविकार कमी होण्याच्या दृष्टीनं मात्र स्निग्धांश इतका कमी करणं पुरेसं नाही.

डॉ. ऑर्निश यांना असंही आढळून आलं होतं की त्यांनी सुचविलेला कार्यक्रम जितक्या काटेकोरपणे लोकांनी पार पाडला तितक्या प्रमाणात त्यांना त्याचं फळ मिळालं. म्हणजे आहारात स्निग्धांश जितके कमी तितकं मिळणाऱ्या फायद्याचं प्रमाण जास्त. या दृष्टीनं विचार केला तर ३०% स्निग्धांशाचा आहार हा ४०% स्निग्धांशाच्या आहारापेक्षा नक्कीच जास्त चांगला आहे. ३०% स्निग्धांशयुक्त आहार घेण्यामुळे कदाचित हृदयधमन्यांतील अडथळे वाढतील, पण या वाढीचा वेग ४०% स्निग्धांश आहार घेतला असता होणाऱ्या वाढीच्या वेगापेक्षा कमी असेल. पण हृदयधमन्यांमधील अडथळे कमी करण्यासाठी मात्र आहारांतील स्निग्धांश यांच्यापेक्षाही कमी असणं आवश्यक आहे.

तसंच त्यांच्या कार्यक्रमाची काटेकोर अंमलबजावणी आणि रुग्णाच्या प्रकृतीत होणारी सुधारणा यात थेट संबंध होता पण रुग्णाच्या रक्तातील कोलेस्टेरॉलची पातळी आणि त्याच्या हृदयधमन्यांमधील अडथळ्यात होणारा बदल यात मात्र थेट संबंध सापडत नव्हता. (कोलेस्टेरॉलची पातळी ज्या प्रमाणात कमी होत होती, त्या प्रमाणात

हृदयधमन्यांमधील अडथळे कमी होत होते असं नव्हे. म्हणजे हृदयधमन्यांमधील अडथळे विरघळण्यामध्ये किंवा ते तयार होण्यामध्ये कोलेस्टेरॉल हा एकच घटक नसावा असं दिसतं होतं. हृदयविकार झालेल्या रुग्णाचा रोग आटोक्यात ठेवण्यासाठी म्हणून डॉक्टर लोक जो सल्ला देतात त्यामध्ये योग्य तो आहार (रक्तदाब आणि कोलेस्टेरॉल यांची पातळी आटोक्यात ठेवण्यासाठी योग्य तो आहार), औषधं, थोडाफार व्यायाम आणि धूम्रपान सोडण्याचा सल्ला या गोष्टी नेहमी असतात, पण या गोष्टींमुळे हृदयविकाराची वाढ, त्याची पुढची वाटचाल थांबतेच असं नाही. बहुतेक वेळा हृदयविकार हळूहळू बळावत जातो.

याउलट डॉ. ऑर्निश यांच्या तिसऱ्या संशोधन अभ्यासातून असं स्पष्टपणे दिसून आलं होतं की त्यांनी दिलेल्या कार्यक्रमाप्रमाणे जीवनपद्धती ठेवणाऱ्या रुग्णाचा हृदयविकार, निदान बहुसंख्य रुग्णांचा हृदयविकार मोजता येण्याइतक्या प्रमाणात कमी झालेला होता. यावरून डॉ. ऑर्निश यांचं संशोधन, त्यांचा अभ्यास योग्य दिशेने चालला होता हे स्पष्ट होतं.

हृदयविकारावर केले जाणारे रूढ, परंपरागत उपचार आणि ऑर्निश यांचा कार्यक्रम यांत एक मोठा फरक होता. आतापर्यंत हृदयविकार हे हृदयाचं, शरीराच्या एका भागाचं दुखणं आहे अशा दृष्टीनं त्याला हाताळलं गेलं होतं, पण ऑर्निश यांनी मात्र हृदयविकार हा नुसता शरीराचा नव्हे, तर शरीराचा आणि मनाचा असा एकत्रित आजार आहे असं समजून त्याची हाताळणी करण्याच्या दृष्टीनं योग्य असा कार्यक्रम आखला होता. हृदयविकार होण्यामध्ये, तसाच तो कमी होण्यामध्येही शरीराइतकाच मनाचाही वाटा असतो असं त्यांचं मत असल्यामुळे त्यांच्या कार्यक्रमामध्ये त्यांनी मानसिक ताणाची हाताळणी हा एक अतिशय महत्त्वाचा घटक ठरवला होता आणि नेहमीचा योग्य आहार, धूम्रपान बंद इत्यादी उपायांबरोबरच योग, प्राणायाम, ध्यान, कल्पनाचित्रांचा वापर यांसारख्या गोष्टी त्यांच्या कार्यक्रमांत त्यांनी समाविष्ट केलेल्या होत्या. शिवाय योग्य आहार याची व्याख्या त्यांच्या दृष्टीने १० टक्क्यांपेक्षाही कमी स्निग्धांश असलेला शाकाहार अशी होती.

अमेरिकेसारख्या अत्यंत संपन्न आणि प्रगत राष्ट्रामध्ये गेल्या ५०-६० वर्षांत तंत्रज्ञानाने केलेली घोडदौड अगदी विस्मयचकित करणारी आहे. या तंत्रज्ञानानं सगळं वैद्यकीय क्षेत्रही व्यापून टाकलेलं आहे. मानवी शरीर, त्याला होणाऱ्या व्याधी, आणि त्याच्यावरचे उपाय यासाठी इतक्या विविध प्रकारची यंत्रं, यांत्रिक उपकरणं वापरली जातात आणि त्यातून मिळणारी माहिती, गोळा होणारी आकडेवारी ही इतकी प्रचंड असते की त्यांनी माणूस अगदी दिपून जातो. या अशा अत्याधुनिक तंत्रज्ञानानं भारलेल्या आणि जिथे शरीरातल्या लहानसहान भागापासून म्हणजे मोडलेल्या हाडापासून आणि पडलेल्या दातापासून ते प्रत्यक्ष

मूत्रिंपड आणि हृदय ही इंद्रियं बदलण्यापर्यंत वैद्यकीय क्षेत्रांत क्रांती घडून आलेली आहे त्या देशात, त्याच क्षेत्रात, त्याच वातावरणात शिकलेल्या आणि वाढलेल्या डॉ. ऑर्निशसारख्या एका माणसानं हृदयविकारावरच्या इलाजासाठी योग, प्राणायाम, ध्यान, शाकाहार यांसारख्या गोष्टींचा विचार करावा हीच मुळात अतिशय आश्चर्य वाटण्यासारखी गोष्ट आहे.

सर्वसामान्य अमेरिकन माणसाला अपरिचित आणि चमत्कारिक वाटणाऱ्या ध्यान, प्राणायाम, शाकाहार यांसारख्या गोष्टींकडे डॉ. डीन ऑर्निश वळायला त्यांच्या आयुष्यातील काही अनुभव कारणीभूत झाले. कोणत्याही आजारावर उपचार करताना त्याच्या शारीरिक पैलूइतकाच त्याचा मानसिक पैलूही विचारात घेतला पाहिजे ही जाणीव त्यांना झाली ती स्वत:ला आलेल्या अनुभवांतून. या अनुभवांचं थोडक्यात वर्णन डॉ. ऑर्निश यांनी आपल्या पुस्तकात दिलेलं आहे.

ते पूर्ववैद्यकीय कॉलेजमध्ये शिकत असताना तिथल्या एकंदर वातावरणामुळे आणि अभ्यासाच्या ताणामुळे हळूहळू त्यांचं मन:स्वास्थ्य खालावत गेलं. किंबहुना अभ्यासाच्या धास्तीमुळे ऑर्निश आपलं मन:स्वास्थ्य पूर्णपणे हरवून बसले असंच म्हणायला हवं. कारण ते ज्या कॉलेजमध्ये शिकत होते त्या कॉलेजमध्ये सगळ्या देशभरांतून सगळ्यात हुशार मुलं भरती होत असत. कॉलेजमध्ये दाखल होणाऱ्या मुलांपैकी निम्म्यापेक्षा जास्त मुलं शाळेत आपापल्या वर्गात पहिली किंवा दुसरी आलेली असत. कॉलेजमध्ये दाखल झालेल्या विद्यार्थ्यांमध्ये नॅशनल मेरिट मिळवणाऱ्यांची संख्या सगळ्या देशभरात जास्त असे. आणि त्याचबरोबर कॉलेजमध्ये होणाऱ्या आत्महत्यांचं प्रमाणही या कॉलेजमध्ये देशभरात जास्त असे!

अमेरिकन पद्धतीप्रमाणे कॉलेजमधल्या परीक्षांमध्ये मुलांना गुण दिले जात नसत, तर ग्रेड्स दिल्या जात असत. दहा टक्के मुलं नापास होत असत. २०% मुलांना डी ग्रेड देण्यात येत असे. ४०% मुलांना सी ग्रेड देण्यात येत असे. २०% मुलांना बी ग्रेड देण्यात येत असे तर १०% मुलांना ए ग्रेड देण्यात येत असे. मुलांची टक्केवारी अशी विभागवार ठरवलेली असल्यामुळे सर्वांत जास्त गुण मिळवणाऱ्या मुलाला ए ग्रेड मिळत असे, तर सर्वांत कमी गुण मिळवणाऱ्याला डी ग्रेड मिळत असे किंवा नापास असाही शिक्का बसत असे. पण वर्गातली बहुतांश मुलं अतिशय हुशार असल्यामुळे त्यांचे पेपर अतिशय चांगले गेलेले असत. पण वर्गात सगळ्यात कमी गुण किंवा सगळ्यात कमी ग्रेड मिळालेली असल्यास पेपर उत्तम लिहिलेले असून सुद्धा नापास होण्याची किंवा डी ग्रेड मिळण्याची पाळी कित्येकदा एखाद्या विद्यार्थ्यावर येत असते. वर्गातील विद्यार्थ्यांची अशी तुलनात्मक परीक्षा होत असल्यामुळे नेहमी उत्तमपैकी ए ग्रेड मिळवणारे विद्यार्थीसुद्धा या पूर्व वैद्यकीय कॉलेजमध्ये आल्यानंतर कसेबसे पास होण्यासाठी धडपडत असत. परिणामत: कॉलेजमध्ये असणारे सर्व विद्यार्थी सतत

अभ्यास करत असत आणि कित्येकदा पार्टीला जातानासुद्धा बरोबर अभ्यासाची पुस्तकं घेऊन जात असत.

डॉ. डीन ऑर्निश कॉलेजमध्ये दाखल झाल्यानंतर आपण नापास होऊ की काय या भीतीनं त्यांनाही पछाडलं. ते ज्या कुटुंबामधून आले होते त्या कुटुंबात अभ्यास आणि शैक्षणिक क्षेत्रांतील कर्तृत्वाला फार महत्त्व दिलं जात असे. आपल्या मुलांनी उत्तम शिकून नावलौकिक मिळवावा अशी त्यांच्या आईवडिलांची इच्छा होती. बहुधा म्हणूनच त्यांनी आपल्या मुलाचं नाव डीन (एखाद्या शिक्षणशाखेचा प्रमुख) आणि मुलीचं नाव लॉरेल (गौरव किंवा मानचिन्ह) ठेवलेलं होतं. डीन यांनी डॉक्टर व्हावं अशी त्यांच्या आई-वडिलांची फार इच्छा होती. शैक्षणिक क्षेत्रात मिळालेल्या बक्षिसांना आणि गौरवांना त्यांच्या कुटुंबात अतिशय महत्त्व दिलं जात असे.

आई-वडिलांप्रमाणेच डीन यांचीही डॉक्टर होण्याची फार वर्षांपासूनची इच्छा होती. कॉलेजमध्ये असताना त्यांनी वैद्यकीय प्रवेशाला उपयोगी पडावा म्हणून ऑरगॅनिक केमिस्ट्री हा विषय घेतलेला होता. खरं म्हणजे वैद्यकीय शिक्षणाच्या किंवा नंतर प्रॅक्टिसच्या दृष्टीनं सुद्धा ऑरगॅनिक केमिस्ट्री हा काही फारसा महत्त्वाचा विषय नव्हता. पण या विषयांत मिळालेल्या गुणांवरून किंवा ग्रेडवरून तो विद्यार्थी किती गोष्टी किती प्रमाणात स्मरणात ठेवू शकतो याची परीक्षा होत असे आणि म्हणून वैद्यकीय प्रवेशासाठी हा विषय महत्त्वाचा मानला जात असे.

पूर्व वैद्यकीय महाविद्यालयात प्रवेश घेतल्यानंतर आणि तिथलं एकंदर चुरशीचं, स्पर्धेचं वातावरण बघितल्यानंतर आपण या स्पर्धेमध्ये कमी पडू आणि नापास होऊ अशी भीती डॉ. ऑर्निश यांच्या मनामध्ये निर्माण झाली आणि हळूहळू ती वाढतच गेली. त्यांच्या खोलीमध्येच त्यांच्याबरोबर राहणारा त्यांचा मित्र हा त्या वर्षी देशभरातल्या सर्वांत जास्त बुद्धिमान असलेल्या चार विद्यार्थ्यांपैकी एकजण होता. कॉलेज प्रवेश परीक्षेमध्ये त्याला संपूर्ण म्हणजे १६०० पैकी १६०० गुण मिळालेले होते. एखाद्या कॅमेऱ्यानं चित्र काढावं तशी त्याची स्मरणशक्ती होती आणि त्यामुळे फारसा अभ्यास न करता त्याला भरपूर गुण मिळत असत. बहुतेक सगळ्या परीक्षांमध्ये त्याला १०० टक्के गुण पडत असत. याउलट ऑर्निश यांना मात्र अभ्यासातल्या गोष्टी लक्षात ठेवण्यासाठी खूप धडपड करावी लागत असे. मित्राच्या तुलनेनं आपली बुद्धी फार कमी आहे असं वाटून त्यांच्या मनामध्ये न्यूनगंड निर्माण होऊ लागला होता. वैद्यकीय प्रवेशासाठी आवश्यक तेवढे गुण आपल्याला ऑरगॅनिक केमिस्ट्री या विषयात मिळणार नाहीत असं त्यांना वाटू लागलं. प्रवेश मिळविण्याची खात्री करायची असली तर त्यावर एकच मार्ग– आणखी अभ्यास करणं. म्हणून ते अधिकाधिक अभ्यास करू लागले. पण ते जसा जसा जास्त अभ्यास करू लागले तसं तसं त्यांच्या स्मरणात कमी राहू लागलं. कारण अभ्यासाबरोबरच परीक्षेची भीतीही त्यांच्या

मनामध्ये सारखी असत होती. भीतीपोटी ते जास्त अभ्यास करत होते. अभ्यासापोटी जास्त भीती वाटत होती. आणि भीतीमुळे त्यांना वाचलेलंसुद्धा विसरायला होत होतं. अशा एका दुष्ट चक्रामध्ये ते सापडले. अभ्यासाच्या आणि काळजीच्या विचारांनी त्यांचं चित्त इतकं ग्रासलं की शेवटी त्यांना रात्रीची झोप लागेनाशी झाली. त्याच्यावर उपाय म्हणून त्यांनी झोपेच्या गोळ्या आणि अधून मधून दारू घ्यायला सुरुवात केली. इतकं करून सुद्धा त्यांना रात्रीची झोप लागत नसे. एकदा तर अशी वेळ आली की ओळीनं दहा दिवस ते रात्रीचे झोपूच शकले नाहीत.

सततच्या निद्राशानानं स्वाभाविकत:च मानसिक संतुलन थोडं ढळतं. ऑर्निश यांचंही असंच झालं. एक वेळ अशी आली की त्यांच्याच्यानं काहीच होईना. वर्तमानपत्रातली एखादी ओळ वाचली तरी पाच मिनिटांनी त्यांना ती आठवेनाशी झाली आणि वैद्यकीय महाविद्यालयात प्रवेश नक्कीच मिळणार नाही याविषयी त्यांची खात्री झाली. आपण खरं म्हणजे अतिशय बुद्दू आहोत आणि लोक आपल्याला उगाचच हुशार समजतात असं त्यांना वाटू लागलं. शाळेमध्ये असताना आपण हुशार वाटत होतो. कारण आपल्या शाळेतली इतर मुलं आपल्यापेक्षाही बुद्दू होती याविषयी त्यांची खात्री पटली.

आपली मन:स्थिती फार बिघडलेली आहे असं ऑर्निश यांच्या लक्षात आलं होतं. शेवटी उपाय म्हणून ते कॉलेजमधल्या मानसतज्ज्ञांना भेटायला गेले. आपण अतिशय निर्बुद्ध आहोत आणि लोक आपल्याला उगाचच हुशार समजतात हे सांगितल्यावर अर्थातच मानसतज्ज्ञ त्यांना म्हणाले, 'तू मुळीच निर्बुद्ध नाहीस कारण परीक्षांमध्ये तू वरच्या पाच टक्क्यांमध्ये असतोस.' मानसतज्ज्ञांचं हे म्हणणं ऑर्निश यांना मुळीच पटलं नाही. कारण त्यांच्या मताप्रमाणे या ज्या परीक्षा घेतल्या होत्या त्याच मुळात चुकीच्या होत्या आणि ही साधी गोष्ट जर त्या मानसतज्ज्ञाला कळत नव्हती तर तोही मूर्खच होता. त्या मानसतज्ज्ञाशी भांडूनच ते त्याच्या ऑफिसमधून बाहेर पडले.

मनाच्या अशा अवस्थेत असतानाच त्यांना एक आध्यात्मिक 'साक्षात्कार' झाला. या साक्षात्कारामुळे त्यांच्या असं लक्षात आलं की त्यांना कुठल्याच गोष्टीमुळे चिरंतन सुख मिळणार नाही किंवा स्वत:विषयी अभिमान वाटणार नाही. मनाच्या या अवस्थेतच ते विचार करू लागले की वैद्यकीय प्रवेश मिळाला की मला आनंद होईल का? मला खूप पैसा मिळाला की मला बरं वाटेल का? की एखाद्या सुंदर स्त्रीबरोबर मी लग्न केलं तर मी सुखी होईन? एखादं शास्त्रीय पारितोषिक मला मिळालं तर मला सुख लाभेल की मी एक अतिशय लोकप्रिय असं पुस्तक लिहिलं आणि मला प्रसिद्धी मिळाली तर मला सुख लागेल? कशामुळे बरं मला चिरंतन सुख लाभेल?

असा विचार करत गेल्यानंतर त्यांना असं जाणवलं की, या प्रत्येक गोष्टीमुळे

थोडा काळ सुख लाभेल, थोडाच काळ आनंद लाभेल. पंधरा मिनिटं, वीस मिनिटं, काही दिवस, कदाचित काही आठवडे सुद्धा. पण त्याच्यानंतर हा आनंद हळूहळू ओसरत जाईल. त्याची चव हळूहळू निघून जाईल. यांपैकी कुठल्याच गोष्टीनं त्यांना कायमचं सुख किंवा स्वाभिमान मिळणार नाही. म्हणजे ते अशा टप्प्यावर आले होते की, एकतर डॉक्टर होण्याचं त्यांचं स्वप्न कधीच पूर्ण होणार नाही, आणि समजा जरी ते पूर्ण झालं तरी त्यानं त्यांना सुख लाभणार नाही अशी त्यांची पक्की धारणा झाली. परीक्षेची धास्ती, अभ्यासाचा ताण, निद्रानाश, त्यामुळे आलेला थकवा आणि मनाची प्रचंड खळबळ या सगळ्यामुळे त्यांना इतके मानसिक क्लेश होऊ लागले की, त्यामुळे त्यांनी आत्महत्या करण्याचं ठरवलं! आणि ते लगेच वर्गातून उठून आत्महत्या करायला म्हणून बाहेर पडले. आत्महत्या केली की सगळे क्लेश संपणार होते. त्यांना स्वस्थ झोपता येणार होतं.

आत्महत्या करण्याच्या विचारानं ते आधी आपल्या खोलीवर गेले. स्वत:ला आवडणाऱ्या म्हणून, त्यांना आनंद देणाऱ्या म्हणून त्यांनी ज्या अनेक वस्तू घेतलेल्या होत्या, जमवलेल्या होत्या, त्या वस्तूंकडे बघून त्यांना आता त्या सर्व हास्यास्पद वाटू लागल्या. यांपैकी कशानंच त्यांना सुख मिळणार नव्हतं. वैतागाच्या भरात त्यांनी त्यांचा महागडा स्टिरिओ जिन्यावरून खाली फेकून दिला आणि आत्महत्या कशी करावी याचा ते विचार करू लागले.

उंचावरून उडी टाकून आत्महत्या करावी का? पण तसं केलं तर रक्ताच्या चिळकांड्या उडतील, चिखल होईल, घाण होईल आणि आपण आत्महत्या केली हे सर्वांना कळेल म्हणून तो विचार त्यांनी रद्द केला. त्यापेक्षा मोटारीत बसून जावं आणि एखाद्या पुलावरून जाताना पुलाच्या भिंतीला धडक देऊन खालच्या नदीमध्ये गाडीसकट उडी टाकावी म्हणजे लोकांना वाटेल की याला नीट गाडी चालवता येत नसल्यामुळे अपघात झाला आणि अपघातात हा मेला. की झोपेच्या गोळ्या घ्याव्यात?

काय करावं, आत्महत्या कशी करावी याविषयी त्यांचा निर्णय होत नव्हता. मनाच्या अशा दोलायमान अवस्थेत ते असतानाच त्यांना ताप आला आणि ते आजारी पडले. आजारपणामुळे त्यांना आत्महत्येचा बेत तडीस नेता आला नाही. अशा रीतीनं एका दुखण्यानं त्यांना आत्महत्येपासून वाचवलं.

डीन यांची मन:स्थिती ठीक नाही याची कल्पना त्यांच्या आईवडिलांना आलेली होती. त्यामुळे आजारी पडलेल्या आपल्या मुलाला ते आपल्या घरी डलासला घेऊन गेले. ते डलासला राहात असताना त्यांच्या आईवडिलांनी स्वामी सच्चिदानंदांसाठी एक पार्टी दिली. त्या वेळी डीन यांची सच्चिदानंदांशी भेट झाली आणि या पहिल्याच भेटीत ते सच्चिदानंदांमुळे अतिशय प्रभावित झाले.

स्वामी सच्चिदानंद हे डीनची बहीण लॉरेल हिचे गुरू होते. ती कॉलेजमध्ये गेल्यानंतर आसपासचं एकंदर वातावरण आणि स्वत:चे वैयक्तिक प्रश्न यांमुळे ती अस्वस्थ मन:स्थितीत असताना तिला सच्चिदानंदांची माहिती कळली होती. आणि १९७० सालापासून ती त्यांच्याकडे योग आणि ध्यान शिकायला जाऊ लागली होती. तेव्हापासून ती हळूहळू शांत होत गेली होती. अधिक आनंदी झाली होती. तिच्यातल्या हा बदल सच्चिदानंदांमुळे झाला आहे हे आईवडिलांच्या लक्षात आलं होतं आणि म्हणून १९७२ साली स्वामी डलासला आले असताना त्यांनी आपल्या घरी स्वामींसाठी पार्टी ठेवली होती.

पायघोळ भगवी वस्त्रं परिधान केलेल्या आणि पांढरीशुभ्र लांब दाढी असलेल्या स्वामी सच्चिदानंदांनी पार्टीच्या ठिकाणी प्रवेश करताच डीन यांचं लक्ष त्यांच्याकडे वेधलं गेलं. स्वामींचे डोळे तल्लख असले, बुद्धिमत्तानिदर्शक असले तरी त्यांतले भाव अतिशय शांत आहेत हे त्यांच्या लक्षात आलं.

पार्टीसाठी जमलेल्या लोकांच्या आग्रहावरून सच्चिदानंदांनी एक छोटंसं व्याख्यान दिलं.

'चिरंतन सुख कोणत्याच गोष्टीनं मिळत नाही.' स्वामींनी सुरुवात केली. तेव्हा डीन यांना वाटलं होतं, 'यात नवीन ते काय? हे मला आधीच कळलेलं आहे.'

कोणत्याही गोष्टीनं कायमचं सुख मिळत नाही असं स्वामी म्हणत असले तरी त्यांचा स्वत:चा चेहरा मात्र वेगळंच काही सांगत होता. ते अतिशय सुखी आणि समाधानी दिसत होते. हा अगदी विरोधाभास आहे असं डीनना वाटलं. स्वामी पुढं म्हणाले,

'चिरंतन सुख कोणत्याच गोष्टीनं मिळत नाही. कारण ती अशी मिळणारी किंवा मिळवता येणारी गोष्ट नाही. सुख हे असं बाहेरून कुठून आणता येत नाही. तर ते आपल्या मनात असतंच. सुख, समाधान, शांती या गोष्टी मिळवण्यासाठी म्हणून विशेष काही धडपड करण्याची गरज नसते. फक्त आपलं मन आणि शरीर शांत ठेवावं लागतं. शरीर-मन शांत झालं की सुख, समाधान अनुभवाला येऊ लागतं. या गोष्टी आपल्या जवळच आहेत हे न कळल्यामुळे आपण उगाचच या गोष्टींसाठी, या मिळवण्यासाठी धडपड करत असतो. आपण जितकी जास्त धडपड करतो तितकी आपल्या मनात अधिक खळबळ माजते आणि आपल्या मनातच असलेल्या सुखशांतीला आपण अंतरतो. चिरंतन सुख आणि शांती अनुभवण्यासाठी आपलं मन आणि शरीर शांत करण्याचीच फक्त गरज आहे.'

हे किंवा असे विचार डीननी पूर्वी कधीच ऐकले नव्हते. ते कितपत बरोबर किंवा उपयुक्त आहेत हेही त्यांना माहीत नव्हतं. पण तेव्हा ते इतक्या अस्वस्थ आणि

निराश मन:स्थितीत होते की कधी न ऐकलेल्या या विचारांप्रमाणे आचार करून बघण्याचं त्यांनी ठरवलं.

मन:शांतीसाठी त्यांनी योगासनं, ध्यान, प्राणायाम, शाकाहार या गोष्टी अमलात आणायला सुरुवात केली. आणि हळूहळू त्यांची ढळलेली मन:शांती परत येऊ लागली. प्रथम प्रथम अगदी किंचित्काळच ही मन:शांती अनुभवाला येई पण ती आपल्या मनातच आहे हे मात्र त्यांना जाणवू लागलं आणि त्यांनी आपली नवी आचारविचार पद्धती पुढे चालू ठेवली.

यथाकाल ते परत कॉलेजला जाऊ लागले. त्यांना मेडिकल कॉलेजमध्ये प्रवेशही मिळाला. आपल्या नवीन जीवनशैलीमुळे त्यांचं मन पुष्कळसं शांत झालं होतं आणि त्यामुळे त्यांचा अभ्यासही अधिक चांगला होत होता.

आपली ढासळलेली मन:स्थिती, त्यामुळे बिघडलेली प्रकृती आणि परिणामत: खंडित झालेलं शिक्षण या सगळ्या गोष्टी आपल्या बदललेल्या जीवनशैलीमुळे सावरल्या गेल्या हे त्यांना पटलं होतं. जी जीवनशैली आपल्याला इतकी उपकारक ठरली ती आपल्या रुग्णांसाठी, विशेषत: हृदयरुग्णांसाठी उपयोगी पडणार नाही का? असा विचार त्यांच्या मनात सुरू झाला. वैद्यकीय शिक्षण घेत असताना त्यांना हृदयविकारावरच्या अत्याधुनिक उपचारांची आणि शस्त्रक्रिया तंत्रांची माहिती होत होती, त्यात ते निष्णात होत होते, पण त्याचबरोबर त्या उपचारांमधल्या त्रुटीही त्यांना जाणवत होत्या.

बरेच दिवस विचारमंथन केल्यानंतर आणि जीवनशैलीतला बदल रुग्णांच्या दृष्टीनं उपयुक्त ठरेल असा विश्वास वाटू लागल्यावर १९७७ साली त्यांनी हृदयविकार निवारण कार्यक्रमाचा पहिला प्रयोग हाती घेतला.

आणि हृदयविकारानं पीडित रुग्णांना आशेचा किरण दाखवणाऱ्या एका अभिनव उपचार पद्धतीचा जन्म झाला.

■

प्रकरण ७

डॉ. जगदीश हिरेमठ

डॉ. जगदीश हिरेमठ, पूना हॉस्पिटलमध्ये राबवल्या गेलेल्या हृदयविकार निवारण कार्यक्रमाची रूपरेषा, एस. एस. वाय. (S.S.Y.), कबीरबाग– हृदयविकार निवारणासाठी योग, १५ महिन्यांच्या कालावधीनंतरची निरीक्षणं आणि आकडेवारी

डॉ. जगदीश हिरेमठ हे पुण्यातील नामवंत हृदयतज्ज्ञ आहेत. गेली अनेक वर्षं ते अत्याधुनिक तंत्रज्ञान वापरून हृदयरुग्णांवर उपचार करत आहेत. हे करत असतानाच हे उपचार पुरेसे नाहीत अशी जाणीव त्यांना कशी होऊ लागली आणि डॉ. डीन ऑर्निश यांचा कार्यक्रम पुण्यात सुरू करण्याच्या निर्णयाप्रत ते कसे आले याची हकीकत त्यांच्या स्वत:च्या शब्दांमध्ये दिलेली आहे.

इथे डॉ. जगदीश यांची माहिती थोडक्यात देत आहे.

त्यांचं शालेय शिक्षण पुण्यातल्या मॉडर्न हायस्कूलमध्ये झालं. अभ्यासात ते प्रथमपासून हुशार होते. त्यामुळे एस. एस. सी. ला ते मेरिट लिस्टमध्ये ९ वे आले.

त्यांचं वैद्यकीय शिक्षण पुण्यातल्या बी. जे. मेडिकल कॉलेजमध्ये झालं. तिथून ते १९८३ साली एम. डी. झाले.

१९८६ साली ते मुंबईहून डी. एम. कार्डियालॉजी झाले. या परीक्षेत त्यांनी गोल्ड मेडल मिळवलं.

१९८७ साली दिल्ली बोर्डाची डी. एन्. बी. कार्डियालॉजी ही पदवी त्यांनी मिळवली.

त्यानंतर विशेष प्रशिक्षणासाठी ते ऑस्ट्रेलियात मेलबोर्न इथे गेले. तिथे

असोसिएट कार्डियालॉजिस्ट म्हणून एक वर्ष काम करून त्यांनी अँजिओप्लास्टीत प्रावीण्य मिळवलं.

१९८९ सालापासून ते रुबी हॉल ना\सग होम आणि पूना हॉस्पिटल या दोन सुप्रसिद्ध रुग्णालयांमध्ये हृदयतज्ज्ञ म्हणून काम करत आहेत.

रुबी हॉलमधल्या 'नॉन-इन्व्हेझिव कार्डियालॉजी' विभागाचे ते डायरेक्टर आहेत.

बलून अँजिओप्लास्टी आणि डीन ऑर्निश यांचा कार्यक्रम या दोन वरवर पाहता परस्परविरोधी वाटणाऱ्या पण प्रत्यक्षात पूरक ठरू शकणाऱ्या पद्धतींचा वापर पुण्यात (बहुधा महाराष्ट्रातही आणि कदाचित देशभरातसुद्धा) प्रथम सुरू करण्याचा मान त्यांच्याकडे जातो.

हृदयविकार निवारण कार्यक्रमाची रूपरेषा

हृदयरोग परतवून लावण्याच्या कार्यक्रमाची सुरुवात डॉ. जगदीश हिरेमठ यांनी १ मे १९९५ रोजी पुण्यातल्या पूना हॉस्पिटल इथे केली. डॉ. डीन ऑर्निश यांच्या पुस्तकावर आधारलेला अशा प्रकारचा हा पुण्यातला (आणि बहुतेक भारतातला) पहिलाच कार्यक्रम होता. या कार्यक्रमामध्ये २५ हृदयरोग्यांना, हृदयरुग्णांना सामील करून घेण्यात आलं होतं. अशा प्रकारचा कार्यक्रम सुरू करण्यात येणार असल्याची जाहिरात स्थानिक वर्तमानपत्रांमध्ये दिलेली होती, आणि आलेल्या ९९ अर्जांमधून २५-३० रुग्णांची निवड करण्यात आलेली होती. यांपैकी काहीजणांनी डीन ऑर्निश यांचं पुस्तक वाचून आपापल्यापरीनं त्यांतल्या काही गोष्टी करायला सुरुवातही केली होती.

१ मे रोजी आलेल्या रुग्णांपैकी २० जणांनी कार्यक्रमात शेवटपर्यंत भाग घेतला. या रुग्णांबरोबर त्यांचे काही नातेवाईक, काही इतर डॉक्टर्स आणि कुतूहल म्हणून आलेले काही इतर लोकही डॉ. हिरेमठ यांच्या पहिल्या व्याख्यानाला हजर होते. त्यानंतर आठवडाभरात म्हणजे सोमवार ते शुक्रवार या सहा दिवसांमध्ये वेगवेगळ्या विषयांतल्या तज्ज्ञांची त्या त्या विषयावरची व्याख्यानं घेण्यात आली. शाकाहार, योग आणि हृदय, शाकाहारी पदार्थ करण्याच्या पद्धती, याबरोबरच विनोद या विषयावरसुद्धा एक व्याख्यान आयोजण्यात आलं होतं.

काय प्रकारचा कार्यक्रम रुग्णांनी पाळायचा आहे याची सर्वसाधारण माहिती या पहिल्या सहा दिवसांमध्ये देण्यात आली.

१. योग्य असा आहार (तेल, तूप आणि इतर स्निग्ध पदार्थ विशेषत: संपृक्त चरबी जवळजवळ पूर्णपणे वर्ज्य असलेला शाकाहार).

२. योग्य असा आणि योग्य तितका व्यायाम.

३. मानसिक ताणाची व्यवस्थित हाताळणी.

४. आणि सिगरेट किंवा तंबाखू यांसारख्या व्यसनांपासून मुक्ती.

अशी डीन ऑर्निश यांच्या कार्यक्रमाची चतु:सूत्री होती. या चतु:सूत्रीचाच वापर हिरेमठ यांच्या कार्यक्रमात केलेला असला तरी त्याला खास भारतीय पद्धतीनं वापरण्यात आलं. त्यांच्या कार्यक्रमात पुढील भाग अंतर्भूत होते.

१) दोन आठवड्यांचा S.S.Y. चा (सिद्ध समाधी योग) कार्यक्रम आणि त्यानंतर रोज ध्यान व प्राणायाम करणं.

२) पुण्यातील प्रसिद्ध कबीर बाग मठ संस्थेमध्ये डॉ. करंदीकरांच्या मार्गदर्शनाखाली चालणाऱ्या योगासनांच्या वर्गाला जाऊन योगासनं करणं. कार्यक्रमाचा भाग म्हणून तीन महिने ही योगासनं रुग्णांना देण्यात आली. त्यानंतर त्यांनी ती स्वेच्छेनं पुढे सुरू ठेवायची होती.

३) पूना हॉस्पिटलच्या आहार तज्ज्ञांनी केलेल्या मार्गदर्शनाप्रमाणे संपूर्ण शाकाहार की ज्याच्यामध्ये १०% पेक्षा जास्त स्निग्ध पदार्थ असता कामा नयेत. हा आहार ज्याचा त्यानं स्वत:च्या घरीच योग्य त्या पद्धतीनं घ्यायचा होता.

४) पहिल्या आठवड्याभराच्या व्याख्यानांनंतर दर आठवड्यात प्रथम सोमवारी व नंतर मंगळवारी एखाद्या विषयातल्या तज्ज्ञांचं मार्गदर्शनपर किंवा काही वेळेला मनोरंजनासाठीही व्याख्यान होत असे. व्याख्यानाला उपस्थिती स्वेच्छेनं असे, तरी बऱ्याच संख्येनं कार्यक्रमात भाग घेणारे लोक व्याख्यानांना उपस्थित राहात असत.

५) दर आठवड्यात एकत्र भेटत असल्यामुळे एकमेकांशी संभाषण, चर्चा, शंका विचारणं, प्रसंगी वाद घालणं या सगळ्यातून रुग्णांची एकमेकांशी असलेली ओळख आणि जवळीक हळूहळू वाढत जावी हाही या व्याख्यानांचा उद्देश होता.

१ मे ९५ रोजी सुरू झालेल्या कार्यक्रमात भाग घेणाऱ्या गटातील रुग्णांची कार्यक्रमाच्या सुरुवातीला आणि कार्यक्रम संपल्यावर १५ महिन्यांनी तपासणी करण्यात आली आणि अनेक प्रकारच्या चाचण्या घेण्यात आल्या. त्या चाचण्यांमधून मिळणारे परिणाम आकडेशास्त्रीय चिकित्सेसाठी तज्ज्ञांकडे पाठविण्यात आले. त्याचे निकाल हाती आले तेव्हा कार्यक्रमाचा उपयोग रुग्णांना चांगला झालेला आहे असं आढळून आलं आणि म्हणून या कार्यक्रमाची माहिती सर्वांना व्हावी, जास्तीत जास्त लोकांना याचा फायदा करून घेता यावा या विचारानं हे पुस्तक तयार करण्याचं ठरलं.

या पहिल्या गटातील रुग्णांचा कार्यक्रम सुरू असतानाच आणखी दोन गट एकामागून एक सुरू करण्यात आले आणि असा तिसऱ्या गटाचाही कार्यक्रम आता झालेला आहे. चौथ्या गटाचा सुरू आहे. यापुढच्या कार्यक्रमात केलेल्या विविध तपासण्यांच्या परिणामांची आकडेशास्त्रीय चिकित्सा मात्र अजून व्हायची आहे.

पूना हॉस्पिटलमध्ये हा कार्यक्रम आता सातत्यानं चालू असला तरी डॉ. हिरेमठ

यांच्या मार्गदर्शनाखाली पूना हॉस्पिटलमधल्या कार्यक्रमात दाखल होऊन हा सर्व कार्यक्रम पार पाडणं हे फार थोड्या लोकांना शक्य आहे हे उघड आहे. पण या कार्यक्रमाप्रमाणे आपला दैनंदिन कार्यक्रम आखणं, आपला दैनंदिन व्यवहार सुरू ठेवणं आणि आवश्यक असल्यास आपल्या जीवनशैलीमध्ये, रोजच्या जगण्याच्या पद्धतीमध्ये बदल घडवणं हे मात्र खूप लोकांना जमण्याजोगं आहे.

त्यासाठी कदाचित आपल्या आतापर्यंत झालेल्या सवयीच्या खाण्यापिण्याच्या, आहारविहाराच्या गोष्टींमध्ये बदल करायला लागेल. पण हा असा बदल करणं किंवा आपल्याला असलेला हृदयविकार वाढू देणं असे दोनच पर्याय जर समोर असले तर कोणीही आपल्या सवयींमध्ये बदल करायचा पर्याय निवडेल. कारण दुसरा पर्याय म्हणजे वाढत जाणारं हृदयाचं दुखणं एवढाच उरतो.

या कार्यक्रमाचा एक मोठा फायदा– जो यंत्रावर मोजला जाऊ शकत नाही, पण जो अनेक रुग्णांनी आवर्जून सांगितला तो असा की, हा कार्यक्रम पार पाडत असताना किंबहुना या कार्यक्रमात भाग घ्यायला सुरुवात केल्यापासूनच त्यांना हळूहळू अधिकाधिक बरं वाटू लागलं. म्हणजे त्यांचा हृदयविकार, असल्यास कदाचित मधुमेह किंवा रक्तदाब यांसारखे विकार लगेच कमी झाले असतील किंवा बरे झाले असतील असंही नाही, पण त्यांना बरं वाटू लागलं. म्हणजेच इंग्लिशमध्ये ज्याला 'feeling of well-being' असं म्हणतात ते येऊ लागलं. अधिक उत्साह वाटू लागला आणि जीवनाकडे बघायची एक चांगली, नवीन दृष्टीही मिळाली. हे अतिशय महत्त्वाचं आहे, कारण सुख किंवा दुःख हे नेहमी माणसाच्या मानसिक स्थितीवर अवलंबून असतं. मानसिक स्थिती जर चांगली असली, मन जर आनंदी असलं तर कुठल्याही गोष्टीचं दुःख, ओझं, बाऊ वाटत नाही. आणि याउलट मनाच्या दुःखी किंवा निराश अवस्थेमध्ये अगदी एखादी बारीकसारीक गोष्टसुद्धा फार ओझ्यासारखी न पेलणारी अशी वाटू लागते.

त्यामुळे 'बरं वाटणं' हा या कार्यक्रमाचा एक फार चांगला, फार मोठा परिणाम आहे असं म्हणायला हरकत नाही.

एस.एस.वाय. (S.S.Y.)

एस.एस.वाय या आद्याक्षरांनी ओळखला जाणारा 'सिद्ध समाधी योग' म्हणजे शरीराच्या आणि मनाच्या सुप्त शक्ती जागृत करून एक स्वस्थ (स्वास्थ्यपूर्ण), उत्साही आणि आनंदी आयुष्य जगण्यासाठीचा मार्ग मोकळा करण्याचं प्रशिक्षण असं थोडक्यात म्हणता येईल. 'ब्रह्मोपदेशम्' या प्राचीन ग्रंथावर हा कार्यक्रम आधारित आहे. आज तो भारतातल्या बहुतेक सर्व मोठ्या शहरांमध्ये आणि अनेक लहान लहान गावांमध्येही पोचला आहे. वैयक्तिकरीत्या तर अनेकांनी हे प्रशिक्षण घेतलं

आहेच, शिवाय आता अनेक संस्था, महाविद्यालये, बँका, एवढंच नव्हे, तर कित्येक व्यापारी कंपन्याही आपल्या कर्मचाऱ्यांना/विद्यार्थ्यांना या प्रशिक्षणासाठी पाठवू लागल्या आहेत.

ब्रह्मोपदेशावर आधारित वैज्ञानिक दृष्टिकोन असलेला आणि आजच्या धावपळीच्या जीवनात उपयोगी पडेल असा कार्यक्रम तयार करण्याचं आणि त्याचा प्रसार करण्याचं कार्य बंगलोरच्या गुरुजी श्री ऋषी प्रभाकर यांनी केलेलं आहे. ऋषी प्रभाकर हे एअरोनॉटिकल इंजिनिअर असून मॅनजमेंट या विषयातलेही पदवीधर आहेत. ते एक कॉम्प्युटर तज्ज्ञही आहेत. 'ऋषी संस्कृती विद्या केंद्र' (RSVK) आणि एस.एस.वाय. (S.S.Y.) या दोन संस्था त्यांनी स्थापन केल्या आहेत आणि जगभर आपल्या या कार्यक्रमाचा आणि त्यामागच्या तत्त्वज्ञानाचा प्रसार करण्याचं कार्य ते करीत आहेत. सध्या या संस्थांची भारतात २०० आणि परदेशांमध्ये (कॅनडा आणि अमेरिकेत) १५ केंद्रं कार्यरत आहेत.

सिद्ध समाधी योगाचं प्रशिक्षण २ आठवडे चालतं आणि त्यानंतर ३-४ दिवसांचं एक शिबिर गावाबाहेर एखाद्या शांत आणि निवांत ठिकाणी घेतलं जातं. दोन आठवड्यांच्या किंवा १५ दिवसांच्या प्रशिक्षणात रोज ३-३।। तास (काही वेळा विषयाच्या गरजेनुरूप यापेक्षा जास्त वेळ) एका शिक्षकांच्या किंवा गुरुजींच्या मार्गदर्शनाखाली कार्यक्रमातील सहभागींना वेगवेगळ्या विषयांचं प्रशिक्षण दिलं जातं. रोज घरी करण्यासाठी म्हणून थोडा 'घरचा अभ्यास'ही दिलेला असतो. शिवाय हा कार्यक्रम चालू असताना काही बंधनं पाळायची असतात.

एस. एस. वाय. संस्थेनं स्वत:ची माहिती देणारी एक पुस्तिका प्रसिद्ध केलेली आहे. जिवात्म्याभोवती पाच कोश असतात. या पाच कोशांची शुद्धी करणं– अशी शुद्धी करण्यासाठीचं प्रशिक्षण देणं– हा एस. एस. वाय.चा उद्देश असतो असं पुस्तिकेत म्हटलेलं आहे. जिवात्म्याभोवती असलेले पाच कोश म्हणजे अन्नमय कोश, प्राणमय कोश, मनोमय कोश, विज्ञानमय कोश आणि आनंदमय कोश. हे कोश शुद्ध होऊ लागले की दुखणी पळून जातात. मन शांत होतं. आकलनशक्ती वाढते. मन मोकळं, प्रेमळ बनतं आणि स्वाभाविक रीत्याच एक नेता जन्म घेतो.

नेता हा शब्द प्रचलित 'पुढारी' या अर्थानं इथे योजलेला नाही. आपल्या देशात नेता या शब्दाचा अर्थ राजकीय पुढारी असाच फक्त समजला जातो. पण नेता याचा खरा अर्थ 'लोकांना योग्य दिशेनं नेणारा' असा आहे. त्या दृष्टीनं, पंचकोशांची शुद्धी होऊ लागली की ती व्यक्ती सहजपणे नेता होते. जबाबदारीनं आणि विधायक वृत्तीनं वागू लागते. आपल्याबरोबर असलेल्यांना मार्ग दाखवून योग्य दिशेनं घेऊन जाऊ लागते.

अशी व्यक्ती आपल्या आजूबाजूच्या, आपल्या संपर्कात असलेल्यांच्या

मनातल्या गोष्टी समजून घेऊ शकते आणि त्यांच्यावर प्रभाव पाडून योग्य त्या गोष्टी करण्यास त्यांना उद्युक्त करू शकते. त्यांना योग्य दिशेनं नेऊ शकते.

एस.एस.वाय.च्या प्रशिक्षणामध्ये नेता बनणं या गोष्टीवर पुष्कळ भर दिलेला असतो.

या गोष्टी घडून येण्यासाठी, म्हणजे शरीर आणि मन निरोगी होऊन ती व्यक्ती नेता बनण्यासाठी आवश्यक अशा पुढील गोष्टी ए.ए.भ्. कार्यक्रमात करून घेतल्या जातात.

१. प्राणायाम

२. मेडिटेशन/ध्यान

३. वेगवेगळ्या विषयांवर ऋषी प्रभाकर यांच्या व्याख्यानांच्या टेप्स ऐकवल्या जातात. तर काही वेळेला वर्ग घेणाऱ्या गुरुजींचं व्याख्यान होतं.

४. वेगवेगळ्या विषयांवर संवाद आणि चर्चा आणि त्यानंतर प्रश्नोत्तरं.

५. दुधाविरहित असा संपूर्ण कच्चा शाकाहार. कच्च्या शाकाहाराचे फायदे शिकवलेही जातात आणि त्याचे वेगवेगळे प्रकार करून वर्गातल्या सहभागींना खायलाही दिले जातात.

हे प्रशिक्षण चालू असताना एक दिवस सकाळपासून संध्याकाळपर्यंत असं दिवसभराचं शिबिर घेण्यात येतं आणि प्रशिक्षण संपत आल्यावर ३-४ दिवस गावाबाहेरच्या एखाद्या शांत ठिकाणी निवासी शिबिर घेतलं जातं.

पंचकोश शुद्धीसाठी प्राणायाम, ध्यान (मेडिटेशन), चर्चा, श्रद्धा, प्रार्थना आणि कच्चा आहार या गोष्टी या १५-२० दिवसांच्या कार्यक्रमात शिकवल्या जातात आणि करूनही घेतल्या जातात. सगळ्या कार्यक्रमात शिस्तीवर भर असतो. उशिरा येणं किंवा लवकर जाणं या गोष्टी अजिबात खपवून घेतल्या जात नाहीत. ज्या लोकांना या वर्गाला पूर्ण वेळ हजर राहणं शक्य नसेल त्यांनी या कार्यक्रमात त्या वेळी भाग घेऊ नये तर जेव्हा त्यांना पुरेसा वेळ देणं शक्य असेल तेव्हा त्यांनी हे प्रशिक्षण घ्यावं असं सांगितलं जातं. उशिरा येणं किंवा लवकर जाणं, एखादे दिवशी गैरहजर राहणं यामुळे कार्यक्रमातील काही भाग चुकल्यामुळे सहभागी व्यक्तीचंच नुकसान होणार असतं आणि म्हणून या गोष्टी चालवून घेतल्या जात नाहीत. शिवाय त्यामुळे शिस्तही अंगी बाणू लागते.

प्राणायाम–

वीरासन घालून वेगवेगळ्या मुद्रांमध्ये प्राणायाम कसा करावा ते शिकवलं जातं आणि रोज नेमानं सहभागींकडून प्राणायाम करूनही घेतला जातो. ही गोष्ट फार महत्त्वाची आहे. कारण प्राणायाम करताना तो चुकीच्या पद्धतीनं केल्यास

आणि नेहमीच तशा प्रकारे करत गेल्यास त्याचे दुष्परिणाम होऊ शकतात. त्यामुळे त्यातील तज्ज्ञ माणसाच्या देखरेखीखाली प्राणायाम शिकणं आणि तो अंगी बाणवणं आवश्यक असतं. एस.एस.वाय. वर्गात शिक्षकांच्या देखरेखीखाली ही गोष्ट सहजपणे होऊन जाते. शिक्षकांना मदत करण्यासाठी काही स्वयंसेवक रोज वर्गाला उपस्थित असतात. त्यामुळे सर्वांवर लक्ष ठेवणं, कोणी चुकत असल्यास त्याला योग्य पद्धत शिकवणं या गोष्टी शक्य होतात.

प्राणायाम शिकल्यानंतर पहिले ४० दिवस रोज २ वेळा आणि त्यानंतर रोज १ वेळा प्राणायाम करावा असं सांगितलं जातं.

ध्यान–

एस.एस.वाय. वर्गामध्ये मुक्तमन ध्यान करायला शिकवलं जातं. प्राणायामाप्रमाणेच ध्यानही पहिले ४० दिवस रोज २ वेळा आणि नंतर रोज १ वेळा करावं असं सांगितलं जातं.

चर्चा–

Discussion या विषयाखाली वेगवेगळ्या विषयांवरची लहान-मोठी व्याख्यानं (काही टेपवरची), त्या विषयांवरची चर्चा, दोघा-दोघांच्या जोड्या जमवून एकमेकांना मनातले विचार सांगणं, स्वत:चे अतीव आनंदाचे क्षण कोणते ते वर्गात सर्वांसमोर सांगून परत एकदा त्या आनंदाचा अनुभव मिळवणं, आपल्या तीव्र इच्छा बोलून दाखवणं, यांसारख्या अनेक गोष्टी येतात. पुष्कळदा वर्गामध्ये संवादाऐवजी वादही सुरू होतो. पण या सगळ्यातून एकमेकांची चांगली ओळख होऊ लागते आणि स्वत:चीही चांगली ओळख होऊ लागते. मनातले विचार आणि इच्छा स्वत:लाच सुस्पष्ट होऊ लागतात.

श्रद्धा–

श्रद्धा म्हणजे आंधळेपणानं कोणतीही गोष्ट स्वीकारणं असं नव्हे. पण काही गोष्टी प्रत्यक्ष डोळ्यांनी दिसत नसल्या किंवा लगेच अनुभवाला येत नसल्या तरी आपल्यापेक्षा त्या विषयात ज्यांचा अधिक अभ्यास, अनुभव आणि ज्ञान आहे त्यांच्यावर विश्वास ठेवून त्या स्वीकारणं म्हणजे श्रद्धा होय.

एक अत्यंत महत्त्वाची श्रद्धा या वर्गात शिकवली जाते ती म्हणजे आपण ज्या गोष्टीची इच्छा करतो आहे किंवा जी गोष्ट करतो आहे ती सफल होणारच असा दृढ विश्वास बाळगणं. इच्छित गोष्ट साध्य होईल की नाही अशी किंचितशीही शंका मनात आणायची नाही, ती साध्य होईलच अशी श्रद्धा बाळगायची. म्हणजे आपोआपच ती

गोष्ट घडून येते हे मनावर ठसवलं जातं. Positive Thinking असं ज्याला इंग्रजीत म्हटलं जातं तसाच हा प्रकार असला तरी त्यापेक्षा अधिक प्रभावीपणे आणि दृढतेनं ही श्रद्धा बाळगायची आहे.

प्रार्थना–

वर्ग सुरू होताना एक छोटीशी प्रार्थना आणि नंतर पुष्कळदा सामूहिक भजन किंवा भक्तिगीत म्हटलं जातं.

आहार–

कच्चा असलेला संपूर्ण शाकाहार या गोष्टीवर जोर दिला जातो. वर्ग चालू असेपर्यंत तरी सर्वांनी संपूर्ण कच्चा आहार घ्यावा आणि नंतर रोजच्या जेवणात निदान ६०% कच्चे पदार्थ खावेत असं सांगितलं जातं. कच्च्या भाज्या, भिजवलेल्या डाळी, मोडाची कडधान्यं, वेगवेगळी फळं यांपासून अनेक वेगवेगळे पदार्थ करून ते रोज वर्गातील सर्वांना खायला देण्यात येतात. कच्च्या गोष्टीपासूनही अनेक रुचकर पदार्थ बनवता येतात. हे प्रत्यक्ष कृतीनं शिकवलं जातात.

दारू, सिगारेट, तंबाखू, मादक पदार्थ, चहा, कॉफी ही पेयं वर्ज्य करायला सांगितलं जातं. एवढंच नव्हे, तर दूधही वर्ज्य करायला सांगितलं जातं. पण दुधापासून बनणारे दही, ताक यांसारखे पदार्थ घ्यायला हरकत नसते.

कार्यक्रम सुरू झाला की पहिले काही दिवस रोज घरचा अभ्यास दिला जातो. म्हणजे रोज एखाद्या विषयावर ठराविक शब्दसंख्येमध्ये आपले विचार लिहून आणायला सांगितले जातात. लिहिताना एक बंधन पाळायचं असतं ते म्हणजे कुठलीही नकारात्मक विधानं करायची नाहीत. स्वतःचे विचार स्पष्ट होणं आणि ते सुसंगतपणे व्यक्त करणं या गोष्टी यातून सहज साधल्या जातात.

हा घरचा अभ्यास तपासलाही जातो!

हा कार्यक्रम सुरू असताना एका सुटीच्या दिवशी एक दिवसभराचं शिबिर घेतलं जातं. या शिबिरात मैदानी खेळ (प्रत्येकानं खेळलंच पाहिजे असा दंडक असतो.) गप्पा, चर्चा, ध्यान, सहभोजन असा कार्यक्रम असतो.

कार्यक्रमाच्या शेवटी ३-४ दिवसांचं एक शिबिर शहरापासून थोडं दूर एखाद्या निवांत ठिकाणी घेतलं जातं. त्यातही चालण्यासारखा भरपूर व्यायाम, खेळ, गप्पा, चर्चा, सहभोजन असा कार्यक्रम असतो. आपलं घर सोडून दूर आल्यामुळे रोजच्या दैनंदिन व्यवहारातले शारीरिक-मानसिक ताण सैल झालेले असतात. त्याच्या जोडीला शांत वातावरण, खेळ, गप्पा यांसारख्या गोष्टींमुळे शिबिरात सहभागी झालेले लोक चांगले मोकळे होतात. एकमेकांशी जास्त बोलतात. स्वतःच्या मनातल्या भावना

आणि विचार बोलून दाखवतात. अशा प्रकारे त्यांचं मन पुष्कळसं मोकळं होतं आणि इतरांशी संपर्क वाढतो. जवळीक वाढते. एकटेपणा कमी होऊ लागतो.

एस.एस.वाय. कार्यक्रमाची अगदी थोडक्यात ओळख करून देण्याचा हा प्रयत्न आहे. त्याची संपूर्ण माहिती इथे देणं शक्य नाही आणि तसा उद्देशही नाही. हृदयरोग्यांच्या दृष्टीनं महत्त्वाच्या अशा अनेक गोष्टी म्हणजे ध्यान, प्राणायाम, मनावरील ताण कमी करणं, संपर्क कुशलता, या कार्यक्रमात साध्य होतात आणि त्यामुळे तो हृदयविकार निवारणासाठी उपयुक्त आहे.

एस.एस.वाय.ची भारतात दोनशे केंद्रं असल्यामुळे अनेक ठिकाणच्या हृदयरुग्णांना या कार्यक्रमाचा लाभ घेता येणं शक्य आहे.

डॉ. जगदीश हिरेमठ यांच्या हृदयविकार निवारणाच्या कार्यक्रमातील सहभागींसाठी एक स्वतंत्र वर्ग एस.एस.वाय.तर्फे घेण्यात आला. या वर्गावर हृदयतज्ज्ञांची देखरेख असे. या पहिल्या वर्गानंतर हृदयविकार निवारण कार्यक्रमातील पुढच्या दोन गटांकडूनही हे प्रशिक्षण करवून घेण्यात आलं. हे प्रशिक्षण घेत असताना एकाही हृदयरुग्णाला हृदयविकाराचा झटका आला नाही किंवा एकाचंही दुखणं वाढलं नाही.

कबीर बाग– हृदयविकार निवारणासाठी योग

'कबीर बाग' या नावानं पुण्यात सुप्रसिद्ध असलेल्या कबीर बाग मठ संस्थेमध्ये 'मानव संसाधन विकास आणि संशोधन मंच' यांच्यातर्फे हृदयरुग्णांसाठी खास योगासनांचे वर्ग चालवले जातात. डॉ. हिरेमठांच्या हृदयविकार निवारण कार्यक्रमातील पहिल्या गटातील सहभागींना या वर्गात दाखल करण्यात आलं. नंतरच्या गटांनाही तीन-तीन महिन्यांसाठी या योगासन-प्रशिक्षणासाठी पाठवण्यात आलं आहे. त्यानंतर हा वर्ग सहभागींनी स्वेच्छेनं सुरू ठेवावा किंवा वर्गात शिकलेली योगासनं घरी करावीत असा पर्याय त्यांना देण्यात येतो.

मानव संसाधन विकास आणि संशोधन मंचाचे डॉ. श्री. वि. करंदीकर हे स्वत: ॲलोपॅथीचे डॉक्टर असून गेली अनेक वर्षं ते स्वत: योगासनं करत आहेत आणि संपूर्ण स्वास्थ्यासाठी योगासनांचे वर्गही चालवत आहेत. योगशिक्षण आणि योगप्रसार यांसाठी जगप्रसिद्ध असलेले आणि पुण्यात वास्तव्याला असलेले योगाचार्य पद्मश्री श्री. बी. के. एस. अय्यंगार हे डॉ. करंदीकरांचे गुरू आहेत. त्यांच्या मार्गदर्शनाखाली शरीरस्वास्थ्य आणि योगोपचार या विषयावर डॉ. करंदीकरांचं संशोधन सुरू आहे. योगोपचारांनी हृदयरोहिणी विकार कमी होऊ शकतो असं त्यांचं म्हणणं आहे. (डॉ. डीन ऑर्निश यांनीही योगासनं करायला सांगितली आहेत.) त्यासाठी नियमितपणे योग्य अशी योगासनं करणं आवश्यक आहे.

निरोगी व्यक्तीला आरोग्यप्रद ठरणारी आसनं हृदयविकार असणाऱ्यांच्या दृष्टीनं योग्य ठरतीलच असं नाही. म्हणून योगासनांमध्ये आवश्यक ते बदल करून अशी सुधारित आसनं हृदयरुग्णांच्या वर्गात शिकवली जातात. वर्गात दाखल होणाऱ्या प्रत्येकाच्या वैद्यकीय तपासण्यांचे रिपोर्ट पाहून आणि दुखण्याचा सगळा इतिहास जाणून घेऊन डॉ. करंदीकर प्रत्येकाला त्याला योग्य अशी आसनं सुचवतात. आसनांच्या कार्यक्रमाला सुरुवात करण्यापूर्वी शारीरिक तपासणीही (वजन, उंची, वय, रक्तदाब इ.) केली जाते.

योगासनांमध्ये प्रावीण्य असलेल्या व्यक्ती वर्गात शिक्षकांचं काम करतात. नवीन दाखल झालेल्यांना आसनं शिकवणं, गरज भासेल तिथे मदत करणं, विविध साधनांचा उपयोग कसा करावा ते दाखवणं, आसनं करताना कोणाला काही त्रास होत नाही ना यावर लक्ष ठेवणं आणि एकंदरीत वेगवेगळ्या वर्गांचा कार्यक्रम सुरळीत चालू ठेवणं अशी जबाबदारी हा शिक्षकवर्ग पार पाडत असतो. शिक्षकांमध्ये स्त्रिया आणि पुरुष दोन्हीही असतात. त्याचप्रमाणे स्त्रियांसाठी आणि पुरुषांसाठी असे वेगवेगळे वर्गही चालवले जातत.

हृदयविकार असणाऱ्यांसाठी सुधारित आसनांचा वर्ग १९९० पासून कबीर बागेत सुरू झाला. पण हृदयरुग्णांवर योगोपचाराचा प्रयोग मात्र १९८८ सालापासूनच सुरू झाला होता. कै. श्री. अनिल भिडे यांच्यापासून या उपचाराची सुरुवात झाली. श्री. भिडे हे तिशीतले तरुण होते. १९८८ साली त्यांना हृदयविकाराचा जबरदस्त झटका आला. त्या वेळी त्यांना हृदयारोपणाचा सल्ला देण्यात आला. ही शस्त्रक्रिया न केल्यास त्यांच्या जिवाला धोका आहे, फार तर एक महिनाभरच ते जगू शकतील असं त्यांना सांगण्यात आलं. त्यांची स्थिती इतकी नाजूक झालेली होती की त्यांचा अँजिओग्राम काढायचंही डॉक्टरांनी नाकारलं.

श्री. भिडे यांचे एक ज्येष्ठ नातेवाईक डॉ. करंदीकरांना ओळखत होते आणि योगोपचारांवर करंदीकरांचं संशोधन चालू आहे हे त्यांना माहीत होतं. अनिल भिडे यांच्यावर करंदीकरांनी उपचार करावेत अशी विनंती त्यांनी डॉक्टरांना केली. हृदयारोपण शस्त्रक्रिया करायची नाही असं भिड्यांनी पक्कं ठरवलेलं होतं. त्यामुळे तज्ज्ञ डॉक्टरांनी दिलेल्या मुदतीत योगोपचाराचा प्रयोग करून पाहावा, कदाचित काही थोडाफार उपयोग होईल, काही दिवसांनी आयुष्य लांबेल, नुकसान तर काही होणार नाही एवढ्याच विचारानं त्यांनी ही विनंती केली होती.

डॉ. करंदीकरांनी श्री. भिड्यांच्यावर उपचार करण्याचं मान्य केलं. भिड्यांवरच्या उपचारांची सुरुवात त्यांनी सेतुबंधापासून केली. बरेच दिवस भिड्यांना फक्त सेतुबंधासनच करायला लावण्यात येत होतं. तज्ज्ञांनी दिलेली मुदत टळून गेल्यावर मग हळूहळू अतिशय जपून त्यांना इतर सुधारित आसनं

शिकवण्यात आली. हा सगळा उपचार डॉ. करंदीकर स्वत:च्या देखरेखीखाली करवून घेत असत.

योगोपचारासाठी भिडे पहिल्या दिवशी आले तेव्हा इतके अशक्त होते की एक जिना चढताना त्यांना धाप लागली होती आणि चढताना ३-४ वेळा थांबून पायरीवर बसून विश्रांती घ्यावी लागली होती. हळूहळू त्यांची प्रकृती दिवसानुदिवस सुधारतच गेली. त्यांना सुचवलेली सर्व आसनं ते सुरळीतपणे करू लागले. एवढंच नव्हे, तर योगोपचार वर्गात शिक्षक म्हणून कामही करू लागले. त्यांच्या पत्नीही योगशिक्षण घेऊन कबीर बागेत योगशिक्षिका म्हणून काम करू लागल्या.

१९९५ मध्ये श्री. अनिल भिडे यांना खूप ताप आला. ताप १०५ अंशपर्यंत चढला आणि २३ मार्च ९५ ला हृदय बंद पडून त्यांचं निधन झालं.

एक महिनाभराचंच आयुष्य उरलं आहे असं तज्ज्ञांनी सांगितलेलं असताना जवळजवळ सात वर्षांचं चांगलं आयुष्य भिडे यांना व्यतीत करता आलं. याचं सर्व श्रेय ते योगोपचाराला देत असत. श्रीमती भिडे यांचाही तसाच विश्वास आहे. त्या अजूनही कबीर बाग मठ संस्थेत जबाबदारीची जागा सांभाळत आहेत.

१९८८ साली श्री. भिड्यांवर प्रत्यक्ष उपचार करायला डॉ. करंदीकरांनी सुरुवात केली असली तरी योगोपचारांविषयी त्यांचा विचार आणि अभ्यास पुष्कळ पूर्वीपासून सुरू होता. १९७५ साली त्यांच्या एका दम्याच्या रुग्णाला त्यांनी योगोपचारासाठी श्री. बी. के. एस. अय्यंगारांकडे पाठवलं होतं. फारसा काही उपयोग होईल असं त्यांना त्या वेळी वाटत नव्हतं. कारण दमा हा काही सहजी बरा होणारा आजार नाही आणि त्या रुग्णाचा दमा बराच जुनाट होता. त्यामुळे अय्यंगारांकडे त्याला पाठवण्यामागे त्याला जरा मानसिक समाधान मिळावं एवढाच त्यांचा उद्देश होता. आणि तेवढीच अपेक्षा होती.

पण त्यांच्या अपेक्षेपेक्षा वेगळंच घडलं. काही महिन्यांमध्ये त्या रुग्णाला खूप बरं वाटू लागलं. कित्येक वर्षांपासून सोबतीला असलेला दमा जवळजवळ गेला आणि त्याची प्रकृती सुधारू लागली. ते पाहून योगमार्गात काहीतरी विशेष असलं पाहिजे असं डॉ. करंदीकरांना वाटू लागलं आणि त्यांनी योगाभ्यास सुरू केला. पुस्तकं वाचून ते आसनं, त्राटक, गायत्रीचा जप असं सगळं करू लागले. गुरूच्या मार्गदर्शनाशिवाय या सगळ्या गोष्टी करत असल्यामुळे त्यात काही चुका होत असाव्यात. कारण थोड्याच दिवसातच त्यांना डोकं दुखणं, डोळ्यांसमोर एकीच्या जागी दोन चार प्रतिमा दिसणं, रक्तदाब वाढणं असा त्रास सुरू झाला. आपली चूक त्यांना उमगली आणि स्वयंसराव थांबवून ते मार्गदर्शनासाठी श्री. अय्यंगारांकडे गेले.

श्री. अय्यंगारांसारखा गुरू लाभल्यावर योगमार्गात त्यांची भराभर प्रगती होत गेली. त्यांनी कबीर बागेत योगोपचाराचे वर्ग सुरू केले. त्या वर्गांना भरघोस प्रतिसादही

मिळू लागला. आपल्या विद्वान गुरूंच्या मार्गदर्शनाखाली १९९० सालापासून त्यांनी हृदयरोहिणी विकार असणाऱ्यांसाठी खास वर्ग सुरू केला.

हृदयविकार होण्याच्या अनेक कारणांमध्ये आनुवंशिकता हे एक कारण आहे. भारतीय लोक याबाबत दुर्दैवी आहेत असं म्हटलं पाहिजे कारण भारतीयांच्यात हृदयविकाराचं प्रमाण इतरांपेक्षा बरंच जास्त असतं. योगोपचारांनी हा आनुवंशिक धोक्याचा घटक बदलता येईल, तो कमी करता येईल असं डॉ. करंदीकरांना वाटतं. 'संपूर्ण स्वास्थ्य' या नियतकालिकात प्रसिद्ध झालेल्या आपल्या लेखात त्यांनी म्हटलं आहे–

'आकुंचन झालेल्या हृदयरोहिण्यांचा विस्तार करणे, रक्तातील घटकांचे प्रमाण साम्यावस्थेला आणणे आणि याचा अभ्यास दृढ करीत जाऊन शरीरपेशींची नैसर्गिक आनुवंशिक रोगाला अनुकूल असलेली ठेवण बदलणे, हे सर्व विशिष्ट योगासनांचा परिश्रम आणि श्रद्धापूर्वक दीर्घकाळ अभ्यास करण्याने सहज सुलभ होते.'

कबीर बागेत हृदयरुग्णांकडून करून घेतली जाणारी आसनं पुढीलप्रमाणे असतात :

विपरीत दंडासन (जमिनीवर)

● यातील साहित्याच्या मांडणीत प्रथम उशी शरीराला काटकोनात ठेवून त्यावर लोड शरीराला समांतर ठेवला जातो. ब्लँकेटची घडी मान व डोक्याच्या आधारासाठी वापरली जाते.

● यामध्ये छातीचा पिंजरा डोक्याच्या बाजूने जमिनीकडे कललेला आहे. त्यामुळे फासळ्या क्रमांक ७ ते १० पायाकडे, फासळ्या क्रमांक ४ ते ६ वर्तुळाकार व फासळ्या क्रमांक १ ते ३ मानेकडे ताणल्या जातील.

● उदरपोकळी जमिनीस समांतर राहील व सर्व शरीराची, डोके व टाचा या दोन टोकामध्ये धनुष्याकृती होईल.

● पाठीचा कणा 'विपरीत' दिशेने (म्हणजे गर्भाशयातील आपल्या अवस्थेच्या विरुद्ध) वक्र झाल्याने उदर पोकळीत साठलेले रक्त शुद्धीकरणासाठी विनासायास फुफ्फुसे व हृदयाकडे जाऊ शकते.

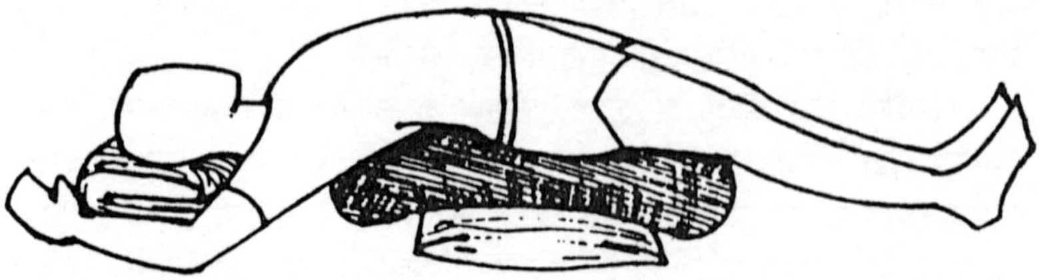

● मान व डोके जमिनीला समांतर राहिल्याने रक्तदाब न वाढवता मेंदूला भरपूर रक्तपुरवठा होतो. त्यामुळे रक्तदाब आपोआप नियंत्रित होतो. हृदयाची गती न वाढता हृदयास विश्रांती मिळते व प्राणवायूचा पुरेसा साठा करता येतो.

विपरीत दंडासन (खुर्ची घेऊन)

● साहित्याच्या मांडणीत दोन लोड, उशी व ब्लँकेट यांची खुर्चीच्या संदर्भात केलेली रचना पाहा.

● आसनस्थिती जमिनीवरील केलेल्या विपरीत दंडासनाप्रमाणेच आहे.

● हार्ट ॲटॅक येऊन गेल्यानंतर दोन आठवड्यांनंतर या पद्धतीने आसन करणे सहज शक्य आहे.

● पाठीचा कणा हळूहळू जसाजसा जास्त ताणत जाईल तसेतसे ब्लँकेट, उशी, लोड हे साहित्य क्रमाक्रमाने काढून टाकावे व केवळ खुर्चीवरच हे आसन करावे.

● या आसनात पाठीच्या कण्याला तीव्र ताण मिळाल्याने हृदय व फुफ्फुसे जास्त कार्यक्षम होतात.

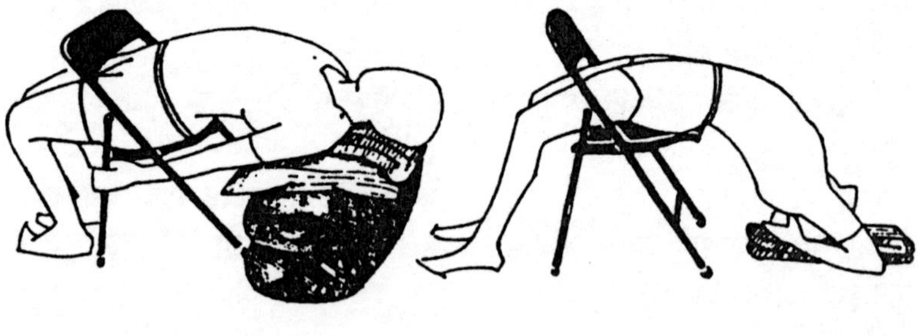

मेरुदंडासन

- यातील साहित्य : एक खुर्ची
- खुर्चीत उलटे बसावे म्हणजे तोंड व छाती खुर्चीच्या पाठीकडे येईल. त्यासाठी खुर्चीतून पाय बाहेर काढावेत व जमिनीवर पावले ठेवून पाय काटकोनात स्थिर करावेत.

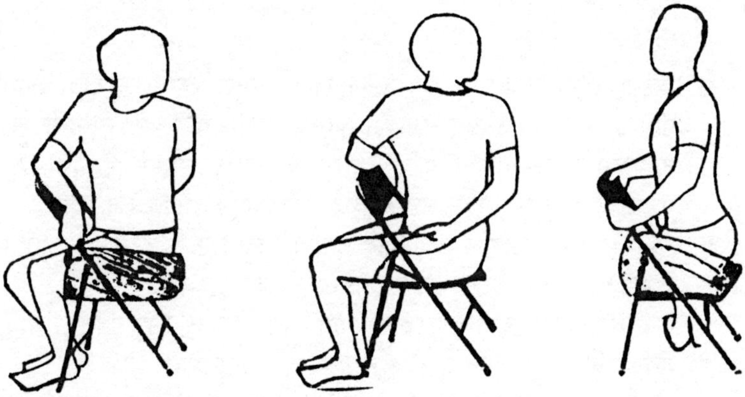

- कटीबंधाची मागची कड, खुर्चीच्या बैठकीच्या पुढच्या धारेपर्यंत येईल असे बसावे. ब्लँकेटची घडी करून ती प्रथम डावी मांडी व खुर्चीची दांडी यामध्ये घट्ट बसवावी.
- या आसनात कटीबंध स्थिर ठेवून संपूर्ण मेरुदंडाला पीळ द्यावयाचा आहे. त्यामुळे मेरुदंडावर तीव्र ताण येतो.
- डावीकडे वळताना प्रथम उजवा हात कोपरापर्यंत खुर्चीच्या पाठीच्या वरच्या धारेवर घट्ट धरावा. डावा हात पाठीमागे नेऊन खुर्चीच्या पाठीची विरुद्ध बाजूची दांडी पकडावी.
- श्वास घेऊन सोडावा. धडाचा बेंबीच्या खालचा भाग सावकाश उजवीकडून डावीकडे वळवावा. त्या वेळी काटकोनात उभे केलेले पाय व खुर्चीवरील आपली बैठक हलू देऊ नये.
- दुसरा श्वास घ्यावा व सोडावा. धडाचा मधला म्हणजे बेंबीपासून स्तनापर्यंतचा भाग उजवीकडून डावीकडे सावकाश वळवावा. झटके देऊ नयेत. तिसरा श्वास घ्यावा व सोडावा. त्यानंतर खांदे वळवावेत व नंतर मान व डोके वळवावे.

- काही काळ आसनात राहावे. नंतर हळूहळू उलट क्रमाने शरीर उजवीकडे वळवावे व पुन्हा पहिल्या अवस्थेत यावे.
- यानंतर हातांची अदलाबदल करावी. डावा हात खुर्चीच्या पाठीच्या वरच्या कडेवर घट्ट धरावा व उजवा हात पाठीमागे नेऊन खुर्चीची विरुद्ध बाजू पकडावी. ब्लँकेट उजवी मांडी व खुर्ची यांमध्ये ठेवावे.
- या स्तंभाच्या पहिल्या परिच्छेदामध्ये सांगितल्याप्रमाणे धड डावीकडून उजवीकडे सावकाश वळवावे. तीन श्वासांत आसन पूर्ण करावे व पुन्हा पूर्वस्थितीत यावे.
- ज्यांना खुर्चीत पाय घालून बसणे जमत नसेल त्यांनी खुर्चीत दोनही पाय एका बाजूस सोडून बसावे. डावीकडे वळून बसल्यास खुर्चीची पाठ आपल्या डाव्या बाजूस येईल. डाव्या व उजव्या हाताने खुर्चीची पाठ पकडावी व श्वास सोडून धड हळूहळू उजवीकडून डावीकडे वळवावे.
- त्यानंतर बाजू बदलून उजवीकडे बसावे. खुर्चीची पाठ दोन्ही हातांनी पकडावी. श्वास सोडून धड हळूहळू डावीकडून उजवीकडे वळवावे. शरीर वळवताना प्रथम बेंबीचा खालचा भाग, नंतर बेंबी व स्तनापर्यंतचा भाग, नंतर खांदे व नंतर मान व डोके हा क्रम लक्षात ठेवावा.
- दोन्ही बाजूंकडून किमान ४ ते ५ वेळा हे आसन करावे. यामध्ये मेरुदंडाला चिकटलेल्या फासळ्या तसेच पोट व पाठीचे सर्व स्नायू पिरगळले जाऊन ताणले जातात.
- या आसनाच्या अभ्यासाने छातीची पोकळी व उदर पोकळी रुंदावतात. आतील सर्व अवयवांना पिळल्याप्रमाणे ताण बसतो आणि त्यातील रक्त पुन्हा हृदयाकडे खेचले जाते.

कपोतासन

- साहित्य : खुर्ची, ब्लँकेट चित्राप्रमाणे मांडणे.
- खुर्चीत उलटे बसावे. पाय खुर्चीच्या बाहेर काढावेत. छातीची मागची बाजू खुर्चीच्या बैठकीच्या पुढच्या कडेला टेकवत डोके खाली सोडावे व हात खुर्चीच्या आत घालावेत. पाय गुडघ्यात दुमडून चित्रात दाखवल्याप्रमाणे खुर्चीच्या खालच्या दांड्यावर ठेवून हाताला घट्ट धरावे.
- या आसनात उदर पोकळीचे प्रसरण होते व छातीचा पिंजरा दोन्ही बाजूंकडून उघडतो. यामुळे श्वसोच्छ्वासासाठी फुफ्फुसांना जास्त जागा मिळते.
- हे आसन दम्याच्या विकारावर रामबाण आहे व हृदयविकारात श्वासोच्छ्वास वाढविण्याचे दृष्टीने अत्यंत उपयुक्त आहे

सर्वांगासन

- साहित्य : खुर्ची, लोड, ब्लँकेट चित्रात दाखवल्याप्रमाणे मांडावेत.
- खुर्चीत उलटे बसावे. बसताना पाय खुर्चीच्या दोन्ही बाजूने बाहेर काढून बसावे व खुर्चीची पाठ दोन्ही बाजूला हाताने घट्ट धरावी.

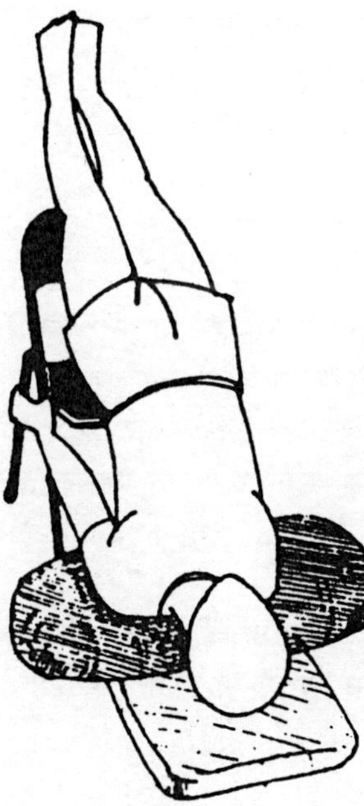

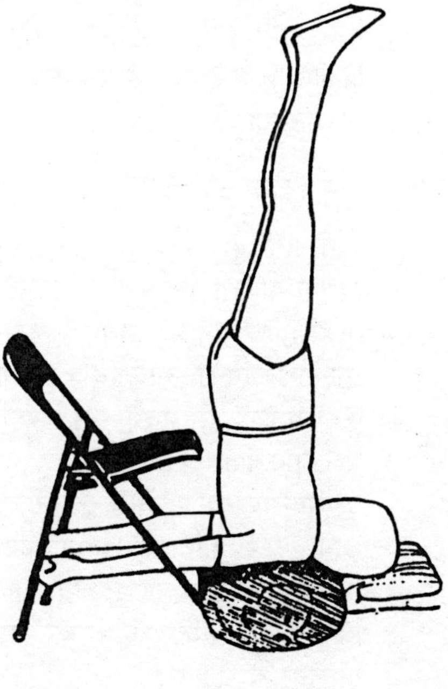

- हळूहळू पाय वर आणून खुर्चीच्या पाठीवर टाकावेत व गुडघे वाकवून गुडघ्यात खुर्चीची पाठ घट्ट धरावी.
- हात हळूहळू खुर्चीच्या दांडीवरून खाली आणत डोके व मान लोडाच्या दिशेने न्यावीत व शेवटी खांदे पूर्णपणे लोडावर टेकवावेत व डोके ब्लँकेटवर टेकवावे. त्या वेळी पाय वरील बाजूस गुडघ्यातून ताठ करावेत.
- नंतर दोन्ही हात खुर्चीच्या पुढील पायांच्या मधून आत घालावेत व खुर्चीचे मागील पाय पकडावेत.
- खांदे बाहेर वळवत हात ताठ करावेत व छाती हनुवटीकडे आणावी.
- आसनाची पूर्णावस्था साधल्यावर श्वासावर लक्ष केंद्रित करावे. त्याने भीती कमी होते.
- पूर्णावस्थेतील आसनाचा काही दिवस सराव करावा, त्यानंतर चित्रात दाखवल्याप्रमाणे संपूर्ण शरीर खुर्चीचा आधार न घेता लोडावर जमिनीला काटकोनात स्थिर ठेवण्याचा अभ्यास करावा. खुर्चीच्या मागील पायांवरील ठेवलेले हात मात्र सोडू नयेत. या अवस्थेत छाती पूर्णपणे हनुवटीला चिकटते.
- आसनाच्या पूर्णावस्थेत गळ्यामधील थायरॉईड ग्रंथींवर दाब येऊन त्यांची सूज कमी होते व त्यांचे आरोग्य सुधारते.
- तसेच शरीर नैसर्गिक अवस्थेच्या विरुद्ध दिशेने गेल्याने डोके व खांदे यांच्या त्रिकोणावर ते स्थिर होते व त्यामुळे गुरुत्वाकर्षणावर प्रभुत्व मिळवता येते. या आसनामुळे छाती व उदरपोकळीतील सर्व अवयवांचे आरोग्य सुधारते.

सुप्तवीरासन (बाक घेऊन)

- छातीचा पिंजरा जमिनीस समांतर आहे व साहित्याच्या रचनेमुळे तो दोन्ही बाजूंनी ताणला गेला आहे.
- या स्थितीत पाठीला आधार मिळून छातीचा पिंजरा सर्व बाजूने विस्तारित झाल्याने हृदयाला आकुंचन व प्रसरणासाठी पुरेशी जागा उपलब्ध होते.
- फुफ्फुसांच्या प्रसरणाला पूर्ण स्वातंत्र्य मिळते व ती भरपूर हवेने पूर्ण भरू शकतात. छातीचा पिंजरा जमिनीस समांतर राहात असल्यामुळे गुरुत्वाकर्षणाच्या शक्तीची त्यावरील ओढ कमी होते. त्यामुळे आपोआपच हृदय व फुफ्फुसांची कार्यक्षमता वाढते.
- हात व पाय यांना पूर्ण विश्रांती दिल्याने त्यांची ऊर्जेची गरज कमी होते. डोके व मान शरीरापेक्षा उंचावर असल्याने त्यांची कार्यशक्ती मंदावते व रक्तदाब आपोआप कमी होऊन विचारशक्ती शांत होते.

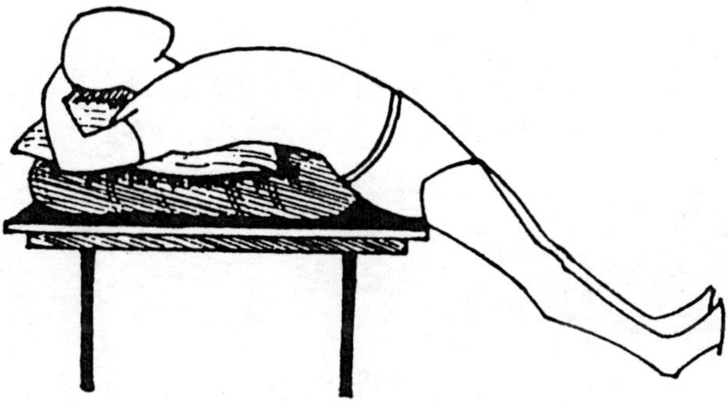

- हे आसन जेवणानंतर अर्धा तास केल्यास शरीराची अनावश्यक हालचाल थांबते व अन्नाचे पचन पूर्ण होते. हृदय व फुफ्फुसांना पूर्ण विश्रांती मिळाल्याने हार्ट ॲटॅक येण्याची शक्यता कमी होते.

सुप्तवीरासन (जमिनीवर)

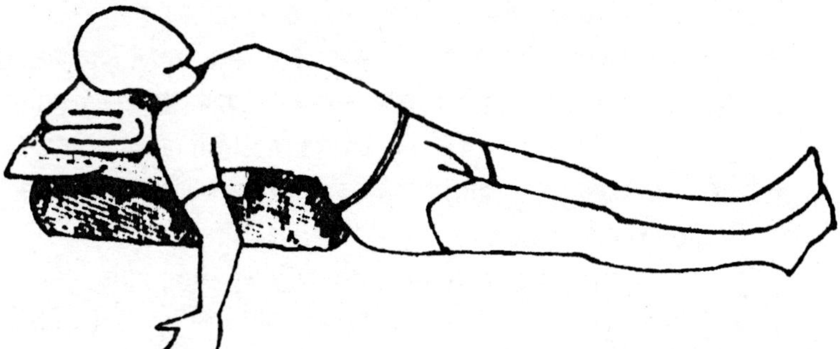

- जमिनीवर सतरंजी घालून त्यावर लोड, उशी, ब्लँकेट यांची शिडीप्रमाणे रचना करावी व त्यावर आसन करावे. पायांच्या बोटांमध्ये योग्य आकाराच्या काड्या घालाव्यात. हात जमिनीवर पसरावेत व हाताचे तळवे छताच्या बाजूस करावेत.

सुप्तबद्धकोनासन (जमिनीवर)

- साहित्याची मांडणी करताना सुप्तवीरासनाप्रमाणेच लोड, उशी, ब्लँकेट यांची शिडीप्रमाणे रचना करावी. जादा साहित्य– एक कापडी पट्टा घ्यावा.

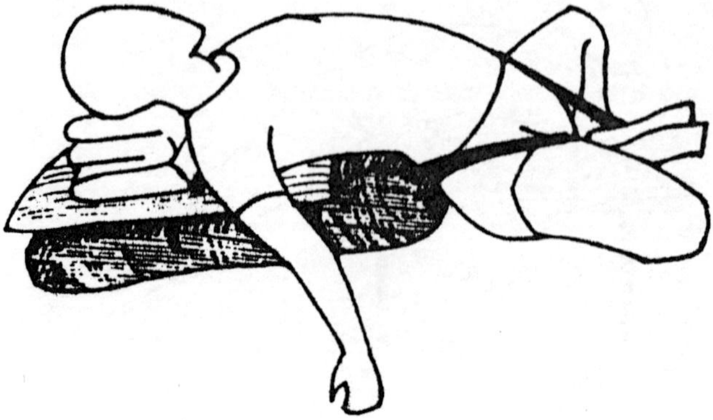

- जमिनीवर साहित्य मांडावे व लोडाला टेकून बसावे. पायाचे तळवे चित्रात दाखवल्याप्रमाणे नमस्कार केल्यासारखे चिकटून ठेवावेत. कापडी पट्टा प्रथम कमरेखालून घेऊन त्याची दोन्ही टोके मांड्यांवरून पुढे घ्यावीत. मग एक टोक दोन्ही पावलांखालून काढून बकलात अडकवावे व बकल घट्ट करावे.
- नंतर शरीर हळूहळू मागे नेत संपूर्ण लोडावर टेकवावे. डोके आपोआप ब्लँकेटवर येईल. ब्लँकेट मागे पुढे करून त्याची घडी बरोबर डोक्याखाली घ्यावी.
- हात शरीराशी काटकोनात सरळ पसरून ठेवावेत. हाताचे तळवे आकाशाकडे करावेत व अंगठ्याची मागील बाजू जमिनीवर टेकण्याचा प्रयत्न करावा. हाताची इतर चार बोटे नैसर्गिकरीत्या अर्धवट मिटलेल्या अवस्थेत ठेवावीत.
- डोळे बंद करून लक्ष श्वासोच्छ्वासावर केंद्रित करावे. श्वासोच्छ्वास नियमित होऊ द्यावा.
- हे आसन सकाळ, संध्याकाळ वा जमले तर जेवणानंतरही करावे.
- ह्या आसनात पायांकडे जाणारा रक्तपुरवठा कमी होतो आणि उदरपोकळी व छातीच्या पोकळीकडे जाणारा रक्तपुरवठा वाढतो. त्यामुळे हृदयाला विश्रांती मिळते. तसेच अन्नपचनही चांगले होते.

सेतुबंध सर्वांगासन

- साहित्य : एक लोड व एक ब्लँकेट आसनस्थितीत दाखविल्याप्रमाणे ठेवावे.
- लोडाला शरीर समांतर येईल असे पाहून लोडावर बसावे. पाय गुडघ्यात उभे करून शरीर हळूहळू लोडावर पसरावे. लोडाच्या कडेला दोन्ही फऱ्यांची खालची टोके टेकवत छातीला वक्राकार बाक द्यावा व दोन्ही

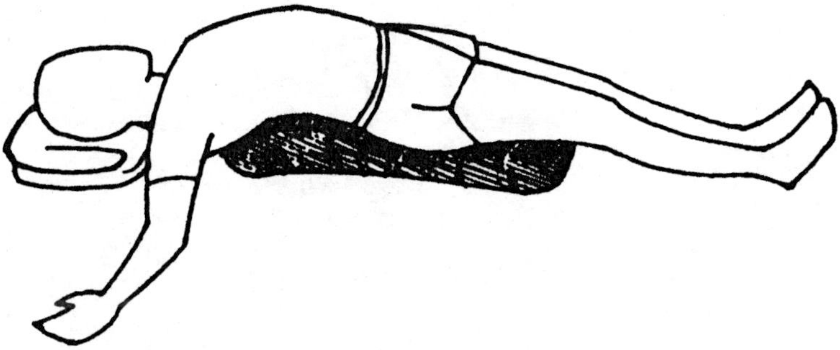

खांदे जमिनीवर टेकवावेत. मान व डोके ब्लँकेटवर ठेवावे. हात शरीराला काटकोन करून पसरावेत. हाताचे तळवे आकाशाकडे करावेत. अंगठ्याची मागची बाजू जमिनीकडे करावी. बोटे नैसर्गिकरीत्या अर्धवट मिटलेल्या अवस्थेत ठेवावीत. डोळे पूर्णपणे मिटावेत व पाय हळूहळू सरळ करावेत.

- आसनाच्या पूर्णावस्थेत उदरपोकळी जमिनीला समांतर राहिल्याने त्यात रक्ताचा साठा वाढतो. छातीचा आकार वक्राकार झाल्याने सर्व फासळ्या ताणल्या जातात. त्यामुळे दोन्ही फुफ्फुसे पूर्णपणे उघडतात व हवेने भरली जातात. हृदयावरील दाब कमी होतो व त्याचे आकुंचन व विशेषत: प्रसरण चांगले होते. मान व डोके जमिनीला समांतर अवस्थेत राहिल्याने मेंदूला विनासायास प्राणवायूयुक्त रक्ताचा भरपूर पुरवठा होत राहतो.
- या आसनाचा अभ्यास संध्याकाळच्या वेळी अवश्य करावा. सर्वांगासनानंतर हे आसन करण्याने दिवसभराचा थकवा पूर्णपणे दूर होतो. मेंदू ताजातवाना झाल्याने बौद्धिक शक्ती प्रज्वलित होते. शरीराच्या खालच्या भागाकडे साठलेले रक्त पुन्हा हृदयाच्या पंपाकडे खेचले जाते.
- या आसनामध्ये हृदयविकार असणाऱ्या व्यक्तींना संपूर्ण शारीरिक आणि मानसिक विश्रांती मिळते.

शवासन

- साहित्य : दोन ब्लँकेट्स चित्रात दाखविल्याप्रमाणे तिहेरी घडी करून ठेवावीत.
- लांब घडीच्या ब्लँकेटच्या एका टोकास बसावे. पाय गुडघ्यात उभे ठेवून कोपरे जमिनीला टेकवावीत व शरीर हळूहळू ब्लँकेटवर पसरावे, म्हणजे ब्लँकेटच्या लहान घडीवर डोके व मान येईल.

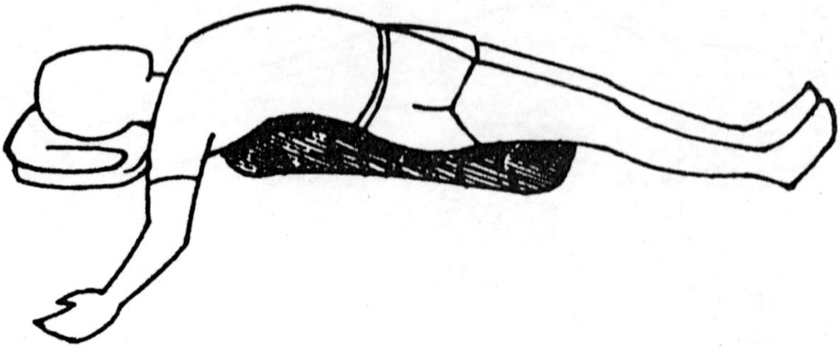

- डोके व मान स्थिर ठेवून कुल्ले थोडेसे उचलावेत. दोन्ही हात कुल्ल्यांखाली घालून मेरुदंड पूर्ण सरळ करून घ्यावा व कुल्ले खाली टेकवावेत. पाय गुडघ्यातून सरळ करावेत.
- हात शरीराला काटकोन करत खांद्यांच्या रेषेत सरळ करावेत. अंगठ्याची मागील बाजू जमिनीकडे करावी व बोटे नैसर्गिकरीत्या अर्धवट मिटलेल्या अवस्थेत ठेवावीत.
- चेहऱ्याचे स्नायू ढिले करावेत व डोळ्यांच्या पापण्या वरून हळूहळू खाली आणत डोळे मिटून घ्यावेत.
- आपली संपूर्ण जाणीव नाकावर केंद्रित करून श्वासोच्छ्वासावर लक्ष केंद्रित करावे.
- गुडघे व कोपरे सैल करून त्यानंतर दोन्ही खुबे व खांदे ढिले करावेत. नाभी जमिनीकडे ढकलत उदरपोकळीचे स्नायू ढिले करावेत.
- चेहऱ्याचे स्नायू ढिले करावेत. खालचा जबडा वरच्या जबड्यापासून विलग करावा. ओठ आणि भिवया ढिल्या कराव्यात.
- सर्व शारीरिक क्रिया शांत होऊ द्याव्यात. आपली जाणीव फक्त श्वासावर केंद्रित करावी.
- हळूहळू श्वासप्रश्वास मंद मंद होऊ द्यावा व जमेल तेवढा वेळ या अवस्थेत शांत राहावे.
- या आसनाच्या अभ्यासाने 'काळ' ही मर्यादा ओलांडता येते.

मे १९९५ मध्ये पूना हॉस्पिटलमध्ये डॉ. जगदीश हिरेमठ यांच्या पुढाकारानं सुरू झालेला हृदयविकार निवारणाचा पहिला कार्यक्रम १५ महिन्यांनी संपला. कार्यक्रमाच्या शेवटी स्ट्रेस टेस्ट, लिपिड प्रोफाईल, अँजिओग्राफी, थॅलियम स्ट्रेस टेस्ट अशा सगळ्या तपासण्या करण्यात आल्या. कार्यक्रमाच्या सुरुवातीच्या तपासण्यांचे परिणाम आणि या तपासण्यांचे परिणाम आकडेशास्त्रीय चिकित्सेसाठी तज्ज्ञांकडे पाठवण्यात आले.

१५ महिन्यांमध्ये राबवलेल्या कार्यक्रमात सहभागी झालेल्या रुग्णांच्या हृदयविकारात चांगला किंवा वाईट काय फरक पडला आहे, तो किती प्रमाणात पडला आहे हे लक्षात यायला आणि तो मोजून त्याचं प्रमाण काढायला आणखी काही दिवस जावे लागणार होते. पण त्यापूर्वीच लक्षात आलेल्या काही ठळक गोष्टी पुढीलप्रमाणे होत्या :

१. १५ महिन्यांच्या काळात एकाही सहभागीला हृदय-झटका आला नाही.

२. एकालाही बाय-पास किंवा अँजिओप्लास्टीची शस्त्रक्रिया करावी लागली नाही.

३. फक्त एका व्यक्तीला २ दिवसांसाठी हॉस्पिटलमध्ये तज्ज्ञ देखरेखीखाली राहावं लागलं.

४. हृदयविकारानं कोणाचाही मृत्यू या काळात झाला नाही.

५. कार्यक्रमाच्या सुरुवातीला बहुतेक सर्वांचंच वजन जास्त होतं. त्यांपैकी बहुतेकांचं वजन कमी झालं.

६. कार्यक्रमात सहभागी झालेले लोक वेगवेगळ्या वयाचे, वेगवेगळ्या व्यवसायातले आणि वेगवेगळी सामाजिक आणि कौटुंबिक पार्श्वभूमी असलेले होते. १५ महिन्यांच्या शेवटी त्यांच्यात चांगलं सख्य निर्माण झालेलं होतं. एकमेकांशी वागण्या बोलण्यात मोकळेपणा आला होता.

७. कार्यक्रम सुरू असताना आवश्यकतेनुसार औषधांमध्ये फेरफार केला जात होता. अँजायनासाठी घ्यावी लागणारी औषधं बहुतेक सहभागींच्या बाबतीत कमी कमी करावी लागली कारण दुखण्याचं प्रमाण कमी कमी होत गेलं होतं आणि कार्यक्रमाच्या शेवटी ते जवळजवळ ०% झालं.

८. उत्साह आणि 'बरं वाटणं' या दोन न मोजता येणाऱ्या गोष्टींचा अनुभव बहुतेक सर्वांना येत होता.

हृदयविकार निवारण कार्यक्रमात भाग घेणाऱ्या रुग्णांच्या गटाशी तुलनेसाठी एक नियंत्रण गटही होता. या गटातील रुग्णांच्याही सर्व तपासण्या कार्यक्रमाच्या सुरुवातीला आणि १५ महिन्यांनी करण्यात आल्या. नियंत्रण गटातील रुग्ण या

काळात आपापल्या तज्ज्ञ डॉक्टरांकडून उपचार घेत होते. जीवनशैलीत बदल करण्याच्या कार्यक्रमात त्यांचा काहीही भाग नव्हता. कार्यक्रमाच्या शेवटी करण्यात आलेल्या तपासण्यांमध्ये पुढील गोष्टी आढळून आल्या.–

हृदयधमन्यांतील अडथळे

	हृदयविकार निवारण गट	**नियंत्रण गट**
सहभागी	२०	१८
हृदयधमन्यामध्ये अडथळे	५९	४९
घटलेले अडथळे	२३ (३९%)	२ (४%)
त्याच स्थितीत राहिलेले अडथळे	३१ (५३%)	३२ (६५%)
वाढलेले अडथळे	५ (५%)	१५ (३१%)
नवीन अडथळे	२	१६

म्हणजे हृदयधमन्यांमध्ये अडथळे घटून कमी होण्याचं प्रमाण निवारण गटामध्ये नियंत्रण गटाच्या जवळजवळ १० पट होतं.

निवारण गटातील २० जणांपैकी ६ जणांच्या धमन्यातील अडथळे घटल्याचं आढळून आलं. म्हणजे ३०% रुग्णांमधील अडथळे कमी झाले होते.

डॉ. डीन ऑर्निश यांच्या कार्यक्रमात भाग घेतलेल्या रुग्णांपैकी ८२% रुग्णांमध्ये अडथळे कमी झाल्याचं आढळून आलं होतं. डॉ. जगदीश हिरेमठ यांच्या कार्यक्रमातल्या सहभागींच्या अँजिओग्राफ्सची कॉम्प्युटराईज्ड चिकित्सा करता आली असती तर अडथळे-निवारण अधिक प्रमाणात झालं असल्याचं दिसून आलं असतं. कारण अगदी सूक्ष्म घटही त्यात नोंदली गेली असती.

हृदयधमनी विकार एकदा झाला, हृदयधमन्यांमध्ये अडथळे एकदा तयार होऊ लागले की ते वाढतच जातात, कमी होऊ शकत नाहीत असा बहुतेक सर्व ॲलोपॅथिक डॉक्टरांचा दृढ विश्वास आणि अनुभव असतो. या पार्श्वभूमीवर अडथळ्यांमध्ये झालेली ही घट सार्थ (Significant) ठरते.

वजन :

कार्यक्रमात भाग घेणाऱ्यांपैकी बहुतेक सर्वांचं वजन सुरुवातीला योग्य त्या पातळीपेक्षा जास्त होतं. एखादा-दुसरा अपवाद वगळता इतरांचं वजन १५ महिन्यांनी कमी झालेलं आढळलं.

सुरुवातीला	वजने किलोग्रॅममध्ये १५ महिन्यांनंतर	
७१	६५	
७१	६४	
८२	८२–	फरक नाही
६९	६१	
७३	७५–	वजन वाढलं
५९	५४	
६६	६३	
७४	७०	
७१	६५	
७४	७१	
६५	६३	
८४	७४	
६४	५९	
६५	५९	
६१	६१–	फरक नाही
६४	६०	
६५	६०	
५८	५५	
५५	५५–	फरक नाही
६२	६१	

८०% सहभागींचं वजन घटलं तर फक्त ५% (एकाचं) सहभागीचं वजन वाढलं. उरलेल्या १५%च्या वजनात फरक नव्हता.

कोलेस्टेरॉलचं रक्तातील प्रमाण :

कोलेस्टेरॉलच्या पातळीत १५ महिन्यांनंतर चांगला फरक पडल्याचं आढळून आलं. फक्त एका सहभागीच्या रक्तातील कोलेस्टेरॉल वाढलं होतं आणि एकाचं पूर्वीच्याच प्रमाणात राहिलं होतं. उरलेल्या सर्वांच्या रक्तातील कोलेस्टेरॉलचं प्रमाण कमी झालं होतं.

कोलेस्टेरॉल (mg%)

सुरुवातीला	१५ महिन्यांनंतर	कमी होण्याचं प्रमाण (%)
२६०	२१०	१९.२३
२२०	१८०	१८.१८
२२०	२००	९
२३०	१८६	१९.१३
२१०	२००	४.७६
२५०	१९५	२२
२४०	२००	१६.६६
१७०	१६५	२.९४
२२०	१८८	१४.५४
२०८	१८१	१२.९८
१९५	१८०	७.६९
२४१	२००	१७
२४०	१९०	२०.८३
१७५	१७५	–
२७०	१९०	२९.६२
२००	१९५	२.५
२३०	२००	१३
२२०	१७३	२१.३६
१८०	१९०	+ ५.५५ – प्रमाण वाढलं
२१०	२००	४.७६

९०% सहभागींचं कोलेस्टेरॉल कमी झालं. ५% च वाढलं आणि ५% चं त्याच प्रमाणात राहिलं.

व्यायाम/ श्रम करण्याची क्षमता

'स्ट्रेस टेस्ट' या नावानं सुपरिचित असलेल्या ट्रेडमिलवर चालण्याच्या तपासणीमध्येही बहुसंख्य सहभागींच्या क्षमतेमध्ये १५ महिन्यांत सुधारणा झालेली आढळून आली. फक्त तीन जणांची ही क्षमता कमी झालेली दिसली.

व्यायामक्षमता काल (Stress test duration)

	सेकंदांमध्ये	
सुरुवातीला	१५ महिन्यांनंतर	कमी होण्याचं प्रमाण (%)
४२०	४८०	१४.२८
३३०	३९०	१८.१८
३६०	४२०	१६.६६
५४०	७२०	३३.३३
३००	२४०	-२०
२४०	३००	२.५
४२०	४८०	१४.२८
४१५	४५०	८.४३
४१०	४८०	१७
३६०	१८०	-५०
३६०	१८०	-५०
३४५	४२०	२१.७३
२५०	४१७	६६.८
३००	४२०	४०
४८०	५४०	१२.५
५४०	६५०	२०.३७
३००	३६०	२०
४२०	५७०	३५.७१
३००	३५०	१६.६६
३९०	४५०	४१.०२

२० पैकी १७ जणांची म्हणजे ८५% सहभागींची व्यायाम/ श्रम करण्याची क्षमता वाढली, तर १५% ची कमी झाली.

थॅलियम स्ट्रेस टेस्ट :

कार्यक्रमाच्या शेवटी सर्व सहभागींची 'थॅलियम स्ट्रेस टेस्ट' करण्यात आली. या चाचणीमध्ये धमनीतून पुरेसं रक्त हृदयाकडे वाहून नेलं जातं आहे की नाही हे कळतं.

कार्यक्रमात भाग घेणाऱ्या **२०** सहभागींमध्ये सुरुवातीला सर्वांच्या मिळून **५९** धमन्यांमध्ये अडथळे होते आणि त्यातून अपुरा रक्तपुरवठा होत होता. कार्यक्रमाच्या

शेवटी केलेल्या थॅलियम टेस्टमध्ये मात्र फक्त **१८** धमन्यांमध्येच रक्तप्रवाहात कमतरता असल्याचं दिसून आलं.

म्हणजे उरलेल्या **४१** धमन्यांमधल्या रक्तप्रवाहात सुधारणा झाली होती आणि त्यातून पुरेसं रक्त हृदयाकडे वाहून नेलं जात होतं. प्रत्यक्षात ज्या प्रमाणात धमन्यांमधले अडथळे कमी झाले होते त्यापेक्षा बऱ्याच जास्त प्रमाणात रक्तप्रवाह वाढल्याचं दिसून आलं.

काही इतर निरीक्षणे :

१. धमन्यांमधले जे अडथळे कमी झाले होते ते सगळे सारख्या प्रमाणात कमी झाले नव्हते. काही कमी तर काही जास्त प्रमाणात घटले होते. सरासरी घट १०% होती. (प्रत्यक्षात ४% ते १५%)

२. मोठे अडथळे जास्त प्रमाणात घटले होते.

३. वय आणि अडथळ्यात होणारी घट यांचा काही थेट संबंध दाखवता येत नव्हता.

४. उच्च रक्तदाबाचा त्रास असणाऱ्यांपैकी काही जणांचा रक्तदाब कमी झाला होता. वजन आणि मानसिक ताण कमी होणं, सुयोग्य आहार, ध्यान, योग या सर्व गोष्टींचा तो एकत्रित परिणाम असावा.

५. या पहिल्या कार्यक्रमात कोणीही स्त्री-रुग्ण सहभागी नसल्यामुळे स्त्रियांच्या बाबतीत काही वेगळे परिणाम मिळतात का हे कळलं नाही.

डॉ. डीन ऑर्निश यांच्या कार्यक्रमाशी मिळताजुळता असा कार्यक्रम भारतात आणखीही काही ठिकाणी राबवला जातो. अहमदाबादच्या डॉ. रमेश कापडियांनी असा एक कार्यक्रम २ ऑक्टोबर १९९१, गांधी जयंती, या दिवसापासून सुरू केला आहे. या कार्यक्रमात भाग घेणारे लोक दर मंगळवारी आणि शुक्रवारी संध्याकाळी एकत्र येतात. स्नायू ताणण्याचे आणि शिथिल करण्याचे काही व्यायाम, शवासन, ध्यान, गटागटांची चर्चा आणि प्रार्थना असा कार्यक्रम या वेळी पार पाडला जातो. शरीर आणि मन यांच्यावरचे ताण सैल करण्यासाठी हा कार्यक्रम खूप उपयोगी आहे असं डॉ. कापडियांचं म्हणणं आहे.

त्यांच्या कार्यक्रमात भाग घेणाऱ्यांपैकी एका सहभागीचं २५ वर्षं जुनं असलेलं तंबाखू खाण्याचं व्यसन केवळ सहा बैठकींनंतर सहजपणे सुटलं. एका ६० वर्षांच्या गृहस्थाच्या हृदयधमन्या इतक्या मोठ्या प्रमाणावर तुंबलेल्या होत्या की, त्याच्यावर बायपास शस्त्रक्रिया करायलाही डॉक्टरांनी नकार दिला होता. डॉ. कापडियांच्या

कार्यक्रमात भाग घेतल्यापासून त्याच्या प्रकृतीत सुधारणा होत गेली आणि आता तो सर्वसामान्य माणसासारखं एक सर्वसाधारण आयुष्य जगू शकतो आहे. आपले दैनंदिन व्यवहार सुरळीतपणे पार पाडू शकतो आहे.

काही सहभागींना त्यांच्या डॉक्टरांनी बायपास शस्त्रक्रिया करून घेण्याचं सुचवलेलं होतं. पण कार्यक्रमात भाग घेऊन आणि नियमितपणे ध्यान, व्यायाम, योग्य आहार अशा गोष्टी करून ही शस्त्रक्रिया टाळण्यात किंवा लांबणीवर टाकण्यात हे सहभागी यशस्वी झालेले आहेत. या कार्यक्रमामुळे फक्त हृदयविकारावरच उपचार होतो असं नव्हे, तर शरीर-मन या संपूर्ण व्यक्तित्वावरच उपचार केला जातो.

डॉ. कापडियांच्या मते एकटेपणा, राग, मनात दडपलेली द्वेषाची, त्वेषाची भावना, कडवटपणा, आक्रमक वृत्ती, स्व-केंद्रितता ही हृदयविकारामागची अतिशय महत्त्वाची अशी मानसिक कारणं आहेत. ही दूर करण्यासाठी ध्यान, मानसिक ताणाची हाताळणी आणि विविध प्रकारांनी स्वत:चा एकटेपणा घालवण्याचा प्रयत्न या गोष्टी मनापासून करणं आवश्यक आहे, महत्त्वाचं आहे.

ध्यान, योगासनं, एकत्र जमून भजन-कीर्तन, वेगवेगळ्या सणांच्या निमित्तानं एकत्र जमून आनंदानं वेळ घालवणं ही आपली पुरातन परंपरा आहे. पण यांतल्या बऱ्याचशा गोष्टी आपण काही ना काही कारणानं टाकून दिल्या आहेत. कधी वेळ नाही म्हणून, कधी त्या गोष्टीचं महत्त्व पटत नाही म्हणून, तर कधी ती गोष्ट फार जुनाट वाटते म्हणून, अनेक आनंददायी, शरीर-मनाचे ताण सैल करणाऱ्या रूढी आणि आचार आपण कालबाह्य ठरवले आहेत. त्यांची आपण परत नव्यानं सुरुवात करायला हवी आहे. प्रत्येक कामाचा आणि व्यतीत होणाऱ्या प्रत्येक क्षणाचा विचार हा पैशाच्या किंवा तात्कालिक फायद्याच्या दृष्टिकोनातून न करता त्यातून आपल्याला मिळणाऱ्या आनंदाला आणि समाधानालाही महत्त्व दिलं पाहिजे.

हृदयविकाराचं दुखणं कमी होऊ शकतं, त्याची पीछेहाट होऊ शकते हे डॉ. डीन ऑर्निश आणि डॉ. जगदीश हिरेमठ यांच्या प्रयोगांमध्ये मिळालेल्या आकडेवारीवरून सिद्ध होतं असं म्हणायला हरकत नाही. ऑर्निश यांचा कार्यक्रम अमेरिकेत पुढे चालू आहे आणि त्यातून मिळत असलेले परिणाम आधीपेक्षा अधिक चांगले आहेत असं समजतं. (पहिल्या अनुभवांवरून पुढच्या कार्यक्रमात त्यांनी काही बदल केले असल्याची शक्यता आहे.) डॉ. हिरेमठांचा कार्यक्रमही पुढे सुरू आहे आणि त्यांच्या कार्यक्रमातही त्यांनी काही नवीन गोष्टी अंतर्भूत केल्या आहेत. उदा.– कल्पनाचित्रणाचा त्यांच्या आधीच्या कार्यक्रमात अंतर्भाव केलेला नव्हता, पण आता त्याचाही समावेश करण्यात आला आहे.

परंतु, हृदयविकार निवारणाच्या कार्यक्रमात सामील होण्यासाठी अमेरिकेला

जाणं किंवा पुण्याला येणं सर्वांना शक्य नाही हे उघड आहे. शिवाय या कार्यक्रमांना प्रवेश अगदी मर्यादित असणंही अपरिहार्य आहे. परंतु या दोन्ही तज्ज्ञांच्या प्रयोगांमधून मिळालेल्या माहितीचा उपयोग करून आपल्या घरीच असा कार्यक्रम पार पाडणं, आपल्या जीवनशैलीत आवश्यक तो बदल करणं ही गोष्ट मात्र सर्वांना आपापल्या घरी राहूनही करता येण्याजोगी आहे.

■

प्रकरण ८

डॉ. जगदीश हिरेमठ यांच्या कार्यक्रमातील काही सहभागींचे अनुभव

डॉ. जगदीश हिरेमठ यांच्या कार्यक्रमातील काही सहभागींचे अनुभव

श्री. प्रभाकर बंडगर

१) ओळख :

प्रथमत: मी माझी ओळख करून देतो. माझे नाव प्रभाकर बंडगर असे आहे. दिनांक ६-१-९७ रोजी वयाची ७० वर्षे पूर्ण करून ७१ वर्षांमध्ये मी पदार्पण केले आहे. सन १९७८ साली पौड फाटा, दशभुजा गणपतीजवळ स्वत:चे छोटेसे घर बांधले आहे. केंद्रशासित नोकरीमधून सन १९८५ साली निवृत्त झालो. निवृत्त होऊन आता १२ वर्षे पूर्ण झाली आहेत. एकूण अपत्ये तीन मुली आहेत. तिघींची लग्नकार्ये झाली आहेत. त्या पण पुणे येथेच राहावयास आहेत. दिल्या घरी सुखी-समाधानी आहेत. सर्व कौटुंबिक जबाबदारीमधून मी निर्विघ्नपणे मुक्त झालो आहे. ही एक मोठी समाधानाची बाजू माझ्या बाबतीत आहे.

२) हृद्रोगाचा पूर्वेतिहास :

सन १९७८ सालापासून उच्च रक्तदाबाचा त्रास सुरू झाला. ऑफिसमध्येच एक दोन वेळा चक्कर येऊन पडलो होतो. म्हणून डॉ. एच. व्ही. सरदेसाई यांच्याकडे सन १९८५ पर्यंत उपचार घेतले. नंतर डायबेटिक असोसिएशनचा सभासद झालो. तेथे डॉ. जगमोहन तळवलकर यांची ट्रीटमेंट सन १९९२ सालापर्यंत घेतली.

भरल्यापोटी पायी चालत कोठे गेलो तर धाप लागत असे. चालता चालता थांबावेसे वाटे. थांबल्यानंतर परत चालत जाण्याचा कंटाळा येत असे. जिना चढताना छाती भरून यावयाची. एक दोन वेळा खांदे आखडले होते (Frozen Shoulder). वजन खूप वाढले होते. त्याचबरोबर पोटाचा घेरही वाढला होता.

केंद्रशासित पेन्शनर असल्यामुळे स्वास्थ्य केंद्र, मुकुंदनगर येथे जाऊन शारीरिक चाचण्या सन १९९३ साली दिल्या. तेथील डॉ. आनंदराव यांनी डॉ. पी. के. ग्रँट, रुबी हॉल क्लिनिक यांच्याकडे स्ट्रेस टेस्ट व अँजिओग्राफी करून घेण्यासाठी पाठविले. स्ट्रेस टेस्ट पॉझिटिव्ह आली. अँजिओग्राफीवरून असे निदर्शनास आले की, छातीच्या डाव्या बाजूला चार ठिकाणी ७५ टक्के व ९० टक्के ब्लॉक्स आले होते. उजवी बाजू स्वच्छ होती. हृद्रोगाचे निदान केले. तसेच हृद्रोगाचा तीव्र झटका येण्याची शक्यता वर्तविण्यात आली. यावरती दोन पर्याय सुचविण्यात आले. पहिला पर्याय म्हणजे अँजिओप्लास्टी व दुसरा पर्याय म्हणजे ओपन हार्ट बायपास सर्जरी. वय जास्त असल्यामुळे ओपन हार्ट सर्जरी सहन होणार नाही म्हणून अँजिओप्लास्टी करावी असे सुचविण्यात आले. या बाबतीत पुणे येथील नामांकित खाजगी कार्डिओलॉजिस्टचे दुसरे मत घेतले. त्यांनी ओपन हार्ट बाय-पास सर्जरीचा सल्ला दिला. चार ठिकाणी ब्लॉक्स असल्यामुळे चारही ठिकाणी अँजिओप्लास्टी करणे योग्य ठरणार नाही असे मत दिले. दिलेला वैद्यकीय सल्ला वेगवेगळा असल्यामुळे मी स्वतःच गोंधळून गेलो. माझी द्विधा मनःस्थिती झाली. आहार विहार व योग्य व्यायाम करून हृद्रोगावर नियंत्रण ठेवता येणार नाही का? असा सल्ला मी जेव्हा विचारला तेव्हा मला असे सांगण्यात आले की, व्यायाम व फिरण्यास सुरुवात केल्यास हृदयास तीव्र झटका येण्याची शक्यता वर्तविण्यात आली.

मी केंद्रशासित पेन्शनर असल्यामुळे सी.जी.एच.एस.खाली बायपास सर्जरीचा व इतर हॉस्पिटलचा सारा खर्च साधारण अडीच ते तीन लाख रुपये शासनच देणार असल्यामुळे या सुविधाचा फायदा मी त्वरित घ्यावा म्हणून माझ्यावर सारखा दबाव येत होता. सोन्याची सुरी आहे म्हणून ती माझ्या पोटात खुपसून घ्यावयाची का? असा माझ्यापुढे प्रश्न उभा राहिला. दुसरे म्हणजे शरीराची चिरफाड करून लुळे-पांगळे दीर्घायुष्य कंठण्याची माझी बिलकूल इच्छा नव्हती.

दिलेला वैद्यकीय सल्ला झुगारून देऊन एफ. सी. रोडवर असलेला तळवलकरांचा हेल्थ क्लब मी जॉईन केला. तेथे दोन वर्षे सन १९९३ ते १९९५ अखेर एरोबिक एक्झरसाईज केला. या विशिष्ट व्यायाम पद्धतीमुळे शारीरिक व मानसिक खूपच आराम मिळाला. वजन कमी झाले. आत्मविश्वास वाढला. मार्च १९९३ साली मला त्रास झाला. आता १९९७ साल उजाडले आहे. या घटनेला

चार वर्षे पूर्ण झाली आहेत व ५ वे वर्ष चालू आहे. या अवधीत मला एकदाही हार्ट अॅटॅक आला नाही अथवा छातीत पण दुखले नाही किंवा श्वासोच्छ्वासाचा त्रास पण झाला नाही.

वरील अनुभव हा माझा व्यक्तिगत अनुभव आहे. दिलेला वैद्यकीय सल्ला चुकीचा होता किंवा अयोग्य होता असे मला म्हणावयाचे नाही अथवा सिद्ध करावयाचे नाही. अशा केसमध्ये सर्जरी ही अयोग्य आहे असेही सिद्ध करावयाचे नाही.

३) डी. ओ. आर. एच. प्रोग्रॅम :

एप्रिल १९९५ मध्ये पूना हॉस्पिटलची 'सकाळ' पेपरमध्ये जी जाहिरात आली होती ती मला माझ्या सौ.नी दाखविली व हा कोर्स मी पूर्ण करावा अशी इच्छा प्रदर्शित केली. त्याप्रमाणे मी माझे सर्व मेडिकल रिपोर्टस् घेऊन डॉ. जगदीश हिरेमठ यांना दाखविले. नंतर पूना हॉस्पिटलमधून रिसेप्शनिस्टचा माझ्या घरी फोन आला की डी. ओ. आर. एच. कोर्ससाठी माझे सिलेक्शन झाले आहे. तेव्हा त्वरित रु. ३,०००/- भरण्यास सांगितले. पैशाची व्यवस्था करण्यास एक दोन दिवस गेले. तेवढ्यात डॉ. जगदीश हिरेमठ यांनी माझ्याशी स्वत: दूरध्वनीवरून संपर्क साधला. त्या वेळेस मी माझी अडचण त्यांना सांगितली. तेव्हा डॉक्टरांनी असे सांगितले की, आधी कोर्सला येऊन हजर व्हा व नंतर पैशाचे काय ते पाहू. जमेल त्याप्रमाणे रक्कम भरल्यास चालेल असा निर्णयही डॉक्टर जगदीश हिरेमठ यांनी दिला. त्यामुळे मला खूप खूप हायसे वाटले व त्वरित या कोर्सला जाऊन हजर झालो.

४) सिद्ध समाधी योग :

डी. ओ. आर. एच. प्रोग्रॅमचा एक भाग म्हणून पूना हॉस्पिटलतर्फे दि. ३ जून १९९५ ते १२ जून १९९५ अखेर हा १० दिवसांचा कोर्स पुणे येथे गुरुजी अविनाश ठाणावाला यांच्या मार्गदर्शनाखाली पूर्ण केला. पहिल्या बॅचमध्ये डॉ. साठे व मिसेस साठे या पण होत्या. रिट्रीटचे शेवटचे चार दिवस खानापूर येथे पूर्ण केले. त्या वेळी डॉ. जगदीश हिरेमठ स्वत: Volunteer म्हणून आमच्या बॅचला आले होते. रिट्रीटच्या शेवटच्या दिवशी माझ्या हातात फूल देऊन डॉ. जगदीश हिरेमठ जेव्हा माझ्या पाया पडले तेव्हा माझ्या भावनेला आवर घालणे खरोखरच कठीण जात होते. या प्रसंगावरून एवढेच म्हणता येईल की मनुष्य स्वत:मधील अहंभाव विसरतो तेव्हाच त्याचे मन मोकळे होते. एसएसवायमुळे खालील व्यसनांचा शेवट झाला.

१) यापूर्वी मी मटण, मासे, अंडी, ड्रायफीश आठवड्यातून दोन वेळा खात असे. त्याबरोबर हार्ड ड्रिंक पण घेत असे. पिण्याचे व्यसन सुटले. आता मी संपूर्ण शाकाहारी झालो आहे हे मला अभिमानाने सांगावेसे वाटते.

२) पान, तंबाखू व सुपारी खाण्याची सवय गेल्या ४० वर्षांपासून होती. ही सवय अनपेक्षितरीत्या अन् तीही कळत नकळत सुटली.

३) चहा, कॉफीचे व्यसन सुटले.

४) हॉटेलमधील विशेष करून नॉनव्हेज जेवण संध्याकाळी महिन्यांतून बऱ्याच वेळा घेत असे. ते व्यसन म्हणजे हॉटेलमध्ये जाऊन खाण्याचे सोडून दिले आहे.

फायदे :

एस. एस. वाय.मुळे मी माझ्या जीवनशैलीमध्ये आमूलाग्र बदल केला आहे. तो खालीलप्रमाणे :

१) आहारामध्ये कच्च्या, अंकुरित धान्याचा व कच्च्या कोशिंबिरीचा ६० टक्के समावेश केला. मोसमी फळाचे प्रमाण वाढविले. तळलेल्या पदार्थांचे सेवन अतिशय अल्प ठेवले. त्यामुळे बद्धकोष्ठतेचा त्रास नाहीसा झाला. अल्प आहार दिवसातून ५-६ वेळा घेण्यास सुरुवात केल्यामुळे अनावश्यक चरबीचे प्रमाण व वजन बरेच घटले.

२) ध्यान-धारणा व प्राणायाम यामुळे चिडचिडा स्वभाव शांत झाला. अहंभाव मनातून निघून गेला. समाधी अभ्यासामुळे शरीरातील सर्व अनावश्यक गोष्टी बाहेर फेकल्या गेल्या. प्राणायामामुळे अधिक शक्ती अंगात आली. ध्यानामुळे अस्थिर मन स्थिर झाले आहे.

३) एसएसवायचे माझे गुरुजी श्री. अविनाशजी ठाणावाला यांनी जी उत्कृष्ट शिकवण दिली व शिस्त लावली त्यामुळे माझ्या मनावर चांगले संस्कार झाले याबद्दल मी त्यांचा शतशः आभारी आहे.

५) योगासने :

डी. ओ. आर. एच. प्रोग्रॅमचा एक भाग म्हणून पूना हॉस्पिटलतर्फे दि. १५ मे १९९५ पासून आमची पहिली कार्डिॲक बॅच कबीर बागेत योगासने करण्यासाठी पाठविली. तीन महिन्यांची फी १५ ऑगस्ट ९५ अखेर पूना हॉस्पिटलच भरणार होते. १५ ऑगस्ट ९५ नंतर योगासनाची फी ज्यांनी त्यांनी वैयक्तिकरीत्या भरावयाची असते. मी व माझ्याबरोबरचे पहिल्या बॅचचे काही शिबिरार्थी आजही पावणेदोन वर्षे झाले तरी कबीर बागेत जाऊन योगासने नियमित आठवड्यातून तीन वेळा करतो. वैयक्तिक माझ्या बाबतीत सांगावयाचे झाल्यास सर्व सांध्यांमधले आखडलेले स्नायू योगासने केल्यामुळे जवळजवळ शिथिल झाले आहेत. योगासने करते वेळी आता मला कसलाही शारीरिक त्रास जाणवत नाही. पूर्वीपेक्षा आता शरीरामध्ये खूपच लवचिकपणा आला आहे. त्यामुळे माझे अंग पाहिजे तसे वळते.

कबीर बागेमधील योग शिक्षक सर्वश्री जोशी, पाचकल व मिसेस भिडे यांनीसुद्धा माझी प्रशंसा केली आहे. एवढेच नव्हे, तर वेळोवेळी प्रोत्साहन पण दिले आहे. याबद्दल मी त्यांचा शतश: आभारी आहे.

सहायक योग शिक्षक म्हणून १५ नोव्हेंबर ९६ पासून माझी नेमणूक कबीर बागेत झाली आहे. त्याप्रमाणे पूना हॉस्पिटलमधील चौथ्या बॅचला आठवड्यातून तीन दिवस योगासने शिकवितो. उरलेल्या तीन दिवस पूना हॉस्पिटलमधील योग शिक्षकांच्या गैरहजेरीमधले योगासने शिकविण्याचे काम करतो. एस. एस. वाय.मध्ये आम्हाला असे शिकविले होते की, बी ए लीडर रादर दॅन फॉलोअर (Be a leader rather than follower) त्याप्रमाणे मी एका ग्रुपचा लीडर झालो आहे. याचा मला खूप खूप आनंद होतोय व स्वाभिमान पण वाटतोच.

६) मेडिकल रिपोर्टस् :

डी. ओ. आर. एच.च्या प्रोग्रॅमप्रमाणे पूना हॉस्पिटलमध्ये मी खालील शारीरिक चाचण्या दिल्या :

१) लिपिड प्रोफाईल ३ वेळा, २) स्ट्रेस टेस्ट दोन वेळा, ३) एको कार्डिओग्रॅम व स्ट्रेस टेस्ट एक वेळा, ४) थॅलियम टेस्ट एक वेळा, ५) अँजिओग्राफी एक वेळा दि. २६-७-९६ रोजी.

या सर्वांचा तुलनात्मक तक्ता केला आहे. त्यावरून असे दिसते की प्रत्येक वेळी माझ्यामध्ये चांगली सुधारणा होत गेली. दिनांक २६-७-९६ रोजी रुबी हॉल क्लिनिकमध्ये माझी अँजिओग्राफी केली त्यावरून असे दिसते की, खऱ्या अर्थाने माझ्या हार्टचे रिव्हर्सल झाले आहे. ही आनंदाची बातमी दि. ६-८-९६ च्या साप्ताहिक मिटिंगमध्ये डॉ. जगदीश हिरेमठ यांनी सांगितली त्या वेळी सर्वांनी टाळ्या वाजवून माझे हार्दिक अभिनंदन केले त्याचा येथे मुद्दाम उल्लेख करावासा वाटतो. तसेच या बाबतीत दि. २०-८-९६ रोजी पूना हॉस्पिटलला पत्र पाठवून मी माझ्या भावना व्यक्त केल्या आहेत.

७) साप्ताहिक मीटिंग :

आहार-विहार, ध्यान-धारणा, ताण-तणाव, हास्य-विनोद इ. विषयांवर तज्ज्ञांचे भाषण आठवड्यातून एकदा दर सोमवारी डॉ. जगदीश हिरेमठ ठेवीत असत. ही सर्व भाषणे गेले वर्षभर न चुकता मी एकाग्रतेने ऐकली. त्याचाही चांगला परिणाम माझ्या मनावर झाला.

तसेच पूना हॉस्पिटलमधील आहार तज्ज्ञांचे मार्गदर्शन आम्हा सर्व शिबिरार्थींना चांगले झाले. त्यामुळे आम्ही आमच्या रोजच्या आहारामध्ये योग्य ते चांगले बदल

करून घेतले. त्याचा आम्हाला खूप फायदा झाला. याबद्दल मी त्यांचा ऋणी व आभारी आहे.

८) आभार :

डी. ओ. आर. एच.चा प्रोग्रॅम पहिल्या प्रथम डॉ. जगदीश हिरेमठ यांनी पूना हॉस्पिटलतर्फे सुरू करून हद्रोग्यांना फार मोठा दिलासा दिला आहे. या बाबतीत डॉ. साठे पण त्यांना मदत करीत आहेत. त्याबद्दल त्यांचे आभार जेवढे मानावे तेवढे थोडेच आहेत. आभार मानावयाचे झाल्यास शब्दसुद्धा अपुरे पडतील. प्रत्येक शिबिरार्थीला यात काहीना काही फायदा झालाच आहे. त्यात माझा अधिक फायदा झाला त्याचे कारण म्हणजे मी मोठ्या श्रद्धेने व जिद्दीने व एकलव्याप्रमाणे या प्रोग्रॅमचे पालन केले व ते आजही करीत आहे. या माझ्या छोट्या यशाचे सर्व श्रेय मी डॉ. जगदीश हिरेमठ यांना देतो. तसेच हद्रोग्यांच्या विशिष्ट प्रकारच्या आहाराची बाजू माझ्या सौ.नी सांभाळली. तिच्या प्रेरणेनेच हा उपक्रम यशस्वीरीत्या करू शकलो. यात तिचा सिंहाचा वाटा आहे. तसेच पहिल्या बॅचचे माझे सर्व सहकारी बंधूंचे मला अतिशय मोलाचे सहकार्य व सद्भावना लाभल्या याबद्दल मी त्यांचा ऋणी व उपकृत आहे.

D. O. R. H. मुळे मला जसा फायदा झाला तसाच सर्वांचा होवो ही सदिच्छा! या नवीन उपचार पद्धतीलाही सुयश चिंतितो.

शेवटी माझ्या यशाचे सार संत तुकाराम यांच्या खालील दोन पंक्तीत देऊन हे माझे लेखी निवेदन पूर्ण करतो.

असाध्य ते साध्य करिती सायास।
कारण अभ्यास तुका म्हणे।।
निश्चयाचे बळ। तुका म्हणे हेची फळ।।

श्री. रमेश बापट :

मी रमेश बापट. वय ५७. बँक ऑफ महाराष्ट्रमध्ये ३१ वर्षे सर्व्हिस. संपूर्ण बैठे काम, अपुरा व्यायाम, स्मोकिंग, तसेच रोजच्या आहारात तेल-तूप, विशेषत: डालडा वनस्पती याचा अतिरेक, मसालेदार नॉनव्हेज, वरचेवर पार्ट्या यांमुळे अचानक १० एप्रिल, १९९३ मध्ये जोरदार हार्ट अॅटॅक. पूना हॉस्पिटलमध्ये अॅटॅक सुरू झाल्यापासून २-३ तासांचे योग्य वेळेत पोचल्यामुळे Streptokinase इंजेक्शनमुळे, हृदयाकडे रक्तपुरवठा करणारे रक्तवाहिनीतील गुठळी फोडून प्राण वाचविण्यात डॉ. जगदीश हिरेमठांना पूर्ण यश.

यानंतर १।। महिन्यांच्या विश्रांतीनंतर स्ट्रेस टेस्ट पॉझिटिव्ह. यामुळे ब्लॉक्स कुठे व किती गंभीर ते पाहण्यासाठी अँजिओग्राफीचा सल्ला. जून ९३ मध्ये या

रिपोर्टवरून एक ब्लॉक ८०% व इतर दोन रक्तवाहिन्यांमध्ये ३०% यामुळे पुन्हा हार्ट ॲटॅकचा धोका कमी करण्यासाठी ८०% ब्लॉकची अँजिओप्लास्टी करण्याचा सल्ला व लगेचच अँजिओप्लास्टी ऑपरेशन व्यवस्थित पार पडले.

यानंतर वाईट सवयी जसे स्मोकिंग, तेलकट-तूपकट खाणे, अति-खाणे पूर्णपणे सोडले. जगदीश हिरेमठ सरांनी ए.ए.भ्. हार्ट ट्रीटमेंटचाच एक भाग म्हणून करण्याचा सल्ला दिला. यामुळे पूर्ण लाईफ स्टाईलच बदलली. मानसिक बळ मिळाले, मन अधिक खंबीर व कोणत्याही परिस्थितीत स्थिर राहील, अचूक निर्णय घेऊन विनाश टळतील अशी मनोभूमिका बैठक तयार झाली.

मे ९५ मध्ये D. O. R. H. बॅच सुरू होते आहे, यात केवळ आहार-विहार यांवर नियंत्रण ठेवून बाय-पास अँजिओप्लास्टीसारख्या शस्त्रक्रिया टाळून हृदय-रोग बरा होणार अशी योजना डॉ. जगदीशजींनी मी एक पेशंट म्हणून मला सांगून हा कोर्स जॉईन करण्याचा मौल्यवान सल्ला दिला.

सरांचा हा सल्ला मी आनंदाने मानला. पूर्ण विश्वासाने हा संपूर्ण वर्षाचा कोर्स जॉईन केला आणि माझ्या जीवनाला जणू एक योग्य अशी कलाटणीच मिळाली. पहिले पाच दिवस वेगवेगळे डॉक्टर्स, तज्ज्ञ यांनी हद्‌रोगापासून दूर कसे राहावे, आहार-विहार, व्यायाम, सवयी, ताण-तणाव इत्यादी नियंत्रित करून हे कसे शक्य आहे, याचे थेअरॉटिकल ज्ञानामृत दिले.

१) सर्व बॅचसाठी सिद्ध-समाधी कोर्स सक्तीचा केला. यातील प्राणायाम, कच्चा आहार, मेडिटेशन यामुळे आम्हा हार्ट पेशंटमध्ये आमूलाग्र फरक झाला. खूप फायदा. निरोगी जीवन जगावयास मिळाले. प्रकृती सुधारून गेली. ताण-तणाव यांपासून काही काळ का होईना दूर राहावयास शिकलो. मेडिटेशनमुळे 'माझ्यातला मी' अंतर्मुख होऊन पाहू शकलो. अचूक निर्णय, काय चूक, काय चांगले अंगवळणी पडले.

२) आहार तज्ज्ञांनी फॅट-फ्री आहाराच्या दिलेल्या तक्त्यानुसार कमीत कमी तेलाचा/तुपाचा वापर करून थोडा थोडा आहार चार वेळा खाण्यास शिकलो. याने वजन आपोआप कमी झाले व नियंत्रित राहिले व यामुळे दिवसभर छान, ताजेतवाने, हलके वाटू लागले. उत्साह वाढला.

३) D.O.R.H. ची तिसरी शिकवण योगासने कबीर बागेत एक वर्ष शिकून आत्मसात करून हार्टला प्राणवायू व रक्ताचा भरपूर पुरवठा देण्यास उपयुक्त ठरली.

४) अेरोबिक म्हणून केवळ कमीत कमी पाऊण तास रोज झपाझपा ठोके १३० वाढेपर्यंत चालण्याचे व्यायामाचा अतोनात फायदा. दम, स्टॅमिना वाढला. स्ट्रेस टेस्ट कोर्सचे शेवटी पूर्वीपेक्षा अधिक काळ देऊ शकलो, तर थॅलियम टेस्ट नॉर्मल आली.

कोर्सच्या शेवटी केल्या गेलेल्या अँजिओग्राफीमध्ये खूप सुधारणा झाली. अनेक

नवीन केशवाहिन्या निर्माण होऊन पूर्वीचा अडथळा राहूनही हार्टला भरपूर रक्तपुरवठा होतो आहे. शस्त्रक्रिया, अँजिओप्लास्टी इत्यादीची गरज जराही नाही सांगण्यात आले व DORH कोर्स केल्याचे सार्थक झाले.

DORH ने दिलेली प्राणायाम, मेडिटेशन, पूर्ण फॅट-फ्री आहार, योगासने व एरोबिक व्यायाम ही जणू कवच-कुंडलेच मला मिळाली आहेत व यामुळे मी हृदयरोगापासून निश्चितपणे पूर्णतः दूर राहणार आहे. पूर्वीपेक्षा अधिक निरोगी, उत्साही, आनंदी आजमितीस आहे. वर्षभर चालणाऱ्या या कोर्समध्ये अनेक भाषणे होतात. ती पण अमूल्य व परिणामकारक व मनातील गोंधळ दूर करणारी असतात. ती कधीही चुकवू नयेत हेही मी माझ्या अनुभवावरून सांगू इच्छितो. कारण याचा Impact एवढा जबरदस्त असतो की आयुष्यभरासाठी जणू अनुभवांची शिदोरीच आपण येथून बरोबर घेऊन बाहेर पडतो.

पूना हॉस्पिटलचे ट्रस्टी, डॉ. जगदीश हिरेमठ, डॉ. सुनील साठे यांनी हा कोर्स सुरू करून अनेक हार्ट-पेशंटना नव्याने जीवदान देऊन दिलासा दिलेला आहे. DORH अमर रहे!

■

प्रकरण ९

हृदयाला हितकारक जीवनशैली

जीवनशैलीत बदल करताना पाळायची पथ्ये : व्यायाम : स्नायू शिथिलीकरणाचे काही व्यायाम हृदय-आसनं, श्वसनाचे व्यायाम, मानसिक ताणाची सुयोग्य हाताळणी, ध्यान, कल्पनाचित्रण.
योग्य-अयोग्य गोष्टी दाखवणारी चित्रं, तक्ते इ. आहार : आहाराबाबत डॉ. डीन ऑर्निश यांनी सांगितलेली पथ्यं. भारतीय संदर्भात लक्षात घेण्याच्या विशेष बाबी : स्निग्धांशविरहित आहार, आहाराबाबत काही सूचना, उंची, वजन यांचं प्रमाण (BMI) रोजच्या आहारातून मिळणारे उष्मांक व स्निग्धांश यांचा हिशेब, स्निग्धांशविरहित पाकक्रिया भारतीय पदार्थांमधील पोषक घटकांचं प्रमाण दाखवणारे तक्ते.

आपल्या हृदयाला हितकर असा बदल आपल्या जीवनशैलीत करणं आणि त्यानुरूप दिनक्रम आखणं ही गोष्ट आपल्या स्वत:च्या घरी राहूनही करता येण्याजोगी आहे. हृदयविकार निवारणाचा हा कार्यक्रम अत्याधुनिक तंत्रज्ञानावर आधारित नसल्यामुळे तो ज्याचा त्याला पार पाडता येईल.

असं करताना काही पथ्यं मात्र पाळायला हवीत.

१. आपल्या तज्ज्ञ डॉक्टरांच्या मार्गदर्शनाखालीच जीवनशैली बदलाच्या कार्यक्रमाची सुरुवात करावी आणि त्यांच्या सल्ल्याप्रमाणे त्यात वेळोवेळी बदल करावेत.

२. हृदयविकाराखेरीज इतर काही दुखणी असल्यास आणि त्याबाबत आहार-विहाराचं काही पथ्य असल्यास ते पाळावं. त्याबाबतही तज्ज्ञ वैद्यकीय सल्ला घेत राहावा.

३. डॉक्टरांनी सुचवलेल्या तपासण्या वेळच्यावेळी करून घ्याव्यात.

४. कार्यक्रमाप्रमाणे दिनक्रम सुरू केल्यानंतर स्वत:च्या प्रकृतीत काही फरक पडत असल्याचं आढळल्यास लगेच आपल्या डॉक्टरांचा सल्ला घ्यावा.

या आवश्यक अशा सावधगिरीप्रमाणे आणखीही काही गोष्टी हृदयरुग्णांनी करणं जरुरीचं आहे असं वाटतं. हृदयविकार निवारण कार्यक्रमाचा तो भाग नसला तरी या गोष्टी महत्त्वाच्या असल्यामुळे इथे त्यांचा उल्लेख करत आहे.

हृदयविकार असणाऱ्या रुग्णाला छातीत, पाठीत, खांद्यात, मानेत अशा वेदना होऊ लागल्या (ज्या अँजायनाच्या किंवा हृदयझटक्याच्या असू शकतात) तर अशा वेळी घेण्यासाठी डॉक्टरांनी त्यांना काही गोळ्या दिलेल्या असतात. (सॉरबिट्रेट किंवा तत्सम) या गोळ्या अशा रुग्णांनी सतत स्वत:बरोबर बाळगाव्यात असं त्यांना सांगितलेलं असतं. जर काही त्रास होऊ लागला तर त्यातली अर्धी ते एक गोळी ताबडतोब जिभेखाली ठेवायची असते. डॉक्टरांच्या सल्ल्याप्रगाणे बहुतेक रुग्ण या गोळ्या आपल्या खिशात, पाकिटात, पर्समध्ये अशा ठिकाणी सहजी हाती लागतील अशा प्रकारे ठेवतात.

पण पुष्कळदा या गोळ्या आपण कुठे ठेवल्या आहेत ते आपल्या जवळच्या किंवा नेहमी बरोबर असलेल्या व्यक्तीला मात्र त्यांनी सांगितलेलं नसतं. त्यामुळे त्रास होऊ लागला किंवा हृदयविकाराचा झटका आला तर बरोबर असलेल्या किंवा घरात असलेल्या व्यक्ती डॉक्टरांशी संपर्क साधण्याची, रुग्णाला हॉस्पिटलमध्ये नेण्याची धावपळ करू लागतात आणि तातडीनं जे औषध द्यायला हवं ते मात्र दिलं जात नाही. हे औषध द्यायला हवं हे पुष्कळांना माहीत नसतं. तर ते कुठे ठेवलेलं आहे हे कित्येकांना माहीत नसतं. हृदयविकाराचा झटका आलेला रुग्ण काही वेळा पूर्ण बेशुद्ध होतो तर काही वेळा बेशुद्ध नसला तरी त्याचा एकदम शक्तिपात झाल्यामुळे तो बोलण्याच्या किंवा विचार करण्याच्या परिस्थितीत नसतो. त्यामुळे बरोबर किंवा जवळपास असलेल्यांनी त्याला ही तातडीची मदत करणं आवश्यक असतं.

त्याचप्रमाणे या तातडिक गोळ्या एकाच ठिकाणी न ठेवता ठराविक २-३ ठिकाणी ठेवाव्यात. स्वत:च्या खिशात किंवा पर्समध्ये, घरात एका ठराविक ठिकाणी, ऑफिसमध्ये एका ठराविक ठिकाणी त्या ठेवलेल्या असाव्यात. आणि आपल्या घरातल्या सर्वांना, सहकाऱ्यांना, पुष्कळदा बरोबर असणाऱ्या मित्रांना या गोळ्यांचं महत्त्व आणि ठेवण्याचं ठिकाण सांगितलेलं असावं.

एकदम घाम फुटून, छातीत/ पाठीत दुखायला लागून हृदयविकाराचा झटका नेहमी काही येत नाही. पण तसा तो आला तर तातडीनं योग्य ते उपचार होणं अत्यंत महत्त्वाचं असतं. जीवन की मरण हे पुष्कळदा पहिल्या तासा-अर्ध्यातासात केल्या जाणाऱ्या उपचारांवर अवलंबून असतं आणि सॉरबिट्रेट किंवा तत्सम औषध योग्य वेळी घेणं हा या तातडिक उपचाराचा एक भाग असतो.

शिवाय या गोळ्या नेहमी जवळ असल्या आणि त्या कुठे आहेत हे जवळच्या व्यक्तींना सांगितलेलं असलं की आपलं औषध आपल्या जवळच आहे आणि काही झालं तर ते आपल्याला लगेच मिळू शकेल या विचारानं रुग्णाला निर्धास्तपणे आपले नित्याचे व्यवहार पार पाडता येतात.

ज्यांना हृदयविकार आहे त्यांचा तो कमी व्हावा यासाठी हृदयविकार निवारणाचा कार्यक्रम आहे. यात सुचवलेल्या गोष्टी नियमितपणे आणि काटेकोरपणे करत गेल्यास हृदय झटका येण्याची शक्यता कमी होऊ शकते असं आकडेवारीवरून स्पष्ट होत आहे. असं असलं तरी सावधगिरी बाळगणं शहाणपणाचं ठरतं.

हृदयविकार निवारण कार्यक्रमाचे सर्व भाग आपल्याला घरी करता येण्याजोगे आहेत. किंबहुना हृदयविकार निवारण कार्यक्रम हा काही एखाद्या ठराविक कालावधीसाठी करण्याचा कार्यक्रम नाही. तर तो कायम अमलात आणण्याचा कार्यक्रम आहे. जीवनशैली बदलण्याचा कार्यक्रम आहे. हृदयविकार असणाऱ्यांनी या कार्यक्रमात सुचवलेल्या गोष्टी कायमच करत राहायच्या आहेत. या गोष्टींची ओळख करून देण्याचं आणि त्याप्रमाणे जीवनशैलीत बदल करायला मार्गदर्शन आणि मदत करण्याचं काम तेवढं कार्यक्रमात होतं.

हे बदल स्वत:च्या घरी राहूनही करता येण्याजोगे आहेत.

व्यायाम.

मानसिक ताणाची सुयोग्य हाताळणी.

योग्य असा आहार.

व्यसनमुक्तता.

हे या कार्यक्रमाचे भाग आहेत. ते सगळेच व्यवस्थित पार पाडणं महत्त्वाचं आहे कारण अमुक एक भाग अधिक परिणामकारक आहे असं या दोन्ही तज्ज्ञांच्या प्रयोगांमध्ये दिसलेलं नाही. पण संपूर्ण कार्यक्रम नीट पार पाडला तर त्याचा फायदा ढिसाळपणे कार्यक्रम पार पाडल्यावर मिळणाऱ्या फायद्यापेक्षा निश्चितपणे अधिक असतो, असं मात्र आढळून आलेलं आहे.

कार्यक्रमाचे हे चारही भाग घरी कसे पार पाडता येतील हे आपण पाहू या–

१. व्यायाम

अलीकडेच झालेल्या एका अभ्यासात असं आढळून आलं आहे की, ज्यांना हृदयविकाराचा एक झटका येऊन गेला आहे अशा व्यक्ती कार्यरत राहिल्या, त्यांनी बैठी जीवनशैली स्वीकारली नाही आणि व्यायाम व काम करत राहिल्या, तर अशा व्यक्तींना दुसरा झटका येण्याची शक्यता कमी होते. टेक्सास विद्यापीठात झालेल्या एका अभ्यासातून काढला गेलेला हा निष्कर्ष आहे.

एक हृदयझटका येऊन गेल्यावरसुद्धा ज्या रुग्णांनी व्यायाम आणि नेहमीची इतर शारीरिक हालचाल सुरू ठेवली होती, त्यांच्यात दुसरा झटका येण्याची शक्यता साठ टक्क्यांनी कमी झाली, तर ज्यांनी शारीरिक हालचाल (ॲक्टिव्हिटी) वाढवली त्यांच्यात ही शक्यता अठ्ठ्याहत्तर टक्के कमी झाल्याचं आढळून आलं. मात्र आपली शारीरिक हालचाल किंवा व्यायाम वाढवण्यापूर्वी डॉक्टरकडून तपासणी करून, त्यांचा सल्ला घेऊन मगच ही वाढ करावी. अमेरिकन हार्ट असोसिएशनच्या मासिकात ही माहिती प्रसिद्ध झाली आहे.

व्यायामानं एच. डी. एल. कोलेस्टेरॉलची पातळी वाढायलाही मदत होते.

वेगवेगळी आसनं, स्नायू शिथिल करण्याचे व्यायाम आणि अेरोबिक व्यायाम एवढ्या गोष्टी व्यायाम या नावाखाली येतात. आसनं आणि स्नायूंचे व्यायाम

यांच्यामुळे मानसिक ताण कमी व्हायलाही मदत होते 'Healthy mind in a healthy body' किंवा 'स्वस्थ शरीर, स्वस्थ मन' या म्हणी आपल्या परिचयाच्या आहेत.

आसनं करायला किंवा एअरोबिक व्यायाम करायला सुरुवात करताना स्नायूंचे व्यायाम आधी करावेत.

एखाद्या धोक्याच्या परिस्थितीशी सामना करताना किंवा असा सामना करावा लागणार आहे असं लक्षात येताच आपलं शरीर त्यासाठी सिद्ध होऊ लागतं. शरीरातील स्नायू आवळले जाऊन आकुंचन पावू लागतात. धोका टळला की ते शिथिल होतात. पण हल्लीच्या धकाधकीच्या युगात लहान-सहान धोक्याचे (उदा. रहदारीचा रस्ता ओलांडणे) प्रसंग नेहमी येत असल्यामुळे आणि त्यामुळे मानसिक ताण सततच राहात असल्यामुळे आपले स्नायूही सततच कमीजास्त प्रमाणात आवळलेले राहतात. ते शिथिल करण्याचे व्यायाम करणं हा मानसिक ताण हलका करण्याचा मार्ग आहे.

आपलं मन जर दु:खी असलं तर चेहराही दु:खी दिसतो. मन आनंदी असलं तर चेहराही हसरा दिसतो. हे जसं खरं आहे तसंच चेहरा दु:खी दिसत असला तर मनात आनंदाची भावना असू शकत नाही, आणि चेहरा हसरा असला तर मन दु:खी असत नाही हेही खरं आहे. (जबरदस्तीनं काही काळ मनातील भावनेच्या विरोधी भावना चेहऱ्यावर प्रदर्शित करता येत असली तरी ती फार अल्पकाळ असते.) त्याचप्रमाणे स्नायू शिथिल केल्यानं मनावरचा ताण हलका होतो.

स्नायू शिथिलीकरणाचे काही प्रकार पुढीलप्रमाणे आहेत.

१. मान

१. खुर्चीत किंवा जमिनीवर व्यवस्थित आरामात बसावं किंवा ताठ उभं राहावं. खाली बसल्यास, डोकं भिंतीला टेकणार नाही अशी काळजी घ्यावी. भिंतीपासून थोडं अंतर सोडून बसावं.

२. श्वास घ्यावा. तो सोडताना डोकं पुढील

बाजूस झुकवून शक्य तितकं छातीच्या जवळ आणावं. मात्र त्यासाठी मान फार ताणून पुढे वाकवू नये. डोकं पूर्णपणे पुढे झुकल्यावर मानेच्या आणि खांद्यांच्या स्नायूंमध्ये सौम्य ताण जाणवेल. श्वास पूर्णपणे बाहेर टाकून मग श्वास आत घेताना मान हळूहळू परत ताठ करावी. म्हणजे डोकं पहिल्या जागी येईल (डोकं ठिकाणावर येईल!). श्वास सोडावा.

३. श्वास आत घेताना डोकं उजव्या खांद्याकडे झुकवावं आणि उजवीकडून गोल फिरवून शक्य तेवढं मागे झुकवून पाठीमागे न्यावं.

४. नंतर श्वास सोडत डोकं डावीकडे गोल फिरवून परत समोर मूळच्या जागी आणून ताठ करावं.

याप्रमाणे काही वेळा उजवीकडून आणि काही वेळा डावीकडून डोकं गोल फिरवून मानेचे, खांद्यांचे आणि पाठीच्या वरच्या भागाचे स्नायू शिथिल करून घ्यावेत.

२. खांदे

१. खुर्चीत ताठ बसून हात दोन्ही बाजूंना सैल सोडावेत किंवा ताठ उभं राहावं.

२. दोन्ही खांदे थोडे पुढे ढकलून (झुकवून नव्हे) हळूहळू वर उचलून कानांच्या दिशेनं न्यावेत.

३. ते पुरेसे वर उचलले गेले की तसेच मागे नेऊन हळूहळू खाली आणून परत मूळच्या जागी आणावेत.

४. याप्रमाणे काही वेळा खांदे पुढून मागे आणि परत पहिल्याजागी असे फिरवून झाले की हीच क्रिया उलट दिशेनं काही वेळा म्हणजे खांदे मागच्या बाजूला नेऊन वर उचलून पुढच्या बाजूनं खाली आणणं, करावी–

यामुळे खांद्यांचे आणि पाठीच्या वरच्या भागाचे स्नायू सैल होतात.

३. पाय

१. एका खुर्चीसमोर उताणं झोपावं. हात शरीराशी समांतर ठेवावे.

२. मग पाय सावकाश उचलून खुर्चीवर टेकवावेत. पाय उचलताना गुडघ्यात दुमडून उचलले तरी चालतील. मात्र खुर्चीवर टेकवल्यावर ते ताठ ठेवावेत. २-३ मिनिटं याच स्थितीत पडून राहावं. पण अस्वस्थ वाटू लागलं किंवा दुखू लागलं तर पाय लगेच खाली घ्यावेत.

मान आणि खांदे ताणून त्यांतले स्नायू शिथिल करण्याचे व्यायाम खुर्चीत बसूनही करता येतात. त्यामुळे ते ऑफिसात बसल्या बसल्याही करता येतात. पाय ताणण्याचा व्यायाम मात्र ऑफिसात करायचा असल्यास थोडा वेगळ्या प्रकारे करावा लागेल.

१. दोन्ही पाय जमिनीवर टेकून खुर्चीत ताठ बसावं.

२. उजवा पाय उचलून पाऊल खुर्चीवर टेकवावं. दोन्ही हातांनी गुडघ्याभोवती आढी घालून तो जवळ ओढून घ्यावा.

३. मग आढी सोडून पाय जमिनीला समांतर असा ताठ करावा.

४. पाऊल उजवीकडे वळवून मग डोक्याच्या दिशेनं, मग डावीकडे, नंतर खालच्या दिशेनं आणि परत उजवीकडे असं गोल फिरवावं. ही क्रिया ३-४ वेळा उजवीकडून आणि नंतर ३-४ वेळा डावीकडून करावी.

५. उजवा पाय खाली सोडून हाच व्यायाम डाव्या पायानंही करावा.

शरीरावयव ताणून स्नायू शिथिल करण्यासाठी शलभासन, भुजंगासन (सुधारित), सर्वांगासन, इतर काही आसनं आणि सूर्यनमस्कार हे सर्व प्रकार डॉ. ऑर्निश यांनी दिलेले असले तरी ही योगासनं योग्य देखरेखीखाली एखाद्या गुरूकडून किंवा त्या विषयातल्या जाणकाराकडून शिकायला हवीत. नुसती चित्रं किंवा आकृत्या पाहून ती करताना काही गोष्टी नजरेतून सुटण्याची किंवा लक्षात न येण्याची आणि त्यामुळे ते आसन चुकीच्या पद्धतीनं करण्याची शक्यता असते. तसं झाल्यास आसनाचे काही दुष्परिणाम होऊ शकतात. (जे लक्षात येईपर्यंत काही वेळा पुष्कळ काळ जातो. आणि तितका काळ आपण चुकीच्याच पद्धतीनं आसन करत राहतो.)

डॉ. करंदीकरांच्या कार्यक्रमात करून घेतली जाणारी हृदयआसनं करायला मात्र हरकत नाही. ती मुद्दाम हृदयरुग्णांसाठी म्हणूनच विकसित केलेली आहेत. स्नायूंवर एकदम ताण किंवा जोर येणार नाही, अतिश्रम होणार नाहीत, अशी त्यांची रचना केलेली आहे.

ही आसनं करण्यासाठी लोड, उश्या, खुर्ची अशी काही साधनं लागतात. ती साधारणपणे आपल्या सर्वांच्या घरी असतात. आकृतीत किंवा चित्रात दाखविल्याप्रमाणे या साधनांची रचना करून घ्यावी. चित्राबरोबरच्या सूचना काळजीपूर्वक वाचाव्यात आणि मग त्या पद्धतीनं ते आसनं करावं. आसन व्यवस्थित जमेपर्यंत अधून-मधून सूचना परत वाचाव्यात म्हणजे काही चुकत असल्यास लगेच लक्षात येईल.

आसनांना सुरुवात करताना पहिल्या दिवशी एकदम सर्व आसनं करू नयेत. एका आसनापासून सुरुवात करून हळूहळू संख्या वाढवत न्यावी.

ही आसनं करण्याचा चांगला सराव झाला की मग या आसनांनंतर इतरही योग्य ती आसनं करायला हरकत नाही. अर्थात ती गुरूकडून शिकून योग्य त्या पद्धतीनं करावीत. डॉ. हिरेमठ यांच्या कार्यक्रमातील पुष्कळसे सहभागी आता अनेक प्रकारची योगासनं करतात.

स्नायू शिथिलीकरणाचे व्यायाम आणि हृदयासनं करून झाली की शवासन करावं. हे आसन साधारण १५ मिनिटं करावं.

आसनांनी आणि शरीरावयव ताणण्यानं मानसिक ताण कमी होणं आणि शरीराला व्यायाम होणं या दोन्ही गोष्टी साध्य होत असल्या तरी हृदयरुग्णांच्या दृष्टीनं आवश्यक असा एअरोबिक व्यायाम त्यातून होत नाही. त्यासाठी रोज निदान अर्धा तास किंवा आठवड्यातून ३-४ दिवस रोज एक तास असा एअरोबिक व्यायाम करावा.

सर्व वयाच्या स्त्री-पुरुषांना सर्व ठिकाणी करता येण्याजोगा एअरोबिक व्यायाम प्रकार म्हणजे चालणं. कशा प्रकारानं चालावं, किती चालावं, चालण्याची योग्य गती कशी ठरवावी याविषयीची चर्चा यापूर्वीच येऊन गेलेली आहे त्यामुळे तिची पुनरुक्ती इथे करत नाही. हृदयविकार निवारण करण्यासाठी चालण्याचा व्यायाम महत्त्वाचा आहे.

श्वसनाचे व्यायाम–

प्राणायाम हा श्वसनाचा उत्तम व्यायाम आहे. त्याचबरोबर मन शांत आणि संतुलित राखण्याचाही तो उत्तम मार्ग आहे.

आपली शारीरिक आणि मानसिक स्थिती व श्वासोच्छ्वास यांचं अगदीं जवळचं नातं असतं, शारीरिक आणि मानसिक स्थितीतल्या बदलांमुळे श्वासोच्छ्वासातही बदल होतो. तर याउलट श्वासोच्छ्वासातील बदलांचा आपल्या शरीर-मनावर परिणाम होतो.

उदा.– व्यायाम करताना किंवा खेळ खेळताना शरीराची प्राणवायूची गरज वाढलेली असते. अशा वेळी आपण खोल आणि जलद श्वासोच्छ्वास करू लागतो.

आपण एखाद्या गोष्टीची चिंता करत असलो तर अशा वेळी आपला श्वासोच्छ्वास जलद आणि उथळ होत असतो.

शरीर-मनाच्या गरजेप्रमाणे श्वासोच्छ्वासात बदल होतो. म्हणजे शरीरातील आणि मनातील बदलांचा परिणाम श्वासोच्छ्वासावरही होतो.

याउलट प्रक्रियाही घडत असते. खोल आणि दीर्घ श्वसनामुळे अंगातला जोम वाढतो, त्यामुळे स्पर्धेत भाग घेणारे खेळाडू स्पर्धा सुरू करण्यापूर्वी दीर्घ श्वासोच्छ्वास करतात. खेळाडूंना, गायकांना, ज्युडो-कराटेपटूंना योग्य श्वासोच्छ्वासाचं तंत्र मुद्दाम शिकवण्यात येतं. त्यामुळे ते जास्त काळ आणि जास्त जोमानं त्यांचं ठरलेलं काम करू शकतात. कारण श्वसनक्रिया योग्य प्रकारे होत असल्यास शरीर अधिक कार्यक्षम बनतं.

श्वासोच्छ्वासातील बदलाचा परिणाम मनावरही होत असतो. काही कारणानं मनाला मरगळ आलेली असली तर थोडा वेळ दीर्घ श्वसन केल्यास तरतरीत वाटू लागतं. उत्साही वाटू लागतं.

थोडक्यात म्हणजे आपलं शरीर-मनाचं स्वास्थ्य आणि श्वासोच्छ्वास हे एकमेकांशी जोडलेले आहेत.

शरीराचं आणि मनाचं स्वास्थ्य मिळवण्यासाठी आणि ते टिकवण्यासाठी प्राणायाम अतिशय उपयुक्त आहे यात शंका नाही. मात्र तो एखाद्या तज्ज्ञ माणसाकडून, एखाद्या गुरूकडून शिकायला हवा आणि गुरूच्या देखरेखीखाली काही दिवस करून आपलं काही चुकत नाही ना याची खात्री करून घ्यायला हवी. प्राणायाम योग्य रीतीनंच करायला हवा. विशेषत: हृदयरुग्णांच्या दृष्टीनं हे फार महत्त्वाचं आहे.

नुसती माहिती वाचून आणि चित्र किंवा आकृत्या बघून त्यानुसार प्राणायाम करायचा नसला तरी श्वसनाचे इतर काही व्यायाम करता येण्यायोगे आहेत. हे व्यायाम करतानाही आपण चुकत नाही ना, याकडे लक्ष देणं आवश्यक आहे.

१. उदर श्वसन–

श्वासोच्छ्वास करताना आपण सर्वजण साधारणपणे छातीत (फुफ्फुसांमध्ये) श्वास भरून घेतो आणि छातीतून नाकावाटे बाहेर टाकतो. त्यामुळे श्वासोच्छ्वास करताना छाती वरखाली होताना दिसते.

आपली छातीची पोकळी आणि उदर पोकळी या दोन्हींच्यामध्ये श्वासपटल असतं. हे स्नायूचं बनलेलं असून श्वासोच्छ्वास करताना ते वर-खाली होत असतं.

उदर पटल आकुंचित झालं (आवळलं गेलं) की ते खालच्या म्हणजे पोटाच्या दिशेनं खेचलं जाऊन छातीची पोकळी मोठी होते. त्यामुळे बाहेरची हवा फुफ्फुसांमध्ये खेचली जाते. उदरपटल परत मूळ स्थितीला आलं (शिथिल झालं) की छातीतील

पोकळी कमी झाल्यामुळे फुफ्फुसांमधली हवा बाहेर ढकलली जाते. या क्रियेलाच आपण श्वासोच्छ्वास म्हणतो.

ही क्रिया करताना छाती वर खाली होत असते म्हणजे आकुंचन प्रसरण पावत असते. पण नीट लक्ष दिलं तर असं लक्षात येईल की छातीचा वरचा भाग अधिक प्रसरण पावत असतो आणि खालचा भाग त्यामानानं पुष्कळ कमी प्रसरण पावतो.

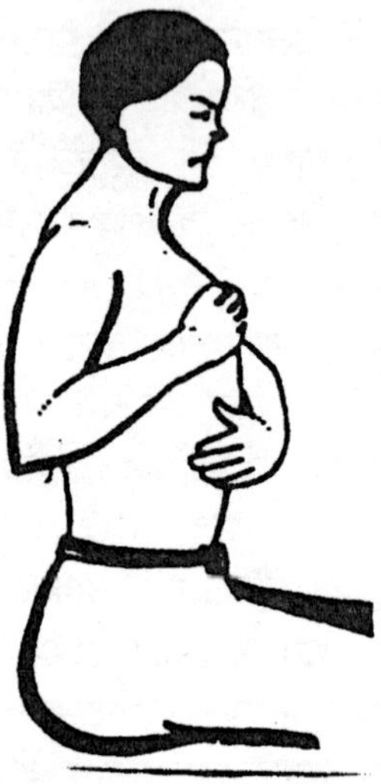

त्यामुळे श्वास घेताना आत घेतलेली हवा फुफ्फुसांच्या खालच्या भागात पुरेशा प्रमाणात पोचत नाही. परिणामतः त्या भागातील रक्तात प्राणवायूची देवघेव कमी प्रमाणात होते.

उदर-श्वसनानं ही कमतरता दूर होऊ शकते. उदर-श्वसन करताना फुफ्फुसांच्या अगदी खालच्या टोकांपर्यंत हवा पोचत असल्यामुळे त्या भागातल्या रक्तालाही प्राणवायूचा पुरेसा पुरवठा होऊ लागतो.

उदर-श्वसनाचा सराव करण्यासाठी एखाद्या खुर्चीवर किंवा जमिनीवर ताठ बसावं.

उजवा हात छातीवर आणि डावा हात पोटावर ठेवावा. हात हलकेच ठेवावेत. दाबू नयेत. मग श्वास पटल आवळून पोटापासून श्वास घ्यावा. या वेळी पोट फुगत असल्याचं हाताच्या हालचालीवरून कळेल. पोटाबरोबर हातही बाहेर आलेला दिसेल. छातीवरच्या हाताची मात्र फारशी हालचाल होणार नाही.

श्वास सोडतानाही तो पोटापासून सोडावा म्हणजे पोटावरचा डावा हात खाली जाताना दिसेल. छातीवरच्या हाताची मात्र फारशी हालचाल होणार नाही.

आपण उदर-श्वसन योग्य रीतीनं करतो आहे की नाही हे कळण्यासाठी छातीवर आणि पोटावर हात ठेवायचे आहेत. उदर-श्वसनाच्या क्रियेतला तो भाग नाही. या पद्धतीनं श्वासोच्छ्वास करण्याची सवय झाली की असे हात ठेवण्याची गरज नाही.

उदर-श्वसनाची एकदा चांगली सवय झाली की आपोआपच दिवसभर या पद्धतीनं श्वसन होऊ लागतं. त्यासाठी वेगळा वेळ काढावा लागत नाही.

दीर्घ-श्वसन

दीर्घ श्वसनासाठीही ताठ बसावं किंवा उभं राहावं. उजवा हात छातीवर आणि डावा हात पोटावर ठेवावा. मग श्वास पूर्ण सोडावा.

उदर-श्वसनाप्रमाणेच पोटापासून श्वास घ्यावा. या वेळी डावा हात वर येत असल्याचं दिसेल पण उजवा हात फारसा हलणार नाही.

पोट पूर्ण भरलं (हवेनं) की तोच श्वास छातीत घेत छाती पूर्ण भरून घ्यावी. या वेळी आधी फुफ्फुसांचा खालचा भाग आणि मग वरचा भाग भरला जात असल्यामुळे आधी छातीचा खालचा भाग वर येईल, मग वरचा भाग वर येईल, आणि शेवटी गळपट्टींची हाडं वर येतील. ही सगळी हालचाल छातीत आणि गळ्यापाशी जाणवेल. छातीवरचा हातही वर येताना दिसेल. छातीत हवा भरली जात असताना पोट आत ओढलं जाऊ देऊ नये.

श्वास पूर्ण घेऊन झाला की सोडताना तो उलट्या क्रमानं सोडावा. म्हणजे आधी छातीच्या वरच्या भागातली, मग खालच्या भागातली आणि सर्वांत शेवटी पोटातली हवा बाहेर टाकावी.

छाती आणि पोटाच्या हालचालींवरून आपण योग्य रीतीनं दीर्घ श्वसन करतो आहे की नाही ते लक्षात येईल.

श्वास घेताना जितका वेळ लागला असेल, त्यापेक्षा जास्त वेळ तो बाहेर टाकायला घ्यावा. म्हणजे श्वास घेतानाचा वेळ १ पट आहे असं समजलं तर टाकण्याचा वेळ सव्वा ते दीड पट असावा. हा वेळ सवयीनं वाढत जाऊ शकतो. मात्र त्यासाठी खास श्रम करू नयेत आणि केव्हाही त्रास होतो आहे असं वाटलं की थांबावं.

आसनं आणि श्वसनाचे व्यायाम यांच्यामुळे मानसिक ताण कमी होण्यालाही मदत होते.

मानसिक ताणाची सुयोग्य हाताळणी

मानसिक ताणाच्या सुयोग्य हाताळणीसाठी करण्याच्या ध्यान, कल्पनाचित्रण, स्वत:च्या भावनांची म्हणजेच स्वत:ची चांगली ओळख करून घेणं, इतरांशी जवळीक वाढवणं आणि आपल्या परम स्वरूपाशी किंवा परमेश्वराशी आपण जोडलेले आहोत, तुटलेले नाही आहोत, याचा अनुभव घेणं या गोष्टींची चर्चा यापूर्वी येऊन गेलेली आहे. या गोष्टी करायला हव्यात असं अनेकांना वाटतही असेल. पण या गोष्टी करायच्या म्हणजे नक्की काय करायचं याविषयी कदाचित थोडा संभ्रम असेल.

१. ध्यान- रोज नेमानं १५ मिनिटं तरी ध्यान (Meditation) करावं. ध्यान करण्याचे अनेक प्रकार याआधीच्या प्रकरणातून येऊन गेले आहेत. त्यातला आपल्याला योग्य वाटेल तो प्रकार करावा.

ध्यानामुळे मन शांत होतं आणि त्यामुळे मेंदूतील विद्युत-तरंगांची गती बदलते. आपल्या मेंदूतील संदेशांची देवाणघेवाण विद्युत-तरंगांमार्फत होत असते आणि हे तरंग यंत्रावर मोजता येतात. या विद्युत तरंगांच्या आलेखाला EEG (Electroencephalograph) असं म्हटलं जातं. या तरंगांची गती ‘आवर्तन प्रतिसेकंद’ (cps-cycles per second) या मापानं मोजली जाते.

सर्वसाधारणपणे आपण जागे असताना, काही काम करत असताना, एखादा खेळ खेळत असताना ही तरंग-गती १४ प्रतिसेकंद किंवा त्याहून अधिक असते. या स्थितीला ‘बीटा’ स्थिती असं म्हटलं जातं.

ही तरंग-गती ७ ते १४ च्या मध्ये असली की त्या स्थितीला ‘अल्फा’ स्थिती असं म्हटलं जातं.

तरंग-गती ४ ते ७ असली की ती ‘थिटा’ स्थिती असते आणि गती ४ पेक्षा कमी असली की त्या स्थितीला ‘डेल्टा’ स्थिती म्हणतात.

आपण जेव्हा काही न करता आणि खास कुठल्या गोष्टीवर विचारही न करता स्वस्थ बसलेले असतो तेव्हा आपण अल्फा स्थितीत असतो. अंथरुणात पडल्यावर झोप लागण्यापूर्वी, झोपेच्या अगदी काठावर असतानाही आपण अल्फामध्ये असतो. त्याचप्रमाणे झोप संपल्यावर उठण्यापूर्वीचा वेळही आपण अल्फात असतो.

झोपेमध्ये असताना अल्फा, थिटा आणि डेल्टा या तीनही स्थितींचा अनुभव आपण घेत असतो. पण त्याची जाणीव आपल्याला नसते.

जागेपणी जाणीवपूर्वक अल्फा स्थिती निर्माण करण्याचं काम ध्यानामुळे होतं. ध्यानामुळे मन शांत होऊन अल्फा स्थिती प्राप्त होते. अल्फा स्थितीत असताना मन शांत आणि सजग असतं.

आणि या स्थितीत केलेलं कल्पनाचित्रण परिणामकारक ठरतं.

म्हणून कल्पनाचित्रण नेहमी ध्यानानंतर करावं. ध्यान संपताना आपण अतिशय शांत झालो आहोत, अल्फा पातळीत पोचलो आहोत हे अनुभवानं लक्षात येऊ लागतं. ध्यानाची सवय झाली की अल्फा स्थिती अगदी थोड्या वेळात प्राप्त होऊ लागते.

कल्पनाचित्रण करताना कदाचित काही लोकांना अंत:चक्षूसमोर चित्र उभं करणं कठीण जाईल. तसं झाल्यास मिटलेल्या डोळ्यांसमोर आधी एक पडदा– सिनेमाच्या पडद्यासारखा– आणून त्या पडद्यावर आपल्याला हवं असलेलं दृश्य दिसतं आहे अशी कल्पना करावी.

ध्यान संपल्यानंतर कल्पनाचित्रणाला सुरुवात करताना मिटलेल्या डोळ्यांसमोर आणि आपल्यापासून ५-६ फुटांवर एक पांढरा पडदा आणावा. हा पडदा आपल्या डोळ्यांच्या कक्षेबाहेर जाईल इतका मोठा नसावा. तो आपल्या दृष्टीत मावला पाहिजे. इच्छित कल्पनाचित्रण करण्यापूर्वी सराव म्हणून या पडद्यावर एखादं फळ, एखादं फूल किंवा आपल्याला आवडणारी एखादी वस्तू आणावी. उदा. पडद्यावर दोन रसरशीत केशरी पिवळे आंबे् आणावेत. त्यांचा रंग, त्यांचा आकार, त्यांचा ताजेपणा या गोष्टी

नीट लक्ष देऊन बघाव्यात. त्यानंतर हवं असल्यास दुसरी फळं, फुलं अशा गोष्टी या पडद्यावर पाहाव्यात. त्यांचा रंग, रूप, स्वाद, ताजेपणा यांचा अनुभव घ्यावा.

काही दिवस असा सराव केल्यावर आपल्याला हवं ते दृश्य पडद्यावर बघता येईल असा विश्वास निर्माण होईल. असं झालं की ग्रहणक्षम किंवा अनुलक्षित किंवा दोन्ही प्रकारचं कल्पनाचित्रण करणं सुलभ होईल.

अनुलक्षित कल्पनाचित्रण करताना पडद्यावर आपल्या हृदयाचं चित्र बघावं. आपल्या तुंबलेल्या धमन्या बघाव्यात (त्या कुठे तुंबल्या आहेत हे माहीत नसलं तर नुसती कल्पना करावी. म्हणजे आपल्याला योग्य वाटेल त्या ठिकाणी त्या तुंबलेल्या बघाव्यात) हृदयविकारामुळे आपल्याला साधारणपणे जिथे दुखतं त्या ठिकाणी दुखतं आहे असा अनुभव घ्यावा. थोडक्यात म्हणजे पडद्यावर आपलं दुखणं बघावं आणि शारीरिक पातळीवर कल्पनेनं त्याचा अनुभव घ्यावा. या गोष्टी काही क्षणच कराव्यात.

मग हे दुखणेकरी हृदय उजवीकडे सरकवावं आणि डाव्या बाजूनं, सुधारत असलेलं हृदय पडद्यावर आणावं. या चित्रात आपल्या धमन्या काही प्रमाणात मोकळ्या झालेल्या आहेत, आपलं हृदय अधिक जोमानं आणि नियमितपणे स्पंदन पावतं आहे असं बघावं. दुखणं कमी आहे असा अनुभव घ्यावा.

हृदयधमन्यांमधले अडथळे आपण फोडून काढतो आहे असंही चित्र बघायला हरकत नाही.

थोडा वेळ हे चित्र नीट बघितल्यावर ते उजवीकडे सरकवावं आणि संपूर्ण निरोगी हृदयाचं चित्र पडद्यावर आणावं. हृदय अगदी व्यवस्थित आणि जोमदारपणे चाललेलं आहे, हृदयधमन्या संपूर्ण मोकळ्या असून त्यातून भरपूर रक्तप्रवाह हृदयाकडे चाललेला आहे असं चित्र बघावं आणि त्याच वेळी आपण संपूर्ण निरोगी आहोत, कुठेही दुखत नाही आहे, आपण खूप उत्साही आहोत असा अनुभव घ्यावा. हे चित्र बघण्यात जास्त वेळ घालवावा. वेगवेगळ्या प्रकारे आपल्या निरोगीपणाचा अनुभव घ्यावा. त्याचा आनंद घ्यावा.

चित्र डावीकडून सरकत उजवीकडे आणताना आधीचं चित्र पडद्याबाहेर जाण्याची शक्यता आहे. तसं झाल्यास काही हरकत नाही. ते पडद्याबाहेर जाऊन दिसेनासं होईल.

कल्पनाचित्रण करताना आपल्या हृदयाची जी स्थिती आपल्याला इच्छित आहे, ती स्थिती प्राप्त झालेली आहे अशी कल्पना करावी. हळूहळू ती स्थिती येणार आहे असं कधीही मनात आणू नये. पडद्यावर चित्र बघतानाही समोर दिसणारी स्थिती आधीच प्राप्त झालेली आहे असं समजावं.

आणि म्हणून तुंबलेल्या धमन्या आणि आजारी हृदय फक्त काही क्षणच डोळ्यासमोर आणायचं आहे.

कल्पनाचित्रण यशस्वी होण्यासाठी तीन गोष्टींची आवश्यकता असते.

१. तीव्र इच्छा
२. विश्वास
३. अपेक्षा

आपल्याला हवी ती गोष्ट घडण्याची तीव्र इच्छा तर हवीच, त्याच्या जोडीला ती गोष्ट घडून येणारच आहे असा ठाम विश्वासही हवा. आणखीही एक महत्त्वाची गोष्ट हवी. ती म्हणजे इच्छित गोष्ट घडून येण्याची अपेक्षा. आपली इच्छित गोष्ट घडणारच आहे असा ठाम विश्वास बाळगून ती गोष्ट घडण्याची अपेक्षा बाळगली की कल्पना-चित्रणाचा परिणाम प्रत्यक्ष शारीरिक पातळीवरही घडून येऊ लागतो.

आहार

हृदयरोग्यांसाठी डॉ. डीन ऑर्निश यांनी सुचवलेला आहार आपल्या भारतीय आहार परंपरेशी मिळताजुळता आहे. त्यांनी मांसाहार (विशेषत: लाल दिसणारं मांस) पूर्णपणे वर्ज्य करायला सांगितलं आहे. कोलेस्टेरॉल फक्त प्राणिज पदार्थांमध्ये आढळून येतं. सुदैवानं आपले भारतीय लोकही मुख्यत: शाकाहारी असतात. ते रोज मांसाहार करत नाहीत. आठवड्यातून २-३ वेळा करतात. त्यामुळे ऑर्निशनी सुचवलेला आहार पाळणं भारतीयांना फार कठीण वाटू नये.

आहाराबाबत मुख्य मुद्दे लक्षात ठेवायचे ते असे–

१. संपूर्ण शाकाहार (याला अपवाद अंड्यातला पांढरा बलक आणि दूध या पदार्थांचा. हे पदार्थ खायला हरकत नाही.)

२. रोजच्या आहारातून मिळणाऱ्या उष्मांकांपैकी १० टक्के किंवा त्याहीपेक्षा कमी उष्मांक स्निग्ध पदार्थांमधून आलेले असावेत.

३. कोलेस्टेरॉल आणि कोलेस्टेरॉलयुक्त पदार्थ वर्ज्य (उदा. अंड्यातला पिवळा बलक आणि लोणी, तूप, साय, चीज इ.) रोजच्या आहारातून ५ mg कोलेस्टेरॉल खायला हरकत नाही. परंतु तरीही कोलेस्टेरॉलयुक्त पदार्थ खाण्याचं शक्य तो टाळावं कारण अगदी स्निग्धांशविरहित दुधातही (Skimmed milk मध्ये) थोडंसं कोलेस्टेरॉल असतं आणि संपृक्त स्निग्धांशातून आपल्या शरीरात कोलेस्टेरॉल बनवलं जातं. आपल्या नेहमीच्या वापरातल्या वनस्पती तेलांमध्येही थोड्या प्रमाणात संपृक्त स्निग्धांश असतो.

४. संपृक्त स्निग्धांश (Saturated fat) जवळजवळ वर्ज्य.

५. कच्चे पदार्थ शक्य तो जास्त खावेत. (उदा. कोबी, फ्लॉवर, गाजर, मुळा, कांदा, टोमॅटो, काकडी, कोथिंबीर, कोवळी भेंडी, पालक, मेथी, लेट्यूस, अशा

ताज्या भाज्या, मोडाची कडधान्ये भरपूर खावीत

ऋतूप्रमाणे बाजारात येणारी फळं जरूर खावीत

तळलेले पदार्थ, खूप तेलाची फोडणी असलेले पदार्थ टाळावेत

लोणी, चीज, मांसाहार वर्ज्य करावा

भाज्या, मोडाची कडधान्ये, भिजवलेल्या डाळी, वेगवेगळी फळं इ.)

६. कॅफीन वर्ज्य (त्यामुळे कॉफी नाही आणि चहाही शक्यतो नाही.)

७. तंबाखू सेवन (सिगरेट, विडी किंवा तंबाखू खाणं) वर्ज्य.

८. कोकेन, मारिजुआना इ. मादक पदार्थ वर्ज्य.(जे ब्राऊन शुगर, क्रॅक अशा वेगवेगळ्या नावांनी ओळखले जातात)

९. साखर आणि मीठ कमी प्रमाणात. शिवाय दुसऱ्या काही दुखण्यामुळे या पदार्थांचं पथ्य असल्यास ते पाळावं.

१०. कोलेस्टेरॉलची पातळी कमी करण्याच्या दृष्टीनं उपयुक्त असलेले पदार्थ– कांदा, लसूण, गाजर, वांगं, सोयाबीन, स्किम मिल्क दुधाचं दही, सफरचंद इ. नेहमी आहारात ठेवावेत.

मद्यपान टाळावे

जगण्यासाठी खावं, खाण्यासाठी जगू नये.

११. अगदी कमी स्निग्धांश असलेला शाकाहार हा या कार्यक्रमाचा एक महत्त्वाचा भाग आहे. या आहारात स्निग्धता अगदी कमी असल्यामुळे त्यातून सर्व अन्नघटक म्हणजे जीवनसत्त्वं, प्रथिनं, कर्बोदकं इ. भरपूर मिळत असले आणि हा आहार उत्साहवर्धक असला तरी त्यातून मिळणारे उष्मांक कमी असतात. त्यामुळे ज्यांना वजन कमी करायचं आहे त्यांच्यासाठी तर हा आहार अतिशय उत्तम आहे. भरपूर खाऊन-पिऊन सुद्धा वजन कमी होऊ लागतं.

डॉ. डीन ऑर्निश यांनी सुचवलेली ही आहार पद्धती भारतीय संदर्भातही बहुतांशी बरोबर आहे. मात्र एक-दोन बाबतीत त्यात थोडा बदल करणं योग्य ठरेल.

भारतात हृदयविकाराचं प्रमाण इतकं का वाढतं आहे आणि या वाढीला आळा कसा घालता येईल, या गोष्टींचा ऊहापोह करण्यासाठी भारत सरकारचं आरोग्य खातं, हार्ट केअर फाउंडेशन ऑफ इंडिया, मूलचंद के. आर. हॉस्पिटल आणि इतर काही संस्थांनी एकत्र येऊन एक तीन दिवसांचं चर्चासत्र १९९५ साली आयोजित केलं होतं. देश-विदेशातील सातशेपेक्षा अधिक हृदयतज्ज्ञांनी आणि इतर वैद्यकीय तज्ज्ञांनी या चर्चासत्रात भाग घेतला होता. 'वर्ल्ड कॉन ९५

(World Con 95)' या नावानं भरलेल्या या चर्चासत्रात हृदयधमनी विकार आणि हृदयझटका या विषयांवर सांगोपांग चर्चा झाली. हृदयविकार झपाट्यानं वाढत असलेल्या भारतासारख्या विकसनशील देशात प्रतिबंधक उपायांचा अवलंब करणं आवश्यक आहे कारण या आजारावरचे आधुनिक उपचार फार महागडे आहेत याबाबत तज्ज्ञांत एकमत झालं. हृदयविकाराला प्रतिबंध करण्यासाठी किंवा तो झाला तर तो आटोक्यात ठेवण्यासाठी योग्य अशी जीवनशैली स्वीकारायला हवी असं या तज्ज्ञांचंही मत आहे.

या चर्चासत्राविषयी एक संक्षिप्त लेख डॉ. के. के. अगरवाल यांनी 'इंडियन जर्नल ऑफ क्लिनिकल प्रॅक्टिस' या नियतकालिकाच्या जानेवारी १९९६ च्या अंकात (Vol. 6. No. 8) प्रसिद्ध केला आहे. 'कन्सेन्सस इन् कार्डिऑलॉजी, (Consensus in Cadiology)' असं शीर्षक असलेल्या या लेखात इतर गोष्टींबरोबरच योग्य जीवनशैलीतील महत्त्वाचे घटक कोणते ते दिलेलं आहे. डॉ. डीन ऑर्निश यांनी सुचविलेल्या गोष्टींपेक्षा यातील काही घटक थोडे वेगळे आहेत. हे वेगळे असलेले घटक पुढीलप्रमाणे आहेत. भारतीय संदर्भात ते महत्त्वाचे आहेत.

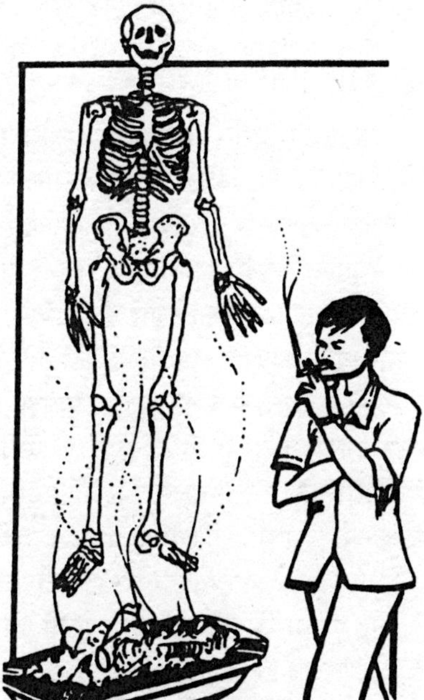

आरोग्याची राखरांगोळी करू नका.

१. आहारातून स्निग्धांश पूर्णपणे वर्ज्य करू नयेत (डीन ऑर्निश यांनीही १०% स्निग्धांश आहारात असावेत असं सांगितलं आहे.) आहारातील स्निग्धांशांचा १/३ भाग संपृक्त स्निग्धांशांचा असावा (डीन ऑर्निश यांनी बहुतेक सर्व स्निग्धांश असंपृक्त प्रकारचे असावेत असं म्हटलं आहे.)

२. आहारातून स्निग्धांश पूर्णपणे किंवा जवळजवळ पूर्णपणे वर्ज्य केल्यास कर्बोदकं (Carbohydrates) उदा. भात, पोळी इ. अधिक प्रमाणात खाल्ली जातात. (कारण तेल-तूप विरहित

जेवणामुळे पोट भरण्याची भावना/जाणीव लौकर होत नाही.) आणि अतिरिक्त कर्बोदकांमुळे रक्तातील ट्रायग्लिसराईड्सचं प्रमाण वाढतं. त्याचप्रमाणे मद्यामुळेही ट्राय-ग्लिसराईड्सचं प्रमाण वाढतं. भारतीयांच्या दृष्टीनं ट्रायग्लिसराईड्सची वाढलेली पातळी हा धोक्याचा घटक आहे.

३. चहा आणि कॉफीत असलेल्या 'फ्लॅवेनॉईडस्' मुळे (Flavenoids) चहा आणि कॉफी हृदयाच्या दृष्टीनं उपयुक्त आहेत. फ्लॅवेनॉईडस् ही अँटी-ऑक्सिडंट (Anti oxidant) असतात आणि त्यामुळे धमन्यांमध्ये कोलेस्टेरॉलचं किटण बसण्याला प्रतिबंध होतो. पण चहा-कॉफीत घातलेल्या दुधामुळे फ्लॅवेनॉईड्सचा नाश होतो. म्हणून कोरी चहा-कॉफी घेतल्यास हृदयाच्या दृष्टीनं उपयोगी आहे.

४. हृदयविकाराच्या दृष्टीनं भारतीयत्व हाही एक धोक्याचा घटक आहे. मधुमेह, ट्रायग्लिसराईड्सची वाढीव पातळी, एच. डी. एलची कमी पातळी आणि एक विशिष्ट प्रकारचा लठ्ठपणा (सुटलेलं पोट) या गोष्टी भारतीयांमध्ये मोठ्या प्रमाणात आढळून येतात आणि हृदयविकाराच्या दृष्टीनं त्या धोक्याच्या असतात.

वजन आणि उंची यांचं प्रमाण

सडपातळ असणं, उंच आणि बारीक असणं ही सध्याच्या युगातील फॅशन आहे. त्यामुळे लठ्ठ किंवा स्थूल असणाऱ्या व्यक्तींपैकी बरेच जण वजन कमी करण्याच्या प्रयत्नात असतात. वजन कसं कमी करावं याचा सल्ला देणारी सदरं सर्व नियतकालिकांमधून-मासिकांमधून, वर्तमानपत्रांमधून प्रसिद्ध होत असतात. त्याबाबत वैद्यकीय सल्ला देणारे तज्ज्ञ डॉक्टर, वेगवेगळ्या व्यायामशाळा, योगासनांचे वर्ग या सर्व ठिकाणी हल्ली नेहमी गर्दी असते.

एकीकडे वजन कमी करून सुडौल बनण्यासाठी असा आटापिटा करणारी मंडळी असतात तर दुसरीकडे काही व्यक्ती आपलं वजन वाढवण्यासाठीही प्रयत्न करीत असतात. त्यांचं वजन फार कमी असल्यामुळे अशा व्यक्ती अगदी लुकड्या, काटकुळ्या दिसतात. ते त्यांना आवडत नाही. म्हणून नाना प्रकारचे उपाय करून त्या वजन वाढवून सुडौल बनण्याच्या खटाटोपात असतात.

लठ्ठ किंवा अगदी लुकडी व्यक्ती तितकीशी बरी दिसत नाही हे खरं, पण लठ्ठ आणि लुकडी या सापेक्ष संज्ञा आहेत. एखादं माणूस एकाला लठ्ठ वाटेल तर दुसऱ्याला वाटणार नाही. लुकडेपणाच्या बाबतीतही असंच म्हणता येईल.

शिवाय लठ्ठपणा किंवा लुकडेपणा यांचा आरोग्याशी काही संबंध असतो का हाही प्रश्न आहेच.

याबाबत झालेल्या अभ्यासांवरून असं लक्षात आलेलं आहे की उंची आणि

वजन यांचं एकमेकांशी असलेलं प्रमाण योग्य पातळीत असणं हे आरोग्याच्या दृष्टीनं चांगलं असतं.

भारतीय व्यक्तींची उंची आणि वजन यांचं योग्य प्रमाण दर्शवणारा तक्ता नॅशनल इन्स्टिट्यूट ऑफ न्यूट्रिशन, हैद्राबाद या संस्थेच्या 'डाएट अँड हार्ट डिसीज, (Diet and Heart Disease)' या पुस्तकात दिलेला आहे तो जरूर बघावा.

BMI बॉडी मास इंडेक्स

आपली उंची आणि वजन यांचं प्रमाण योग्य आहे की नाही हे बघण्याचा एक सोपा मार्ग आहे. तो म्हणजे आपल्या वजनाला उंचीच्या वर्गानं भागायचं. (वजन किलोग्रॅममध्ये आणि उंची मीटरमध्ये मोजायची आहे.) जे उत्तर येईल त्याला BMI (बॉडी मास इंडेक्स) असं म्हणतात.

$$\frac{\text{वजन}}{\text{उंची}^{२}} = \text{BMI}$$

या समीकरणाचं १८.५ - २५ हे उत्तर भारतीयांसाठी आदर्श उत्तर आहे. म्हणजे या भागाकाराचं उत्तर १८.५ आणि २५ या आकड्यांच्या दरम्यान असलं, BMI १८.५ ते २५ असला तर वजन योग्य तेवढं आहे.

BMI १८.५ पेक्षा कमी असला तर ती व्यक्ती अशक्त आहे. २५-३० असला तर ती व्यक्ती स्थूल आहे. या स्थूलत्वामुळे वाढत्या वयाबरोबर प्रकृतीला काही त्रास होण्याची शक्यता आहे. आणि ३० पेक्षा अधिक असला तर ती व्यक्ती फार लठ्ठ आहे आणि हा लठ्ठपणा कमी करण्यासाठी तिनं उपाययोजना करायला हवी.

उदाहरणार्थ १६७ सें.मी. म्हणजे १.६७ मीटर (साधारण ५', ६') उंचीच्या माणसाचं वजन ६० किलो असलं तर त्याचा BMI

$$\frac{६०}{(१.६७)^{२}} = \frac{६०}{१.६७ \times १.६७} = २१.५१$$

इतका असेल म्हणजे त्याचं वजन त्याच्या उंचीला अनुरूप आहे. सर्वसाधारणपणे निरोगी भारतीय व्यक्तींचा BMI हा १८.५ ते २५ यांच्या दरम्यान असतो.

निरोगी आणि जोमदार आयुष्यासाठी योग्य आहार योग्य त्या प्रमाणात घेणं महत्त्वाचं असतं. हृदयविकार असणाऱ्यांसाठी तर ते अतिशय महत्त्वाचं असतं. आपला आजार कमी व्हावा अशी इच्छा असणारांनी आपण काय खावं आणि काय खाऊ नये हे विचारपूर्वक ठरवायला हवं. आणि त्याप्रमाणे नित्याचा आहार घ्यायला हवा.

कोलेस्टेरॉल : रक्तातील कोलेस्टेरॉलची पातळी वाढू नये म्हणून आहारातून कोलेस्टेरॉल वर्ज्य करावं आणि ज्या पदार्थांपासून शरीरात कोलेस्टेरॉल बनवलं जातं ते पदार्थही खाऊ नयेत.

यासाठी रोजच्या आहारातील स्निग्धांशावर नियंत्रण ठेवायला हवं.

स्निग्धांश : वेगवेगळी तेलं, तूप, वनस्पती, लोणी हे सर्व स्निग्ध पदार्थ जवळजवळ १००% स्निग्धांशाचे असतात. फॅटी ॲसिड्स (स्निग्धाम्ल) म्हणजेच ट्रायग्लिसराईड्स आणि ग्लिसरॉल या पदार्थांपासून हे स्निग्धांश बनलेले असतात. फॅटी ॲसिड्स अनेक असतात. त्यांचे दोन मुख्य प्रकार असतात.

सॅच्युरेटेड म्हणजेच संपृक्त स्निग्धाम्लं

अनसॅच्युरेटेड म्हणजेच असंपृक्त स्निग्धाम्लं

या प्रकारांवरून स्निग्ध पदार्थांनाही संपृक्त स्निग्धांश आणि असंपृक्त स्निग्धांश असं म्हटलं जातं. ज्यांच्यात संपृक्त स्निग्धाम्लांचं प्रमाण अधिक असतं ते संपृक्त स्निग्धांश आणि ज्यात असंपृक्त स्निग्धाम्लं अधिक असतात ते असंपृक्त स्निग्धांश. सर्व स्निग्ध पदार्थांमध्ये संपृक्त आणि असंपृक्त अशी दोन्ही प्रकारची स्निग्धाम्लं असतात.

असंपृक्त स्निग्धांशांमध्ये दोन प्रकारची स्निग्धाम्लं असतात. ओलिक ॲसिड (Oleic Acid) असलेलं मोनो अनसॅच्युरेटेड फॅटी ॲसिड आणि लिनोलिक ॲसिड (Linoleic Acid) व अल्फा-लिनोलेनिक ॲसिड (Alpha-Linolenic Acid) ही पॉलिअन्-सॅच्युरेटेड फॅटी ॲसिड्स असंपृक्त स्निग्धांशांमध्ये असतात.

संपृक्त स्निग्धांशांचं आहारातील प्रमाण अगदी कमी असावं कारण त्यातूनच पुढे कोलेस्टेरॉल तयार होतं. रक्तदाब वाढण्यात आणि हृदयस्पंदन अनियमित होण्यातही त्याचा वाटा असतो. स्निग्धांशांमध्ये अगदी थोड्या प्रमाणात इतरही काही घटक असतात. या घटकांमुळे ज्या त्या स्निग्धांशाला त्याचा विशिष्ट वास आणि स्वाद येतो.

प्राणिज स्निग्धांश उदा. लोणी, तूप, अंडं इ. हे मुख्यतः संपृक्त स्निग्धाम्लांचे बनलेले असतात. तर पाम तेल आणि खोबरेल तेल हे अपवाद वगळता बाकीचे वनस्पतिज स्निग्धांश म्हणजे शेंगदाणा तेल, करडई तेल, सूर्यफूल तेल इ. तेलं मुख्यतः असंपृक्त स्निग्धाम्लांनी बनलेले असतात. अर्थात या असंपृक्त स्निग्धाम्लांमध्येही अगदी थोड्या प्रमाणात का होईना पण थोडी संपृक्त स्निग्धाम्लं असतात.

आणि म्हणून हृदयविकार असणाऱ्यांनी तेलही अगदी कमी प्रमाणात वापरायला हवं.

ओमेगा-३, किंवा एन-३ प्युफा ही नावं बऱ्याच लोकांनी हल्ली ऐकलेली असतात. हे ओमेगा-३ किंवा एन-३ हृदयाला चांगलं असतं हेही त्यांना माहीत असतं.

हे एका पदार्थाचं नाव नसून एका प्रकारच्या स्निग्धाम्लांचं एकत्रित नाव आहे. या स्निग्धाम्लांमुळे एल.डी.एल. कोलेस्टेरॉलचं ऑक्सिडेशन होणं, रक्ताच्या गुठळ्या

होणं आणि हृदयधमन्यांना झटका येणं या क्रियांना प्रतिबंध होतो आणि म्हणून हृदयरोग्यांच्या दृष्टीनं ती महत्त्वाची आहेत.

वनस्पतिज तेलांमध्ये असलेल्या अल्फा-लिनोलेनिक-ॲसिडपासून शरीरात ओमेगा-३ तयार होतं.

मासे

माशांपासून निघणाऱ्या तेलात ओमेगा-३ स्निग्धाम्लं असतात. तशीच ती काही वनस्पतींमध्ये, धान्यांमध्ये आणि कडधान्यांमध्येही असतात.

मासे आणि इतर अनेक जलचरांमध्ये ओमेगा-३ असल्यामुळे हृदयविकार असणाऱ्यांनी मत्स्याहार करावा, तो त्यांना उपयुक्त असतो असा समज बऱ्याच प्रमाणात प्रचलित आहे. तो काही अंशी बरोबर आहे, तर काही अंशी चूक आहे असं म्हणायला हवं. कारण ओमेगा-३ बरोबरच मत्स्यान्नामध्ये संपृक्त स्निग्धाम्लंही असतात. आपल्याकडे वापरात असलेल्या माशांच्या जातींमध्ये सर्वसाधारणपणे ४०% संपृक्त स्निग्धाम्लं असतात. शिवाय काही जातींच्या माशांमध्ये कोलेस्टेरॉल असतं.

डॉ. डीन ऑर्निश यांच्या कार्यक्रमातील आहारात त्यांनी माशांचा अंतर्भाव केलेला नव्हता. त्यामुळे मत्स्याहाराचा हृदयविकारावर काय परिणाम होतो याविषयी निश्चितपणे काही सांगता येत नाही असं त्यांनी म्हटलं आहे. मात्र त्यांच्या अलीकडच्या एका लेखात त्यांनी, हृदयविकार असणाऱ्यांच्या रोजच्या आहारात ३-४ ग्रॅम मत्स्यतेल असावं असं म्हटलं आहे. याबाबत आपल्या डॉक्टरांचा सल्ला मानावा. 'द लॅन्सेट' या नियतकालिकात प्रसिद्ध झालेल्या एका अभ्यासाप्रमाणे हृदयविकाराचा झटका येऊन गेलेल्या आणि एका आठवड्यात २-३ वेळा मत्स्याहार करणाऱ्या लोकांमध्ये हृदयझटक्यानं मृत्यू पावणाऱ्यांचं प्रमाण २९ टक्क्यांनी घटलेलं आढळलं. हृदयझटका येण्याच्या प्रमाणात मात्र काही फरक आढळला नाही. या लेखाची माहितीही डीन ऑर्निशनी दिली आहे.

म्हणजे मग हृदयरोग्यांनी मासे खावेत की खाऊ नयेत?

याबाबत मध्यम मार्ग अवलंबणं शहाणपणाचं ठरेल असं वाटतं. म्हणजे असं की रोजच्या आहारात माशांचा समावेश असू नये, पण अधूनमधून थोडा मत्स्याहार करायला हरकत नाही.

फायबर (तंतुमय पदार्थ)

आपल्या आहारातला न पचणारा आणि शरीराबाहेर टाकला जाणारा भाग म्हणजे फायबर किंवा तंतुमय पदार्थ. पण शरीराबाहेर टाकले जाणारे हे पदार्थ निरुपयोगी मात्र नसतात.

फायबर दोन प्रकारचे असतात. अद्राव्य आणि विद्राव्य. म्हणजे न विरघळणारे आणि विरघळणारे.

अद्राव्य फायबर मळाचं प्रमाण वाढवतात आणि त्यांच्यामुळे मळ आतड्यांमधून भरभर पुढे सरकून लवकर शरीराबाहेर टाकला जातो. परिणामत: आपल्या आहारातला हानिकारक भाग (उदा. कार्सिनोजेन्स– कॅन्सरला कारणीभूत ठरू शकणारे पदार्थ) चटकन शरीराबाहेर जातो.

विद्राव्य फायबरमुळे अन्नातील काही घटक रक्तात शोषले जाण्याची क्रिया मंदावते. या घटकांमध्ये कोलेस्टेरॉलही अंतर्भूत आहे. शोषण सावकाश झाल्यामुळे रक्तातील कोलेस्टेरॉलची पातळी कमी व्हायला मदत होते.

विद्राव्य फायबरमुळे कर्बोदकं रक्तात शोषली जाण्याची क्रियाही मंदावते आणि रक्तातील साखरेची पातळी कमी राहते.

त्यामुळे फायबरचा समावेश आहारात असणं या दोन्ही दृष्टींनी महत्त्वाचं ठरतं. सर्व पालेभाज्या, अनेक भाज्या, कडधान्ये, धान्ये या सर्वांमध्ये फायबर असतं. फळभाज्यांच्या साली, फळांच्या साली, धान्यांचा कोंडा हे सर्व फायबरचेच प्रकार आहेत. जे पदार्थ खाताना तोंडात चोथा होतो ते पदार्थ फायबरयुक्त आहेत असं सर्वसाधारणपणे म्हणता येईल.

भाज्यांच्या आणि फळांच्या साली (आंबा, कलिंगड असे काही अपवाद सोडून!) न काढणं, कणीक मळताना ती न चाळणं अशा सोप्या मार्गांनी आपण फायबर खाऊ शकतो.

त्यामुळे कामही थोडं कमी होतं ते वेगळंच!

मीठ व साखर

मीठ व साखर हे दोन्ही पदार्थ कमी प्रमाणात वापरावेत. उच्च रक्तदाब, मधुमेह यांसारख्या दुखण्यांसाठी या पदार्थांचं पथ्य पाळावं लागतं. वजन कमी करायचं असलं तरीही साखरेचं पथ्य असतं. पण असं कुठलं दुखणं नसलं तरीही हे पदार्थ बेतानंच खावेत.

अँटीऑक्सिडंट्स

कोलेस्टेरॉल वर्ज्य आणि स्निग्ध पदार्थ अगदी कमी प्रमाणात अशा आहारात काही अन्नपदार्थ मात्र कटाक्षानं समाविष्ट करायला हवेत. ज्यांच्यात 'अँटीऑक्सिडंट्स' असतात असे पदार्थ आहारात नेहमी हवेत.

आता, अँटीऑक्सिडंट्स म्हणजे काय? आणि ते काय करतात?

आपल्या शरीरातील प्रत्येक पेशीच्या कार्यासाठी ऊर्जा लागते. ही ऊर्जा

आपल्या आहारातील प्रथिनं, पिष्टमय व स्निग्ध पदार्थांच्या ज्वलनातून निर्माण होते. ज्वलनासाठी प्राणवायूचा (ऑक्सिजनचा) सहभाग महत्त्वाचा असतो. या क्रियेमध्ये ऑक्सिजन वापरला जात असताना त्याच्या रेणूतील (मॉलेक्यूल) एक इलेक्ट्रॉन गमावला जातो. त्यामुळे ऑक्सिजनचा रेणू अपूर्ण आणि त्यामुळे अस्थिर बनतो. त्याला 'मुक्त अयन' (फ्री रॅडिकल) असं म्हणतात. स्वत:जवळचा गमावलेला इलेक्ट्रॉन दुसऱ्या पेशींकडून मिळवण्यासाठी हे मुक्त अयन धडपडू लागतात. या धडपडीतून शरीरात निर्माण होणाऱ्या ताणाला ऑक्सिडेटिव्ह स्ट्रेस असं म्हणतात. या मुक्त अयनांच्या धडपडीत रक्तवाहिन्यांच्या आतल्या अस्तराला इजा पोहोचू शकते. अशी इजा झाली तर त्या ठिकाणी कोलेस्टेरॉल जमा होऊ शकतं. अशा मुक्त अयनांना निष्प्रभ करण्याचं काम करणाऱ्या पदार्थांना 'अँटीऑक्सिडंट्स' म्हणतात.

बीटा कॅरोटिन, जीवनसत्त्व क, ई, सेलेनियम, झिंक, मँगेनीज इ. धातू ही सर्व अँटीऑक्सिडंट्स आहेत. सुदैवानं ही सगळी आपल्याला भाज्या आणि फळांमधून मिळू शकतात.

१ टे.स्पू (१४ ग्रॅ.) वनस्पतिज तेलांमधील स्निग्धांशांचं प्रमाण

	नाव	संपृक्त स्निग्धांश (ग्रॅ)	असंपृक्त स्निग्धांश (ग्रॅ.)	
			मोनो-अनसॅच्युरेटेड	पॉली-अनसॅच्युरेटेड
१.	शेंगदाणा तेल	२.६	६.२	४.१
२.	करडईचं तेल	१.३	१.७	१०.००
३.	सूर्यफूल तेल	१.४	२.८	८.७
४.	खोबरेल	११.७	०.८	०.२
५.	सोयाबीन तेल	२.००	३.१	७.८
६.	सरकीचं तेल	३.६	२.६	६.९
७.	ऑलिव्ह तेल	१.९	९.८	१.२
८.	तिळाचं तेल	२.१	५.८८	६.१
९.	मक्याचं तेल	१.७	३.४	७.९

प्राणिज पदार्थांमधील स्निग्धाम्ल आणि कोलेस्टेरॉल यांचं प्रमाण

	पदार्थ	स्निग्धांश ग्रॅ/१००ग्रॅ.	संपृक्त स्निग्धांश ग्रॅ./१०० ग्रॅ.	कोलेस्टेरॉल मि.ग्रॅ./१०० ग्रॅ.
१.	लोणी	८१	५०	२५०
२.	तूप	१००	६५	३००
३.	गाईचं दूध	४.१	२	१४
४.	म्हशीचं दूध	६.५	४	१६
५.	स्किम्ड मिल्क	०.१	–	२
६.	आटीव दूध	१०	६	४०
७.	क्रीम	१३	८	४०
८.	चीज	२५	१५	१००
९.	अंड	१३.३	४	४००
१०.	अंड्यातील पिवळा भाग	३०	९	११२०

गुरांना आणि पक्ष्यांना काय प्रकारचं खाद्य किती प्रमाणात दिलं जातं त्यावर या घटकांचं प्रमाण ठरत असल्यामुळे त्यानुरूप या प्रमाणात थोडाफार फरक पडतो.

रोजच्या आहारातून मिळणाऱ्या उष्मांकापैकी फक्त १०% स्निग्ध पदार्थांमधून आलेले असावेत असं म्हटल्यावर हे बंधन पाळण्यासाठी आपल्या रोजच्या आहारातून आपल्याला किती उष्मांक मिळतात ते बघायला हवं. त्यासाठी फारसे श्रम न करणाऱ्या एका प्रौढ व्यक्तीच्या सर्वसाधारण आहारातून किती उष्मांक मिळतात ते आपण पाहू या.

आपल्या भारतीय पद्धतीच्या रोजच्या जेवणात भात, भाजी, पोळी, भाकरी, पराठा, कोशिंबीर, चटणी, दही, ताक हे पदार्थ सर्वसाधारणपणे असतात. तसंच साधारणपणे रोज तीन वेळा खाणं आणि २-३ वेळा चहा/कॉफी असा आहार आपण घेतो. लहान मुलं, गर्भवती स्त्रिया, आजारी किंवा म्हातारी माणसं यांच्या बाबतीत हे प्रमाण आणि वेळा यांच्यात फरक होत असला तरी इतर सर्व प्रौढ व्यक्ती साधारणपणे दिवसातून ३ वेळा आहार घेतात.

ज्या घरांमधली मोठी माणसं रोज नियमित वेळी नोकरीला जातात त्या घरांमध्ये साधारणपणे

सकाळी जेवण (सकाळी १० ते ११ च्या दरम्यान)

संध्याकाळी खाणं

रात्री जेवण

असा कार्यक्रम रोज पार पाडला जातो. तर धंदा-व्यवसायानिमित्त ज्यांचं जेवण दुपारी उशिरानं होतं त्यांच्या घरी

सकाळी ब्रेकफास्ट

दुपारी जेवण (दुपारी १ ते २-२।। च्या दरम्यान)

रात्री जेवण

अशा खाण्याच्या वेळा असतात. याशिवाय चहा, कॉफी, दूध, बिस्किटं अधूनमधून काहीतरी तोंडात टाकणं हेही घरोघरी चालू असतं.

उष्मांकांचा आणि स्निग्धांशाचा हिशेब करताना दिवसभरातील या सर्व खाद्यपदार्थांचा हिशेब करायला हवा.

एका प्रौढ व्यक्तीचा एका दिवसातील सर्वसाधारण आहार
(फारसे श्रम न करणारी व्यक्ती)

पदार्थ	वजन (ग्रॅ)	उष्मांक (कॅ.)	स्निग्धांश (ग्रॅ)
सकाळचा चहा			
चहा १।। कप	१२	४७.७६	–
(साखर १।। चमचा)			
ब्रेकफास्ट			
ब्रेड स्लाईस ४	१००	३४०	२
चहा १ कप	८	३१.८४	
(साखर १ च.)			
दुपारचं जेवण			
भात १-१। वाटी	७०	२४१.५	०.३५
(तांदूळ ७० ग्रॅम)			
फुलके ३	९०	३०७	१.५३
(कणीक १ वाटी)			
वरण/आमटी १।। वाटी			
(तूरडाळ १/२ वाटी)	६५	३०	०.४
भाजी फ्लॉवरची (१ वाटी)	१००	३०	०.४
कोशिंबीर-टमाटा + गाजर +			
मोडाचे मूग (१।। वाटी)	७५/८०	१८/२०	०.१५

दुपारचा चहा			
चहा १ कप (साखर १ चमचा)	८	३१.८४	–
बिस्किटं २			
रात्रीचं जेवण			
भात अर्धा-पाऊण वाटी			
(तांदूळ ३५ ग्रॅ.)	३५	१२१	०.१८
फुलके २			
(कणीक २/३ वाटी)	६०	२०५	१.०२
सार/आमटी १ वाटी			
(डाळ ४५ ग्रॅ.)	४५	१५४	०.७६
भाजी १ वाटी	१००	३०	०.४
कोशिंबीर १ वाटी	७५/८०	१८/२०	०.१५
फळं (सफरचंद/संत्रं			
किंवा इतर)	१००	५९	०.५
एकूण		१६६८.९४	७.८४

हा दिवसभरातला आहार एका हृदयविकारी व्यक्तीसाठी असल्यामुळे कोणत्याही पदार्थात तेल, तूप, वनस्पती यांसारखे स्निग्ध पदार्थ वापरलेले नाहीत. असं असूनसुद्धा आहारातील डाळ, तांदूळ, भाज्या यांसारख्या मूळ पदार्थांमध्ये असणाऱ्या स्निग्धांशांमुळे दिवसभरात एकूण ७.८४ ग्रॅ. (८ ग्रॅम) स्निग्धांश या अगदी साध्या आहारातून एका दिवसात मिळतात.

या आहारातून १६६८.९४ (जवळजवळ १७००) उष्मांक मिळतात. या उष्मांकांच्या १०% म्हणजे १६ ते १७ ग्रॅ. स्निग्धांश एका दिवसात खायला हरकत नाही. यापैकी ८ ग्रॅ. स्निग्धांश मूळ पदार्थांमधून मिळत असल्यामुळे १६ - ८ · ८ ग्रॅ. स्निग्धांश वरून खायला हरकत नाही.

दिवसभरातल्या आहारात २ बिस्किटांचा उल्लेख केलेला आहे. बिस्किटांमध्ये किती स्निग्धांश असतील ते आपल्याला कळू शकत नसलं तरी त्यातून काही प्रमाणात स्निग्धांश आपल्या पोटात जात आहेत हे लक्षात ठेवून उरलेल्या स्निग्धांशांच्या इतकं तेल दिवसभरात मिळून वापरता येईल.

म्हणजे १ चमचा तेल दिवसभरात मिळून खाता येईल. ज्या व्यक्तीचा आहार यापेक्षा जास्त आहे तिला त्या प्रमाणात थोडं जास्त तेल वापरता येईल.

म्हणजे आपण किती तेल खायचं (फोडणीच्या किंवा इतर काही स्वरूपात)

याचा रोज हिशेब करत बसायचं का?

तसं करण्याची गरज नाही. आपला रोजचा आहार साधारणपणे ठरलेला असतो. (रोजचा आहार नियमित असणं हृदयविकार असणाऱ्यांसाठी महत्त्वाचं आहे.) त्या आहारातून मिळणाऱ्या उष्मांकांचा आणि स्निग्धांशांचा हिशेब एकदा करून त्याप्रमाणे आहारात वापरायच्या स्निग्धांशाचं प्रमाण ठरवून ठेवलं की त्या प्रमाणात स्निग्ध पदार्थ वापरता येतो. प्रसंगानुरूप कधी तरी त्यात बदल झाला तरी त्यानं फारसं काही बिघडत नाही. मात्र एकदम खूप स्निग्धांश मात्र कधीच खाऊ नयेत.

रोजच्या आहारात ५ मि.ग्रॅ. कोलेस्टेरॉल असलेलं चालेल; पण हे प्रमाण इतकं थोडं आहे की, आहारातून कोलेस्टेरॉलयुक्त पदार्थ वर्ज्यच करावेत. एक कप दुधात ४ मि.ग्रॅ. कोलेस्टेरॉल असतं. चहा, दूध यांतून तेवढं आपल्या पोटात जातच असतं. त्यामुळे इतर कोलेस्टेरॉलयुक्त पदार्थ खाऊ नयेत.

शाकाहारातून, विशेषत: स्निग्धांशावर नियंत्रण ठेवलेल्या शाकाहारातून उष्मांक कमी मिळत असल्यामुळे रोजच्या आहारातून मिळणाऱ्या उष्मांकांचाही हिशेब करण्याची गरज नाही. पण स्निग्धांशांचा मात्र हिशेब करायला हवा. त्यासाठी डॉ. डीन ऑर्निश यांनी एक मार्गदर्शक तक्ता दिला आहे. व्यक्तीचं वजन आणि आहारातून खाण्याचे स्निग्धांश यांचं एकमेकांशी असलेलं प्रमाण त्यात दिलं आहे.

हे प्रमाण सर्वसाधारणपणे पुढीलप्रमाणे आहे –

पुरुष

वजन	**स्निग्धांश (ग्रॅ.)**		
कि.ग्रॅ.	**कमी श्रम करणारे**	**सौम्य श्रम करणारे**	**भरपूर श्रम करणारे**
५०	१७	१८	२०
५५	१९	२०	२१
६०	२०	२२	२३
६५	२२	२३	२५
७०	२४	२६	२७
७५	२६	२८	३०
८०	२७	२९	३१
८५	२९	३१	३३
९०	३१	३३	३५
९५	३२	३४	३६
१००	३४	३७	३९

स्त्रियांसाठी हे प्रमाण पुरुषांपेक्षा १ - २ ग्रॅमनी कमी आहे.

रोजच्या आहारात थोडं तेल वापरताना रोज वेगळा हिशेब किंवा वेगळा स्वयंपाक करणं घरच्या गृहिणीला कठीण जातं. म्हणून असं न करताही तेलावर नियंत्रण ठेवण्याचा एक सोपा उपाय (जो मी आमच्या घरी वापरते) म्हणजे सकाळचा ब्रेकफास्ट किंवा दुपारचं खाणं – सांजा, उपमा, पोहे इ. – फोडणीचं करावं आणि दोन्ही वेळचा स्वयंपाक संपूर्ण तेलरहित करावा. सकाळच्या किंवा दुपारच्या खाण्याला फोडणी घालतानाही मोजकंच तेल वापरावं.

घरात अनेक माणसं असतात. त्या सर्वांना तेलरहित जेवण आवडेलच असं नाही आणि सर्वांना तसं खाऊ घालण्याची गरजही नाही. म्हणून रोज फोडणीचं तेल तयार करून ठेवावं आणि आवडीप्रमाणे ते इतरांनी आपल्या पदार्थांवर घालून घ्यावं.

किंवा तेलरहित स्वयंपाक करून त्यातला आवश्यक तेवढा भाग वेगळा काढून उरलेल्यावर तेलाची फोडणी घालावी.

माझा स्वत:चा अनुभव असा आहे की पदार्थाचं रंगरूप नेहमीसारखं दिसलं की त्यात तेल नाही आहे हे बहुतेक वेळा कोणाच्या लक्षातही येत नाही. विशेषत: रस्सा, भाज्या, सार, कढी, आमटी हे रोजचे पदार्थ तेलविरहित असल्याचं कळून येत नाही.

तेल किंवा फोडणी न घालता आपले नेहमीच्या सवयीचे पदार्थ कसे बनवावेत हे पुढे सांगितलं आहे आणि काही पाककृतीही दिलेल्या आहेत. या पदार्थांमध्ये वाटी, चमचा (चहाचा चमचा), टे.स्पू. ही मापं वापरली आहेत.

एक वाटी पदार्थाचं वजन किती होतं हे दाखवणारा एक तक्ताही दिला आहे.

१ सपाट वाटी पदार्थाचं वजन

		ग्रॅ.			ग्रॅ.
१.	तांदूळ	१४०	१५.	वाटाणा	१५०
२.	गहू	१५०	१६.	डबलबी	१४०
३.	तूर डाळ	१३०	१७.	राजमा	१५०
४.	मूग डाळ	१४५	१८.	कणीक	१००
५.	हरभरा डाळ	१४५	१९.	मैदा	१००
६.	मसूर डाळ	१४०	२०.	बेसन	१००
७.	मटकी डाळ	१२५	२१.	साखर	१५०
८.	उडीद डाळ	१४५	२२.	पोहे	६०
९.	मूग	१५०	२३.	साबूदाणा	१३०
१०.	हरभरा	१३०	२४.	पिठीसाखर	१२०

११.	उडीद	१५०	२५.	शेंगदाणे	१३०
१२.	चवळी	१४५	२६.	भाजलेले शेंगदाणे	१००
१३.	मटकी	१६०	२७.	तीळ	११०
१४.	सोयाबीन	१३०	२८.	भाजलेले तीळ	१००

तांदूळ, गहू यांसारख्या धान्यांच्या आणि कडधान्यांच्या वेगवेगळ्या जातींप्रमाणे या वजनांत थोडासा फरक पडू शकतो. नेहमीच्या वापरातील इतर काही पदार्थांची वजनं पुढे दिली आहेत. त्यांच्या लहानमोठ्या आकाराप्रमाणे वजनात थोडासा फरक पडू शकतो.

		ग्रॅम
ब्रेड स्लाईस	२	५०
फुलके	२	७०-८०
अंडी	२	९० (अंड्यातील आतील खाद्य भाग)
	पांढरा भाग	५०
	पिवळा भाग	४०

बाजारात मिळणाऱ्या विविध प्रकारच्या गोड/खाऱ्या/चॉकलेटच्या बिस्किटांमधले घटक पदार्थ कोणते आहेत ते वरच्या वेष्टणावर छापलेलं असतं. पण त्यांचं प्रमाण किंवा वजन मात्र दिलेलं नसतं. पुड्यातील बिस्किटांचं एकूण वजन दिलेलं असतं आणि बिस्किटांची प्रत्येक पुड्यातील संख्या ठरलेली असते. त्यावरून एका बिस्किटाच्या वजनाचा हिशेब करता येतो. पण त्यातील स्निग्धांशाचं प्रमाण मात्र समजू शकत नाही.

शिवाय वेगवेगळ्या प्रकारच्या बिस्किटांमध्ये स्निग्धांशाचं असलेलं प्रमाणही वेगवेगळं असतं. खारी-गोड बिस्किटं हा बहुतेक सर्वांच्या रोजच्या आहाराचा भाग असतो. रोज सकाळी / दुपारी चहाबरोबर २-४ बिस्किटं खाण्याची पद्धत अनेक घरांमध्ये रूढ आहे. त्यामुळे त्यातून किती स्निग्धांश पोटात जातात हे कळणं आवश्यक आहे. परंतु दुर्दैवानं ही माहिती उपलब्ध होत नाही.

ब्रेडच्या बाबतीत परिस्थिती बरी आहे. ब्रेड बनवणारे उत्पादक ब्रेडमध्ये स्निग्धांश कमी-अधिक प्रमाणात वापरत असले तरी सर्वसाधारणपणे १०० ग्रॅ. ब्रेडमध्ये २ ग्रॅ. स्निग्धांश असतो.

आपल्या नित्याच्या वापरातल्या अनेक पदार्थांमध्ये ओमेगा ३ अँटीऑक्सिडंट्स असे उपयुक्त घटक असतात. म्हणून असे पदार्थ नेहमी आहारात असावेत.

अ) अँटी-ऑक्सिडंट्स– आपल्या आहारातील काही पदार्थ अँटी-ऑक्सिडंट असतात आणि त्यांच्यामुळे धमन्यांमध्ये कोलेस्टेरॉलचं कीटण बसण्यास प्रतिबंध होऊ शकतो. म्हणून हे पदार्थ नेहमी आहारात असावेत. हे अँटी-ऑक्सिडंट्स असणारे पदार्थ–

१) बीटा-कॅरोटिन :- सर्व पिवळ्या, केशरी रंगाची फळं, भाज्या, सुरण, जर्दाळू, लाल मिरची, आंबे, पीच, रताळी, हिरव्या पालेभाज्या.

२) जीवनसत्त्व 'क' :- हिरवी मिरची, टोमॅटो, पोपई, स्ट्रॉबेरी, संत्री, हिरव्या पालेभाज्या यात भरपूर. इतरही फळांमध्ये काही प्रमाणात.

३) जीवनसत्त्व 'इ' :- गहू, ज्वारी इ. धान्यं, हिरव्या पालेभाज्या, बदाम, वनस्पती तेलं.

ब) सूक्ष्म द्रव्यं – सेलेनियम, पोटॅशियम, क्रोमियम, मॅग्नेशियम यांसारखी खनिजंही सूक्ष्म प्रमाणात आवश्यक असतात. त्यांपैकी पोटॅशियम हे नैसर्गिकरीत्या पुरेसं उपलब्ध होऊ शकतं.

पोटॅशियम– केळी, बटाटे, टोमॅटो, पालक

इतर सूक्ष्म द्रव्यं मात्र पूरक म्हणून डॉक्टरांच्या सल्ल्यानं घ्यावी लागतात. त्यातही मॅग्नेशियम हे विड्याची पानं, जिरं आणि आलं यात भरपूर असतं. म्हणून हे पदार्थ नेहमी आहारात असावेत.

क) लसूण – लसूण ही रक्तातील ट्रायग्लिसराईड्स कमी करते.

ड) हळद – नवीन संशोधनाप्रमाणे हळदीचा अर्क हा एच. डी. एल. वाढवायला आणि एल. डी. एल. कमी करायला मदत करतो.

इ) ओमेगा-३ – मोहरी, मेथी आणि सोयाबीन यांत ओमेगा-३ भरपूर असतं. म्हणून हे पदार्थ नेहमी वापरावेत. त्याचप्रमाणे मोहरी आणि सोयाबीन यांची तेलंही वापरावी.

१. भोंगी/ढोबळी मिरची : संशोधनांती असं आढळून आलं आहे की भोंगी मिरचीमुळे रक्तातल्या गुठळ्या मोडायला मदत होते. म्हणून ही मिरची आहारात नेहमी असावी.

२. रोझमेरी : रोझमेरी हा एक प्रकारचा मसाल्याचा पदार्थ आहे. रोझमेरी झुडपांच्या पानांपासून रोझमेरीनस हा पदार्थ मिळतो. हा पदार्थ रक्तातील लाल पेशींच्या ऑक्सिडेशनला प्रतिबंध करतो. म्हणजे तो अँटी-ऑक्सिडंट असतो. आपल्याकडे मोठ्या शहरांमध्ये रोझमेरी हा मसाला मिळतो. तो रोझमेरीच्या वाळवलेल्या पानांचा असतो आणि त्याला विशिष्ट असा सौम्य वास असतो.

३. त्रिफळा : हे एक आयुर्वेदिक औषध आहे. हिरडा, बेहडा आणि आवळा हे पदार्थ यात सम प्रमाणात असतात. साधारणपणे पोट साफ राहण्यासाठी ते घेतलं

जातं. आता असं लक्षात आलं आहे की, हृदयविकारासाठीही ते उपयुक्त ठरू शकेल. नियमित त्रिफळा घेणारे बरेचजण वैद्यकीय सल्ल्याशिवायच ते घेत असतात. पण हृदयविकार असणाऱ्यांनी मात्र असं करू नये. ते घ्यावं की नाही हे आपल्या डॉक्टरांच्या सल्ल्यानेच ठरवावे.

हृदयरोग्यांनी तेल-तूप, लोणी, चीज, वनस्पती तूप असे सगळे प्रकार वर्ज्य करायचे असले तरी त्याचा अर्थ त्यांनी फक्त उकडलेले आणि बेचव पदार्थ खायला हवेत असा नाही. या पदार्थांशिवायही उत्तम चवीचे, आकर्षक दिसणारे आणि भारतीय पद्धतीचे किती तरी खाद्यपदार्थ बनवता येतात.

असे पदार्थ बनवताना लक्षात घ्यायचे महत्त्वाचे मुद्दे–

१. आपल्या भारतीय पद्धतीच्या बऱ्याच पदार्थांमध्ये फोडणी हा एक महत्त्वाचा भाग असतो. तेल तापवून त्यात मोहरी टाकायची, ती तडतडली की थोडासा हिंग आणि मग हळद घालून ते तेल पदार्थांत घालायचं किंवा पदार्थ त्या फोडणीत टाकून शिजवायचा. अशी आपल्या बहुतेक सगळ्या भाज्या, आमट्या, सार, वेगवेगळ्या प्रकारचे भात, कोशिंबिरी, काही प्रकारच्या चटण्या इत्यादी पदार्थांची सर्वसाधारण कृती असते. काही वेळेला फोडणीमध्ये जिरं, मेथी, कढीपाला, मिरची, लसूण, आलं, बडिशेप असे पदार्थही आपण आवश्यकतेनुसार घालतो. फोडणीमुळे पदार्थाला आकर्षक रंग, रूप आणि स्वाद येतो. काही पदार्थांना आपण तुपाची फोडणीही घालतो.

कोणत्याही पदार्थात तेल-तूप वापरायचं नाही म्हणजे फोडणी घालायची नाही असं आपण समजतो. पण नीट विचार केला, तर असं लक्षात येईल की फोडणीतलं फक्त तेल वर्ज्य आहे. ते न खाण्याचं पथ्य पाळायचं आहे. पण बाकीचे पदार्थ म्हणजे मोहरी, जिरं, हिंग, हळद वगैरे खायला काही हरकत नाही.

तेल तापवून त्यात मोहरी, जिरं टाकलं की ते पदार्थ तडतडतात आणि एकदम फुलून येतात. त्यामुळे ते कच्चे लागत नाहीत. एखादे वेळी घाईत फोडणी केली आणि मोहरी किंवा जिरं नीट फुटलं नाही, तर तो पदार्थ खाताना मोहरी, जिरं दाताखाली येऊन कच्चं, करकरीत लागतं आणि त्याचा वास आणि चवही वेगळी कळते. हे पदार्थ नीट शिजवण्यासाठी ते फोडणीत घातले जातात.

पण फोडणी न करताही हे पदार्थ चांगले शिजवता येतात. त्यासाठी फक्त एवढंच करायचं की मोहरी आणि जिरं आधी चांगलं भाजून घ्यायचं आणि मग शिजायला ठेवलेल्या पदार्थात घालायचं.

हिंग आणि हळद हे पदार्थ न भाजताच शिजताना घालता येतात. मात्र हे पदार्थ

उग्र वासाचे असल्यामुळे आपण ते फोडणीत ज्या प्रमाणात घालतो त्यापेक्षा थोड्या कमी प्रमाणात घालावेत.

मिरे आणि लवंगाही भाजून पदार्थात घालता येतात. बाकीचे मसाल्याचे पदार्थ म्हणजे धने, दालचिनी, वेलदोडे, तमालपत्र इत्यादी, नेहमीप्रमाणेच वापरता येतात. सर्वसाधारणपणे आपण हे मसाले फोडणीत घालत नाही.

जिरं आणि मोहरी हे रोज लागणारे पदार्थ असल्यामुळे ते महिनाभरासाठी लागतील तेवढे भाजून डब्यात भरून ठेवणं सोयीचं पडतं. दोन्ही पदार्थ कोरडेच भाजायचे आहेत. मोहरी भाजताना ती हळूहळू फुलेल, रंग बदलेल आणि पुरेशी भाजली गेली की फुटू लागेल. मोहरीचे दाणे फुटू लागले की भाजणं थांबावावं. जिरं भाजताना ते फुटेपर्यंत भाजण्याची आवश्यकता नाही. त्याचा रंग बदलून ब्राऊन झाला की पुरेसं भाजलं गेलं असं समजावं.

साधारणपणे आपल्या रोजच्या जेवणात भाजी, आमटी, कोशिंबीर, चटणी, भात, पोळी असे पदार्थ असतात. त्यांपैकी भाजी-आमटीवर आणि काही वेळा कोशिंबिरीवर फोडणी घातली जाते. हे सगळे पदार्थ बिनतेलाची 'फोडणी' देऊन करता येतात.

२. काही वेळा या पदार्थांमध्ये आपण आलं, लसूण, कांदा हेही पदार्थ वापरतो. आलं-लसणीचा ठेचा फोडणीत घालून तो खमंग परतायचा, मग त्यात बारीक चिरलेला कांदा घालून तो लालसर होईपर्यंत परतायचा आणि मग भाजी आणि इतर मसाले टाकून भाजी शिजवायची अशी पुष्कळ भाज्यांची कृती असते.

लसूण आणि कांदाही तेलाशिवाय वापरता येतो.

लसूण सोलल्यावर लसणीच्या पाकळ्यांच्या पातळ, पातळ काचऱ्या कराव्यात. लसूण वाटून ठेचा करण्यापेक्षा काचऱ्या करायला वेळ थोडासा जास्त लागेल. या काचऱ्या निर्लेप पात्रात मंद आचेवर भाजाव्यात. त्या लालसर झाल्या की कांदा त्यात घालून लालसर होईपर्यंत परतावा. कांदा परतताना त्यात आलं बारीक किसून टाकावं आणि त्यातच भाजलेली मोहरी/ जिरं किंवा हवं असल्यास दोन्ही, हिंग आणि हळद घालावी. कांदा पुरेसा परतून झाला की त्यात भाजी घालून नेहमीप्रमाणे पुढे शिजवावी.

३. निर्लेप पात्र वापरावयाचं नसल्यास कढई किंवा पातेलं चांगलं तापल्यावर गॅस बारीक करून मग त्यात लसूण आणि नंतर कांदा वगैरे घालून परतावं. अशा वेळी लसूण सारखी परतावी लागेल आणि नंतर कांदाही मधून मधून परतावा लागेल.

४. भाजीत पाणी घालून रसभाजी करायची असल्यास, तेल नाही म्हणून भाजी खाली लागण्याचा किंवा चिकटण्याचा प्रश्न येणार नाही. पण कोरडी करायची असली, रस ठेवायचा नसला तर भाजीवर पाण्याचा शिपका मारून झाकण ठेवावं

आणि झाकणातही थोडं पाणी घालावं. मधून मधून झाकण काढून भाजी हलवावी आणि वाटल्यास परत पाण्याचा शिपका मारावा.

५. कोरडी भाजी करताना त्यात बारीक चिरलेला कांदा घातला की भाजी फारशी खाली लागत नाही. कांद्याचा ओलसरपणा आणि गुळगुळीतपणा त्यासाठी उपयोगी पडतो. नाही तरी कांदा आणि लसूण हे पदार्थ हृदयरोग्यांच्या दृष्टीनं उत्तम आहेत. तेव्हा कांदा-लसूण नेहमी वापरावी.

६. आमटी करताना, शिजलेल्या वरणात फोडणीचे सगळे पदार्थ, चिंच, गूळ, कढीपाला (हवा असल्यास), मसाला, मीठ असे सगळे पदार्थ घालून उकळी आणावी.

तेल, तूप, वनस्पती तूप यांसारखे स्निग्ध पदार्थ न वापरता आणि क्रीम, चीज, साय असे प्राणिज पदार्थ टाळून बनवता येणाऱ्या काही पाककृती नमुन्यादाखल पुढे दिल्या आहेत. हा पाककृतींचा मोठा संग्रह नाही, तर शिजवणं, भाजणं, परतणं इ. क्रिया तेला-तुपाशिवाय कशा प्रकारे करता येतात ते दाखवण्याचा प्रयत्न आहे. या पदार्थांप्रमाणे इतरही अनेक पदार्थ या पद्धतीनं करता येतील.

प्रेशर कुकर
मिक्सर
ओव्हन
निर्लेप भांडी
रेफ्रिजरेटर

ही स्वयंपाकघरातील उपकरणं आणि साधनं हल्ली बहुतेक सर्वांकडे असतात. त्यांचा वापर वेगवेगळ्या पाककृतींमध्ये केलेला आहे. त्याशिवाय योग्य मोजमापासाठी आणखी दोन साधनं आवश्यक आहेत.

१. मोज पेला (Measuring Glass)

२. मोज चमचे

मोज पेला (Measuring Glass) : हा प्लॅस्टिकचा असतो आणि त्याच्यावर वेगवेगळ्या पदार्थांच्या वजनाच्या खुणा केलेल्या असतात. तांदूळ, रवा, मैदा, बेसन, पाणी इ. पदार्थांचं वजन करण्यासाठी या पेल्याचा उपयोग करता येतो. त्यासाठी तराजू नसला तरी चालतो.

मोज चमचे : हा चार चमच्यांचा एक संच असतो. १/४ चमचा, १/२ चमचा, १ चमचा आणि १ टेबलस्पून अशा मापाचे हे चमचे असतात. १ टे.स्पू. (टेबलस्पून) म्हणजे ३ टी.स्पून/ ३ चमचे होतात.

बहुतेक सर्व पाककृतींमध्ये वाटी आणि चमचा या गोष्टी मापाकरता वापरलेल्या

आहेत. कारण ही साधनं प्रत्येकाकडे असतातच. इथे वापरलेली वाटी ही मध्यम आकाराची, १५० मि.ली. द्रव पदार्थ मावेल अशी आहे. (१ कप असं प्रमाण जेव्हा पाककलेवरच्या एखाद्या पुस्तकात दिलेलं असतं तेव्हा तो कप १५० मि.ली.चा असतो.)

घरोघरी असणारे छोटे किंवा चहाचे चमचे लहान-मोठे असतात. म्हणून पदार्थ मोजण्यासाठी मोज चमचे वापरावेत.

आपल्या स्वयंपाकात नेहमी लागणारे डाळ, तांदूळ, साखर यांसारखे पदार्थ वाटीनं मोजून घेतल्यास ते वजनात किती भरतात ते कळावं म्हणून १ वाटीभर पदार्थांच्या वजनाचा एक तक्ता यापूर्वीच दिला आहे.

१ टे. स्पू. · ३ चमचे

१ टे. स्पू. द्रव पदार्थ (तेल, पाणी, दूध इ.) · १४-१५ ग्रॅ.

१ टे. स्पू. पीठ (मैदा, बेसन, कणीक इ.) · १० ग्रॅ.

१ टे. स्पू. साखर · १५ ग्रॅ.

कोणताही पदार्थ करताना पुढील गोष्टी लक्षात ठेवणं महत्त्वाचं आहे.

१. पदार्थाचं मोजमाप नेहमी सपाट वाटीचं किंवा चमच्याचं करावं. शीग भरून करू नये.

२. पदार्थांमध्ये वापरायचं दूध हे दोनदा तापवून दोनदा साय काढल्यावर उरलेलं दूध आहे.

३. जिथे दह्याचा उल्लेख आहे तिथे ते दही अशा स्निग्धांशविरहित दुधाचं आहे.

४. मोहरी आणि जिरं हे पदार्थ आधी भाजून घेतलेले हवेत.

५. हळद आणि हिंग हे पदार्थ नेहमीपेक्षा कमी प्रमाणात वापरावेत.

६. दूध भुकटी वापरताना ती स्निग्धांशविरहित दुधाची (Skimmed milk) वापरावी.

७. पदार्थांच्या नावाखाली कंसात दिलेले आकडे हे त्या कृतीप्रमाणे तयार होणाऱ्या पदार्थांची किती वाढपं (Servings) होतील याचे आहेत. पदार्थाच्या संख्येचे (म्हणजे इडली, डोसा, टिक्की यांसारखे पदार्थ किती संख्येनं होतील) नाहीत. तसंच तो पदार्थ किती माणसांना पुरेल याचेही नाहीत.

■

प्रकरण १०

हृदयाला उपकारक पाककृती

	विभाग	*पान क्र.*

■

भात

१. खिचडी ज्वारीची
२. भात– जिरे मिरे
३. भात– पालक
४. भात– बटाटा
५. भात– मटार-टोमॅटो
६. भात– मेथी

भाज्या

७. उसळ– मसुराची
८. बेक्ड व्हेजिटेबल्स इन व्हाइटसॉस
९. भरला बटाटा
१०. भरली भेंडी
११. वांग्याची सुकी भाजी
१२. व्हेजिटेबल स्ट्यू (१)
१३. व्हेजिटेबल स्ट्यू (२)

सूप, सार इ.

१४. डाळ पंजाबी
१५. दूधजल कढी
१६. सार– आमसुलाचं
१७. सार– टोमॅटो
१८. सार– बटाट्याचं
१९. सूप– क्रीम ऑफ टोमॅटो
२०. सूप– भाज्यांचं
२१. वरण– मुगाचं
२२. वरण– मेथीचं

कोशिंबिरी

२३. कोशिंबीर– अंडी-बटाटा
२४. कोशिंबीर– काकडीची
२५. कोशिंबीर– केळं–टोमॅटो
२६. कोशिंबीर– कोबीची
२७. कोशिंबीर– गाजर-कांदा
२८. कोशिंबीर– गाजर-टोमॅटो
२९. कोशिंबीर– दुधीची
३०. कोशिंबीर– फ्लॉवर-मटार
३१. कोशिंबीर– भेंडी-कांदा
३२. कोशिंबीर– मूगडाळ-भाज्या
३३. कोशिंबीर– मोडाच्या मुगांची
३४. कोशिंबीर–व्हाइट सॉस घालून
३५. कोशिंबीर– कोल स्लॉ (१)
३६. कोशिंबीर– कोल स्लॉ (२)
३७. भरीत– भोपळ्याचं

चटण्या

३८. कांदा-कैरी गोड लोणचं
३९. चटणी– कच्च्या टोमॅटोंची
४०. चटणी–कांदा-तीळ परतलेली
४१. चटणी– गहू-कांदा
४२. चटणी– दोडक्याच्या शिरांची
४३. मेथांबा

गोड पदार्थ

४४. अननसाची जेली
४५. केक– अल्प स्निग्धांश
४६. केक– केळ्याचा
४७. केळ्याच्या पोळ्या
४८. खांडवी
४९. खीर रव्याची
५०. खीर शेवयांची
५१. घारगे
५२. पायसम्
५३. पुडिंग– केळ्याचं कस्टर्ड

५४. पुडिंग– कॅरामेल
५५. पुडिंग– फेअरी
५६. पुडिंग– ब्रेड-केळे
५७. पुडिंग– मार्शमॅलो
५८. पॅनकेक
५९. पॅनकेक केळ्याचा
६०. बनाना व्हिप
६१. ब्रेडच्या मधुर खापा
६२. मैद्याचा रोठ
६३. मँगो फ्लफ्
६४. लाडू रव्याचे

उपाहाराचे पदार्थ

६५. अंडी पोच्ड
६६. आम्लेट
६७. इडली
६८. इडली– भाज्यांची
६९. घावन– गोड
७०. घावन– मैद्याचे
७१. चकली
७२. टिक्की– गाजर-तीळ
७३. टिक्की– पोह्यांची
७४. तांदूळ पिठीची उकड
७५. दही पोहे
७६. दूध पोहे
७७. डोसा
७८. डोसा– रवा
७९. धिरडी
८०. पोहे
८१. पॅटीस– कडधान्यांचं
८२. पॅटीस– मक्याचं
८३. फ्रेंच टोस्ट
८४. बटरचे दहीवडे
८५. बटाटा-मटार रोल
८६. मटाराच्या उकंज्या
८७. मिसळ
८८. मॅक्रोनी सूफ्ले
८९. वडे– मेथी-बटाटा
९०. वड्या– नवलकोल पाल्याच्या
९१. वड्या– पालकाच्या
९२. शेव
९३. साबुदाणा वडा
९४. साबुदाण्याची खिचडी
९५. सँडविच– काकडीचे
९६. सँडविच– केळ्याचे
९७. सँडविच– पनीर
९८. सँडविच टोस्ट– बटाटा
९९. सँडविच टोस्ट– मश्रूम

इतर

१००. चक्का
१०१. पनीर
१०२. व्हाइट सॉस
१०३. पेठा

■

हृदयाला उपकारक पाककृती

१. ज्वारीची खिचडी

(४-५)

साहित्य

ज्वारी	१/२ वाटी	जिरे	१ चमचा
तांदूळ	१/२ वाटी	साखर	१ चमचा
मिरची	२	मीठ	चवीप्रमाणे
पाणी	४।। वाट्या.		

कृती

ज्वारी धुऊन भिजत घालावी. ती चांगली ९-१० तास भिजली पाहिजे. भिजलेली ज्वारी आणि धुतलेले तांदूळ एकत्र करून त्यात साडेचार वाट्या पाणी आणि इतर सर्व पदार्थ घालून शिजायला ठेवावे. खिचडीतलं पाणी कमी होऊन ती सरबरीत झाली की प्रेशर कूकरमध्ये ठेवून प्रेशर आल्यावर पुढे दहा मिनिटं शिजवावी.

ही खिचडी गरम आणि सैलसर चांगली लागते.

२. जिरे-मिरे भात

(४)

साहित्य

तांदूळ	१ वाटी	जिरे	१ चमचा
पाणी	२-२।। वाट्या	मिरे	१०-१२
		मीठ	चवीप्रमाणे

कृती

तांदूळ मंद आचेवर थोडे भाजून घ्यावेत. त्यांचा रंग बदलला की भाजणं थांबवावं. भाजलेले तांदूळ गार झाले की धुवावेत आणि त्यात पाणी घालून शिजायला ठेवावेत. जिरे-मिरे आणि मीठ घालावं. भात जितका मऊ किंवा फडफडीत हवा असेल तितकं पाणी कमी/जास्त घालावं. भातातलं पाणी बरंचसं आटून तो सरसरीत झाला की

एकदा हलवून प्रेशर कुकरमध्ये ठेवावा. (सुरुवातीपासून कुकरमध्ये ठेवल्यास जिरं-मिरं तरंगून वर येतं.)

३. पालक भात

(५-६)

साहित्य

तांदूळ	१ वाटी	लवंगा	६
पालक	१ जुडी	मिरे	६
मिरची	१-२	दालचिनी	१/२'' तुकडा
		मसाला वेलची	१
		मीठ	चवीप्रमाणे.

कृती

तांदूळ भाजून थंड झाल्यावर धुवावेत. लवंगा, मिरे आणि दालचिनीचे तुकडे भाजून घ्यावेत. दोन वाट्या आधणाच्या पाण्यात तांदूळ शिजायला ठेवून भाजलेले मसाले त्यात घालावेत. मसाला वेलची थोडी चिरडून घालावी. मिरच्यांची पोटं चिरून त्या संपूर्णच भातात घालाव्यात.

पालक बारीक चिरून घ्यावा. त्यापैकी ३ वाट्या पालक मोजून घेऊन त्यात एक वाटी पाणी घालून मिक्सरमध्ये वाटावा. भात अर्धवट शिजून त्यातलं पाणी आटत आलं की त्यातल्या मिरच्या काढून टाकून वाटलेला पालक आणि मीठ घालून भात पूर्ण शिजवावा. आवश्यक तर थोडं पाणी घालावं. भातात थोडंसं पाणी असताना तो प्रेशर कुकरमध्ये ठेवला तरी चालेल.

४. बटाटे भात

(४-५)

साहित्य

तांदूळ	१ वाटी	बटाटे	२
धने पूड	३/४ चमचा	कढीपाला	४-६ पानं
जिरे	३/४ चमचा	कोथिंबीर	१ टे. स्पू.
गरम मसाला	१/८ चमचा	मिरची	१-२
हळद	१/८ चमचा	पाणी	२।। वाट्या

हिंग	३-४ चिमट्या	लिंबू	१
मीठ चवीप्रमाणे			

कृती

तांदूळ मंद आचेवर थोडे भाजून घेऊन गार झाल्यावर धुवावेत. बटाटे चिरून थोडे परतावेत. मिरचीचे तुकडे करावेत. कोथिंबीर चिरावी. बटाटे थोडे परतले की, त्यात पाणी घालावं. आधण आलं की मिरची, कढीपाला, मसाल्याचे पदार्थ, तांदूळ आणि मीठ घालावं. भात शिजत आला की त्यात लिंबू पिळून प्रेशर कुकरमध्ये ठेवून एक शिट्टी येऊ द्यावी किंवा मंद आचेवर तव्यावर ठेवून झाकण ठेवावं. भात झाला की त्याच्यावर कोथिंबीर पसरावी.

५. टोमॅटो-मटार भात

(७-८)

साहित्य

तांदूळ	२ वाट्या	जिरं	१ चमचा
टोमॅटो	४ मोठे	हळद	१/८ चमचा
मटार दाणे	१ वाटी	हिंग	२-३ चिमट्या
हिरवी मिरची	२	साखर	१ चमचा
कोथिंबीर	१ टे.स्पू.	पाणी	४-५ वाट्या
		मीठ	चवीप्रमाणे

कृती

चारही टोमॅटो बुडतील एवढं पाणी एका पातेलीत घेऊन गरम करायला ठेवावं. ते गरम झालं की टोमॅटो त्यात घालून उकळू द्यावं. ४-५ मिनिटांत टोमॅटोच्या सालांना भेगा पडू लागल्याचं दिसेल. असं झालं की टोमॅटो पाण्यातून काढून जरा गार होऊ द्यावेत आणि मग त्यांची सालं सोलून काढावीत. आतला गर मिक्सरमध्ये वाटावा.

तांदूळ भाजून घ्यावेत. ते गार होऊ देऊन मग धुवावे. टोमॅटोच्या गरात पाणी घालून एकूण ५ वाट्या भरेल इतका करावा. हा पातळ गर गॅसवर ठेवून त्यात जिरं, हिंग, हळद, मटार दाणे, मीठ, साखर घालावी आणि उकळी फुटली की त्यात तांदूळ घालावेत. दोन मिरच्यांची देठं काढून त्यांची फक्त पोटं चिरून त्या भातात घालाव्यात. अधूनमधून ढवळत भात शिजवावा. आवश्यक वाटल्यास थोडं गरम पाणी घालावं.

भातातलं पाणी आटत आलं की तवा गरम करून त्या तव्यावर भाताचं पातेलं ठेवून वर झाकण ठेवावं आणि गॅस बारीक करावा. मंद आचेवर बुडाशी न लागता भात चांगला शिजतो. वाढताना त्याच्यावर कोथिंबीर घालावी. अशाच प्रकारे दुसऱ्या भाज्या घालून वेगवेगळे भात करता येतात.

६. मेथीभात

(४-५)

साहित्य

तांदूळ	१ वाटी	मोहरी	१/२ चमचा
मेथी	१ जुडा	जिरे	१/२ चमचा
कोथिंबीर	२ टे. स्पू.	हिंग	२-३ चिमट्या
मिरची	१-२	हळद	१/४ चमचा
लसूण	३-४ पाकळ्या	मीठ	चवीप्रमाणे
पाणी	२।।-३ वाट्या.		

कृती

तांदूळ लालसर होईपर्यंत भाजावेत. मेथीची नुसती पानं खुडावीत. डेखं घेऊ नयेत. कोथिंबीर बारीक चिरावी. मिरचीचे लांब-लांब तुकडे करावेत. लसूण पाकळ्यांचे पातळ काप करावेत.

भाजलेले तांदूळ गार झाल्यावर धुवावेत. पातेलीमध्ये लसूण काप घालून लालसर होईपर्यंत मंद आचेवर भाजावे. मग त्यात तांदूळ घालून २।। वाट्या आधणाचं पाणी घालावं आणि कोथिंबीर सोडून बाकी सर्व पदार्थ घालून भात शिजवावा. भात शिजत आला, त्यातलं पाणी आटत आलं की प्रेशर कूकरमध्ये ठेवून एक शिट्टी येईपर्यंत शिजवावा. शिट्टी झाली की गॅस बंद करावा.

किंवा तवा तापवून त्याच्यावर भाताचं पातेलं ठेवून त्यावर झाकण ठेवावं. गॅस कमी करून मंद आचेवर भात पूर्ण शिजवावा.

वाढताना त्यावर कोथिंबीर पसरावी.

७. मसूर उसळ

(५-६)

साहित्य

मसूर	१/२ वाटी	तिखट	१/४ चमचा
कांदे	२ मध्यम	हळद	१/८ चमचा
आलं	१'' तुकडा	हिंग	२-३ चिमट्या
टोमॅटो	१ मोठा	गरम मसाला	१/४ चमचा
लिंबू	१ /२	धने पूड	१/४ चमचा
किंवा		जिरं	१ चमचा,
आमचूर	१/४ चमचा	मीठ	चवीप्रमाणे.

कृती

मसूर रात्री भिजत घालावेत आणि सकाळी उसळ करावी किंवा सकाळी भिजत घालून रात्री उसळ करावी.

आलं किसून घ्यावं. भिजलेल्या मसुरात हिंग, हळद, तिखट आणि किसलेलं आलं घालून १ वाटी पाणी घालून प्रेशर कूकरमध्ये शिजवावे.

कांदे आणि टोमॅटो बारीक चिरून घ्यावेत. मंद आचेवर कांदा लालसर होईपर्यंत परतावा. परतताना त्यात भाजलेलं जिरं आणि इतर मसाले घालावेत. कांदा लालसर झाला की त्यात टोमॅटो घालावा आणि ४-५ मिनिटं परतावं.

शिजलेले मसूर कांद्यात घालून १।।-१।।। वाट्या पाणी घालावं. लिंबू पिळून मीठ घालावं आणि पुढे ४-५ मिनिटं खदखदू द्यावं.

८. बेक्ड व्हेजिटेबल्स इन व्हाईट सॉस

(४)

साहित्य

फ्लॉवर	५०० ग्रॅ.	गरम मसाला	१/४ चमचा
बटाटे	२ मध्यम	मिरपूड	१/४ चमचा
कांदा	१ मध्यम	तिखट	चवीप्रमाणे
गाजर	१ मोठे/		
	२ मध्यम	मीठ	चवीप्रमाणे
मटार (सोललेला)	१ वाटी	ढोबळी मिरची	१ मध्यम

सॉससाठी साहित्य

दूध	२५० मि.ली.	मीठ	१/४ चमचा
मैदा	१ टे.स्पू.	मिरपूड	१/४ चमचा
		तमालपत्र	१-१।।''लांबीचातुकडा

कृती

फ्लॉवरचे मोठे मोठे तुकडे करावेत. बटाटे सोलून त्यांचेही मोठे मोठे तुकडे करावेत. गाजराचे जाड आणि लांब काप करावेत. कांद्याच्या लांब लांब फाका कराव्यात. मग या सगळ्या भाज्या एकत्र करून त्यात मटार मिसळून वाफवून घ्याव्यात. त्या जेमतेम शिजलेल्या असाव्यात. जास्त शिजू देऊ नये. शिजलेल्या भाज्यांवर गरम मसाला, मीठ, मिरपूड, तिखट (हवं असल्यास) घालून चांगलं मिसळून घ्यावं.

ढोबळ्या मिरचीचे पातळ, लांब काप करून बाजूला ठेवावेत.

व्हाईट सॉस

मैदा कोरडाच भाजून घ्यावा. साधारण रंग बदलताना दिसला की पुरेसा भाजला गेला असं समजावं. भाजलेला मैदा थंड होऊ द्यावा. मग २५० मि.ली. दुधापैकी साधारण १/३ दूध घेऊन त्याला हा भाजलेला मैदा लावावा आणि नीट मिसळावा. गाठी राहू देऊ नयेत. उरलेलं दूध जड बुडाच्या भांड्यात घेऊन गरम करायला ठेवावं. ते उकळू लागलं की एका हातात चमच्यानं ढवळत मैदा लावलेलं दूध त्यात ओतावं. मीठ, मिरपूड आणि तमालपत्र घालून एखादा मिनिट उकळू द्यावं आणि मग खाली उतरून ठेवावं.

एका स्टीलच्या किंवा ओव्हनमध्ये ठेवलं तरी फुटणार नाही अशा चिनी मातीच्या भांड्याला तेलाचा हात फिरवून त्यात भाज्या घालाव्यात. त्यावर सॉस सगळीकडे पसरून ओतावा आणि मिरचीचे काप वरती पसरून घालावेत.

३५० अंश फॅ./ १८० अंश सेल्सिअस तापमानाला ओव्हन आधी तापवून घ्यावा आणि नंतर २५-३० मिनिटं भाजी त्यात भाजावी. गरम गरम खायला द्यावी. खाताना सोया सॉस किंवा टोमॅटो सॉस आवडीप्रमाणे घालावा.

९. भरला बटाटा

(४)

साहित्य

बटाटे	४ मध्यम	धने पूड	१/२ चमचा
कांदे	२ लहान/१ मोठा	जिरे पूड	१/२ चमचा
लसूण	३-४ पाकळ्या	गरम मसाला	३-४ चिमट्या
आलं	१'' तुकडा	तिखट	१/४ चमचा
कोथिंबीर	२ टे.स्पू.	हळद	१/८ चमचा
लिंबू	१/२	हिंग	२-३ चिमट्या
पनीर	२ टे. स्पू.	मीठ	चवीप्रमाणे
कॉर्नफ्लोअर	१ चमचा		

कृती

दोनदा साय काढलेलं दूध लिंबानं फोडून त्याचं पनीर तयार करावं. त्यापैकी २ टे. स्पू. पनीर भाजीसाठी वापरावं.

बटाटे सोलून पाण्यात शिजायला ठेवावेत. चांगले आतपर्यंत शिजले की पाण्यातून काढून त्यांच्या एका टोकाच्या जाड चकत्या कापून काढाव्यात. बटाट्याचं पाणी शिल्लक ठेवावं. अशा चार चकत्या होतील. उरलेल्या बटाट्यांचा मध्यभाग बारीक सुरीनं किंवा चमच्यानं पोखरून काढावा.

कांदे बारीक चिरावेत, लसूण पाकळ्यांच्या पातळ खापा कराव्यात. आलं किसावं. कोथिंबीर बारीक चिरावी.

गरम केलेल्या पातेलीत लसूण खापा टाकून लालसर होईपर्यंत परताव्यात. मग त्यात आलं आणि कांदा घालून कांदा लालसर होईपर्यंत परतावा. परतताना त्यात हिंग, हळद घालावी.

२ टे. स्पू. पनीरमध्ये थोडीशी जिरेपूड, थोडं तिखट आणि चवीपुरतं मीठ घालून ते पनीर बटाट्यांमध्ये भरावं.

परतलेल्या कांद्यात उरलेलं पनीर, कॉर्नफ्लोअर, आणि उरलेला सगळा मसाला घालून लिंबू पिळावं आणि मिक्सरमध्ये वाटून बारीक करावं. तयार झालेल्या लगद्यात १-१।। वाट्या पाणी आणि चवीप्रमाणे मीठ घालून तो रस्सा उकळायला ठेवावा.

एका पसरट भांड्यात किंवा तसराळ्यात भरलेले बटाटे आणि त्यांच्या चकत्या ठेवून उकळता रस्सा त्यांच्यावर ओतावा आणि वरून कोथिंबीर पसरावी.

१०. भरली भेंडी

(३-४)

साहित्य

भेंडी	२५० ग्रॅ.	धने पूड	१/४ चमचा
कोथिंबीर	१ टे. स्पू.	जिरे पूड	१/४ चमचा
लिंबू	१/२	तिखट	१/४ चमचा
बेसन	१/२ वाटी	हळद	१/८ चमचा
हिंग	२-३ चिमट्या	मीठ	चवीप्रमाणे

कृती

भेंडीची डेखं काढून पोटं चिरावीत. कोथिंबीर बारीक चिरून घ्यावी. बेसनामध्ये मसाल्याचे सर्व पदार्थ घालून अर्धं लिंबू पिळावं. मग मसाल्याचं बेसन भेंडीत भरावं. एका पसरट भांड्याला तेलाचा हात लावून त्यात भेंडी घालावी, आणि वरून पाण्याचा शिपका मारावा.

ओव्हन २१० से. (४१० फॅ.) पर्यंत तापवून घेऊन त्यात भेंडीचं भांडं ठेवावं. १५-२० मिनिटांनी बाहेर काढून भाजी हलवावी. साधारण ४०-४५ मिनिटांमध्ये भेंडी शिजून तयार होईल.

११. वांग्याची सुकी भाजी

(४)

साहित्य

वांगी	२५० ग्रॅ.	गोडा मसाला	१/२ चमचा
कांदे	२ मोठे	हळद	१/४ चमचा
कोथिंबीर	२ टे. स्पू.	हिंग	२-३ चिमट्या
भाजलेली मोहरी	१/२ चमचा	गूळ	सुपारीएवढा
		मीठ	चवीप्रमाणे.

कृती

वांग्याच्या मध्यम आकाराच्या फोडी कराव्यात. कांदा उभा चिरावा. चिरलेला कांदा थोडा परतून घेऊन त्यात वांग्याच्या फोडी, मसाले आणि मीठ घालावं. पाण्याचा एक हबका मारावा आणि झाकण ठेवावं. अधूनमधून भाजी हलवावी आणि आवश्यकतेप्रमाणे पाण्याचा हबका मारावा. भाजी शिजली की गूळ घालावा आणि हलवून एक वाफ येऊ द्यावी.

१२. व्हेजिटेबल स्ट्यू (१)

(६-७)

साहित्य

बटाटे	२ मध्यम	आलं	१'' तुकडा
कांदे	२ मध्यम	लसूण	३-४ पाकळ्या
गाजर	१	तमालपत्र	२-३'' तुकडा
कोबी	१ मोठ्या बटाट्याएवढा	मिरे	१२-१३
		मीठ	चवीप्रमाणे
कोथिंबीर	१ टे. स्पू.		
मूगडाळ	१ टे. स्पू.		
पाणी	८०० मि. लि.		

कृती

मूगडाळ अर्धा तास आधी भिजत घालावी.

बटाट्यांच्या आणि कांद्यांच्या मध्यम आकाराच्या फोडी कराव्यात. गाजराचे लांब लांब तुकडे करावेत. कोबी लांबट चिरावा. आलं किसून घ्यावं. लसूण पाकळ्यांचे बारीक बारीक तुकडे करावेत. कोथिंबीर बारीक चिरून घ्यावी. मग सगळ्या भाज्या, डाळ आणि मसाले पाण्यात घालून गॅसवर ठेवावेत. पाण्याला उकळी आली की गॅस बारीक करून मंद आचेवर भाज्या शिजू द्याव्यात. शिजल्यावर त्यात मीठ घालून परत ४-५ मिनिटं मंद शिजवावं.

आवडीप्रमाणे या पदार्थात पाणी कमी-जास्त घातलेलं चालतं.

१३. व्हेजिटेबल स्ट्यू (२)

(६-७)

साहित्य

बटाटे	३ मध्यम	आलं	१'' तुकडा
कांदे	२ मध्यम	मिरे	१२-१३
गाजर	१	दालचिनी	१/२'' तुकडा
मटार दाणे	१ वाटी	लवंगा	४
मैदा	१ टे. स्पू.	तमाल पत्र	२-३'' तुकडा
दूध	१५० मि.लि.	मीठ	चवीप्रमाणे
पाणी	६०० मि.लि.		

कृती

बटाट्यांच्या आणि कांद्यांच्या मध्यम आकाराच्या फोडी करून घ्याव्यात. गाजराचे लांब लांब तुकडे करावेत. आलं किसून घ्यावं. दूध आणि मैदा सोडून बाकी सर्व पदार्थ पाण्यात घालून शिजायला ठेवावेत. पाण्याला उकळी आली की गॅस बारीक करून मंद आचेवर भाज्या शिजू द्याव्यात.

मैदा दुधात मिसळून हातानं गाठी मोडाव्यात. भाज्या शिजल्या की हे दूध भाजीत घालून परत एक उकळी येऊ द्यावी.

आवडीप्रमाणे या पदार्थात पाणी कमी-जास्त घातलेलं चालतं.

१४. पंजाबी डाळ

(५-६)

साहित्य

राजमा	३/४ वाटी	तिखट	१/२ चमचा
उडीद	१/२ वाटी	धने पूड	१/२ चमचा
हरबरा डाळ	२ टे. स्पू.	जिरे पूड	१/२ चमचा
कांदे	२	हळद	१/४ चमचा
टोमॅटो	२	हिंग	२-३ चिमट्या
लिंबू	१/२	मीठ	चवीप्रमाणे.
किंवा			
आमचूर	१/४ चमचा		

कृती

राजमा आणि उडीद ५-६ तास भिजत घालावेत. ते चांगले भिजले की त्यात हरबरा डाळ मिसळून सर्व मिळून जेवढं होईल, त्याच्या दीडपट पाणी घालावं. मग त्यात तिखट, हळद, हिंग, धनेपूड आणि जिरेपूड घालून प्रेशर कुकरमध्ये शिजायला ठेवावं. प्रेशर आल्यावर म्हणजे शिट्टी झाल्यावर गॅस बारीक करून पुढे पंधरा मिनिटं शिजवावं.

कांदे आणि टोमॅटो बारीक चिरून घ्यावेत. कांदा मंद आचेवर लालसर होईपर्यंत परतावा. मग त्यात टोमॅटो घालून दोन्ही चांगलं एकजीव होईपर्यंत शिजवावं. आवश्यक असल्यास थोडं पाणी घालावं. शिजलेली डाळ त्यात घालून मीठ आणि लिंबू किंवा आमचूर घालून ४-५ मिनिटं खदखदू द्यावं.

१५. दूधजल कढी

(५)

साहित्य

दूध फोडून राहिलेलं पाणी	४ वाट्या	मिरची	१
कढीपाला	४-६ पानं	जिरं	३/४ चमचा
बारीक चिरलेली कोथिंबीर	१ चमचा	हिंग	१ चिमूट,
		मीठ	चवीप्रमाणे

कृती

पनीर काढून घेतल्यानंतर राहिलेलं पाणी टाकून देऊ नये. त्यात ४-६ पाने कढीपत्ता, एका मिरचीचे तुकडे, पाऊण चमचा जिरं, थोडी चिरलेली कोथिंबीर, चिमूटभर हिंग आणि चवीप्रमाणे मीठ घालून त्याला चांगली उकळी आणावी.

दूधजलाची ही कढी चांगली स्वादिष्ट लागते.

१६. आमसुलाचं सार

(५-६)

साहित्य

आमसुलं	५-६ मोठी	जिरं	३/४ चमचा
पाणी	५ वाट्या	हिंग	स्वादापुरता
गूळ	सुपारीएवढा	कढीपाला	५-७ पानं
लवंगा	४-५	मीठ	चवीपुरतं
मिरची	१		

कृती

आमसुलं अर्धी वाटी पाण्यात भिजत घालावीत. लवंगा भाजून घ्याव्या. आमसुलं चांगली भिजली की चांगली कोळून त्यांचा कोळ काढून घ्यावा. मिरचीचे देठ काढून दोन तुकडे करावेत. आमसुलाच्या कोळात गूळ, लवंगा, मिरचीचे तुकडे, जिरं, हिंग, कढीपाला, मीठ आणि उरलेलं पाणी घालून २-३ मिनिटं उकळावं.

अशाच प्रकारे चिंचेचं सारही चांगलं होतं.

१७. टोमॅटो सार

(५-६)

साहित्य

टोमॅटो	४-५ मोठे	जिरं	३/४ चमचा
कढीपाला	४-५ पानं	हिंग	स्वादापुरता
मिरची	१ लहान	साखर	२ चमचे
कोथिंबीर	१ चमचा	मीठ	चवीप्रमाणे
पाणी	५ वाट्या		

कृती

टोमॅटो चिरून कुकरमध्ये शिजवून घ्यावेत आणि श्रीखंडाच्या यंत्रात वाटून वर राहिलेला चोथा फेकून द्यावा. टोमॅटोच्या रसात पाणी, कढीपाला, एका मिरचीचे ३-४ तुकडे, बारीक चिरलेली कोथिंबीर, जिरं, हिंग, साखर आणि मीठ घालून एक उकळी येऊ द्यावी.

१८. बटाट्याचं सार

(२-३)

साहित्य

लहान बटाटे	२	मोहरी	१/४ चमचा
हिंग	२ चिमट्या	जिरे पूड	१/४ चमचा
हळद	२ चिमट्या	१ मिरचीचे तुकडे	४-५
चिरलेली कोथिंबीर	१ चमचा	कढीपाला	४-५ पानं
आमसुलं	२-३	मीठ	चवीप्रमाणे
पाणी	२।। वाट्या		

कृती

प्रथम बटाटे उकडून घ्यावेत. सोलून ते कुस्करावेत. त्यात वाटीभर पाणी घालून मिक्सरमध्ये फिरवावे. हातानं नीट कुस्करून घेतले आणि नंतर त्यात सगळं पाणी एकदम घातलं तरी चालेल. पण मिक्सरमध्ये फिरवल्यास बटाटा आणि पाणी अगदी एकजीव होतं. मिक्सरमधलं मिश्रण काढून घेऊन त्यात उरलेलं पाणी घालावं आणि चांगलं ढवळावं. मग उरलेले सगळे पदार्थ त्यात घालून ४-५ मिनिटं उकळावं. उकळताना मधून मधून ढवळत राहावं म्हणजे तळाशी चिकटणार नाही. ४-५ मिनिटांनी सार तयार होईल.

पाण्याचं प्रमाण कमी-जास्त करून सार आपल्याला हवं तसं कमी-जास्त दाट करता येतं.

१९. क्रीम ऑफ टोमॅटो सूप

(५-६)

साहित्य

मोठे टोमॅटो	४	मिरपूड	१/४ चमचा
पाणी	५ वाट्या	तमालपत्र	१।।'' तुकडा
साखर	१/२ चमचा	मीठ	चवीपुरतं.

सॉससाठी साहित्य

मैदा	१ टे.स्पू.	दूध	१०० मि.ली.

कृती

टोमॅटोचे मोठे मोठे तुकडे करून शिजवून घ्यावेत आणि मिक्सरमध्ये वाटून घ्यावेत. शिजताना १/२ वाटी पाणी घालावं. मैदा भाजून घ्यावा.

व्हाईट सॉस

निम्म्या दुधाला मैदा लावून नीट मिसळून घ्यावा. गाठ राहू देऊ नये. उरलेलं दूध गरम करायला ठेवावं. उकळी फुटू लागली की मैदा लावलेलं दूध त्यात ओतून ढवळावं. काही सेकंदांतच सॉस दाट होईल. मग त्यात उकडलेल्या टोमॅटोचा वाटलेला गर आणि पाणी घालून सारखं करावं. मीठ, साखर, तमालपत्र आणि मिरपूड घालून एक उकळी येऊ द्यावी.

२०. भाज्यांचं सूप

(७-८)

साहित्य

फ्लॉवर	१ वाटी	आलं	१।। इंच तुकडा
कोबी	१ वाटी	लसूण	५-६ पाकळ्या
बटाटा	१/२ वाटी	जिरे	१ चमचा
कांदा	१/२ वाटी	मिरे	१०-१२
दुधी	१/२ वाटी	लवंगा	६-७
गाजर	१/२ वाटी	दालचिनी	१/२''तुकडे / ५- ६
कोथिंबीर	२ टे.स्पू.	तमालपत्र	१ पान
मिरची	१ लहान	मीठ	चवीप्रमाणे
पाणी	६-७ वाट्या		

कृती

फ्लॉवर, कोबी, कांदा आणि कोथिंबीर बारीक चिरून घ्यावी. बटाटा, दुधी, गाजर आणि आलं किसून घ्यावं. मिरचीचे दोन तुकडे करावेत. मग सर्व भाज्या आणि मसाले वर दिलेल्या प्रमाणात एकत्र करून कुकरमध्ये शिजवून घ्यावं.

शिजलेल्या भाज्यांचं मिश्रण श्रीखंडाच्या यंत्रातून वाटून काढावं. आणि वर राहिलेला चोथा फेकून द्यावा. किंवा हे मिश्रण मिक्सरमध्ये वाटावं. मग त्यात ६-७ वाट्या पाणी आणि मीठ घालून एक उकळी आणावी. आवडीप्रमाणे पाणी थोडं

कमी-जास्त घालून खूप पातळ किंवा दाट करावं.

भाज्यांचं सूप करताना याच भाज्या वापरल्या पाहिजेत असं नाही. उपलब्धतेनुसार आणि आवडीप्रमाणे वेगवेगळ्या भाज्या वेगवेगळ्या प्रमाणात वापराव्यात. सूप खाताना किंवा पिताना त्यात आवडीप्रमाणे थोडा सोया सॉस घालावा किंवा लिंबू पिळावे.

२१. मुगाचं वरण

(५-६)

साहित्य

मूग	डाळ १/२ वाटी	भाजलेली मोहरी	१/२ चमचा
मिरची	२-३	हळद	१/४ चमचा
लसूण	३-४ पाकळ्या	हिंग	२-३ चिमट्या
कोथिंबीर	२ टे. स्पू.	मीठ	चवीप्रमाणे

कृती

लसणीच्या पाकळ्या चिरून घ्याव्यात.

मुगाच्या डाळीत दीड वाटी पाणी, मोहरी, हिंग, हळद आणि लसणीचे तुकडे घालून डाळ कुकरमध्ये शिजवून घ्यावी.

शिजल्यावर डाळ चांगली घोटून त्यात मिरच्यांचे तुकडे, चिरलेली कोथिंबीर, मीठ आणि दीड वाटी पाणी घालून एक उकळी आणावी.

२२. मेथीचं वरण

(७-८)

साहित्य

तूरडाळ	१ वाटी	हळद	१/८ चमचा
कोथिंबीर	१ टे. स्पून	मोहरी	१/२ चमचा
मेथी	१/२ जुडी	हिंग	२-३ चिमट्या
		मीठ	चवीप्रमाणे

कृती

मेथीची पानं खुडून घ्यावीत. डेखं घेऊ नयेत. कोथिंबीर बारीक चिरावी.

तूरडाळ धुऊन त्यात २ टे. स्पून मेथीपानं घालावीत आणि २ वाट्या पाणी घालून प्रेशर कुकरमध्ये शिजवावी. शिजल्यावर त्यात सर्व मसाले, मीठ, कोथिंबीर आणि आवश्यकतेनुसार पाणी घालून एक उकळी आणावी.

२३. अंडी-बटाटा कोशिंबीर

(५-६)

साहित्य

बटाटे	२ मध्यम	दही	१/२ वाटी
अंडी	३	मिरे पूड	१/४ चमचा
टोमॅटो	२ मध्यम	मीठ	चवीप्रमाणे
बारीक चिरलेली कोथिंबीर	२ टे.स्पू.		

कृती

अंडी पक्की उकडून घ्यावीत (Hard boiled). बटाटे उकडून घ्यावेत. अंड्यातला पिवळा भाग काढून टाकून पांढऱ्याचे काप करावेत. टोमॅटो आणि बटाटे चिरावेत. मग सर्व पदार्थ एकत्र करून चांगले मिसळावेत.

२४. काकडीची कोशिंबीर

(४-५)

साहित्य

काकडी	२५० ग्रॅ.	भाजलेलं जिरं	३/४ चमचा
कोथिंबीर	२ टे. स्पू.	साखर	१ चमचा
कढीपाला	४-५ पानं	मीठ	चवीप्रमाणे
मिरची	१-२	दही	१/२ वाटी

कृती

काकडी कोचून घ्यावीत. मिरचीचे ५-७ तुकडे करावेत. कोथिंबीर बारीक चिरावी. मग सगळे पदार्थ एकत्र करून चांगले मिसळावेत.

२५. केळं-टोमॅटो कोशिंबीर

(५-६)

साहित्य

टोमॅटो मोठे	२-३	दही	१/२ वाटी
केळी मोठी	२-३	जिरे पूड	१/२ चमचा
		बा. चि. कोथिंबीर	१ टे.स्पू.
मिरे पूड	२ चिमट्या		
मिरची	१-२	साखर	१ चमचा
		मीठ	चवीप्रमाणे

कृती

टोमॅटो आणि केळी चिरून घ्यावीत. मिरचीचं पोट चिरून लांब लांब तुकडे करावेत. मग सगळे पदार्थ एकत्र करून चांगले मिसळावेत.

२६. कोबीची कोशिंबीर

(४-५)

साहित्य

कोबी	२५० ग्रॅ.	जिरेपूड	१/२ चमचा
कोथिंबीर	१ टे. स्पू.	मोहरी	१/४ चमचा
मिरची	१	साखर	१/२ चमचा
दही	१/२ वाटी	मीठ	चवीप्रमाणे.

कृती

कोबी बारीक चिरून घ्यावा. कोथिंबीर बारीक चिरून घ्यावी. मिरचीचं पोट चिरून ४-५ तुकडे करावेत. मोहरी कुटून घ्यावी. मग सगळे पदार्थ एकत्र करून चांगले मिसळावेत.

२७. गाजर-कांदा कोशिंबीर

(५-६)

साहित्य

गाजरं	२ मोठी	बा. चिरलेली कोथिंबीर	२ टेस्पू
कांदा	२ मोठे,	भाजलेले तीळ	२ टेस्पू
लिंबू	१/२-३/४	मीठ	चवीप्रमाणे
हिरवी मिरची	१-२		

कृती

गाजरं किसून घ्यावीत. कांदे बारीक चिरून घ्यावेत. मिरच्यांची पोटं चिरून लांब लांब तुकडे करावेत. मग गाजर, कांदा, तीळ, मिरची, कोथिंबीर, मीठ हे सगळे पदार्थ एकत्र करून त्यावर लिंबू पिळावं आणि कोशिंबीर चांगली मिसळावी.

२८. गाजर-टोमॅटो कोशिंबीर

(५-६)

साहित्य

गाजरं	२ मध्यम	भाजलेलं जिरं	१ चमचा
टोमॅटो	२ मोठे	मीरपूड	४ चिमट्या
कोथिंबीर	१ टे. स्पू.	साखर	१ चमचा
मिरची	१	मीठ	चवीप्रमाणे
कढीपाला	४-५ पानं.		

कृती

गाजरं किसून घ्यावीत. टोमॅटो आणि कोथिंबीर बारीक चिरून घ्यावी. मिरचीचे ४-५ तुकडे करावेत. मग सगळे पदार्थ एकत्र करून चांगले मिसळावेत.

२९. दुधीची कोशिंबीर

(४-५)

साहित्य

दुधी	२५० ग्रॅ.	शेंगदाणाकूट	१ टे. स्पू.
कोथिंबीर	२ टे. स्पू.	भाजलेलं जिरं	१/२ चमचा
मिरची	१	मीठ	चवीप्रमाणे
कढीपाला	४-५ पानं	साखर	१/२ चमचा
दही	१/२ वाटी		
किंवा			
लिंबू	१/२		

कृती

दुधी सोलून किसावा. कोथिंबीर बारीक चिरावी. मिरचीचं पोट चिरून ४-५ तुकडे करावेत. मग सगळे पदार्थ एकत्र करून चांगले मिसळावे. जेवायला वाढण्यापूर्वी सुमारे तासभर तरी आधी ही कोशिंबीर करून ठेवावी. म्हणजे सगळ्या पदार्थांचा स्वाद त्यात उतरतो.

३०. फ्लॉवर-मटार कोशिंबीर

(५-६)

साहित्य

कॉलीफ्लॉवर	१/२ कि.	दही	१ वाटी
मटार	१/२ कि.	जिरेपूड	१/४ चमचा
ढोबळी मिरची	२ मोठ्या	मीठ	चवीप्रमाणे
बारीक चिरलेली कोथिंबीर	२ टे.स्पू.		

कृती

मटार सोलून घ्यावा. ढोबळ्या मिरचीतील बिया काढून टाकून पातळ पातळ काप करावेत. फ्लॉवरचे लहान तुकडे करावेत. मग सर्व पदार्थ एकत्र करून चांगले मिसळावे आणि कोशिंबीर फ्रीजमध्ये ठेवावी. म्हणजे पदार्थांचा ताजेपणा आणि करकरीतपणा टिकून राहतो.

३१. भेंडी-कांदा कोशिंबीर

(५-६)

साहित्य

कोवळी भेंडी	२५० ग्रॅ.,	दही	३/४ वाटी
जिरे पूड	१/४ चमचा	कांदा	२ मध्यम
हिरवी मिरची	१-२	हिंग	२-३ चिमट्या
कोथिंबीर	१ टे.स्पू.	तीळकूट	१ टे.स्पू.
		मीठ	चवीप्रमाणे

कृती

भेंडी धुऊन घ्यावी आणि पुसून कोरडी करून तिचे लहान लहान तुकडे करावेत. कांदा बारीक चिरावा. मिरची वाटून घ्यावी. मग सगळे पदार्थ एकत्र करून चांगले मिसळावेत.

३२. मूगडाळ-भाज्या कोशिंबीर

(५-६)

साहित्य

मूगडाळ	२ टे.स्पू.	बारीक चिरलेली कोथिंबीर	२ टे.स्पू.
गाजर	१ मोठे	लिंबं	१/२-३/४
कांदा	२ मोठे	जिरेपूड	१/४ चमचा
ढोबळी मिरची	१ मोठी	मीठ	चवीप्रमाणे

कृती

मूग डाळ तासभर भिजत घालावी. गाजर किसून घ्यावं. कांदा बारीक चिरून घ्यावा. ढोबळ्या मिरचीचे पातळ काप करावेत. डाळ भिजली की सर्व पदार्थ एकत्र करून चांगले मिसळावे आणि त्यावर लिंबू पिळावं.

३३. मोडाच्या मुगांची कोशिंबीर

(५-६)

साहित्य

मोड आलेले मूग	१।। वाटी	टोमॅटो	२
गाजर	१ लहान	मीठ	चवीप्रमाणे
कांदा	२		
बा. चि. कोथिंबीर	२ टे.स्पू.		
लिंबू	१/२-३/४		
हिरवी मिरची	१-२		

कृती

गाजर किसून घ्यावे. कांदा बारीक चिरून घ्यावा. टोमॅटो चिरावेत. मिरचीचं पोट चिरून लांब लांब तुकडे करावेत. मग सगळे पदार्थ एकत्र करून चांगले मिसळावे.

अशीच मुगाच्या ऐवजी मोडाच्या मटकीची कोशिंबीरही चांगली लागते. या कोशिंबिरीत थोडं (१/२ वाटी) दही घातल्यास चांगलं लागतं.

३४. व्हाईट सॉस घालून कोशिंबीर

(५-६)

साहित्य

गाजराचा कीस	३/४ वाटी	व्हाईट सॉस	१ वाटी
टोमॅटो	२ मध्यम	जिरे पूड	१/४ चमचा
कोबी	१००/१२५ ग्रॅ.	मटार दाणे	३/४ वाटी
मीठ	चवीप्रमाणे	हिरवी मिरची	३-४ तुकडे
कोथिंबीर	१ टे.स्पू.		

कृती

टोमॅटो, कोबी आणि कोथिंबीर बारीक चिरून घ्यावी. व्हाईट सॉस करताना त्यात मिरचीचे ३-४ तुकडे घालावेत म्हणजे किंचित तिखटपणा येईल. सॉस तयार झाल्यावर हे तुकडे काढून टाकावेत.

सर्व भाज्या, सॉस, जिरे पूड आणि मीठ मिसळून चांगलं हलवावं.

३५. कोल स्लॉ (१)

(४-५)

साहित्य

कोबी	२५० ग्रॅ.	व्हिनिगर	४ टे. स्पू.
साखर	३ टे. स्पू.	मीठ	चवीप्रमाणे.

कृती

कोबी बारीक आणि लांबट चिरावा आणि सगळे पदार्थ त्यात घालून चांगले मिसळावे.

३६. कोल स्लॉ (२)

(४-५)

साहित्य

कोबी	२५० ग्रॅ.	व्हिनिगर	२ चमचे
कांदा	१ लहान	दूध	३ टे. स्पू.
ढोबळी मिरची	१	मिरपूड	३-४ चिमट्या
साखर	१ टे. स्पू.	मीठ	चवीप्रमाणे

कृती

कोबी बारीक आणि लांबट चिरावा. मिरचीचे पातळ, लांब तुकडे करावेत. आतील बिया टाकून द्याव्यात. कांदा बारीक चिरून घ्यावा. कोबीखेरीज बाकीचे सर्व पदार्थ एकत्र करून चमच्याने चांगले एकत्र करून घोटावे आणि मग कोबीत घालून चांगले मिसळावे.

३७. भोपळ्याचं भरित

(३-४)

साहित्य

लाल भोपळा	१/४ कि.	जिरे पूड	१/४ चमचा,
मिरच्या	२	हिंग	२ चिमट्या
कोथिंबीर	१ टे. स्पून	मोहरी	१/४ चमचा,
कढीपाला	४-५ पानं	साखर	१ चमचा
दही	३/४ वाटी	मीठ	चवीप्रमाणे

कृती

भोपळा चिरून शिजवून घ्यावा. मिरची वाटावी. कढीपाला कुस्करावा. मग सगळे पदार्थ एकत्र करून कालवावे.

३८. कांदा-कैरी गोड लोणचं

(२ वाट्या)

साहित्य

कैऱ्या	२	जिरे	१ चमचा
कांदे	२	गूळ साधारण	१ वाटी
मिरच्या	५-६	मीठ	चवीप्रमाणे.

कृती

कैऱ्या आणि कांदे किसावेत. मिरच्या अगदी बारीक चिराव्यात किंवा मिरच्या कटरमधून काढाव्यात. कैरीचा कीस जेवढा असेल तेवढाच कांद्याचा कीस आणि तेवढाच गूळ घेऊन एकत्र कालवावा. त्यात भाजलेलं जिरं, मिरच्या, गूळ आणि मीठ घालावं.

गूळ विरघळला की लोणचं खाण्याजोगं होतं.

३९. कच्च्या टोमॅटोंची चटणी

(१ वाटी)

साहित्य

टोमॅटो	२	मीठ	चवीप्रमाणे
कांदे	२	गूळ	सुपारीएवढा
मिरच्या	५-६		
कोथिंबीर	१ टे. स्पू.		
तीळ	१ टे. स्पून		

कृती

तीळ भाजून घ्यावेत. टोमॅटो, कांदे, मिरची आणि कोथिंबीर बारीक चिरावी. चिरलेला कांदा मंद आचेवर थोडा परतावा. मग त्यात टोमॅटो आणि मिरची घालून पुढे १०-१२ मिनिटं टोमॅटो अर्धवट शिजेपर्यंत परतावं. टोमॅटो खाली चिकटू नये म्हणून सारखं हलवत राहावं आणि आवश्यक वाटल्यास पाण्याचा शिपका मारावा.

या परतलेल्या मिश्रणात तीळ, कोथिंबीर, मीठ आणि गूळ घालून मिक्सरमध्ये बारीक वाटावे.

४०. कांदा-तीळ परतलेली चटणी

(१-१। वाटी)

साहित्य

कांदे	दोन मोठे	तीळ	२ टे. स्पू.
लसूण	८-१० पाकळ्या	मीठ	चवीप्रमाणे
आलं	१।।'' तुकडा	मिरच्या	४-५
कोथिंबीर	२ टे. स्पू.		

कृती

कांदे लांबट आणि पातळ आकाराच्या फोडी होतील असे चिरावेत. मिरची ठेचावी. लसूण पाकळ्यांच्या खापा कराव्यात. आलं किसून घ्यावं. तीळ भाजून घ्यावेत.

पातेलं गरम करून त्यात लसूण खापा मंद आचेवर भाजून घ्याव्यात. त्या लालसर झाल्या की त्यात आलं, मिरची आणि कांदा टाकून परतावं. कांदा लालसर झाला की त्यात मीठ आणि तीळ घालावे. परत ४-५ मिनिटं परतावं आणि मग त्यात कोथिंबीर घालून गॅस बंद करावा. पुढे ४-५ वेळा चटणी मधून मधून परतावी म्हणजे चटणीला कोथिंबिरीचा वास चांगला येतो.

४१. गहू-कांदा चटणी

(१-१। वाटी)

साहित्य

गहू	२ टे.स्पून	अमसुलं	२
कांदा	२ मध्यम	साखर	१/२ चमचा
मिरची	४	मीठ	चवीप्रमाणे
कोथिंबीर	२ टे. स्पू.	आलं	१'' तुकडा

कृती

गहू भाजावेत आणि गार झाल्यावर पाण्यात भिजत घालावेत. त्यानंतर १।।-२ तासांनी चटणी वाटावी.

कांदे, कोथिंबीर आणि मिरची चिरून घ्यावी. आलं किसून घ्यावं. आमसुलांचे लहान लहान तुकडे करावेत. चिरलेला कांदा आणि आलं एकत्र करून लालसर होईपर्यंत परतावं.

मिक्सरमध्ये गहू वाटून घ्यावेत. वाटण्यासाठी त्यात थोडं पाणी घालावं लागेल. गहू बारीक वाटून झाल्यावर त्यात परतलेला कांदा आणि इतर सर्व पदार्थ घालावेत आणि चटणी बारीक होईपर्यंत वाटावी.

४२. दोडक्याच्या शिरांची चटणी

(१ वाटी)

साहित्य

दोडक्याच्या शिरा	१।। वाटी	चिंच	सुपारीएवढी
कांदे	२	गूळ	सुपारीएवढा
लसूण	२-३ पाकळ्या	मीठ	चवीप्रमाणे.
मिरच्या	५-६,		

कोथिंबीर	१ टे. स्पून
तीळ	१ टे. स्पून

तीळ भाजून त्याचं कूट करावं. कांदे, मिरची, कोथिंबीर बारीक चिरून घ्यावी. चिंच थोडा वेळ भिजत घालून तिचा कोळ काढावा. चिरलेला कांदा आणि दोडक्याच्या शिरा मंद आचेवर अर्धवट शिजेपर्यंत परताव्यात मग सगळे पदार्थ एकत्र करून मिक्सरमध्ये बारीक वाटावेत.

४३. मेथांबा

(२।-२।। वाट्या)

साहित्य

कैऱ्या	२ मोठ्या	मोहरी	१/२ चमचा
गूळ	सुमारे ३ वाट्या	मेथी	१/२ चमचा
हळद	१/८ चमचा	हिंग	२-३ चिमट्या
तिखट	१ चमचा	मीठ	चवीप्रमाणे.

कृती

कैऱ्यांची सालं काढून फोडी कराव्यात. फोडी वाटीनं मोजून त्यांच्या दीडपट गूळ घ्यावा. दोन मोठ्या कैऱ्यांच्या फोडी साधारणपणे २ वाट्या भरतात. कैरीतली कोय किती मोठी किंवा लहान असेल त्याप्रमाणे हे प्रमाण कमी-जास्त होईल.

मेथी काळसर होईपर्यंत भाजावी. कैरीच्या फोडींमध्ये थोडं पाणी घालून त्या शिजायला ठेवाव्यात. त्यात गूळ सोडून बाकी सगळे मसाले आणि मीठ घालावं. फोडी शिजल्या की त्यात गूळ घालावा आणि सगळा गूळ विरघळेपर्यंत परत शिजवावं.

४४. अननसाची जेली

(२)

साहित्य

अननसाचा रस	२०० मि. ली.	साखर	चवीप्रमाणे (साधारण ४/५ चमचे)
जिलेटिन	१० ग्रॅम (१ टे.स्पू.)	बदामाचे काप १ टे.स्पू.,	

वेगवेगळ्या कंपन्याचं जिलेटिन बाजारात उपलब्ध असतं. सर्वसाधारणपणे ४००-४५० मि. ली. द्रव पदार्थ घट्ट करण्यासाठी २० ग्रॅम जिलेटिन पुरतं. पण याबाबत कंपनीप्रमाणे थोडाफार फरक असू शकतो.

कृती

अननसाच्या रसात साखर घालून विरघळू द्यावी. साखर घालून तयार झालेला रस अननसाच्या सरबतापेक्षा जास्त तीव्र स्वादाचा लागला पाहिजे. या सरबतापैकी निम्मं सरबत गॅसवर गरम करायला ठेवावं. त्याला उकळी फुटू लागली की एका हातानं ढवळत ढवळत जिलेटिन त्यात भुरभुरावं, पातेलं खाली उतरवावं आणि विरघळेपर्यंत ढवळत राहावं. सगळं जिलेटिन विरघळलं की उरलेलं सरबत त्यात ओतावं.

ज्या भांड्यात जेली सेट करायची असेल ते ओलं करून घ्यावं आणि तयार जेली सरबत त्यात ओतावं. हे भांडं फ्रीझरमध्ये किंवा बर्फात ठेवावं. साधारण १-१।। तासात जेली तयार होईल. त्यानंतर हे भांडं फ्रीजच्या खालच्या खणांमध्ये ठेवलं तरी चालेल. जेव्हा जेली द्यायची असेल तेव्हा भांड्यातील जेलीच्या भोवतालून सुरी फिरवून भांडं एखाद्या प्लेटमध्ये उपडं करावं. म्हणजे भांड्याच्या आकाराची जेली मिळेल. त्यावर बदामाचे काप पसरून खायला द्यावी.

बाजारात विविध कंपन्यांची जेली पावडर/क्रिस्टल्स विकत मिळतात. पण त्यात फळाचा रस नसून नुसता फळाचा वास असतो. घरी जेली तयार केल्यास चविष्ट आणि पौष्टिक पदार्थ तयार होतो. प्रथिनं, जीवनसत्त्व, ओमेगा ३ वगैरे घटक या जेलीतून मिळतात.

मधुमेह असणाऱ्या व्यक्तींसाठीही घरी जेली बनवणं सोयीचं असतं. कारण त्यात साखरेऐवजी पर्यायी पदार्थ, उदा. स्वीटेक्स, इक्वल, शुगर-फ्री इ. वापरता येतात.

४५. अल्प स्निग्धांश केक

(५-६)

या केकमध्ये थोड्या तेलाचा (रिफाइंड तेलाचा) वापर केलेला आहे. केकमध्ये वापरलेल्या तेलाची वाटणी एकूण वाटपांमध्ये झाल्यानंतर एका वाटपात किती संपृक्त स्निग्धांश असेल त्याचा हिशेब सहज काढता येतो.

साहित्य

मैदा	१२५ ग्रॅम	बेकिंग पावडर	३ ग्रॅम (१ चमचा)
पिठीसाखर	१२५ ग्रॅम	सायट्रिक ॲसिड	६ चिमट्या
अंडी	४	(१/४ चमच्यापेक्षा	थोडं कमी)
रिफाइन्ड तेल	२ टे.स्पू.		
दूध	२ टे.स्पू.	व्हॅनिला	१/४ चमचा
पाणी	२ चमचे		

कृती

४ अंड्यांमधलं पांढरं चांगलं फेटून घ्यावं. सायट्रिक ॲसिड २ चमचे पाण्यात विरघळून घ्यावं. मैदा, पिठीसाखर आणि बेकिंग पावडर मैद्याच्या चाळणीनं चाळून चांगली मिसळावी. त्यात तेल घालून मिश्रणाला चांगलं चोळून घ्यावं. मग त्यात फेटलेलं अंडं आणि दूध घालून मिश्रण चांगलं फेटावं. फेटताना एकाच दिशेनं ते फिरवावं.

ओव्हन ३५६ अंश फॅ/१८० अंश से. पर्यंत तापवून घ्यावा. ओव्हनमध्ये ठेवायच्या भांड्याला तेलाचा हात लावून त्यावर मैदा भुरभुरावा. केकच्या मिश्रणात सायट्रिक ॲसिडचं पाणी घालून नीट मिसळावं आणि हे मिश्रण भांड्यात ओतून ओव्हनमध्ये ठेवावं. ३५-४० मिनिटात केक तयार होईल. तो चांगला भाजला गेला आहे की नाही हे बघण्यासाठी त्याच्या मध्यात विणकामाची सुई किंवा पातळ सुरी खुपसून बाहेर काढावी. सुरीला मिश्रण चिकटलेलं नसल्यास केक झाला आहे असं समजावं.

४६. केळ्यांचा केक

(८-१०)

साहित्य

मैदा	२ वाट्या	कणीक	१/२ वाटी
पिठी साखर	१/२ वाटी	बेकिंग पावडर	१ टे.स्पू.
खाण्याचा सोडा	१/४ चमचा	दूध	१।। वाटी
अंड्यातला पांढरा			
बलक	३	केळी	४ मध्यम
बेदाणे	१/२ वाटी	व्हॅनिला	२ चमचे.

कृती

मैदा, कणीक, पिठीसाखर, बेकिंग पावडर आणि खाण्याचा सोडा हे सगळे पदार्थ चाळून नीट मिसळून घ्यावेत.

अंड्यांमधला पांढरा बलक चांगला फेटून घ्यावा. केळी कुस्करावीत. केळी, दूध, फेटलेली अंडी आणि व्हॅनिला एकत्र करून मिक्सरमध्ये फिरवून घ्यावं. तयार झालेल्या मिश्रणात आधीचं कोरड्या पदार्थांचं मिश्रण थोडं थोडं घालून चांगलं मिसळावं. शेवटी त्यात बेदाणे घालावेत.

ज्यात केक करायचा असेल त्या भांड्याला आतून तेलाचा हात लावून घेऊन त्यात एक चमचा मैदा घालावा. मग भांडं हलवून हलवून हा मैदा सगळीकडे लागेल असा पसरावा आणि केकचं मिश्रण त्यात ओतावं. भांडं निम्म्यापेक्षा अधिक भरू नये.

१८० अंश सेल्सिअस/३५६ अंश फॅ. तापमानाला ओव्हन तापवून घेऊन त्यात केक भाजण्यास ठेवावा. ४५/५० मिनिटात केक भाजून होईल. केक नीट भाजला गेला आहे की नाही ते पाहण्यासाठी त्यात विणकामाची सुई किंवा पातळ सुरी खुपसून बाहेर काढावी. केकचं मिश्रण सुईला किंवा सुरीला चिकटलं नाही की केक झाला असं समजावं.

हा केक बेताचा गोड होतो. जास्त गोड हवा असल्यास साखरेचं प्रमाण वाढवावं (३/४ वाटी साखर घातल्यास बाकी साहित्य याच प्रमाणात असलेलं पुरेल.)

४७. केळ्याच्या पोळ्या

(६-७)

साहित्य

केळी मध्यम आकाराची	२	दूध	१-२ टे.स्पू.
गूळ	३/४ वाटी	मीठ	२-३ चिमट्या
कणीक	१।। वाटी		

कृती

केळी चांगली कुस्करावीत. तयार झालेल्या लगद्यापैकी ३/४ वाटी लगद्यात बारीक चिरलेला गूळ घालून एकजीव करावं आणि थोडा वेळ तसंच ठेवावं. सगळा गूळ केळ्यात विरघळला की त्यात मीठ आणि कणिक घालून मळावं. आवश्यक

वाटल्यास थोडंसं दूध घालावं आणि चांगलं मळावं.

मग या कणकेच्या घडीच्या पोळ्या कराव्यात. मात्र घडीत तेल न लावता नुसत्याच घड्या घालाव्यात. ६-७ पोळ्या होतील.

घडीच्या पोळ्या करण्याऐवजी याच पिठाचे गोड खाकरेही करता येतात. त्यासाठी छोटा उंडा घेऊन घडी न घालता अगदी पातळ फुलका लाटावा आणि तव्यावर फडक्यानं हळूहळू दाबत दोन्ही बाजूंनी चांगला भाजावा.

४८. खांडवी

(१६-१८ वड्या)

साहित्य

तांदळाचा बारीक रवा किंवा भरडा	२ वाट्या	साखर	१।। वाटी
दूध	२ वाट्या	वेलची पूड	स्वादापुरती
पाणी	१।। वाटी.	बेदाणे	१ टे.स्पू.
		बदामाचे काप	१ टे.स्पू.

कृती

रवा चांगला भाजून घ्यावा. त्याचा रंग बदलून किंचित लालसर झाला की पुरेसा भाजला गेला असं समजावं. दूध, पाणी आणि साखर एकत्र करून गरम करायला ठेवावं. पाण्याला उकळी आली की रवा त्यात घालून ढवळावं आणि शिजेपर्यंत हलवत रहावं. रवा शिजला की त्यात वेलची पूड घालून रिफाईंड तेलाचा हात लावलेल्या ताटात ओतून थापून पसरावा. वरून बेदाणे आणि बदामाचे काप पसरावेत. गरमपणा कमी झाला की सुरीनं वड्या कापाव्यात.

४९. रव्याची खीर

(५-६)

साहित्य

दूध	१ लिटर	वेलची पावडर	वासापुरती
जाड रवा	१ वाटी	बदामाचे काप	१ चमचा
साखर	१।। वाटी	बेदाणे	२ चमचे
बेसन	१ टे.स्पू.		

कृती

रवा आणि बेसन वेगवेगळं कोरडंच भाजून घ्यावं. बेसन गार होऊ द्यावं. मग अर्धी-पाऊण वाटी दुधात भाजलेलं बेसन घालून एकसारखं करावं. उरलेलं दूध तापायला ठेवावं आणि त्यात साखर घालून विरघळेपर्यंत ढवळावी. दुधाला उकळी फुटली की बेसन लावलेलं दूध त्यात ओतून ढवळावं. मग दूध ढवळत, भाजलेला रवा भुरभुरून त्यात घालून हलवत राहावं. ३-४ मिनिटांत रवा शिजून खीर दाट होईल.

खीर थोडी गार झाली की त्यात बदाम काप, बेदाणे आणि वेलची पावडर घालावी. गार झाल्यावर ही खीर चांगली दाट होते. इतकी दाट खीर नको असल्यास रव्याचं प्रमाण कमी करावं.

५०. शेवयांची खीर

(५-६)

साहित्य

दूध	१ लि.	केशर / वेलची पावडर	वासापुरती
शेवया	१।। वाटी	बदामाचे काप	१ चमचा
साखर	१।। वाटी		
बेसन	१ टे.स्पू.		

कृती

शेवया कोरड्या भाजून घ्याव्यात. बेसनही कोरडं भाजून घ्यावं. गार झाल्यावर अर्धी-पाऊण वाटी दुधात ते कालवावं. उरलेल्या दुधात साखर घालून ते गरम करायला ठेवावं. साखर विरघळेपर्यंत ढवळावं. दुधाला उकळी फुटली की बेसनमिश्रित दूध त्यात ओतत ढवळावं आणि मग त्यात भाजलेल्या शेवया घालाव्यात. शेवया शिजेपर्यंत दूध उकळू द्यावं. शेवया अगदी बारीक असल्यास लगेचच शिजतील. त्या जरा जाड असल्या तर शिजायला ३-४ मिनिटं वेळ लागेल.

शेवया शिजल्यावर लगेचच गॅस बंद करावा आणि खिरीचा गरमपणा कमी झाल्यावर त्यात वेलची पावडर आणि बदामाचे काप घालावेत. हवं असल्यास केशर घालावं.

शेवया ज्या प्रमाणात जाड किंवा बारीक असतील त्या प्रमाणात खीर दाट किंवा पातळ होईल.

५१. घारगे

(१२-१४)

साहित्य

लाल भोपळा	१/४ कि.	बारीक रवा	३/४ वाटी
गूळ	१ वाटी	मीठ	चिमूटभर

कृती

रवा कोरडा भाजून घ्यावा. भोपळा चिरून शिजवून घ्यावा. शिजलेल्या भोपळ्यात गूळ घालून गूळ विरघळेपर्यंत शिजवावा. मग त्यात रवा घालून आवश्यकतेनुसार पाणी घालावं आणि शिजेपर्यंत हलवावा. भोपळा शिजवताना त्यात पाणी घातलेलं असल्यास आणि ते शिल्लक असल्यास रवा शिजण्यासाठी आणखी १/२-३/४ वाटी पाणी घालावं लागेल.

भोपळ्यात पाणी शिल्लक नसल्यास १ वाटी पाणी घालावं आणि रवा घालून शिजवावा.

हे मिश्रण गार झाल्यावर त्याचे लहान लहान उंडे करावेत. एक उंडा दोन्ही तळहातांमध्ये दाबून चपटा घारगा तयार करावा. याप्रमाणे सगळे घारगे तयार करून निर्लेप तव्यावर दोन्ही बाजूंनी खरपूस भाजावेत.

५२. पायसम्

(७-८)

साहित्य

तांदूळ	१ वाटी	दूध	१ वाटी
हरभरा डाळ	१/२ वाटी	वेलची पावडर	वासापुरती
गूळ	१ वाटी		

कृती

तांदूळ व डाळ एकत्र करून शिजवून घ्यावे. मग ते रवीनं चांगले घोटून त्यात गूळ घालून तो विरघळेपर्यंत परत शिजवावं. खाली लागू नये म्हणून मधून मधून ढवळावं. गूळ विरघळल्यावर त्यात दूध आणि वेलची पावडर घालावी.

हरभरा डाळीऐवजी मूगडाळ वापरूनही हा पदार्थ चांगला लागतो.

५३. केळ्याचं कस्टर्ड पुडिंग

(२-३)

साहित्य

केळी	३	कॉर्नफ्लोअर	४ टे. स्पून
दूध	४०० मि. ली.	साखर	१/२ वाटी
व्हॅनिला इसेन्स	१/४ चमचा		

कृती

केळ्यांचे पातळ काप करून घ्यावेत.

१/२ कप दुधाला कॉर्नफ्लोअर लावून घ्यावे. उरलेल्या दुधात साखर घालून गरम करायला ठेवावं. दुधाला उकळी आली की गॅस बारीक करून त्यात कॉर्नफ्लोअर ओतावे आणि ढवळत राहावे. एखाद्या मिनिटातच दूध दाट होईल. पुढे ४-५ मिनिटं ते शिजू द्यावं. मग खाली उतरून त्यात केळ्याचे काप आणि व्हॅनिला घालावं आणि एखाद्या पसरट भांड्यात किंवा तसराळ्यात ओतून थंड करायला ठेवावं.

५४. कॅरामेल पुडिंग

(२-३)

साहित्य

दूध	२५० मि. ली. (साधारण १।। वाटी)	साखर	१२ चमचे/३ टे.स्पू.
अंडी	३	व्हॅनिला इसेन्स	१/३ चमचा
पाणी	१ टे.स्पू.	बदामाचे काप/ बेदाणे	२ टे.स्पू.

कृती

अंडी फोडून पांढरा आणि पिवळा भाग वेगवेगळा करावा. पांढरा भाग चांगला फेटावा. तो एकजीव होऊन वरती भरपूर फेस आला की पुरेसं फेटलं गेलं असं समजावं. वाटल्यास मिक्सरमध्ये फेटून घ्यावं.

कॅरामेल करण्यासाठी १।।-२ चमचे साखर बाजूला ठेवून बाकीची साखर,

फेटलेलं अंड आणि व्हॅनिला इसेन्स दुधात मिसळून साखर विरघळेपर्यंत ढवळावं.

छोट्या लोखंडी कढईत किंवा लोखंडी पळीत १।।-२ चमचे साखर घालून ती गॅसवर ठेवावी आणि हलवत राहावी. साखर गरम होऊन हळूहळू वितळू लागेल. ती बुडाशी चिकटू नये म्हणून सारखी हालवावी. साखर पूर्ण वितळली की मग उष्णतेनं तिचा रंग बदलू लागेल. आधी पिवळसर, मग हलका ब्राऊन, मग गडद ब्राऊन असा अधिकाधिक गडद रंग येत जाईल. गडद ब्राऊन रंग आला की गॅस बंद करून लगेच साखरेत १ टे.स्पू. गार (बर्फाचे नव्हे. साधं नळाचं पाणी वापरावं) पाणी घालून चांगलं ढवळावं. साखर हळूहळू पाण्यात विरघळेल आणि तपकिरी/ब्राऊन रंगाचं पाणी तयार होईल. हे पाणी आधीच्या मिश्रणात घालून चांगलं ढवळावं.

हे मिश्रण साध्या किंवा प्रेशर कुकरमध्ये ठेवून त्याच्यावर झाकणं ठेवावं. प्रेशर आल्यावर पाच मिनिटं शिजवावं. साध्या कूकरमध्ये ठेवल्यास १५-२० मिनिटं उकडावं. खायला देताना त्यावर बदामाचे काप किंवा बेदाणे पसरावेत.

हे पुडिंग गरम आणि गार अशा दोन्ही प्रकारांनी चांगलं लागतं. गार करायचं असल्यास फ्रीजमध्ये ठेवावं आणि थंड झाल्यावर खायला द्यावं.

५५. फेअरी पुडिंग

(३)

साहित्य

पाणी	२५० मि. ली.	लिंबू	१
साखर	४ टे. स्पू.	अंडं	१ मोठं
कॉर्नफ्लोअर	१ टे. स्पू.		

कृती

लिंबाची साल किसावी. (लिंबू ताजं असावं. शिळ्या लिंबाची साल चोथट लागेल.) आणि लिंबाचा रस काढावा. या रसात कॉर्नफ्लोअर कालवावी. सालाचा कीस आणि साखर पाण्यात घालून ते गरम करायला ठेवावं. त्याला उकळी आली की कालवलेलं कॉर्नफ्लोअर त्याच्यात ओतावं. ओतताना सारखं ढवळावं. आणि पुढे ७-८ मिनिटं शिजवावं. शिजवताना मधूनमधून ढवळावं.

अंड्यातला पांढरा भाग चांगला फेटून घ्यावा. कॉर्नफ्लोअरच्या तयार मिश्रणाचा गरमपणा थोडा कमी झाला की फेटलेलं अंड त्यात घालून मिसळावं आणि थंड करायला बर्फात किंवा फ्रीजमध्ये ठेवावं.

लिंबाची साल किसून घातल्यामुळे पुडिंगला किंचित कडवट चव येते. तशी चव यायला नको असल्यास सालीचा कीस घालू नये.

५६. ब्रेड-केळे पुडिंग

(४)

साहित्य

ब्रेड	४ स्लाईस	व्हॅनिला इसेन्स	५-६ थेंब
अंडी	२	दूध	१ कप
केळे	१ मध्यम	साखर	६-७ चमचे

कृती

अंडी फोडून त्यातील पांढरा आणि पिवळा भाग वेगवेगळा करावा. पांढरा भाग चांगला फेटून घ्यावा. निम्म्या दुधात हे फेटलेलं अंडं मिसळून सारखं करावं.

ब्रेड स्लाईसेसच्या कडा काढून टाकाव्यात आणि उरलेल्या स्लाईसेसचे बारीक बारीक तुकडे करावेत. केळ्याचे काप करावेत. एका उथळ डब्यात किंवा तसराळ्यात तळाला ब्रेडच्या तुकड्यांचा थर पसरावा आणि त्यावर केळ्याचे काप पसरावेत.

निम्म्या दुधात साखर घालून ते गरम करायला ठेवावं. त्याला उकळी फुटू लागली की ते ढवळत अंडं मिसळलेलं दूध त्यात ओतावं आणि व्हॅनिला घालावं. १-१।। मिनिटातच अंडं शिजेल. मग हे मिश्रण डब्यातल्या ब्रेड-केळ्यावर ओतावं आणि गार करण्यासाठी फ्रीजमध्ये ठेवावं. थंड झाल्यावर खायला द्यावं. साधारण १-१।। तासांत ते थंड होईल.

५७. मार्शमॅलो पुडिंग

(२)

साहित्य

अंडी	२	व्हॅनिला इसेन्स	१/८ चमचा
पिठीसाखर	२ टे. स्पू.	पिवळा रंग	४-५ थेंब
जिलेटीन	१ टे. स्पू.		
पाणी	४० मि. ली. (२ टे. स्पू ± २ चमचे)		

कृती

पाणी गरम करून त्यात जिलेटीन घालावं आणि ढवळून ते विरघळू द्यावं. हे जिलेटीनचं पाणी जरा कोमट होऊ द्यावं.

दोन अंड्यांमधलं पांढरं चांगलं फेटून घ्यावं. फेटल्यावर ते चांगलं फुलून कडक व्हायला हवं. त्यासाठी ते हँडमिक्सरनं फेटल्यास लौकर फेटलं जातं. हँडमिक्सरऐवजी मिक्सरच्या भांड्यात फेटलं तरी चालेल. अंडी फेटताना त्यात साखर थोडी थोडी घालत राहावी. अंडं फेटून होईपर्यंत सगळी साखर त्यात घालून संपायला हवी.

फेटलेल्या अंड्यात जिलेटीनचं पाणी थोडं थोडं (एका वेळी पाव चमचा) घालून फेटत राहावं. सगळं पाणी घालून झालं की त्या मिश्रणात व्हॅनिला आणि पिवळा रंग घालून सारखं करावं.

ज्या भांड्यात पुडिंग करायचं असेल ते आतून ओलं करून घ्यावं आणि त्यात मिश्रण ओतून बर्फावर किंवा फ्रीझरमध्ये ठेवावं. साधारण १-१। तासात ते जमून घट्ट होईल.

पुडिंगमध्ये रंग घालणं आवश्यक नाही, आवडत असल्यास घालावा.

५८. पॅनकेक

(८-१० पॅनकेक)

साहित्य

मैदा	२ वाट्या	पिठी साखर	३ टे.स्पू.
अंडी	३	मीठ	१/२-३/४ चमचा
दूध	१। वाटी		
लिंबू	१/२.		

कृती

अंड्यातला पांढरा आणि पिवळा भाग वेगळा करून पांढरा भाग फेटून घ्यावा. मैदा, साखर आणि मीठ एकत्र मिसळून त्या पिठात मध्ये खळगा करावा आणि या खळ्यात फेटलेलं पांढरं घालावं. अंड्यामध्ये भोवतालचा मैदा हळूहळू मिसळत जावा आणि फेटत जावं. फेटताना थोडं थोडं दूध घालत रहावं. सगळं, दूध, अंडं आणि मैदा फेटून झाला की धिरड्याच्या पिठासारखं पण जरा जाडसर पीठ तयार होईल. त्यात अर्धं लिंबू पिळून पीठ अर्धा तास झाकून ठेवावं.

गरम निर्लेप तव्यावर डावभर पीठ घालून थोडंसं पसरावं. मात्र धिरड्याइतकं किंवा डोशाइतकं पातळ करू नये. ४-५ मिनिटांनी पॅनकेक उलटून दुसरी बाजूही भाजावी.

५९. केळ्याचा पॅनकेक

(१०-११)

साहित्य

मैदा	२ वाट्या	पिठी साखर	४ टे.स्पू.
अंडी	३	मीठ	१/२ चमचा
दूध	१।। वाटी		
लिंबू	१/२		
केळे	१ लहान १/२ मोठे		

कृती

केळं कुस्करून एकजीव करावं. अंड्यातलं पांढरा आणि पिवळा भाग वेगळा करून पांढरा भाग फेटावा. त्यात कुस्करलेलं केळं घालून दोन्ही पदार्थ एकजीव करावेत. मैदा, मीठ आणि पिठीसाखर एकत्र मिसळून त्या पिठात मध्ये खळगा करावा. आणि या खळग्यात अंडं-केळं मिश्रण घालावं. भोवतालचा मैदा हळूहळू यात मिसळत जावा आणि फेटत जावं. फेटताना थोडं थोडं दूध घालत रहावं. सगळं दूध घालून फेटून झालं की धिरड्याच्या पिठासारखं पण जरा जाडसर पीठ तयार होईल. त्यात लिंबू पिळून अर्धा तास झाकून ठेवावं.

गरम निर्लेप तव्यावर डावभर पीठ घालून थोडं पसरावं. मात्र धिरड्याइतकं किंवा डोशाइतकं पातळ करू नये. एक बाजू भाजून झाली की पॅनकेक उलथन्यानं उलटावा आणि दुसरी बाजूही भाजावी.

६०. बनाना व्हिप

(१)

साहित्य

केळी	२ मोठी	लिंबू	१/४
अंडं	१	व्हॅनिला इसेन्स	४-५ थेंब
साखर	२ चमचे	बदामाचे काप	७-८

कृती

केळी कुस्करून घ्यावीत. त्यात अंड्यातलं पांढरं, साखर, लिंबू रस आणि व्हॅनिला घालून मिक्सरमध्ये फिरवावं किंवा हॅंडमिक्सरने एकजीव करावं. एग-बीटरनं चांगलं घोटून एकत्र केलं तरी चालेल. ५-१० मिनिटं बर्फामध्ये ठेवून गार करावं आणि मग खायला द्यावं.

६१. ब्रेडच्या मधुर खापा

(२)

साहित्य

ब्रेड	४ स्लाईस	वेलची पावडर	स्वादापुरती
साखर	२ टे.स्पू.		
पाणी	२ टे.स्पू.		

कृती

साखरेत पाणी घालून ती विरघळेपर्यंत ढवळावं. उकळी आली की कच्चा पाक तयार होईल. त्यात वेलची पावडर घालून मग हा पाक एखाद्या बशीत किंवा ताटलीत ओतून गार होऊ द्यावा.

ब्रेड स्लाईसच्या चारही बाजूंच्या कडा कापून घ्याव्यात. (पुडिंग करताना चार बाजूंच्या कडा उरतील. त्या वापरता येतील.) ओव्हन २३० अंश सेल्सिअस/ ४४६ अंश फॅ.पर्यंत तापवून घ्यावा. एका ट्रेमध्ये ब्रेडच्या कडा सुट्या सुट्या ठेवून ट्रे ओव्हनमध्ये ठेवावा आणि ब्राऊन होईपर्यंत भाजाव्यात. साधारण ७/८ मिनिटं लागतील. ओव्हनचं तापमान कमी असल्यास भाजायला थोडा जास्त वेळ लागेल. भाजताना ब्रेड जळणार नाही याची काळजी घ्यावी.

भाजलेल्या लांबट खापा बाहेर काढून कोमट होऊ द्याव्यात. मग एकेक खाप बशीतील पाकात बुडवून लगेच बाहेर काढून ठेवावी आणि खापेवरचा पाक सुकू द्यावा. अशा सर्व खापा कराव्यात. सुकल्यावर कुरकुरीत गोड खापा चांगल्या लागतात.

६२. मैद्याचा रोठ

(२-३)

साहित्य

मैदा	१ वाटी	अंडी	२
पिठीसाखर	१/२ वाटी	व्हॅनिला	१/४ चमचा
बेकिंग पावडर	१/८ चमचा	दूध	२-३ टे.स्पू.

कृती

अंड्यातला पांढरा भाग वेगळा करून चांगला फेटावा. त्यात २ टे.स्पू. दूध घालावं, मैदा, पिठीसाखर आणि बेकिंग पावडर एकत्र चाळून घेऊन मिसळावी. फेटलेलं अंडं त्यात घालून पीठ भिजवावं. पीठ धिरड्याच्या पिठापेक्षा घट्ट व्हायला हवं. पण त्याचा गोळा होणार नाही, ते ओतता येईल इतपत सैल असावं. त्यासाठी आवश्यक वाटल्यास त्यात आणखी एखादा टे.स्पू. दूध घालावं.

तयार झालेलं पीठ निर्लेप तव्यावर किंवा तेलाचा हात लावलेल्या तव्यावर ओतून सगळीकडे सारखं पसरावं. तवा आधी गरम केलेला असावा. पीठ ओतल्यावर त्यावर झाकण ठेवावं. ३-४ मिनिटांनी झाकण काढावं. रोठ फुगून आलेला दिसेल. तो उलटून दुसऱ्या बाजूनंही भाजावा.

एकच मोठा रोठ भाजण्याच्या ऐवजी एका वेळी तव्यावर ४-५ लहान लहान रोठ भाजले तरी चालेल.

६३. मँगो फ्लफ

(४-५)

साहित्य

आंबे	२	जिलेटीन	१० ग्रॅम
अंडी	२	पिठी साखर	४ टे. स्पू.
दूध	४ टे. स्पू.		
पाणी	१।। टे.स्पू.		

कृती

आंब्यांचा रस काढून तो मिक्सरमधून फिरवून घ्यावा म्हणजे एकजीव होईल.

त्यात गाठी राहणार नाहीत. पाणी कोमट करून जिलेटीन त्यात घालून ठेवावं. दोन अंड्यांमधलं पांढरं वेगळं करून चांगलं फेटावं. फेटताना अंड्याला भरपूर फेस आला पाहिजे. या फेटलेल्या अंड्यात थोडी थोडी साखर घालून ते आणखी फेटत रहावं. साखर घालून झाली की आमरसात दूध मिसळून घेऊन तो रस अंड्यात घालून परत फेटावं. याप्रमाणे फेटून ते हलकं झालं की त्यात चमच्या-चमच्यानं जिलेटीनचं पाणी घालून सगळं नीट मिक्सरनं फिरवून एखाद्या पसरट भांड्यात किंवा तसराळ्यात ओतावं आणि फ्रीजमध्ये किंवा बर्फावर थंड करायला ठेवावं.

६४. रव्याचे लाडू

(६-७)

साहित्य

बारीक रवा	१ वाटी	दूध	१/२ वाटी
पिठीसाखर	१ वाटी	वेलची पूड	१/८ चमचा
शेंगदाण्याचं कूट	२ टे.स्पू.		

कृती

रवा चांगला भाजावा. त्याचा रंग बदलून तो किंचित लालसर दिसू लागला की त्यात चमच्या-चमच्याने दूध घालून हलवत राहावं. सगळं दूध संपेपर्यंत मंद गॅसवर रवा परतत राहावा. दुधामुळे रवा थोडा फुलेल. मग त्यात पिठीसाखर घालून हलवावं. हळूहळू साखर विरघळून मिश्रण सैलसर होईल. ते थोडं घट्ट होईपर्यंत हलवत राहावं. ते घट्टसर झालं की पातेलं खाली उतरवून त्यात भाजलेल्या शेंगदाण्याचं कूट आणि वेलची पूड घालावी आणि एकत्र मिसळावी. गरमपणा कमी झाल्यावर लाडू वळावेत.

हे लाडू मऊसर होतात.

६५. पोच्ड अंडी

(१)

साहित्य

अंडी	२	मिरपूड	१/८ चमचा
पाणी	१।। ते २ वाट्या	मीठ	चवीप्रमाणे

कृती

अंड्यांमधला पांढरा आणि पिवळा भाग वेगवेगळा करावा. एका लहान कढईत किंवा दुसऱ्या एखाद्या खोलगट भांड्यात १।।-२ वाट्या पाणी गरम करायला ठेवावं. पाणी चांगलं गरम झालं की पांढरा बलक हळू पाण्यात ओतावा. मंद आचेवर अंडं शिजू द्यावं. पाणी उकळू देऊ नये. ३-४ मिनिटांत अंडं तयार होईल. ते झाल्यानं पाण्यातून काढून प्लेटमध्ये ठेवावं आणि वरून मीठ-मिरपूड घालावी.

६६. आम्लेट

(१)

साहित्य

अंडी	२	मिरची	१ लहान
कांदा	१/२	मीठ	चवीपुरतं
टोमॅटो	१/२	दूध	१-२ चमचे
कोथिंबीर	१ चमचा		

कृती

अंडी फोडून त्यातला पिवळा बलक काढून टाकावा. पांढरा भाग फेटून घ्यावा. कांदा, टोमॅटो, मिरची, कोथिंबीर बारीक चिरून अंड्यात घालावी. मीठ आणि १-२ चमचे दूध घालावं. तेलाचा हात लावलेल्या साध्या तव्यावर किंवा निर्लेप तव्यावर (गरम झाल्यावर) अंडं ओतावं. एक बाजू भाजली गेली की उलटून दुसरी बाजू थोडी भाजावी.

अंड्यात कांदा-टोमॅटो घालण्याऐवजी गाजराचा कीस आणि बारीक चिरलेली भोंगी मिरची किंवा कांदा आणि मोडाचे मूग घालूनही आम्लेट चांगलं लागतं.

६७. इडली

(८-१०)

साहित्य

उकडा तांदूळ	१ वाटी	मेथी पूड	१/८ चमचा
किंवा		मीठ	चवीप्रमाणे
उकड्या तांदळाचा		पाणी	१।। वाटी
भरडा	१।। वाटी,		
उडदाची डाळ	१/२ वाटी		

कृती

तांदूळ किंवा तांदळाचा भरडा आणि उडीद डाळ सकाळी वेगवेगळी भिजत घालावी. भिजलेली डाळ संध्याकाळी मिक्सरमध्ये चांगली बारीक होईपर्यंत वाटावी. तांदूळही वाटावेत आणि मग दोन्ही पदार्थ मिसळावेत. मिश्रण एकसारखं होईपर्यंत ढवळून त्यात मेथी पूड आणि मीठ घालावं. मिश्रण सरसरीत होण्यासाठी आवश्यक तेवढं पाणी घालावं आणि उबदार जागेत झाकून ठेवावं.

दुसऱ्या दिवशी सकाळी हे मिश्रण चांगलं फुगून येईल. इडली स्टँडच्या पात्रांना तेलाचा हात लावून, हे मिश्रण प्रत्येक खोलगट पात्रात थोडं थोडं घालावं. साधारण ३/४ खण भरेल एवढंच मिश्रण एकेका पात्रात ओतावं. स्टँड कुकरमध्ये ठेवून १०-१५ मिनिटं वाफेवर इडल्या उकडाव्यात. प्रेशर कुकर वापरल्यास झाकणावर प्रेशर ठेवू नये.

इडली करण्यासाठी साधा तांदूळ वापरला तरी चालेल. पण उकड्या तांदळाच्या इडल्या जास्त हलक्या होतात. तसंच डाळ आणि तांदूळ निदान २४ तास भिजलेले असले म्हणजे इडली चांगली होते.

६८. भाज्यांची इडली

गाजराचे तुकडे	१ टे.स्पू.	फ्लॉवरचे तुकडे	१ टे.स्पू.
मोडाचे मूग/		मटार दाणे	१ टे.स्पू.
मटकी/चवळी	२ टे.स्पू.	मीठ	चवीप्रमाणे
तिखट	१/४ चमचा		

इडलीच्या तयार मिश्रणात वरील सगळे पदार्थ घालून ढवळावं आणि मग इडल्या उकडाव्यात.

६९. गोड घावन

साहित्य

तांदळाची पिठी	२ वाट्या	जिरेपूड	१/२ चमचा
गूळ	१/२ वाटी	मीठ	चिमूटभर.

कृती

१-१।। वाटी पाण्यात गूळ विरघळून घ्यावा. तांदळाच्या पिठीत हे गुळाचं पाणी जिरेपूड आणि मीठ घालून पीठ चांगलं कालवावं. आवश्यकतेनुसार त्यात पाणी घालून सैल करावं आणि निर्लेप तव्यावर घावन घालावेत.

७०. मैद्याचे घावन

(६-७)

साहित्य

मैदा	२ वाट्या	जिरेपूड	१ चमचा
कांदे	२ मध्यम	मीठ	चवीप्रमाणे
मिरची	२-३	कोथिंबीर	२ टे.स्पू.

कृती

कांदे, मिरची, कोथिंबीर बारीक चिरून घ्यावी. मैद्यात या चिरलेल्या भाज्या, जिरेपूड आणि मीठ घालून सैल भिजवावं. निर्लेप तवा चांगला तापवून घेऊन तव्यावर घावन घालावा आणि वरून झाकण ठेवावं. ४-५ मिनिटात (चुर्र-चुर्र आवाज होऊ लागल्यावर) झाकण काढून घावन उलटावा आणि दुसऱ्या बाजूनं भाजावा. हा घावन पातळ असावा आणि गरम असताना खाण्यास द्यावा.

७१. चकली

(१२-१४) चकल्या

साहित्य

भाजणी	१ वाटी	धने पूड	१/२ चमचा
दूध	३/४ वाटी	जिरे पूड	१/४ चमचा
तीळ	२ चमचे	तिखट	१/२ चमचा
		हळद	१/८ चमचा
		मीठ	चवीप्रमाणे.

कृती

१/२ वाटी दूध गरम करायला ठेवावं. भाजणीमध्ये सगळे मसाले आणि मीठ घालून एकत्र मिसळावं. दुधाला उकळी आली की भाजणी त्यात घालून, हलवून झाकण ठेवावं आणि गॅस बंद करावा.

ओव्हन २२० सें. (४२८ फॅ.) पर्यंत तापवून घ्यावा. भाजणीचा गरमपणा थोडा कमी झाला की तिच्यात तीळ घालून ती चांगली मळावी. आवश्यकतेनुसार दूध घालावं. भाजणीचा मळून गोळा तयार करावा. तेलाचा हात लावलेल्या ट्रेमध्ये

किंवा ताटलीत चकल्या पाडून ओव्हनमध्ये भाजायला ठेवाव्यात. पंधरा मिनिटांनी बाहेर काढून उलटाव्यात आणि परत ७-८ मिनिटं भाजाव्यात. चकल्या फार लाल होऊ देऊ नयेत.

निर्लेप तव्यावरही चकल्या भाजता येतात. तवा तापवून घेऊन त्याच्यावर ६-७ चकल्या ठेवून झाकण ठेवावं आणि गॅस मध्यम करावा. २-३ मिनिटांनी झाकण काढावं आणि चकल्या उलटाव्यात. आवश्यकतेनुसार त्या परत उलटाव्यात. याप्रमाणे पूर्ण भाजून होईपर्यंत ३-४ वेळा उलटाव्यात.

अशाच तांदळाच्या पिठीच्या चकल्याही चांगल्या होतात.

७२. गाजर-तीळ टिक्की

(४-५)

साहित्य

कणीक	१ वाटी	ओवा	१/२ चमचा
बेसन	१ वाटी	जिरे पूड	१/२ चमचा
गाजराचा कीस	२ टे.स्पू.	तिखट	१ चमचा
कोथिंबीर	१ टे.स्पू.	हळद	१/४ चमचा किंवा कमी
तीळ	१ टे.स्पू.	हिंग	२/३ चिमट्या
दही	२ टे.स्पू.	मीठ	चवीप्रमाणे
दूध	साधारण अर्धी वाटी		

कृती

दही आणि दूध सोडून बाकी सर्व पदार्थ चांगले मिसळावेत. मग त्यात दही घालून चांगलं एकत्र केल्यावर थोडं थोडं दूध घालून पीठ मळावं. पोळ्यांसाठी कणीक आपण जितपत घट्ट भिजवतो तितपत हे पीठही घट्ट भिजवावं. चांगलं मळून साधारण १॥/२ इंच व्यासाचा लांबट गोळा तयार करावा. एका कुकरच्या डब्याला किंवा साधारण त्या आकाराच्या भांड्याला तळाला तेलाचा हात लावून त्यात हा गोळा ठेवावा आणि झाकण ठेवावं. हा डबा प्रेशर कुकरमध्ये ठेवून, कुकरची शिट्टी झाल्यावर गॅस बारीक करून पुढे ५-७ मिनिटं प्रेशरखाली शिजू द्यावा.

प्रेशर बसल्यावर डबा कुकरमधून काढून गोळा जरा थंड होऊ द्यावा. मग त्याच्या साधारण १/२-३/४ सें.मी. जाडीच्या चकत्या कापून निर्लेप तव्यावर दोन्ही बाजूंनी खरपूस भाजाव्यात. दही किंवा टोमॅटो सॉसबरोबर गरम गरम खायला द्याव्यात.

७३. पोहे टिक्की

(४-५)

साहित्य

पोहे	४ वाट्या	जिरं पावडर	१/४-
हिरवी मिरची	२-३		१/३ चमचा,
आलं	१'' तुकडा	मीठ	चवीप्रमाणे
लसूण	४-५ पाकळ्या	लिंबू	१ मध्यम
बारीक चिरलेली कोथिंबीर	१ टे.स्पू.	साखर	२ चमचे

कृती

पोहे धुऊन १५-२० मिनिटं तसेच ठेवावेत. मिरची, कोथिंबीर, आलं, लसूण या सर्वांचा एकत्र ठेचा करावा. मग भिजलेले पोहे हातानं चांगले कुस्करून त्यात हा ठेचा, मीठ, साखर, जिरं पावडर आणि लिंबाचा रस घालावा. सर्व पदार्थ मिसळून पोह्याचा गोळा तयार करावा.

या तयार गोळ्याचे लहान लहान २५-२६ गोळे करून हातावर थापून त्याच्या टिक्क्या कराव्यात आणि निर्लेप तव्यावर किंवा तेलाचा हात लावलेल्या साध्या तव्यावर दोन्ही बाजूंनी खरपूस भाजाव्यात आणि दह्याबरोबर किंवा टोमॅटो सॉसबरोबर खाण्यास द्याव्यात.

७४. तांदूळ-पिठीची उकड

(४-५)

साहित्य

तांदळाची पिठी	१ वाटी	भाजलेलं जिरं	१ चमचा
कढीपाला	५-६ पानं,	भाजलेली मोहरी	१/२ चमचा
मिरची	२-३	हिंग	२-३ चिमट्या
लसूण	३-४ पाकळ्या	आमसुलं	३-४
आलं	१/२'' तुकडा	मीठ	चवीप्रमाणे
		पाणी	४ वाट्या

कृती

आलं, लसूण आणि मिरची एकत्र ठेचून घ्यावी. २ वाट्या पाण्यात तांदळाची पिठी कालवून घ्यावी. गोळे राहू देऊ नयेत. मग पातेली गॅसवर ठेवून मंद आचेवर ठेचा थोडा परतून घेऊन उरलेलं पाणी त्यात ओतावं. कढीपाला आणि उरलेले सगळे पदार्थ त्या पाण्यात घालावेत. पाणी उकळू लागलं की पिठीचं पाणी हळूहळू त्यात ओतावं. ओतताना चमच्यानं सारखं ढवळावं म्हणजे गोळे होणार नाहीत. चांगली वाफ आली की उकड तयार झाली असं समजावं.

उकड यापेक्षा घट्ट करायची असल्यास पाणी कमी घालावं. मसालेदार चव नको असल्यास आलं आणि लसूण हे पदार्थ घालू नयेत.

याच पद्धतीनं ज्वारीच्या पिठाची, तसंच २/३ तांदूळ पिठी, १/३ बेसन अशा मिश्रणाची उकडही चांगली लागते.

७५. दही पोहे

(४)

साहित्य

पोहे	२ वाट्या	जिरं	१ चमचा
दही	२ वाट्या	हिंग	२-३ चिमट्या
मिरची	१-२	साखर	२ चमचे
कोथिंबीर	१ टे.स्पू.	मीठ	चवीप्रमाणे
कढीपाला	४-५ पानं.		

कृती

मिरची, कोथिंबीर आणि कढीपाला वाटून दह्यात मिसळावा. पोहे धुऊन त्यात हे दही आणि बाकीचे सर्व पदार्थ घालून कालवावे आणि १५-२० मिनिटं झाकून ठेवावे. म्हणजे सर्व पदार्थांचा स्वाद पोह्यांना लागेल. खायला देताना आवश्यक तर थोडं दूध पोह्यात घालावं. जसजसा वेळ जाईल तसतसे पोहे फुगून अधिकाधिक घट्ट होतील. म्हणून वाटल्यास थोडं दूध घालावं.

७६. दूध पोहे

(४)

साहित्य

दूध	४ कप	साखर	३ टे. स्पू.
पोहे	५ टे. स्पू.		

कृती

पोहे धुऊन घ्यावेत. दुधात साखर घालून गरम करायला ठेवावं. दुधाला उकळी आली की त्यात पोहे घालून शिजवावे. साखर आवडीप्रमाणे कमी-जास्त घालावी.

शिजलेले पोहे जसे जसे गार होतील तसे तसे ते घट्ट होत जातील.

७७. डोसा

(१५-१६)

साहित्य

तांदूळ	२ वाट्या	जिरं	१।। चमचा
उडीद डाळ	१ वाटी	मेथी पावडर	१/२-३/४ चमचा
मूग डाळ	१/२ वाटी	साखर	१ चमचा
हरभरा डाळ	१/२ वाटी	आलं	२''
पोहे	१/४ वाटी	हिरवी मिरची	३-४
कोथिंबीर	२-३ टे.स्पू.	मीठ	चवीप्रमाणे

कृती

सकाळी तांदूळ आणि पोहे एकत्र भिजत घालावेत. सगळ्या डाळी वेगवेगळ्या भिजत घालाव्यात. संध्याकाळी हे सर्व पदार्थ मिक्सरमध्ये वेगवेगळे वाटून बारीक करावेत आणि मग एकत्र मिसळावे. त्यात मेथी पूड घालावी आणि मिश्रण सरसरीत करून झाकून ठेवावं. दुसऱ्या दिवशी सकाळी आलं-मिरची वाटून हे वाटण, जिरं, कोथिंबीर, मीठ हे सगळे पदार्थ डोशाच्या पिठात घालावेत. चमचाभर साखर घालावी. पीठ चांगलं ढवळून साखर विरघळली की निर्लेप तव्यावर डोसे घालावेत.

डोशांचं पीठ निदान २४ तास तरी भिजलं म्हणजे डोसे चांगले होतात. तसेच ते फार पातळ भिजवू नये. डावानं तव्यावर पीठ घालून ते डावानं गोल गोल पसरावं.

मसाला डोसा करायचा असल्यास उकडलेल्या बटाट्याची भाजी करून डोशात घालावी.

७८. रवा डोसा

(७-८)

साहित्य

रवा	२ वाट्या	कांदा	२-३
उडीद डाळ	१ वाटी	मिरची	३-४
जिरं	१।। चमचा	कोथिंबीर	२ टे.स्पू.
आलं	१'' तुकडा	मीठ	चवीप्रमाणे

कृती

उडीद डाळ रात्री भिजत घालावी आणि सकाळी वाटावी. आलं, मिरची वाटून ठेचा करावा. कांदे बारीक चिरून घ्यावेत. वाटलेली डाळ, रवा आणि इतर सर्व पदार्थ एकत्र करून सरबरीत भिजवावे. हे मिश्रण २-२।। तास झाकून ठेवावं आणि मग निर्लेप तव्यावर किंवा तेलाचा हात फिरवलेल्या साध्या तव्यावर डोसे घालावेत.

मिश्रण जास्त भिजलं तरी चालेल. रवा मसाला डोसा करायचा असल्यास मिश्रणात फक्त जिरं आणि मीठ घालावं. भाज्या घालू नयेत. उकडलेल्या बटाट्यांची भाजी करून डोशात घालावी.

७९. धिरडी

(४-५)

साहित्य

तांदळाची पिठी	१ वाटी	जिरेपूड	१/४ चमचा
बेसन	१/२ वाटी	धनेपूड	१/४ चमचा
कांदे	२ मध्यम	हळद	१/८ चमचा
कोथिंबीर	१ टे.स्पू.	मीठ	चवीप्रमाणे
आलं	१'' तुकडा		
लसूण	३-४ पाकळ्या		
मिरची	२-३.		

कृती

आलं, लसूण आणि मिरची वाटावी. कांदा आणि कोथिंबीर बारीक चिरावी. तांदळाची पिठी, बेसन, ठेचा आणि इतर सर्व पदार्थ एकत्र मिसळून पाणी घालून पीठ कालवावं. पीठ सैलसर असावं म्हणजे धिरडी पातळ होतील. निर्लेप तवा चांगला तापवून घेऊन त्याच्यावर धिरडं घालावं आणि वरून झाकण ठेवावं. ४-५ मिनिटात (चुर्र-चुर्र आवाज येऊ लागल्यावर) झाकण काढून धिरडं उलटावं आणि दुसऱ्या बाजूनं भाजावं.

८०. पोहे

(५-६)

साहित्य

पोहे	२ वाट्या	मिरची	१-२
गाजर कीस	२ टे.स्पू.	जिरे पूड	१/४ चमचा
कोबी कीस	२ टे.स्पू.	साखर	१/२ चमचा
ढोबळी मिरची	एक लहान	मोडाचे मूग	२ टीस्पून
कोथिंबीर	१ टे.स्पू.	मोडाची चवळी	२ टीस्पून
(बारीक चिरलेली)		बेदाणे	२ टीस्पून
काकडी कीस	२ टे.स्पू.	डाळिंब दाणे	
आंबट दही	१ टीस्पून	किंवा द्राक्षे	२-३ टीस्पून
दूध	१ टीस्पून	मीठ	चवीप्रमाणे

कृती

पोहे धुऊन निथळावेत. ढोबळ्या मिरचीचे पातळ आणि लहान लहान काप करावेत. तिखट चवीसाठी नेहमीची लांब मिरची मोठी असल्यास एक आणि लहान असल्यास दोन वाटाव्यात किंवा मिरची-कटरमधून बारीक करून घ्याव्यात. मिरचीऐवजी लाल तिखट वापरलं तरी चालेल.

डाळिंब दाणे/ द्राक्षं वगळून बाकी सर्व पदार्थ पोह्यांमध्ये मिसळून १५-२० मिनिटं झाकून ठेवावेत. म्हणजे सर्व पदार्थांचा स्वाद पोह्यांना लागेल. मग त्यात डाळिंब किंवा द्राक्षं किंवा दोन्ही मिसळून खायला द्यावे.

काही डाळिंबांमधल्या दाण्यांत असलेल्या बिया फार कडकडीत असतात, तर काहींमधल्या मऊ असतात. मऊ बिया असलेल्या डाळिंबातले दाणे वापरावेत.

८१. कडधान्यांचं पॅटीस

(३-४)

साहित्य

पारीसाठी		सारणासाठी	
कणीक	१ वाटी	मोडाची मटकी	१ वाटी,
बेसन	१/२ वाटी	ओले मटार दाणे	१/२ वाटी
ताक	१/२ वाटी	बारीक चिरलेला कांदा	१/२ वाटी
मीठ	चवीप्रमाणे	कोथिंबीर	१/२ वाटी
हळद	१/२ चमचा	लसूण	४ पाकळ्या
हिंग	२/३ चिमट्या	आलं	१/२-१'' तुकडा
जिरे पूड	१/४ चमचा	धने पूड	१/२ चमचा,
धनेपूड	१/४ चमचा	जिरे पूड	१/२ चमचा
		हिरवी मिरची	३/४ (चवीप्रमाणे)
मीठ	चवीप्रमाणे		

कृती

कणीक, बेसन, हिंग, हळद, धन्याची पूड, जिऱ्याची पूड आणि मीठ नीट मिसळून घ्यावं. त्यात ताक घालावं आणि मग लागेल त्याप्रमाणे पाणी घालून पीठ घट्ट भिजवावं.

सारण

आलं, लसूण आणि मिरची बारीक वाटून घ्यावी. मटाराचे दाणे मिक्सरमध्ये फिरवून थोडे बारीक करून घ्यावेत. त्याचं पीठ करू नये. दाण्यांचे तुकडे होतील इतपतच मिक्सर फिरवावा. मग सगळे पदार्थ एकत्र मिसळावेत.

कृती

साधारण मोठ्या सुपारीएवढा पिठाचा गोळा घेऊन त्याची पुरी लाटावी. त्यात २ चमचे सारण भरून मोदकाप्रमाणे तोंड बंद करावं. मग ही भरलेली पुरी दोन्ही हातांमध्ये दाबून चपटी करावी. अशा १०-१२ पुऱ्या करून घ्याव्यात.

निर्लेप पॅनमध्ये ठेवून त्या दोन्ही बाजूंनी भाजाव्यात आणि मग पॅनच्या कडेला

टेकून उभ्या कराव्यात आणि गोल फिरवून भाजाव्यात म्हणजे कडाही भाजल्या जातील.

दह्याबरोबर किंवा टोमॅटो सॉसबरोबर खाण्यास द्याव्यात.

हे पॅटीस थोड्या तेलात परतूनही तयार करता येतील. निर्लेप पॅनमध्ये चमचाभर तेल घालून त्यात दोन्ही बाजूंनी परतावे. एक चमचा तेलात ८-१० पॅटीस परतून होतात. म्हणजे एखादे दिवशी इतर पदार्थांमधलं तेलाचं प्रमाण कमी करून परतलेले पॅटीस खायला हरकत नाही.

८२. मक्याचं पॅटीस

(८-१०)

साहित्य

मक्याची कणसं	४	जिरं	१ चमचा
बटाटे	४ मोठे	मीठ	चवीप्रमाणे
मिरच्या	४		
लसूण	२-३ पाकळ्या		
आलं	१।। तुकडा		
कोथिंबीर	२ टे. स्पून		
लिंबू	१/२		

कृती

बटाटे उकडून सोलून कुस्करावेत. त्यात चवीपुरतं मीठ घालावं आणि मळून गोळा तयार करावा. मक्याची कणसं अगदी कोवळी बघून आणावीत. त्यांचे दाणे काढून घेऊन मिक्सरमध्ये थोडे फिरवावे म्हणजे दाण्यांचे तुकडे होतील आणि ते लवकर शिजतील. या दाण्यांमध्ये थोडंसं पाणी घालून कुकरमध्ये मऊ होईपर्यंत शिजवावे.

लसूण, मिरची आणि आल्याचा ठेचा करावा. कोथिंबीर बारीक चिरावी. शिजलेल्या मक्याच्या दाण्यांमध्ये हा ठेचा, जिरं, मीठ आणि कोथिंबीर घालून लिंबू पिळावं आणि दाण्यांचे सारखे ८-१० भाग करावेत. बटाट्याच्या लगद्याचेही तेवढेच गोळे करावेत.

एक गोळा हातावर घेऊन मध्ये खळगा करून त्यात मक्याचा एक वाटा भरावा. मग सगळ्या बाजूंनी बटाटा वर ओढून घेऊन खळग्याचं तोंड बंद करावं. हा तयार झालेला गोळा दोन हातामध्ये हलकेच दाबून चपटा करावा.

यात्रमाणे सगळे पॅटिस तयार करावे आणि निर्लेप पात्रात दोन्ही बाजूंनी खरपूस भाजावेत.

८३. फ्रेंच टोस्ट

(२)

साहित्य

ब्रेड स्लाईस	८	मिरेपूड	१/४ चमचा
अंडी	४	टोमॅटो सॉस	२ टे.स्पू.
		मीठ	चवीप्रमाणे

कृती

ब्रेडच्या कडा कापून काढाव्यात आणि एकेका स्लाईसचे दोन दोन लांबट तुकडे करावेत. अंड्यातला पांढरा आणि पिवळा भाग वेगळा करावा. पांढरा भाग फेटून त्यात मीठ, मिरपूड घालावी.

ब्रेडचे तुकडे अंड्यात बुडवून निर्लेप तव्यावर किंवा तेलाचा हात लावलेल्या तव्यावर दोन्ही बाजूंनी परतावे आणि टोमॅटो सॉसबरोबर खाण्यास द्यावेत.

अंड्यामध्ये मीठ, मीरपूड घालण्याऐवजी पिठीसाखर घालून गोड फ्रेंच टोस्टही करता येतो.

८४. बटरचे 'दहीवडे'

(२)

साहित्य

जिरा बटर	६-७	चाट मसाला	१/४–१/५ चमचा
दही	१ वाटी	आलं	१''
कोथिंबीर	१ टे.स्पू.	हिरवी मिरची	१ लहान
उडीद पापड	२	पाणी	सुमारे ७५० मि.ली.
		मीठ	चवीप्रमाणे

कृती

बाजारात वेगवेगळ्या कंपन्यांचं कडक जिरा बटर मिळतं. ते न मिळाल्यास स्थानिक बेकरीचं कडक बटर आणावं. याला डॉग बटर असंही म्हणतात. आलं,

मिरची, मीठ एकत्र वाटावं. दह्यामध्ये हे वाटण, कोथिंबीर, मीठ, चाट मसाला आणि साखर मिसळावी. पापड भाजून घ्यावेत.

पाणी गरम करायला ठेवावं. ते उकळू लागलं की गॅस बंद करून त्यात २-३ बटर घालावेत. थोड्याच वेळात (३-४ मिनिटांत) ते मऊ होतील. ते बाहेर काढून उरलेले बटर घालावेत आणि ते मऊ झाले की काढावेत.

प्लेटमध्ये बटर घेऊन त्याच्यावर दही घालावं. बटरमध्ये जिरं नसल्यास थोडी जिरे पूड टाकावी. भाजलेले पापड कुस्करून वरती पेरावे आणि खायला द्यावं.

८५. बटाटा-मटार रोल

(१०)

साहित्य

कणीक	१।। वाट्या	धने पूड	१ चमचा
बेसन	१/२ वाटी	जिरे पूड	१ चमचा
बटाटे	७५० ग्रॅ.	हिंग	३-४ चिमट्या
मटार दाणे	१ वाटी	बेकिंग पावडर	१/४ चमचा
हिरवी मिरची	४-५	दूध	१/२ वाटी
आलं	१।।'' तुकडा	मीठ	चवीप्रमाणे
लसूण	३-४ पाकळ्या	कोथिंबीर	२ टे.स्पू.
लिंबू	१		

कृती

कणीक, बेसन आणि बेकिंग पावडर हे पदार्थ एकत्र चाळून घ्यावेत. त्यात मीठ घालून दुधात भिजवावे. पीठ भिजवताना आवश्यकतेप्रमाणे पाणीही घालावं आणि तयार झालेला गोळा झाकून ठेवावा.

बटाटे उकडून घ्यावेत. मटार दाण्यांना एक वाफ आणावी. ते पूर्ण शिजवू नयेत. कोथिंबीर बारीक चिरून घ्यावी. आलं, लसूण आणि मिरची एकत्र वाटून घ्यावी. बटाटे कुस्करून त्यात हे वाटण, कोथिंबीर, मटार दाणे, धन्या-जिऱ्याची पूड, हिंग, मीठ आणि लिंबू रस घालून सगळं एकत्र मळावं. या गोळ्याचे १० वाटे करावेत.

कणकेच्या गोळ्याचे ५ वाटे करावेत. एका वाट्याची पातळ पोळी लाटावी. ती मधोमध कापून दोन भाग करावेत. एका अर्धगोल भागावर भाजीचा एक वाटा अर्ध्या भागात लांबट पसरावा. आणि उरलेला भाग त्या भाजीवरून घेऊन पलीकडच्या बाजूला पोळीच्या कडेला चिकटवावा. बोटांनी दाबून कडा नीट चिकटवून घ्याव्यात.

अर्धगोल पोळीचे दोन कोपरेही रोलच्या वरच्या बाजूला दाबून चिकटवून टाकावेत. या लांबट रोलला ३-४ ठिकाणी सुरीनं थोडे-थोडे छेद द्यावेत. अशा रीतीनं १० रोल तयार करून घ्यावेत.

एका ट्रेला तेलाचा हात लावून त्यात हे रोल ठेवावेत. आणि २०० अंश सें.ला (३९२ अंश फॅ.) १५-२० मिनिटं भाजावेत. टोमॅटो सॉसबरोबर किंवा दह्याबरोबर खायला द्यावेत.

८६. मटाराच्या उकंज्या

(५-६)

साहित्य : सारणासाठी

ताजे मटार दाणे	२ वाट्या	जिरे पूड	१/४ चमचा
लिंबू	१/२	धने पूड	१/४ चमचा
हिरवी मिरची	२	गरम मसाला	१-२ चिमट्या
आलं	१'' तुकडा	साखर	१ चमचा
लसूण	३-४ पाकळ्या	मीठ चवीप्रमाणे	

पारीसाठी

बारीक रवा	१/२ वाटी	दूध	१/२ वाटी
मैदा	१/२ वाटी	मीठ	१/४ चमचा
जिरे पूड	१/४ चमचा	मिरे पूड	१/८ चमचा

पारीची कृती

रवा, मैदा, जिरे-मिरे पूड आणि मीठ एकत्र मिसळून त्यात आवश्यकतेप्रमाणे दूध घालून घट्ट पीठ भिजवावं आणि झाकून ठेवावं. १-१।। तासानं ते चांगलं मळून घ्यावं.

सारणाची कृती

मटार थोडा वाफवून घ्यावा. पण पूर्ण शिजवू नये. अर्धवट शिजवावा. मग तो मिक्सरमध्ये फिरवून थोडा बारीक करून घ्यावा. पीठ होईपर्यंत वाटू नये. आलं, लसूण आणि मिरची वाटून घ्यावी. वाटलेला मसाला, धने-जिरे पूड, गरम मसाला, साखर, मीठ आणि लिंबू रस मटारात घालून सगळं सारखं हलवून एकजीव करावं.

कृती

पारीच्या पिठाचे ९-१० गोळे करावेत. सारणाचेही तेवढेच गोळे करावेत. पिठाचा गोळा पुरीसारखा लाटून त्यात सारण भरून करंजीसारखी मुरड घालावी. किंवा कातण्यानं कातावं. मात्र उकंजीचं तोंड पक्कं बंद करावं.

एका पसरट भांड्यात ३-४'' उंच येईल इतकं पाणी घेऊन ते गरम करायला ठेवावं. ते उकळू लागलं की २-३ करंज्या त्यात सोडून त्यावर झाऱ्यानं भांड्यातलं पाणी उडवून शिजवाव्यात. वरची बाजू झाली की उकंज्या उलटून दुसरी बाजूही होऊ द्यावी. मग तेलाचा हात लावलेल्या रोळीत काढाव्यात आणि गार होऊ द्याव्यात.

उकंज्या गार झाल्या की निर्लेप तव्यावर किंवा तेलाचा हात फिरवलेल्या साध्या तव्यावर दोन्ही बाजूंनी भाजाव्यात. उकंज्या चिकटू नयेत म्हणून तव्याला लावण्यासाठी १/२ चमचा तेल पुरेसं होतं. आणि हे १/२ चमचा तेल ९-१० उकंज्यांमध्ये वाटलं जातं.

उकंज्या करताना पारी फार पातळ करू नये.

आपल्या सवडीप्रमाणे हा पदार्थ आधी करून ठेवून ऐन वेळी फक्त भाजून गरम गरम खायला देता येतो.

मटाराप्रमाणेच मोडाचे मूग (कच्चे- न वाफवता)- मोडाची मटकी (कच्ची- न वाफवता) आणि कांदा– उकडलेला बटाटा, उकडलेला घेवडा आणि कांदा– अशा वेगवेगळ्या प्रकारच्या उकंज्या चांगल्या लागतात. त्यात घालायचा मसालाही आपल्या चवीप्रमाणे वेगवेगळा घालता येतो.

८७. मिसळ

(६-७)

साहित्य

भिजवलेली चवळी	१ वाटी	गोडा मसाला	१ चमचा
मोडाची मटकी	२।। वाट्या	तिखट	३/४ चमचा
आमसूल	२-३	मोडाचे मूग	१ वाटी
मिरची	३-४	हळद	१/२ चमचा
आलं	१।। '' ±१''	हिंग	४-५ चिमट्या
लसूण	४-५ पाकळ्या	मोहरी	३/४ चमचा
कोथिंबीर	४ टे.स्पू.	जिरे	१/२ चमचा
कांदे	५ मोठे	गूळ	चवीप्रमाणे

बटाटे	२ मोठे	मीठ	चवीप्रमाणे
भाजके पोहे	२ वाट्या	दही	२।। वाट्या
पापड	७-८.		

कृती

१।।'' आलं-लसूण एकत्र वाटावी. दोन कांदे आणि दोन बटाट्यांच्या फोडी कराव्यात. उरलेले तीन कांदे बारीक चिरावेत. कोथिंबीर बारीक चिरावी. १'' आलं किसावं. मिरचीचे तुकडे करावेत.

चवळी आणि मटकी एकत्र करून त्यात आलं-लसूण ठेचा, गोडा मसाला, आमसुलं, तिखट, १/४ चमचा, हळद २ चिमट्या, हिंग, मोहरी आणि जिरं घालावं. २।।-३ वाट्या पाणी घालावं आणि प्रेशर कूकरमध्ये शिजायला ठेवावं.

कांदा-बटाट्यांच्या फोडीमध्ये पाच वाट्या पाणी घालून भाजी शिजायला ठेवावी. त्यात मिरच्यांचे तुकडे, किसलेलं आलं, १/४ चमचा हळद, हिंग आणि मीठ घालावं. फोडी मऊ होईपर्यंत भाजी शिजवावी.

शिजलेली चवळी-मटकी कूकरमधून बाहेर काढून त्यात मीठ आणि आवडीप्रमाणे गूळ घालावा. गूळ विरघळेपर्यंत शिजवावी. मग त्यात मोडाचे मूग मिसळावेत.

पापड भाजावेत.

खायला देताना प्लेटमध्ये उसळ घालून त्यावर थोडा रस्सा घालावा. मग त्यावर कांदा घालून मग भाजके पोहे घालावेत. त्यावर दही घालून पापड कुस्करून वरून घालावा. सर्वांत वर कोथिंबीर पसरावी.

८८. मॅक्रोनी सूफ्ले

(४-५)

साहित्य

मॅक्रोनी	१।। वाटी	गरम मसाला	१/८ चमचा
कांदे	४ मध्यम	मिरेपूड	१/४ चमचा
टोमॅटो	४ मध्यम	व्हाईट सॉस	४ टे.स्पू.
मीठ	चवीप्रमाणे	भोंगी मिरची	२ मध्यम
ब्रेड स्लाईस	८-१०	मटार दाणे/कोबी	१ वाटी
अंडी	४		

कृती

कांदे, टोमॅटो आणि भोंगी मिरची बारीक चिरून वेगवेगळी ठेवावी. कोबी असल्यास तोही बारीक चिरावा. ब्रेडच्या कडा कापून काढाव्यात आणि मधल्या मऊ भागाचे १-१।।'' लांबीरुंदीचे तुकडे करावेत.

कांदा परतून गुलाबी रंगाचा झाला की काढून ठेवावा. मग टोमॅटो, मटार/कोबी आणि मिरची परतून एकत्र शिजवावी. त्यात चवीप्रमाणे मीठ, मीरपूड घालावी.

मॅक्रोनीत पाणी घालून ती शिजवावी. साधारण २ वाट्या पाणी १।। वाटी मॅक्रोनीला पुरतं. मॅक्रोनी शिजवताना ती मधूनमधून हलवावी म्हणजे खाली चिकटणार नाही. शिजवतानाच मीठ घालावं. मॅक्रोनी शिजल्यावर त्यात पाणी शिल्लक राहिलं असल्यास ते ओतून टाकावं पण शक्यतो पाणी राहणार नाही अशा बेतानंच पाणी घालावं. शिजलेल्या मॅक्रोनीत गरम मसाला, मीठ, मीरपूड आणि कांदा घालून हलवून नीट एकत्र करावं.

अंडी फोडून त्यातला पांढरा आणि पिवळा भाग वेगवेगळा करावा. फेटू नये.

ओव्हनमध्ये ठेवायच्या भांड्याला आतून तेलाचा हात लावून घ्यावा. मग ब्रेडच्या तुकड्यांपैकी निम्म्या तुकड्यांचा एक थर भांड्यात तळाशी पसरावा. त्याच्यावर निम्मी मॅक्रोनी पसरावी आणि त्यावर शिजलेल्या भाज्यांपैकी निम्म्या भाजीचा थर पसरावा. त्यावर परत उरलेले ब्रेडचे तुकडे, मॅक्रोनी आणि भाजी पसरावी. म्हणजे प्रत्येक पदार्थाचे दोन-दोन थर होतील. मग या भरलेल्या भांड्यात चार ठिकाणी चमच्यानं दाबून चार खळगे करावेत. त्यात अंड्यातलं पांढरं ओतावं. त्याच्यावर मीठ, मीरपूड भुरभुरावी आणि ओव्हनमध्ये भाजायला ठेवावं.

१८० अंश सें. किंवा ३५६ अंश फॅ. तापमानाला २०-२५ मिनिटं भाजावं. खायला देण्यासाठी वाढताना चमचा थेट तळापर्यंत घालून पदार्थ वाढावा म्हणजे प्रत्येक वाढपात सगळे थर येतील. वरून १ टे.स्पू. व्हाईट सॉस घालावा.

उपलब्धतेनुसार आणि चवीनुसार इतरही भाज्या वापरता येतात.

८९. मेथी-बटाटा वडे

(१४-१५)

साहित्य

बटाटे	४ मोठे	धने पूड	३/४ चमचा
तांदळाची पिठी	१ वाटी	जिरे पूड	३/४ चमचा
मिरची	४	पिठीसाखर	१ चमचा

मेथी	१/२ जुडी	मीठ	चवीप्रमाणे
आंबट ताक	१/२ वाटी.		

कृती

बटाटे उकडून घ्यावेत. मेथीची फक्त पानं खुडून घ्यावीत. डेखं घेऊ नयेत. मिरची वाटून घ्यावी.

बटाटे सोलून कुस्करावेत. त्यापैकी १।। वाटी बटाटा घेऊन त्यात सर्व पदार्थ घालून एकत्र मळावं. आवश्यक वाटल्यास भिजवताना थोडं पाणी घालून मळून गोळा तयार करावा.

या गोळ्याचे छोटे छोटे उंडे करून तळहातावर दाबून चपटे वडे तयार करावेत आणि तेलाचा हात लावलेल्या ताटलीत ठेवावेत. ओव्हन २२० सें. (४२८ फॅ.) तापमानापर्यंत तापवून घेऊन वडे भाजायला ठेवावेत. पंधरा मिनिटांनी बाहेर काढून उलटावेत आणि परत ओव्हनमध्ये ठेवून १०-१२ मिनिटं भाजावेत.

निर्लेप तव्यावर दोन्ही बाजूंनी भाजूनही हे वडे तयार करता येतील.

९०. नवलकोलाच्या पाल्याच्या वड्या

(४-५)

साहित्य

बेसन	२ वाट्या	तिखट	१ चमचा
नवलकोल पाला	३ वाट्या	हळद	१/२ चमचा
		हिंग	२-३ चिमट्या
		जिरेपूड	१ चमचा
		ओवा	१/२ चमचा
		मीठ	चवीप्रमाणे

कृती

नवलकोलाचा पाला धुऊन बारीक चिरून घ्यावा. ३ वाट्या पाल्यात बेसन आणि इतर सर्व पदार्थ मिसळून चांगले कालवावे. मग एका उथळ भांड्याला (कुकरमध्ये बसेल अशा) तेलाचा हात लावून मिश्रण त्यात थापावं आणि कुकरमध्ये १०-१५ मिनिटं उकडावं. प्रेशर कुकरमध्ये ठेवल्यास प्रेशर आल्यावर ५-६ मिनिटं उकडावं. कुकरमध्ये ठेवताना त्याच्यावर झाकण ठेवावं.

उकडल्यावर वड्या कापून निर्लेप तव्यावर वरून-खालून भाजाव्यात आणि सॉस किंवा दह्याबरोबर खाण्यास द्याव्यात.

अशाच प्रकारे मेथी, कोबी, कोथिंबीर इ. भाज्यांच्या वड्याही चांगल्या होतात.

९१. पालक वड्या

(४-५)

साहित्य

पालक	१ जुडी	धने पूड	१ चमचा
बेसन	२।। वाट्या	जिरं पूड	१ चमचा
ताक	१/२ वाटी	तिखट	३/४ चमचा
हळद	१/२ चमचा	हिंग	३-४ चिमट्या
		मीठ	चवीप्रमाणे.

कृती

पालक निवडून धुऊन बारीक चिरावा. त्यात बेसन, ताक आणि सगळे मसाले घालून सैलसर भिजवावा. वाटल्यास भिजवताना थोडं पाणी घालावं. भिजवलेल्या गोळ्याच्या वड्या थापता येतील इतपत तो घट्ट असावा. कुकरच्या दोन डब्यांना आतून तेलाचा हात लावून त्यात हे पीठ थापावं आणि एकावर एक डबे ठेवून उकडून काढावं. उकडताना वरच्या डब्यावरही झाकण ठेवावं.

या उकडलेल्या पिठाच्या वड्या कापाव्यात आणि निर्लेप पात्रात दोन्ही बाजूंनी भाजाव्यात किंवा ओव्हनमध्ये वरून लालसर होईपर्यंत भाजाव्यात.

९२. शेव

साहित्य

बेसन	१ वाटी	तिखट	१/२ चमचा
दूध	३/४ वाटी	हळद	१/८ चमचा
		हिंग	१ - २ चिमट्या
		मीठ	चवीप्रमाणे.

कृती

१/२ वाटी दूध गरम करायला ठेवावं. बेसनात तिखट, मीठ, हिंग, हळद हे सर्व पदार्थ नीट मिसळून घ्यावेत. दुधाला उकळी आली की बेसन त्यात घालून, हलवून झाकण ठेवावं आणि गॅस बंद करावा.

ओव्हन २१० सें. ते २२० सें. (४२८ फॅ.) तापवून घ्यावा. बेसनाचा गरमपणा थोडा कमी झाला की ते चांगलं मळून तयार करावं. मळताना आवश्यकतेनुसार दूध घालावं. तेलाचा हात लावलेल्या ट्रेमध्ये किंवा ताटलीमध्ये शेव पाडावी. शेव लांब आकारात घालावी, गोल घालू नये. गरम झालेल्या ओव्हनमध्ये शेव भाजायला ठेवावी. पाच मिनिटांनी बाहेर काढून उलटावी आणि परत पाच-सहा मिनिटं भाजावी. शेवेची सळी अगदी बारीक असल्यास दहा मिनिटात भाजून होते. सळी जाड असल्यास थोडा जास्त वेळ लागतो.

शेव भाजताना ती एकदम लाल होऊ नये यासाठी लक्ष ठेवावं.

९३. साबुदाणा वडा

(१०)

साहित्य

साबूदाणा	१।। वाटी	शेंगदाणा कूट	१ वाटी
बटाटे	४ मध्यम	जिरं	१ चमचा
मिरची	३-४	लिंबू	१/२
आलं	१।।'' तुकडा	मीठ	चवीप्रमाणे
कोथिंबीर	२ टे. स्पू.		

कृती

साबूदाणा धुऊन २-३ तास आधी भिजवून ठेवावा. बटाटे उकडून सोलून कुस्करावेत. आलं आणि मिरची वाटून घ्यावी. कोथिंबीर बारीक चिरावी.

भिजलेला साबूदाणा, बटाटे आणि इतर सर्व पदार्थ मिसळून त्यात लिंबू पिळावं आणि मळून गोळा तयार करावा. या गोळ्याचे लहान लहान उंडे करून एक एक उंडा तळहातावर घेऊन थापून चपटे वडे तयार करावेत.

ओव्हन २५० सें. (४८२ फॅ.) तापवून घ्यावा. ओव्हनमधील ट्रेला किंवा एखाद्या ताटलीला तेलाचा हात लावून घेऊन त्यावर वडे ठेवून ओव्हनमध्ये भाजायला ठेवावेत. १० मिनिटांनी बाहेर काढून उलटावेत आणि परत भाजायला ठेवावेत. आणखी १०-१२ मिनिटांत वडे तयार होतील.

ओव्हनमध्ये २५० से. इतकं तपमान चढत नसल्यास ओव्हनमध्ये मिळणाऱ्या जास्तीत जास्त तापमानाला वडे भाजावेत. वेळ थोडा जास्त लागेल.

ओव्हन नसल्यास निर्लेप पात्रात दोन्ही बाजूंनी खरपूस भाजावेत.

९४. साबुदाण्याची खिचडी

(२-३)

साहित्य

भिजलेला आणि		भाजलेलं जिरं	१ चमचा,
फुललेला साबूदाणा	२।। वाट्या	तीळकूट	१/२ वाटी,
बटाटे	२	शेंगदाणे कूट	१/२ वाटी,
मिरच्या	३-४,	साखर	१ चमचा,
दूध	१-२ टे.स्पू.	मीठ	चवीप्रमाणे
कोथिंबीर	२ टे.स्पू.,		
लिंबू	१		

कृती

बटाट्याच्या पातळ काचऱ्या करून घ्याव्यात. मिरचीचे तुकडे करून घ्यावेत. निर्लेप कढईत (किंवा तेलाचा हात फिरवलेल्या लोखंडी कढईत) बटाटा, मिरची आणि जिरं घालून बटाटा शिजेपर्यंत परतावा. आवश्यक वाटल्यास पाण्याचा शिपका मारावा. साबुदाण्यात तीळकूट, दाण्याचं कूट, मीठ आणि साखर मिसळून तो कढईत घालावा. १ टे.स्पू. दूध घालावं आणि साबूदाणा शिजेपर्यंत मधून मधून हलवावं. वारंवार हलवलं म्हणजे साबूदाणा खाली चिकटणार नाही.

खिचडी शिजल्यावर त्यात लिंबू पिळावं आणि कोथिंबीर घालावी.

९५. काकडी सँडविच

(२)

साहित्य

ब्रेड	४ स्लाईस	मिरेपूड	चवीप्रमाणे
काकडी	१	मीठ	चवीप्रमाणे
ढोबळी मिरची	१	पनीर	२ टे. स्पू.

कृती

दोनदा साय काढलेल्या दुधाचं पनीर दोन टेबलस्पून घेऊन त्यात मीठ, मिरपूड घालून एकत्र कालवावं.

काकडीच्या पातळ चकत्या कराव्यात. मिरचीचे पातळ आणि लांबट तुकडे करावेत. ब्रेडच्या दोन तुकड्यांना पनीर लावून काकडी आणि मिरचीचे तुकडे दोन्हींमध्ये भरावे आणि त्रिकोणी आकारात कापावं. याचप्रमाणे ब्रेडच्या उरलेल्या दोन तुकड्यांचंही सँडविच करावं.

वाटल्यास सँडविच टोस्टरमध्ये किंवा तव्यावर भाजून सँडविच करावं आणि मग त्रिकोणी आकारात कापावे.

९६. केळे सँडविच

(२)

साहित्य

ब्रेड	४ स्लाईस	मीठ	२-३ चिमट्या
केळे	१ मोठे	मिरेपूड	२-३ चिमट्या

कृती

केळ्याच्या पातळ चकत्या करून घ्याव्यात. ब्रेडच्या दोन तुकड्यांमध्ये निम्म्या चकत्या ठेवून त्यावर मीठ, मीरपूड भुरभुरावी. उरलेल्या दोन तुकड्यांमध्ये उरलेल्या चकत्या आणि मीठ मिरपूड घालावी. सँडविच टोस्टरमध्ये किंवा तव्यावर भाजून घ्यावा. मग त्रिकोणी आकारात कापावे.

९७. पनीर सँडविच

(२)

साहित्य

ब्रेड	४ स्लाईस	तिखट	चवीप्रमाणे
पनीर	२ टे.स्पू.	मीठ	चवीप्रमाणे
टोमॅटो	१ मोठा	मिरेपूड	चवीप्रमाणे

कृती

दोनदा साय काढलेल्या दुधाचं पनीर करून घ्यावं. त्यांपैकी दोन टेबलस्पून पनीर घेऊन त्यात तिखट, मीठ, मिरपूड घालून एकत्र कालवावं.

टोमॅटोच्या पातळ चकत्या करून घ्याव्यात.

ब्रेडच्या तुकड्यांना पनीर लावावं. एका तुकड्यावर टोमॅटोच्या चकत्या ठेवून

त्यावर दुसरा तुकडा पालथा घालावा, आणि वरून दाब देऊन त्रिकोणी तुकडे कापावेत.

सँडविच टोस्टरमध्ये हे सँडविच भाजलं तर टोस्टेड सँडविच तयार होईल.

सँडविच टोस्टर न वापरता तव्यावर करायचं असल्यास निर्लेप तव्यावर सँडविच ठेवून उलथन्यानं वरून दाब द्यावा. खालची बाजू भाजली गेली की उलटून दुसरी बाजू भाजावी.

९८. बटाटा सँडविच टोस्ट

(२)

साहित्य

ब्रेड	४ स्लाईस	जिरे	२-३ चिमट्या
बटाटे	१ मोठा/२ लहान	मीठ	चवीप्रमाणे
मिरची	१	कोथिंबीर	१ टे.स्पू.

कृती

बटाटे उकडून सोलून कुस्करावेत. मिरची आणि कोथिंबीर एकत्र वाटावी. कुस्करलेल्या बटाट्यात हे वाटण, जिरं आणि मीठ घालून मळून लगदा तयार करावा.

ब्रेडच्या दोन तुकड्यांमध्ये यापैकी निम्मा लगदा भरावा आणि दुसऱ्या दोन तुकड्यांमध्ये उरलेला लगदा भरावा. सँडविच टोस्टरमध्ये किंवा तव्यावर दोन्ही सँडविचेस भाजून त्रिकोणी आकारात कापावी.

९९. मश्रूम सँडविच टोस्ट

(२)

साहित्य

ब्रेड	४ स्लाईस	तिखट	चवीप्रमाणे
मश्रूम	३-४	मीठ	चवीप्रमाणे
टोमॅटो	१ मोठा	मिरेपूड	चवीप्रमाणे
पनीर	२ टे.स्पू.		

कृती

दोनदा साय काढलेल्या दुधाचं पनीर दोन टेबलस्पून घेऊन त्यात तिखट, मीठ, मिरपूड घालून एकत्र कालवावं.

टोमॅटोच्या आणि मश्रूमच्या पातळ चकत्या करून घ्याव्यात. ब्रेडच्या दोन तुकड्यांना पनीर लावून मश्रूम आणि टोमॅटोच्या चकत्या दोन्हींमध्ये भरून सँडविच टोस्टरमध्ये किंवा तव्यावर भाजावं. याचप्रमाणे ब्रेडच्या उरलेल्या दोन तुकड्यांचंही सँडविच करावं. नंतर त्रिकोणी आकारात कापावं.

१००. चक्का

(१-१।। वाटी)

साहित्य

दोनदा साय काढलेलं दूध	१ लि.
विरजणासाठी ताक/दही	१।।-२ टे.स्पू.

कृती

रात्री दूध कोमट करून त्याला विरजण लावावं. सकाळी ते दही फडक्यात बांधावं. सगळं पाणी गळून गेलं की राहिलेल्या चक्क्याचा वापर श्रीखंड करण्यासाठी किंवा एखाद्या पदार्थात घालण्यासाठी करावा. फ्रीझरमध्ये ठेवून एका वेळेस आवश्यक तेवढाच बाहेर काढावा.

१०१. पनीर

(१-१।। वाटी)

साहित्य

दोनदा साय काढलेलं दूध	१ लि.			
लिंबे	२	किंवा	आंबट ताक	१।। वाटी

कृती

दूध तापवायला ठेवावं. लिंबानं दूध फोडायचं असल्यास दोन लिंबांचा रस काढून तयार ठेवावा. दूध उकळू लागलं की पातेल्याच्या कडेनं लिंबाच्या रसाची बारीक धार सर्व बाजूंनी सोडावी. साधारणपणे १।। लिंबांचा रस पुरतो. ताक घेतल्यास त्याचीही

बारीक धार सर्व बाजूंनी गोलाकार घालत जावी. दूध फुटून त्यातला साका मध्ये गोळा झाला की गॅस बंद करून पातेलं खाली उतरून जरा निवू द्यावं.

दुसऱ्या पातेल्यावर बारीक जाळीची चाळणी ठेवून फोडलेलं दूध तिच्यात ओतावं. वरती राहिलेलं पनीर चांगलं घट्ट दाबून त्यातलं पाणी काढून टाकावं आणि फ्रीझरमध्ये ठेवून द्यावं. हवं तेव्हा आवश्यक तेवढं काढून घेऊन उरलेलं परत फ्रीझरमध्ये ठेवून द्यावं. म्हणजे पुष्कळ दिवस चांगलं राहतं.

फोडलेलं दूध चाळणीत ओतण्याऐवजी फडक्यात बांधूनही त्यातलं पाणी काढून टाकता येतं.

१०२. व्हाइट सॉस

(१-१।। वाटी)

साहित्य

मैदा	१ टे. स्पून	मिरपूड	चवीप्रमाणे
दूध	१-१।। वाटी	मीठ	चवीप्रमाणे

कृती

मैदा कोरडाच मंद आचेवर भाजावा. त्याचा रंग जरा पालटला की भाजणं थांबवून तो थंड होऊ द्यावा. निम्मं दूध गरम करायला ठेवावं. उरलेल्या दुधात मैदा कालवून मीठ-मिरपूड घालावी. दुधाला उकळी फुटली की मैदा लावलेलं दूध त्यात ओतावं आणि सारखं ढवळावं. २-३ मिनिटात सॉस तयार होईल.

हा सॉस ज्याप्रमाणे कमी-जास्त दाट हवा असेल त्याप्रमाणे दुधाचं प्रमाण कमी-जास्त करावं.

१०३. पेठा

साहित्य

जून कोहाळा	अर्धा किलो,	
साखर	सव्वा किलो	चुन्याची निवळी.

कृती

कोहाळ्याची साल काढून त्याच्या जाड जाड चौकोनी फोडी कराव्यात. फोडींच्या सर्व बाजूंनी मोरावळ्याकरिता आवळे टोचतात, त्याप्रमाणे टोचण्याने टोचे

मारून घ्यावेत. नंतर दोन-तीन चमचे चुन्याची निवळी घेऊन ती पाण्यात घालावी व त्या पाण्यात कोहाळ्याच्या फोडी घालाव्यात. फोडी बुडेपर्यंत पाणी असावे. दुसऱ्या दिवशी त्या फोडी पाण्याने अगदी स्वच्छ धऊन घेऊन, नंतर कुकरमध्ये अगर मोदकपात्रात ठेवून वाफ देऊन घ्यावी. वाफवून झाल्यावर त्या फोडी काढून घ्याव्यात. साखरेचा कच्चा पाक करावा व त्यात त्या फोडी घालून एक कढ आणावा. दुसऱ्या दिवशी तो पाक फोडींसह पुन्हा थोडा शिजवून एक कढ आणावा. याप्रमाणे चार-पाच दिवस रोज एक कढ आणून घ्यावा व नंतर पाक अगदी पक्का झाला, म्हणजे फोडी पाकातून काढून, ताटात पसरवून सुकवाव्यात.

हा पेठा खावयास देताना, आवडत असेल, तर त्यावर थोडे गुलाबपाणी टाकून खावयास द्यावा.

पेठ्यात तेल-तूप नसल्यामुळे ती मिठाई हृदयविकार असणाऱ्यांनाही चालते.

■

भारतीय अन्नपदार्थांमधील महत्त्वाच्या पोषक घटकांचं प्रमाण

हे प्रमाण १०० ग्रॅ. खाद्य (खाता येण्याजोग्या) भागासाठी आहे.

पदार्थाचं नाव		प्रथिनं (ग्रॅ)	स्निग्धांश (ग्रॅ)	कर्बोदकं (ग्रॅ)	उष्मांक
	धान्य				
१.	कणीक	१२.१	१.७	६९.४	३४१
२.	गहू	११.८	१.५	७१.२	३४६
३.	गव्हाचं सत्त्व	२९.२	७.४	५३.३	३९७
४.	चुरमुरे	७.५	०.१	७३.६	३२५
५.	ज्वारी	१०.४	१.९	७२.६	३४९
६.	तांदूळ	६.८	०.५	७८.२	३४५
७.	उकडा तांदूळ	६.४	०.४	७९.०	३४६
८.	हातसडीचा तांदूळ	७.५	१.०	७६.७	३४६
९.	तांदूळ कोंडा	१३.५	१६.२	४८.४	३९३
१०.	नाचणी	७.३	१.३	७२.०	३२८
११.	पोहे	६.६	१.२	७७.३	३४६
१२.	बाजरी	११.६	५.०	६७.५	३६१
१३.	बार्ली	११.५	१.३	६९.६	३३६
१४.	ब्रेड	७.८	०.७	५१.९	२४५
१५.	ब्राऊन ब्रेड	८.८	१.४	४९.०	२४४
१६.	मका	११.१	३.६	६६.२	३४२
१७.	मका (ओली कणसं)	४.७	०.९	२४.६	१२५
१८.	मैदा	११.०	०.९	७३.९	३४८
१९.	रवा	१०.४	०.८	७४.८	३४८
२०.	शेवया	८.७	०.४	७८.३	३५२

डाळी आणि कडधान्यं

२१.	उडीद डाळ	२४.०	१.४	५९.६	३४७
२२.	कुळीथ	२२.०	०.५	५७.२	३२१
२३.	चवळी	२४.१	१.०	५४.५	३२३
२४.	तूरडाळ	२२.३	१.७	५७.६	३३५

	पदार्थाचं नाव	प्रथिनं	स्निग्धांश	कर्बोदकं	उष्मांक
२५.	तूर (ओली)	९.८	१.०	१६.९	११६
२६.	पावटा	२४.९	०.८	६०.१	३४७
२७.	फुटाणे	२२.५	५.२	५८.१	३६९
२८.	मटकी	२३.६	१.१	५६.५	३३०
२९.	मटार	७.२	०.१	१५.९	९३
३०.	मसूर	२५.१	०.७	५९.०	३४३
३१.	मूग	२४.०	१.३	५६.७	३३४
३२.	मूगडाळ	२४.५	१.२	५९.९	३४८
३३.	राजमा	२२.९	१.३	६०.६	३४६
३४.	लाखी डाळ	२८.२	०.६	५६.६	३४५
३५.	वाटाणा	१९.७	१.१	५६.५	३१५
३६.	सोयाबीन	४३.२	१९.५	२०.९	४३२
३७.	हरभरा	१७.१	५.३	६०.९	३६०
३८.	हरभरा डाळ	२०.८	५.६	५९.८	३७२

पालेभाज्या

३९.	अळू (काळा)	६.८	२.०	८.१	७७
४०.	अळू (हिरवा)	३.९	१.५	६.८	५६
४१.	आहाळीव	५.८	१.०	८.७	६७
४२.	आंबटचुका	१.६	०.३	१.४	१५
४३.	कढीलिंब	६.१	१.०	१८.७	१०८
४४.	करडई पाला	२.५	०.६	४.५	३३
४५.	काटेमाठ	३.०	०.३	७.०	४३
४६.	कोथिंबीर	३.३	०.६	६.३	४४
४७.	कोबी	१.८	०.१	४.६	२७
४८.	गाजरपानं	५.१	०.५	१३.१	७७
४९.	घोळ	२.४	०.६	२.९	२७
५०.	चवळी (पानं)	३.४	०.७	४.१	३८
५१.	चंदनबटवा	३.७	०.४	२.९	३०
५२.	चिंच पाला	५.८	२.१	१८.२	११५
५३.	टाकळा	५.०	०.८	५.५	४९
५४.	नवलकोल पाला	३.५	०.४	६.४	४३

	पदार्थाचं नाव	प्रथिनं	स्निग्धांश	कर्बोदकं	उष्मांक
५५.	पालक	२.०	०.७	२.९	२६
५६.	पालक दांडे	०.९	०.१	३.८	२०
५७.	पुदिना	४.८	०.६	५.८	४८
५८.	पुनर्नवा	६.१	०.९	७.२	६१
५९.	फ्लॉवर-पानं	५.९	१.३	७.६	६६
६०.	भोपळा पानं	४.६	०.८	७.९	५७
६१.	माठ	४.०	०.५	६.१	४५
६२.	माठाचे देठ	०.९	०.१	३.५	१९
६३.	मुळा पाला	३.८	०.४	२.४	२८
६४.	मेथी भाजी	४.४	०.९	६.०	४९
६५.	मोहरी पाला	४.०	०.६	३.२	३४
६६.	राजगिरा	५.९	१.०	८.६	६७
६७.	विड्याची पानं	३.१	०.८	६.१	४४
६८.	शेपू	३.०	०.५	५.२	३७
६९.	शलगम पाला	४.०	१.५	९.४	६७
७०.	शेवगा पाला	६.७	१.७	१२.५	९२
७१.	हरभरा पाला	७.०	१.४	१४.१	९७

कंद आणि मुळं

७२.	आरारुट (तवकील)	०.२	०.१	८३.१	३३४
७३.	आळूकुड्या	३.०	०.१	२१.१	९७
७४.	आंबेहळद	१.१	०.७	१०.५	५३
७५.	कांदा (मोठा)	१.२	०.१	११.१	५०
७६.	कांदा (लहान)	१.८	०.१	१२.६	५९
७७.	गाजर	०.९	०.२	१०.६	४८
७८.	गोराडू	१.४	०.१	२६.०	१११
७९.	बटाटा	१.६	०.१	२२.६	९७
८०.	बीट	१.७	०.१	८.८	४३
८१.	मुळा (लाल)	०.६	०.३	६.८	३२
८२.	मुळा (पांढरा)	०.७	०.१	३.४	१७
८३.	रताळं	१.२	०.३	२८.२	१२०
८४.	सुरण	१.२	०.१	१८.४	७९

	पदार्थाचं नाव	प्रथिनं	स्निग्धांश	कर्बोदकं	उष्मांक
फळभाज्या					
८५.	अबईच्या शेंगा	२.७	०.२	७.८	४४
८६.	अळू देठं	०.३	०.३	३.६	१८
८७.	कच्ची केळी	१.४	०.२	१४.०	६४
८८.	कच्ची पोपई	०.७	०.२	५७	२७
८९.	करटुली	३.१	१.०	७.७	५२
९०.	काकडी	०.४	०.१	२.५	१३
९१.	कारले	१.६	०.२	४.२	२५
९२.	काशीफळ	०.५	०.१	३.५	१७
९३.	कांद्याची पात	०.९	०.२	८.९	४१
९४.	कुळीथ	३.८	०.७	६.७	४८
९५.	केळफूल	१.७	०.७	५.१	३४
९६.	केळीचे खुंट	०.५	०.१	९.७	४२
९७.	कैरी	०.७	०.१	१०.१	४४
९८.	कोहळा	०.४	०.१	१.९	१०
९९.	गवार	३.२	०.४	१०.८	१६
१००.	घोसाळी	१.२	०.२	२.९	१८
१०१.	डबलबी	८.३	०.३	१२.३	८५
१०२.	तोंडली	१.२	०.१	३.१	१८
१०३.	दुधी भोपळा	०.२	०.१	२.५	१२
१०४.	दोडका	०.५	०.१	३.४	१७
१०५.	नवलकोल	१.१	०.२	३.८	२१
१०६.	पडवळ	०.५	०.३	३.३	१८
१०७.	परवर	२.०	०.३	२.२	२०
१०८.	फणस	२.६	०.३	९.४	५१
१०९.	फणसाचे गरे	६.६	०.४	२५.८	१३३
११०.	फ्लॉवर	२.६	०.४	४.०	३०
१११.	भेंडी	१.९	०.२	६.४	३५
११२.	भोंगी/ढोबळी मिरची	१.३	०.३	४.३	२४
११३.	लाल भोपळा	१.४	०.१	४.६	२५
११४.	वांगी	१.४	०.३	४.०	२४

	पदार्थाचं नाव	प्रथिनं	स्निग्धांश	कर्बोदकं	उष्मांक
११५.	शिंगाडे	१३.४	०.८	६८.९	३३०
११६.	शेवग्याची फुलं	३.६	०.८	७.१	५०
११७.	शेवग्याच्या शेंगा	२.५	०.१	३.७	२६
११८.	श्रावण घेवडा	१.७	०.१	४.५	२६
११९.	हिरवे टोमॅटो	१.९	०.१	३.६	२३

तेलबिया, सुका मेवा इ.

१२०.	अक्रोड	१५.६	६४.५	११.०	६८७
१२१.	आहाळीव	२५.३	२४.५	३३.०	४५४
१२२.	कलिंगडाच्या बिया	३४.१	५२.६	४.५	६२८
१२३.	करडई	१३.५	२५.६	१७.९	३५६
१२४.	काजू	२१.२	४६.९	२२.३	५९६
१२५.	कारळे	२३.९	३९.०	१७.१	५१५
१२६.	कोरडं खोबरं	६.८	६२.३	१८.४	६६२
१२७.	चिलगोजी	१३.९	४९.३	२९.०	६१५
१२८.	जवस	२०.३	३७.१	२८.९	५३०
१२९.	तीळ	१८.३	४३.३	२५.०	५६३
१३०.	तेल काढलेला खोबरा कीस	२३.८	२.८	४७.९	३१२
१३१.	नारळ	४.५	४१.६	१३.०	४४४
१३२.	नारळ पाणी	१.४	०.१	४.४	२४
१३३.	नारळाचं दूध	३.४	४१.०	११.९	४३०
१३४.	पिस्ते	१९.८	५३.५	१६.२	६२६
१३५.	बदाम	२०.८	५८.९	१०.५	६५५
१३६.	भाजलेले शेंगदाणे	२६.२	३९.८	२६.७	५७०
१३७.	मोहरी	२०.०	३९.७	२३.८	५४१
१३८.	शहाळं	०.९	१.४	६.३	४१
१३९.	शेंगदाणे	२५.३	४०.१	२६.१	५६७
१४०.	सुपारी	४.९	४.४	४७.२	२४९
१४१.	सूर्यफूल बी	१९.८	५२.१	१७.९	६२०

	पदार्थाचं नाव	प्रथिनं	स्निग्धांश	कर्बोदकं	उष्मांक
मसाल्याचे पदार्थ					
१४२.	आमचूर	२.८	७.८	६४.०	३३७
१४३.	आलं	२.३	०.९	१२.३	६७
१४४.	ओवा	१७.१	२१.८	२४.६	३६३
१४५.	खसखस	२१.७	१९.३	३६.८	४०८
१४६.	चिंचगर	३.१	०.१	६७.४	२८३
१४७.	जायपत्री	६.५	२४.४	४७.८	४३७
१४८.	जायफळ	७.५	३६.४	२८.५	४७२
१४९.	जिरे	१८.७	१५.०	३६.६	३५६
१५०.	धने	१४.१	१६.१	२१.६	२८८
१५१.	पिंपळी	६.४	२.३	६५.८	३१०
१५२.	मिरे काळे	११.५	६.८	४९.२	३०४
१५३.	मिरे हिरवे	४.८	२.७	१३.७	९८
१५४.	मेथी	२६.२	५.८	४४.१	३३३
१५५.	लवंग	५.२	८.९	४६.०	२८६
१५६.	लवंग ओली	२.३	५.९	२४.१	१५९
१५७.	लसूण	६.३	०.१	२९.८	१४५
१५८.	लिंबाची साल	१.८	०.५	२९.४	१२९
१५९.	वेलदोडा	१०.२	२.२	४२.१	२२९
१६०.	सुकी मिरची	१५.९	६.२	३१.६	२४६
१६१.	हळद	६.३	५.१	६९.४	३४९
१६२.	हिरवी मिरची	२.९	०.६	३.०	२९
१६३.	हिंग	४.०	१.१	६७.८	२९७
फळं					
१६४.	अननस	०.४	०.१	१०.८	४६
१६५.	अलुबुखार	०.७	०.५	११.१	५२
१६६.	अंजीर	१.३	०.२	७.६	३७
१६७.	आवळा	०.५	०.१	१३.७	५८
१६८.	आंबा	०.६	०.४	१६.९	७४

	पदार्थाचं नाव	प्रथिनं	स्निग्धांश	कर्बोदकं	उष्मांक
१६९.	ओले जर्दाळू	१.०	०.३	११.६	५३
१७०.	कलिंगड	०.२	०.२	३.३	१६
१७१.	कवठ	७.१	३.७	१८.१	१३४
१७२.	काजूफळ	०.२	०.१	१२.३	५१
१७३.	काळी द्राक्षं	०.६	०.४	१३.१	५८
१७४.	केळं	१.२	०.३	२७.२	११६
१७५.	कोकंब	०.५	०.१	१४.३	६०
१७६.	खजूर	१.२	०.४	३३.८	१४४
१७७.	खरबूज	०.३	०.२	३.५	१७
१७८.	खारीक	२.५	०.४	७५.८	३१७
१७९.	चिकू	०.७	१.१	२१.४	९८
१८०.	चेरी	१.१	०.५	१३.८	६४
१८१.	जर्दाळू	१.६	०.७	७३.४	३०६
१८२.	जांब	०.१	०.४	३.७	१९
१८३.	जांभूळ	०.७	०.३	१४.०	६२
१८४.	डाळिंब	१.६	०.१	१४.५	६५
१८५.	तुती	१.१	०.४	१०.३	४९
१८६.	नास्पती	०.६	०.२	११.९	५२
१८७.	पपनस	०.६	०.१	१०.२	४४
१८८.	पिकलेला टोमॅटो	०.९	०.२	३.६	२०
१८९.	पीच	१.२	०.३	१०.५	५०
१९०.	पेरू	०.९	०.३	११.२	५१
१९१.	पोपई	०.६	०.१	७.२	३२
१९२.	फणस	१.९	०.१	१९.८	८८
१९३.	फालसा	१.३	०.९	१४.७	७२
१९४.	बेदाणा	१.८	०.३	७४.६	३०८
१९५.	बेलफळ	१.८	०.३	३१.८	१३७
१९६.	बोरं	०.८	०.३	१७.०	७४
१९७.	मनुका	२.७	०.५	७५.२	३१६
१९८.	मोसंबी	१.५	१.०	१०.९	५९
१९९.	रामफळ	१.४	०.२	१५.७	७०

	पदार्थाचं नाव	प्रथिनं	स्निग्धांश	कर्बोदकं	उष्मांक
२००.	रायआवळा	०.७	०.६	५.९	३२
२०१.	रासबेरी	१.०	०.६	११.७	५६
२०२.	लिची	१.१	०.२	१३.६	६१
२०३.	लिंबू	१.०	०.९	११.१	५७
२०४.	वड-फळ	१.७	२.०	११.८	७२
२०५.	विलायती चिंच	२.७	०.४	१६.०	७८
२०६.	विलायती फणस	१.५	०.२	१५.८	७१
२०७.	शिंदीची फळं	०.७	०.२	२०.७	८७
२०८.	सफरचंद	०.२	०.५	१३.४	५९
२०९.	संत्रे	०.७	०.२	१०.९	४८
२१०.	संत्र्याचा रस	०.२	०.१	१.९	९
२११.	सीताफळ	१.६	०.४	२३.५	१०४
२१२.	स्ट्रॉबेरी	०.७	०.२	९.८	४४
२१३.	हिरवी द्राक्षं	०.५	०.३	१६.५	७१

मासे आणि इतर सागरी अन्नपदार्थ

२१४.	कतला	१९.५	२.४	२.९	१११
२१५.	कवची	२५.२	२.३	१.०	१२६
२१६.	कवची (हि.)	१४.७	१.०	२.०	७६
२१७.	काटा बांगडा	२१.२	१.६	०	९९
२१८.	कोळंबी	६२.४	३.९	१.९	२९२
२१९.	खजुरा	१४.९	०.८	३.०	७९
२२०.	खदरा	१८.१	२.४	३.१	१०६
२२१.	खेकडा	११.२	९.८	९.१	१६९
२२२.	गुंगळी	१९.२	२.१	४.६	११४
२२३.	घोगरा	१९.४	०.६	३.४	९७
२२४.	घोळ	१८.४	०.९	–	८२
२२५.	तारली	१९.६	२.०	०.१	९७
२२६.	पडीन	१५.४	२.७	७.६	११६
२२७.	पाखट	२०.९	०.५	२.१	९७
२२८.	पापलेट	१७.०	१.३	१.८	८७

	पदार्थाचं नाव	प्रथिनं	स्निग्धांश	कर्बोदकं	उष्मांक
२२९.	पाला	२१.८	१९.४	२.९	२७३
२३०.	बांगडा	१८.९	१.७	०.५	९३
२३१.	बोई	१७.५	५.९	४.३	१४०
२३२.	मांगुर	१५.०	१.०	४.२	८६
२३३.	मांदेळी	५२.५	५.४	–	२५९
२३४.	मिरगल	१९.५	०.८	३.२	९८
२३५.	मोरी	६७.०	४.९	–	३१२
२३६.	रावस	२२.२	१.१	३.३	११२
२३७.	रोहू	१६.६	१.४	४.४	९७
२३८.	लेपा	१९.५	४.७	–	१२०
२३९.	लोन्या	१४.३	२.५	२.२	८९
२४०.	वाकटी	१८.१	३.२	०.६	१०४
२४१.	वाघशीर	२१.६	०.४	०.८	९३
२४२.	वाम	१६.१	०.९	६.९	१००
२४३.	शिवडा	२२.८	०.६	६.९	१२४
२४४.	शिंगटी	१९.२	६.४	२.३	१४४
२४५.	शिंगडा	२०.९	३.१	१३.९	१६७
२४६.	शेंबडे	२०.५	०.९	०	९०
२४७.	सिलन	१८.६	२.३	३.१	१०८
२४८.	सुकी कोळंबी	६८.१	८.५	–	३४९
२४९.	सुकी बोई	६५.०	४.४	३.०	३१२
२५०.	सुकी वाकटी	७६.१	८.७	–	३८३
२५१.	सुरमई	१९.९	१.४	–	९२
२५२.	सोडे	६०.०	३.२	४.६	२८७
२५३.	हलवा	२०.३	२.६	१.५	१११

मांसाहारी पदार्थ

२५४.	कबूतर	२३.३	४.९	–	१३७
२५५.	कासवाची अंडी	१२.२	६.७	३.६	१२४
२५६.	कासवाचं मांस	१६.५	१.५	१.५	८६
२५७.	कोंबडी	२५.९	०.६	–	१०९

	पदार्थांचं नाव	प्रथिनं	स्निग्धांश	कर्बोदकं	उष्मांक
२५८.	कोंबडीची अंडी	१३.३	१३.३	–	१७३
२५९.	गोमांस	२२.६	२.६	–	११४
२६०.	डुकराचं मांस	१८.७	४.४	–	११४
२६१.	बकरीचं काळीज	२०.०	३.०	–	१०७
२६२.	बकरीचं मांस	२१.४	३.६	–	११८
२६३.	बदक	२१.६	४.८	०.१	१३०
२६४.	बदकाची अंडी	१३.५	१३.७	०.८	१८१
२६५.	मेंढीचं काळीज	१९.३	७.५	१.३	१५०
२६६.	म्हशीचे मांस	१९.४	०.९	–	८६
२६७.	हरणाचं मांस	२१.०	०.६	१.९	९७

दूध व दुधाचे पदार्थ

२६८.	गाईचं दूध	३.२	४.१	४.४	६७
२६९.	गाईच्या दुधाचं दही	३.१	४.०	३.०	६०
२७०.	गायीच्या दुधाचा खवा	२०.०	२५.९	२४.९	४१३
२७१.	गाईच्या दुधाचा चक्का	१८.३	२०.८	१.२	२६५
२७२.	गाईच्या दुधाची पावडर	२५.८	२६.७	३८.०	४९६
२७३.	गाढवीचं दूध	२.१	१.५	६.५	४८
२७४.	चीज	२४.१	२५.१	६.३	३४८
२७५.	ताक	०.८	१.१	०.५	१५
२७६.	मानवी दूध	१.१	३.४	७.४	६५
२७७.	म्हशीचं दूध	४.३	६.५	५.०	११७
२७८.	म्हशीच्या दुधाचा खवा	१४.६	३१.२	२०.५	४२१
२७९.	म्हशीच्या दुधाचा चक्का	१३.४	२३.०	७.९	२९२
२८०.	शेळीचं दूध	३.३	४.५	४.६	७२
२८१.	साय काढलेलं दूध	२.५	०.१	४.६	२९
२८२.	गाईच्या साय काढलेल्या दुधाची पावडर	३८.०	०.१	५१.०	३५७
२८३.	म्हशीच्या साय काढलेल्या दुधाचा खवा	२२.३	१.६	२५.७	२०६

	पदार्थाचं नाव	प्रथिनं	स्निग्धांश	कर्बोदकं	उष्मांक
स्निग्ध पदार्थ					
२८४.	गाईच्या दुधाचं तूप	–	१००.०	–	९००
२८५.	तेल (शेंगदाणा, तीळ, पामोलिन, मोहरीचं इ.)	–	१००.०	–	९००
२८६.	म्हशीच्या दुधाचं तूप	–	१००.०	–	९००
२८७.	लोणी	–	८१.०	–	७२९
२८८.	वनस्पती तूप	–	१००.०	–	९००
साखर व इतर गोड/ पिष्टमय पदार्थ					
२८९.	गूळ	०.४	०.१	९५.०	३८३
२९०.	ताडगूळ	१.०	०.२	८३.५	३४०
२९१.	मध	०.३	०	७९.५	३१९
२९२.	साखर	०.१	०	९९.४	३९८
२९३.	साबूदाणा	०.२	०.२	८७.१	३५१
मद्यं					
२९४.	ताडी	०.१	०.३	१४.३	५९
पेयं					
२९५.	उसाचा रस	०.१	०.२	९.१	३९
२९६.	नीरा	०.४	–	१०.९	४५

प्रकरण ११

हृदयविकार प्रतिबंध

असलेला हृदयविकार जर या कार्यक्रमामुळे कमी होऊ शकतो तर हृदयविकार होऊ नये यासाठी त्याचा उपयोग होणार नाही का

असा प्रश्न अनेकांनी विचारला म्हणून काही सूचना पुढे दिल्या आहेत–

हा कार्यक्रम म्हणजे एक जीवनशैली आहे आणि ती स्वीकारली असता धमन्यांमधले अडथळे कमी होऊ शकतात. ते कमी झाल्यामुळे रक्तप्रवाह सुरळीत चालू राहून हृदयझटका येण्याची शक्यता कमी होते, श्रम करण्याची क्षमता वाढते, कोलेस्टेरॉलची पातळी कमी होते आणि बरं वाटू लागतं. हृदयविकार असलेल्या व्यक्तीला हे फायदे मिळू शकतात तर निरोगी व्यक्तीलाही याचा निश्चित फायदा होईल हे उघड आहे. 'हृदयाला हितकारक जीवनशैली' या नवव्या प्रकरणात सुचवलेली जीवनशैली निरोगी माणसांच्या हृदयासाठीही हितकारक आहे. या जीवनशैलीचे चार भाग आहेत : १. व्यायाम २. मानसिक ताणाची सुयोग्य हाताळणी ३. योग्य असा आहार ४. व्यसनमुक्तता

१. व्यायाम– अधिक सोपा

हृदयविकार असणाऱ्या आणि नसणाऱ्या अशा सर्वांनीच व्यायाम करावा हे आजकाल बहुतेकांना माहीत असतं. पण रोज व्यायाम करणारे मात्र थोडे असतात. वेळेचा आणि जागेचा अभाव, पद्धतशीर व्यायामशिक्षण देणाऱ्या संस्थांची अल्प संख्या, त्यावर करावा लागणारा खर्च, यासारख्या कारणांबरोबरच व्यायामाचा कंटाळा हे एक मोठं कारण त्यामागे असतं. अशा लोकांना दिलासा देणारं संशोधन डलास इथल्या कूपर इन्स्टिट्यूट फॉर एअरोबिक रिसर्च या संस्थेनं केलं आहे. या संशोधनातून त्यांनी काढलेला निष्कर्ष असा आहे की रोज पोहणं, पळणं, एअरोबिक्स असा

व्यायाम करण्याऐवजी शारीरिक हालचाली वाढतील असं कुठलंही काम रोज निदान अर्धा तास केलं तरी हृदय आणि श्वसनसंस्था यांच्या दृष्टीनं ते व्यायामाइतकंच उपयुक्त ठरतं. पद्धतशीर, सुबद्ध व्यायाम आणि असा सौम्य व्यायाम यांपासून हृदयाला आणि श्वसनसंस्थेला सारख्याच प्रमाणात फायदा होतो.

असा सौम्य व्यायाम रोज निदान अर्धा तास करावा असं असलं तरी तो सगळा एकाच वेळी करायला हवा असंही नाही. तो हप्त्याहप्त्यानं केला तरी चालेल. मात्र एका हप्त्यात दहा मिनिटं तरी व्यायाम करावा.

२. मानसिक ताणाची सुयोग्य हाताळणी– मानसिक ताण हा आधुनिक जीवनाचा अविभाज्य भाग बनला आहे. पण त्या ताणाचा आपल्या प्रकृतीवर परिणाम होऊ नये असा प्रयत्न करणं मात्र शक्य आहे. रोजच्या धकाधकीत निर्माण होणारे ताण मोकळे करणं, मन स्वस्थ राखणं ही गोष्ट हृदयविकार टाळण्याच्या दृष्टीनं अत्यंत महत्त्वाची आहे. त्यासाठी ध्यान, प्राणायाम, दुसऱ्यांशी आणि स्वत:शी जवळीक साधणं या सर्व गोष्टी निरोगी व्यक्तींनीही कराव्यात.

३. योग्य असा आहार– हृदयविकार कमी करण्यासाठी योग्य आहार म्हणजे दहा टक्क्यांपेक्षा कमी स्निग्धांश असलेला आणि कोलेस्टेरॉल जवळजवळ पूर्णपणे वर्ज्य असलेला शाकाहार. निरोगी व्यक्तीनं इतकं कडक पथ्य पाळण्याची गरज नाही. मात्र आरोग्याच्या दृष्टीनं मांसाहारापेक्षा शाकाहार अधिक श्रेयस्कर असतो. त्यातील स्निग्धांशांचं प्रमाणही मर्यादित असावं. मात्र ते प्रमाण दहा टक्के इतकं कमी असण्याचं कारण नाही. हृदयविकार टाळण्याच्या दृष्टीनं अमेरिकन हार्ट असोसिएशननं सुचवलेल्या आहारात तीस टक्के किंवा त्यापेक्षा कमी उष्मांक हे स्निग्धांशांमधून मिळालेले असावेत.

नवव्या प्रकरणात एका प्रौढ व्यक्तीचा एका दिवसातील सर्वसाधारण आहार दिलेला आहे. या आहारातून १७०० उष्मांक मिळतात आणि त्यात ८/९ ग्रॅम स्निग्धांश असतात. निरोगी व्यक्तीच्या आहारात ३०% स्निग्धांश असायला हरकत नाही म्हणजे ५१० उष्मांक हे स्निग्ध पदार्थापासून मिळालेले असायला हरकत नाही. म्हणजेच अशा व्यक्तीनं ५६/५७ ग्रॅ. (४ टे. स्पू.) स्निग्ध पदार्थ (मुख्यत: असंपृक्त स्निग्धांश-वनस्पतिज तेलं) दिवसभरात खायला हरकत नाही. (१ ग्रॅ. तेल = ९ उष्मांक) वरवर बघता हे प्रमाण खूप आहे असं वाटतं पण आहारातील मूळ घटकांमध्ये असलेले सिग्धांश, फोडण्यांमधे वापरलेलं तेल, पोळ्यांसाठी वापरलेलं तेल अशा सगळ्या स्निग्धांशांचा हिशोब केला तर असं लक्षात येतं की, एवढे आपण रोज खातच असतो आणि मग जेव्हा काही तळलेले पदार्थ किंवा मांसाहारी पदार्थ आपण सेवन करतो तेव्हा स्निग्धांशांचं आहारातलं प्रमाण एकदम वाढतं. म्हणून रोज तेल-तूप कमी वापरणं शहाणपणाचं ठरतं.

कोलेस्टेरॉल तर जितकं कमी खावं तितकं चांगलं. (अगदी लहान मुलं याला अपवाद असतात.) पण कमी म्हणजे तरी किती? याबाबत असं म्हणता येईल की, रक्तातील कोलेस्टेरॉलची पातळी १५० पेक्षा कमी असली तर आपला नेहमीचा जो आहार आहे तो योग्य आहे आणि त्यात काही बदल करण्याची गरज नाही. पण त्यापेक्षा ती जास्त असली तर कोलेस्टेरॉल आणि संपृक्त स्निग्धांशांचं आहारातलं प्रमाण कमी करून ती पातळी खाली आणायला हवी.

एकूण कोलेस्टेरॉलमध्ये एच. डी. एल. किती आहे हे हृदयविकाराच्या दृष्टीनं महत्त्वाचं आहे. एच. डी. एल.चं प्रमाण अधिक असणं चांगलं असतं आणि एल. डी. एल. चं प्रमाण कमी असणं चांगलं असतं. त्यामुळे एच. डी. एल. वाढवणारे आणि एल. डी. एल. कमी करणारे पदार्थ आपल्या आहारात असावेत हे ओघानंच आलं. कोलेस्टेरॉलच्या बाबतीत असं आढळून आलं आहे की–

कोलेस्टेरॉलची रक्तातील पातळी १% कमी झाली तर हृदयविकाराचा धोका २ज्ञ् कमी होतो.

चांगल्या (एच. डी. एल.) कोलेस्टेरॉलच्या पातळीत 1 mg./dL वाढ झाली तर धोका २-३% कमी होतो.

आणि म्हणून सर्वसाधारणपणे असं म्हणता येतं की रक्तात कोलेस्टेरॉल जितकं कमी तितकं चांगलं.

याचा अर्थ, ज्यांच्या कोलेस्टेरॉलची पातळी आदर्श अशी आहे त्यांना हृदयविकाराचा धोका अजिबात नाही असा होतो का?

दुर्दैवानं तसं नाही. कारण हृदयविकाराला कारणीभूत ठरणाऱ्या अनेक घटकांपैकी कोलेस्टेरॉल हा फक्त एक घटक आहे. मात्र धोक्याचा हा घटक नियंत्रणाखाली असल्यामुळे त्यांच्याबाबतीत धोक्याची पातळी खाली आलेली असेल.

सर्वसाधारणपणे ठोकळमानानं असं म्हणता येईल की, निरोगी व्यक्तींनी रोज तेलाचा वापर कमी करावा. वनस्पती तुपासारख्या संपृक्त स्निग्ध पदार्थांचा वापर टाळावा आणि कोलेस्टेरॉलयुक्त पदार्थही बेतानं खावेत.

४. व्यसनमुक्तता– सिगरेट, तंबाखू, गर्द, चरस अशी व्यसनं काही सर्वांना नसतात. पण ज्यांना असं एखादं व्यसन असेल त्यांनी ते सोडणं अत्यंत आवश्यक आहे. त्यासाठी विशेष प्रयत्न करून, घरातल्या माणसांची किंवा एखाद्या संस्थेची मदत घेऊन व्यसनमुक्ती मिळवायला हवी.

जगभरात आणि भारतात तरुणांमध्ये हृदयविकाराचं प्रमाण वाढतं आहे. त्यामुळे तो टाळण्यासाठी जागरूक राहणं आवश्यक बनलं आहे. तीस वर्षं वयानंतर प्रत्येकानं या दृष्टीनं सावध राहून आपल्या आहारविहार-विचारांवर नियंत्रण ठेवणं शहाणपणाचंच ठरेल.

धोक्याची घंटा

हृदयविकार होऊ नये यासाठी आपल्याला काय करता येईल, कोणती काळजी घेता येईल, याच्या अनेक अभ्यासांमधून अमेरिकन डॉक्टर्सनी धोका दर्शविणाऱ्या लक्षणांची एक यादी तयार केली आहे. यातील प्रत्येक लक्षण स्वतंत्रपणे खास धोकादायक नाही पण पाच लक्षणांच्या या समूहातली जर तीन लक्षणं असली तर मात्र ती धोकादायक ठरू शकतात. ही पाच धोकादायक लक्षणं आहेत–

१. कमरेचा घेर – पुरुषांसाठी ४० इंचांपेक्षा अधिक तर स्त्रियांसाठी ३५ इंचांपेक्षा अधिक.

२. रक्तदाब– १३०/८० पेक्षा अधिक

३. एच. डी. एल.– पुरुषांसाठी ४० पेक्षा कमी तर स्त्रियांसाठी ५० पेक्षा कमी.

४. ट्रायग्लिसराईड्स– यांची पातळी १५० पेक्षा किंवा त्यापेक्षा अधिक.

५. रक्तशर्करा– रक्तातील साखरेची पातळी ११० किंवा त्यापेक्षा अधिक.

ही किंवा यांपैकी काही लक्षणं आपल्यात आहेत का, हे तपासणं सोपं आहे. कमरेचा घेर स्वत:चा स्वत: मोजता येतो. तर इतर तपासण्या कुठल्याही पॅथॉलॉजी लॅबमध्ये करून घेता येतात आणि धोक्याची तीन लक्षणं आपल्या प्रकृतीत आहेत असं आढळलं तर त्यात सुधारणा घडवून आणण्याचा प्रयत्न करता येतो.

■

प्रकरण १२

संशोधन व उपचारांची नवी दिशा

वेगवान आयुष्य ?– हृदयविकाराचा धोका अधिक

आजच्या युगात आणि सध्याच्या जगात सर्वांच्याच आयुष्याचा वेग वाढलेला आहे. मोठं शहर असो की अगदी लहान खेडं असो, यांत्रिकीकरण आणि संपर्क साधनांची उपलब्धता यांमुळे आपलं सर्वांचं आयुष्य अधिक सोयीचं, पण त्याचबरोबर अधिक गुंतागुंतीचं आणि अधिक वेगवान बनलं आहे. या वाढलेल्या वेगाचा परिणाम प्रकृतीवरही होतो का? विशेषत: हृदयविकार आणि जीवनाचा वाढलेला वेग यांचा काही संबंध आहे का, असल्यास तो काय आहे, याचा एक अभ्यास फ्रेस्नो इथल्या कॅलिफोर्निया स्टेट युनिव्हर्सिटीच्या मानसशास्त्र विभागातील विद्यार्थी आणि प्राध्यापकांनी केला. त्यातून मिळालेली माहिती आता प्रसिद्ध झाली आहे.

अमेरिकेतील नऊ शहरांचा अभ्यास या कार्यक्रमात करण्यात आला. त्यांपैकी तीन शहरं मोठी, तीन मध्यम आणि तीन लहान म्हणता येतील अशी होती. या नऊ शहरांचा अभ्यास केल्यानंतर अभ्यासकांचा हा गट अशा निष्कर्षाप्रत आला की रोजच्या आयुष्याचा वेग आणि हृदयविकार यांच्यात लक्षणीय संबंध आहे.

म्हणजे आयुष्य जितकं अधिक धावपळीचं, तितका हृदयविकाराचा धोका अधिक.

मनात दडपलेला राग, आक्रमक स्वभाव या गोष्टी आणि हृदयविकार यांचा जेवढा संबंध आहे, त्यापेक्षा वेगवान आयुष्य आणि हृदयविकार यांचा अधिक जवळचा संबंध आहे. म्हणजे राग, आक्रमकता हे धोक्याचे घटक आहेतच, पण आयुष्याचा वेग हा अधिक धोक्याचा घटक आहे.

आयुष्याला आलेल्या वेगामुळे, अनेक गोष्टी वेळेवर करण्यासाठी, वेळेत पार

पाडण्यासाठी कराव्या लागणाऱ्या धावपळीमुळे, धडपडीमुळे मनावर ताण येतो. या ताणामुळे ॲड्रिनॅलिन, नॉरॲड्रिनॅलिन आणि इतर हार्मोन्सचं रक्तातलं प्रमाण वाढतं.

सगळं जगच आज वेगात धावत असल्यामुळे आपल्यालाही वेगात धावणं भाग आहे. असं असलं तरी विचार करून आपल्या रोजच्या दिनक्रमातला वेग थोडा कमी करणं, जाणीवपूर्वक मानसिक ताणाची सुयोग्य हाताळणी करणं हे आपण करू शकतो.

ध्यान आणि कल्पनाचित्रण या गोष्टी त्यासाठी उपयुक्त आणि महत्त्वाच्या ठरतात.

प्रार्थना– हृदयविकारावरील उपचारांचा भाग?

''हृदयरुग्णांवर केल्या जाणाऱ्या वैद्यकीय उपचारांना प्रार्थनेची जोड दिल्यास त्याचा चांगला परिणाम दिसून येऊ शकेल'' असं कन्यास सिटी इथल्या सेंट ल्यूक्स हॉस्पिटलमधील डॉ. विलियम हॅरीस यांनी म्हटलं आहे. हे त्यांचं विधान त्यांनी त्या हॉस्पिटलमध्ये केलेल्या एका प्रयोगाच्या परिणामांवर आधारित आहे.

हॉस्पिटलमध्ये दाखल झालेल्या सुमारे एक हजार रुग्णांची त्यांनी दोन साधारण समान गटांमध्ये विभागणी केली. आणि त्यांपैकी एका गटातील म्हणजे जवळजवळ पाचशे रुग्णांसाठी रोज प्रार्थना करण्याचं काम काही स्वयंसेवकांना नेमून दिलं. हे स्वयंसेवक या रुग्णांच्या आजाराला उतार पडावा म्हणून रोज प्रार्थना करीत होते. पाचजणांचा एक, याप्रमाणे पंधरा गट हे काम करीत होते. याप्रमाणे चार आठवडे प्रार्थना केल्यानंतर दोन्ही गटांतील रुग्णांची तुलना करण्यात आली तेव्हा असं आढळून आलं की ज्यांच्यासाठी प्रार्थना केली जात होती त्या रुग्णांवर शस्त्रक्रिया करावी लागण्याचं किंवा दुसरी काही आनुषंगिक गुंतागुंत निर्माण होण्याचं प्रमाण दुसऱ्या गटातील रुग्णांपेक्षा ११% नी कमी होतं.

विशेष म्हणजे ज्यांच्यासाठी प्रार्थना केली जात होती त्यांना किंवा हॉस्पिटलमधील कर्मचाऱ्यांनाही या गोष्टीची कल्पना दिलेली नव्हती. त्यामुळे रुग्णांच्या प्रकृतीत झालेल्या सुधारणेमध्ये त्यांच्या मानसिकतेचा काही भाग नव्हता. अगदी तिऱ्हाईत व्यक्तींकडून, रुग्णांच्या नकळत केलेल्या प्रार्थनेचा हा प्रत्यक्षात मोजता आलेला परिणाम होता.

सान फ्रान्सिस्को इथल्या जनरल हॉस्पिटलमध्ये झालेल्या प्रयोगामधून मिळालेल्या परिणामांशी (पान ७५-७६) हा परिणाम मिळताजुळता होता.

म्हणजे प्रार्थनेमुळे हृदयविकार कमी होतो का?

तसं आज नक्की सांगता येत नसलं तरी प्रार्थनेमुळे आजाराची तीव्रता कमी होत असावी असं म्हणायला आता आधार आहे. अर्थात याबाबत आणखी चर्चा, विचार,

कारणमीमांसा या गोष्टी व्हायला हव्या आहेत. पण या दोन प्रयोगांमधून निघणारा निष्कर्ष निश्चितच दिलासा देणारा आहे.

कोलेस्टेरॉल आणि तरुण

हृदयविकार हा म्हातारपणी किंवा फार तर प्रौढपणी होणारा आजार आहे ही समजूत आता चुकीची ठरत आहे आणि ही खरोखरच चिंतेची बाब आहे यात शंका नाही. तरुणांमध्ये हृदयविकाराचं प्रमाण वाढतं आहे. त्याच्या जोडीला आता असंही लक्षात आलं आहे की, तरुणांमध्ये हृदयविकाराची लक्षणं (छातीत, पाठीत, हातात दुखणं, थोड्या श्रमांनी दमणं, धाप लागणं इ.) दिसत नसली तरी त्यांच्या रक्तातलं कोलेस्टेरॉलचं प्रमाण वाढलेलं असलं की, हृदयविकाराचा धोकाही वाढलेला असतो. मध्यमवयातील कोलेस्टेरॉलच्या वाढीव पातळीपेक्षा तरुणपणातील कोलेस्टेरॉलची वाढीव पातळी ही अधिक काळजीची बाब आहे. कारण वाढीव कोलेस्टेरॉल जितकं अधिक काळ रक्तात राहील तितकं ते रक्तवाहिन्यांचं अधिक नुकसान करतं. म्हणून तरुणपणापासूनच त्याच्या पातळीवर लक्ष ठेवून ती धोक्याच्या पातळीखाली ठेवणं शहाणपणाचं ठरतं.

आणि ही पातळी तरुणपणी वाढलेली असू नये म्हणून बालपणापासूनच आहारावर लक्ष ठेवावं. म्हणजे मुलांनाही अगदी कमी तेलातुपाचं जेवायला घालायचं की काय? तसं नाही. पण आहाराच्या चांगल्या सवयी त्यांना लहानपणापासूनच लावाव्यात. रोजच्या वापरात आपण भरपूर तेल-तूप-लोणी-चीझ वापरत असलो, तर त्याचं प्रमाण कमी करावं. भाज्या, पालेभाज्या, वेगवेगळी फळे, मोडाची कडधान्ये हे पदार्थ आहारात नेहमी असावेत. तसेच व्यायामाची व मैदानी खेळांची आवड लावावी. त्यांचा सगळा वेळ फक्त अभ्यास आणि टीव्ही यात जाणार नाही याची दक्षता घ्यावी.

दाबून जेवण आणि हृदयझटका

साधारणपणे आपण सर्वजण रोज बेतानं जेवतो. रोजची जेवणाची सवय आणि कामाची घाई यामुळे रोज काही जास्त जेवण सहसा होत नाही. ज्यांना हृदयविकार, मधुमेह, यांसारखी दुखणी असतात अशा व्यक्ती याबाबत अधिक जागरूक असतात. पण काही विशेष सण-समारंभ असला की, अशा वेळी मात्र नेहमीपेक्षा जास्त जेवण हटकून होतं आणि बहुतेक वेळा कुपथ्यही होतं. म्हणजे जे पदार्थ आपण वर्ज्य केलेले असतात किंवा अगदी थोड्या प्रमाणात खात असतो ते जास्त खाल्ले जातात आणि एखाद्या दिवशी जास्त जेवल्यानं काही बिघडत नाही, अशा समजुतीनं आपण त्याकडे काणाडोळा करतो.

एखाद्या दिवशी कुपथ्य केलं किंवा जरा जास्त जेवलं तर खास काही बिघडत नाही हे बव्हंशी खरं असलं, तरी एखाद्या दिवशी खूप जास्त जेवलं, अगदी दाबून जेवणावर ताव मारला तर त्यामुळे मात्र नक्कीच बिघडतं. खूप भरपेट जेवणानं हृदयझटक्याचा धोका चौपटीनं वाढतो. अशा जेवणानंतरच्या पहिल्या तासात हा धोका दसपटीनं वाढलेला असतो. जसा-जसा वेळ जाईल, तसा-तसा धोका कमी होत जातो आणि तीन तासांनी तो जवळजवळ आधीच्याच पातळीवर येतो. सरासरीनं हा धोका चारपट वाढलेला असतो.

अर्थात ह्या गोष्टीचं महत्त्व हे प्रत्येक व्यक्तीच्या आरोग्यावर अवलंबून असेल. एखाद्या तिशीतल्या निरोगी तरुणावर या अल्पकाळ वाढलेल्या धोक्यामुळे फारसा परिणाम होणं संभवत नाही. पण हृदयविकाराच्या दृष्टीनं धोक्याचे असणारे घटक--कोलेस्टेरॉलची वाढलेली पातळी, उच्च रक्तदाब, मधुमेह, आनुवंशिकता, धूम्रपान इ. ज्यांच्यात आधीच आहेत अशा व्यक्तीसाठी मात्र हा वाढीव धोका खरोखरच धोकादायक ठरू शकतो आणि ज्यांना आधीच हृदयविकार झालेला आहे त्यांच्या बाबतीत हे अधिकच खरं आहे.

मिताहार आणि नियमित आहाराचं महत्त्व आपणा सर्वांनाच माहीत असतं. एखादा आजार असल्यास पथ्य पाळण्याचा प्रयत्नही आपण करतच असतो. एखाद्या विशेष प्रसंगानं त्याला अपवाद केला जातो. पण असा अपवाद करतानाही आपल्या नेहमीच्या पथ्याकडे शक्य तितकं जास्त लक्ष देणं आणि अपवाद म्हणूनसुद्धा खूप दाबून जेवायचं टाळणं हे हृदयविकार आटोक्यात राहण्याच्या दृष्टीनं आवश्यक आहे.

हृदयविकार आणि हसू

एखादी व्यक्ती गंभीर प्रकृतीची म्हणजे गंभीर स्वभावाची असते तर एखादी खेळकर, आनंदी स्वभावाची. एखाद्याचा स्वभाव शांत असतो तर एखाद्याचा रागीट. माणसागणिक स्वभाव बदलतो. अगदी सख्ख्या भावंडांचे स्वभावही वेगवेगळे असतात. म्हणूनच म्हणतात, 'व्यक्ती तितक्या प्रकृती'.

जन्मजात असलेल्या स्वभाव-वृत्तीवर वातावरण, पोषण, यांसारख्या गोष्टींचा परिणाम होऊन माणसाचा स्वभाव बनतो. अशा स्वभावाचा आणि हृदयविकार यांचा काही संबंध असतो का?

असा संबंध असतो असं आता संशोधकांना आढळून आलं आहे. अमेरिकेत मेरीलँड इथे झालेल्या एका अभ्यासात असं दिसून आलं आहे की, एखाद्या विनोदाला किंवा विनोदी प्रसंगाला दाद देऊन हसण्याची शक्यता हृदयविकार असणाऱ्या व्यक्तींच्या बाबतीत चाळीस टक्के कमी असते.

म्हणजे ज्या वेळी सर्वसाधारणपणे सर्वांना हसू येत असेल, अशा वेळी सुद्धा

हृदयविकार असणाऱ्यांना हसू येईलच असं नाही.

म्हणजे अशा व्यक्तींना विनोदबुद्धी कमी असते का? की त्यांच्या दुखण्यामुळे ती कमी झालेली असते?

की विनोदबुद्धी कमी असणाऱ्या गंभीर प्रकृतीच्या लोकांमध्ये हृदयविकार जास्त असतो?

विनोदबुद्धी, हसणं, आनंदी स्वभाव यांमुळे हृदयविकार दूर राहायला मदत होते का?

हे सगळे प्रश्न अजून अनुत्तरित आहेत. संशोधनांती त्यांची उत्तरं जेव्हा मिळायची तेव्हा मिळतीलच. पण स्वतंत्रपणे, हसणं, विनोदबुद्धी बाळगणं, आनंदी हसणं या गोष्टी प्रकृतीला हितकारक असतात. 'Laughter is the best medicine हसणं हे सर्वोत्तम औषध आहे.' ही म्हण त्यामुळेच पडली असावी. खळखळून हसण्यानं मनावरचा ताण कमी होणं, फुफ्फुसांना व्यायाम होणं यांसारखे फायदे मिळतात. म्हणून हल्ली ठिकठिकाणी हास्य-मंडळेही स्थापन झालेली आहेत. रोज एकत्र जमून वेगवेगळ्या प्रकारांनी हंसणं हा त्यांचा कार्यक्रम असतो.

हसणं, आशावादी असणं, आनंदी हसणं हे सगळे एकाशी एक जोडलेले पैलू आहेत. कोणत्याही प्रसंगाला किंवा परिस्थितीला आनंदानं सामोरं गेलं तर आपण तो प्रसंग किंवा परिस्थिती अधिक चांगली हाताळू शकतो. अगदी हृदयविकारासारखं दुखणंसुद्धा. नाहीतरी हे दुखणं झाल्यावर ते धीरानं स्वीकारून त्याला सामोरं जाणं किंवा दु:खानं, निराशेनं, घाबरून त्याला सामोरं जाणं असे दोनच पर्याय असतात. आनंदानं त्याला सामोरं गेल्यास पुढचा मार्ग नीट दिसून दुखणं कमी व्हायला मदत होते आणि आपल्या सुहृदांनाही धीर येतो.

रक्तदान महापुण्य आणि हृदयाला हितकारक-

'अन्नदान महापुण्य' अशी जुनी म्हण आहे. तशीच रक्तदान महापुण्य ही म्हणही आता रूढ होत आहे. कारण ती काळाची गरज आहे. आपण दान केलेल्या रक्तामुळे एखाद्याचे प्राण वाचू शकतात. त्यामुळे ते महापुण्य आहे यात शंकाच नाही. पण रक्तदानामुळे आपलाही फायदा होतो हे आता लक्षात आलं आहे.

रक्तदान केलं की, शरीरातील रक्ताचं प्रमाण कमी होतं. आणि त्याचबरोबर रक्तात असलेल्या लोहाचं प्रमाणही कमी होतं. रक्तातील लोहाचं प्रमाण वाढलं तर हृदय झटक्याचा धोकाही वाढतो. रक्त दिलं की लोह आणि त्यापासूनचा धोका कमी होतो. स्त्रियांमध्ये ऋतुसमाप्तीपूर्वी हृदयविकाराचं प्रमाण कमी असण्याचं हेही एक कारण असेल. त्यांच्या शरीरातील रक्त दर महिन्याला ऋतुस्रावामुळे कमी होतं आणि त्यामुळे लोहही कमी होतं.

तेव्हा, निरोगी व्यक्तींनी, विशेषत: निरोगी पुरुषांनी अधूनमधून रक्तदान करणं त्यांच्या आणि समाजाच्या दृष्टीनंही हितकारक ठरू शकतं. अर्थात हे रक्तदान सर्व प्रकारची काळजी घेऊनच करावं. त्यामुळे स्वहित आणि परहित दोन्ही साधलं जाईल.

हृदयशस्त्रक्रियेची नवी दिशा

विरघळणारे स्टेन्ट : हृदयविकार असणाऱ्या काही रुग्णांवर स्टेन्ट अँजिओप्लास्टी केली जाते. चिंचोळ्या झालेल्या हृद्रोहिणीमध्ये धातूचा स्टेन्ट (जाळीची पुंगळी) बसवून आतला अडथळा दाबून ती आतून मोकळी करण्याची ही शस्त्रक्रिया असते. रक्तवाहिनी मोकळी झाल्यामुळे रक्तप्रवाह सुरळीत होऊ लागतो. पण या शस्त्रक्रियेत बसवला जाणारा स्टेन्ट धातूचा असल्यामुळे आणि धातू हा शरीराच्या दृष्टीनं 'परका' पदार्थ असल्यामुळे काही वेळा त्याची प्रतिक्रिया स्वरूप रक्तवाहिन्यांना सूज आणि त्या परत चिंचोळ्या होणं यांसारख्या काही समस्या निर्माण होऊ शकतात. त्यामुळे अशा रुग्णांच्या बाबतीत बरीच काळजी घ्यावी लागते.

आता या धातूच्या स्टेन्टना पर्याय म्हणून प्लॅस्टिक स्टेन्ट वापरता येण्याची शक्यता निर्माण झाली आहे. हे स्टेट 'बायोडिग्रेडेबल' म्हणजे हळूहळू विरघळून जाणारे असतात. रक्तात हळूहळू विरघळून जाणाऱ्या पॉलिमरपासून ते बनवलेले असतात आणि शस्त्रक्रियेनंतरच्या काही महिन्यांमध्ये ते हळूहळू विरघळून जातात.

जपानमध्ये डॉक्टरांच्या एका पथकानं पंधरा रुग्णांमध्ये असे प्लॅस्टिक स्टेन्ट बसवले आहेत आणि शस्त्रक्रियेनंतरच्या सहा महिन्यांत त्यांच्यापैकी एकाचाही मृत्यू झालेला नाही. एकालाही हृदयविकाराचा हृदयझटका आलेला नाही, किंवा एकाचीही बायपास करावी लागलेली नाही.

हे यश चांगलं असलं तरी तेवढं पुरेसं नाही. त्यामळे याबाबत आता अमेरिकेत अधिक संशोधन चालू आहे. प्लॅस्टिक स्टेन्ट अधिक निर्धोक आहेत असं जर त्यात दिसून आलं, तर धातूच्या स्टेन्टला पर्याय म्हणून प्लॅस्टिक स्टेन्ट वापरला जाऊ शकेल.

सर्जन यंत्रमानव

ऑपरेशन थिएटरवरच्या लाल दिव्यानं डोळा वटारला आहे, रुग्णाचे मित्र, नातेवाईक सिंचतपणे फेऱ्या घालताहेत, आतमध्ये ऑपरेशन टेबलवर रुग्ण बेशुद्धावस्थेत आहे. भूलतज्ज्ञ, मदतनीस सर्जन, नर्सेस असे सगळेजण गाऊन, हातमोजे, कॅप असा सगळा सरंजाम चढवून तयारीत उभे आहेत आणि तेवढ्यात एक यंत्रमानव खोलीत प्रवेश करतो, चटकन टेबलापाशी जातो. ट्रेमधील बारीकबारीक हत्यारं उचलतो आणि रुग्णावर शस्त्रक्रिया करू लागतो.

एखाद्या विज्ञानकथेतला प्रसंग असावा असं वाटतं ना? पण, यंत्रमानवानं केलेली शस्त्रक्रिया– ही कल्पना आता वास्तवात येऊ लागली आहे.

अमेरिकेतील नॉर्थ कॅरोलायना विद्यापीठातील सर्जन्सनी यंत्रमानवाचा– तीन हात असलेल्या यंत्राचा– वापर करून हृदयातील झडपा दुरुस्त करण्याच्या नऊ शस्त्रक्रिया यशस्वीपणे पार पाडलेल्या आहेत. त्यासाठी वापरलेला रोबॉट (यंत्रमानव) तीन हातांचा होता आणि त्याचे हात मनगटातून व्यवस्थित फिरू शकत होते. त्याच्या एका हातात एक छोटासा कॅमेरा होता आणि इतर दोन हातांमध्ये छोटी-छोटी हत्यारं होती. प्रत्यक्ष ऑपरेशन यंत्रमानव करत असला तरी काय करायचं, कसं करायचं याच्या सूचना मात्र सर्जन देत होते.

यंत्रमानवाच्या तिन्ही हातांचं नियंत्रण एका संगणकामार्फत होत होतं. त्याच्या हातातल्या कॅमेऱ्यातून दिसणारं चित्र त्रिमिती स्वरूपात संगणकाच्या पडद्यावर बघून सर्जन संगणकामार्फत यंत्रमानवाला योग्य त्या सूचना देत होते.

यंत्रमानव अतिशय लहान हत्यारं घेऊन हात न थरथरता काम करू शकत असल्यामुळे या शस्त्रक्रियांसाठी छातीवर लहान-लहान छेद घेऊन शस्त्रक्रिया करणं शक्य झालं. त्यामुळे रक्तस्राव आणि वेदना कमी झाल्या. शिवाय ऑपरेशननंतर रुग्णालयात राहण्याचा काळ कमी झाला आणि त्यामुळे खर्चही कमी झाला.

अशा प्रकारच्या शस्त्रक्रियेचा एक मोठा फायदा असा होऊ शकेल की, शस्त्रक्रियातज्ज्ञ सर्जन जगात कुठेही असला, तरी संगणकाद्वारे तो आपल्या रुग्णावर शस्त्रक्रिया करू शकेल. त्यासाठी हजारो मैल प्रवास करण्याची गरज पडणार नाही.

यंत्रमानवाची अपॉइंटमेंट मात्र घ्यावी लागेल!

स्त्रिया आणि हृदयविकार

स्त्रियांमध्येही हृदयविकाराचं प्रमाण झपाट्यानं वाढतं आहे. स्त्रिया आणि पुरुष दोघांच्या छातीत हृदय असलं तरी प्रतिसाद देण्याची त्याची पद्धत वेगवेगळी असते. त्यामुळे स्त्रियांचा हृदयविकार, हृदयझटका आणि पुरुषांचा हृदयविकार, हृदयझटका यांच्यात काही बाबतीत फरक असतो. या बाबतीत नवीन माहिती पुढे आली आहे.

१. स्त्रीला येणारा पहिला हृदयझटका तुलनेनं पुरुषांपेक्षा अधिक तीव्रतेचा असतो.

२. झटका आल्यावर लगेच किंवा काही काळानं मृत्यू येण्याचं प्रमाण स्त्रियांमध्ये अधिक आहे.

३. झटक्यानंतर हृदयासंबंधी गुंतागुंत– हृदयाचं पंपिंग कमी होणं, झडपा सैल होणं, हृदयाचे स्नायू तुटणं इ. निर्माण होण्याचं प्रमाण स्त्रियांमध्ये अधिक असतं.

४. हृदय- स्नायूंच्या पूर्ण थराला इजा न पोहोचता फक्त वरच्या थरांना इजा

होण्याचं प्रमाण स्त्रियांमध्ये अधिक असतं.

५. हृदयाची प्रसरणक्षमता कमी होण्याचं प्रमाण स्त्रियांमध्ये अधिक असतं.

६. स्वत:चं दुखणं स्त्रिया पुरेशा गंभीरपणानं घेत नाहीत म्हणून म्हणा किंवा गांभीर्य जाणवत असलं तरी इतर काही गोष्टींची निकड अधिक जाणवत असल्यामुळे म्हणा, स्त्रिया पुरुषांपेक्षा सरासरी १ तास उशिरा रुग्णालयात दाखल होतात. ही दिरंगाई प्रसंगी प्राणघातक ठरू शकते.

७. जबाबदारीचं आणि तणावयुक्त काम करणाऱ्या स्त्रियांना हृदयविकाराचा धोका अधिक असतो.

८. औदासीन्य, उदासीनता सर्वांच्याच दृष्टीने वाईट असते. ऋतुसमाप्तीनंतर स्त्रियांसाठी ती अधिकच वाईट ठरते.

९. डॉक्टरांनी सांगितलेली औषधं वेळच्या वेळी घेण्यात स्त्रिया पुष्कळदा चालढकल करतात. त्यामुळे हृदयविकार बळावण्याची शक्यता निर्माण होते.

एकंदरीत ''दुखणं अंगावर काढण्या''चं दुखणं आपल्याकडच्याच नव्हे तर जगभराच्या स्त्रियांमध्ये असतं असं दिसतं!

सहभागींची सद्य:स्थिती

डॉ. जगदीश हिरेमठांच्या जीवनशैली बदलाच्या कार्यक्रमात भाग घेणाऱ्या तीन सहभागींची हकिकत यापूर्वी पुस्तकात आली आहे. त्या तिघांची प्रकृती आता कशी आहे अशी विचारणा अनेकांकडून होत असते. म्हणून त्यांची माहिती देत आहे.

१. श्री. शरद गोगटे : प्रकृती चांगली आहे. योगासनं, प्राणायाम, ३-४ कि.मी. चालणं, सुयोग्य आहार या गोष्टी नियमित सुरू आहेत. परत हृदयझटका आलेला नाही किंवा हृदयासंबंधी काही त्रास (दुखणं, धाप लागणं इ.) झालेला नाही.

२. श्री. प्रभाकर बंडगर : प्रकृती चांगली आहे. योगासनं, प्राणायाम, सुयोग्य आहार इ. नियमित सुरू आहे. एका जिममध्ये जाऊन तिथले व्यायामप्रकार करतात. तिथल्या स्पर्धांमध्ये बक्षिसं मिळाली आहेत. काही महिन्यांपूर्वी पुण्यातली प्रसिद्ध 'पर्वती' चढून आले. 'टाईम्स ऑफ इंडिया'च्या पुणे पुरवणीत त्यांचा गौरवपर लेख आला होता. परत हृदयझटका आलेला नाही किंवा हृदयासंबंधी काही त्रास झालेला नाही.

३. श्री. रमेश बापट : प्रकृती चांगली आहे. योगासनं, प्राणायाम, सुयोग्य आहार इ. नियमित सुरू आहे. परत हृदयझटका आलेला नाही किंवा हृदयासंबंधी काही त्रास झालेला नाही.

विनोदी चित्रपट हितकर

आनंदी स्वभाव, विनोदबुद्धी आणि हृदयविकार यांचा संबंध असतो हे आपण पाहिलं आहे. आता असं आढळून आलं आहे की विनोदी माणसाला हसवणारे चित्रपट पाहणं हे हृदयविकाराच्या दृष्टीनं हितकर असावं.

२० निरोगी व्यक्तींवर हे प्रयोग करण्यात आले. त्यांना विनोदी चित्रपट दाखवण्यात आले आणि गंभीर, तणावपूर्ण असे चित्रपटही दाखवण्यात आले. दोन प्रकारचे चित्रपट दाखवताना मध्ये दोन दिवसांचं अंतर ठेवलं होतं. चित्रपट बघण्याआधी १ मिनिट त्यांच्या ब्राकियल आर्टरीतील (खांद्यापासून कोपरापर्यंतच्या धमनीतील) रक्तप्रवाह मोजला होता आणि चित्रपट संपल्यानंतर १ मिनिटानं त्याच धमनीतील रक्तप्रवाह परत मोजला. तेव्हा असं आढळून आलं की –

तणावपूर्व चित्रपट पाहिल्यानंतर २० पैकी १४ जणांच्या धमनीतला रक्तप्रवाह कमी झाला होता. एखादा संतापजनक, दु:खद प्रसंग आठवणं किंवा मनातल्या मनात काही क्लिष्ट हिशोब करणं यामुळे रक्तप्रवाहात जेवढी घट होते तेवढी घट तणावपूर्ण चित्रपटानंही झाली होती.

याउलट विनोदी चित्रपट बघितल्यावर २० पैकी १९ जणांच्या धमनीतला रक्तप्रवाह वाढला होता. एअरोबिक व्यायाम केल्यानं किंवा स्टॅटिन्स घ्यायला सुरुवात केल्यावर होते तेवढी वाढ असा चित्रपट बघितल्यावर झाली होती.

हे दोन्ही प्रकारचे चित्रपट १७-३० मिनिटं लांबीचे होते.

कोलेस्टेरॉल

सर्व प्रकारच्या खाद्यबिया- शेंगदाणे, तीळ, काजू, बदाम, काळे अक्रोड, भोपळ्याच्या बिया, पेक नट्स, मॅकेडमिया नट्स, हेझल नट्स इ.- हृदयाला हितकर असतात. या बियांमध्ये फायटोस्टेरॉल (Phytosterol) द्रव्यं असतात आणि त्यांच्यामुळे कोलेस्टेरॉल कमी व्हायला मदत होते. गव्हाच्या सत्त्वातही ही (Wheat Germ) असतात.

गव्हाचं सत्त्व आणि तीळ यांच्यात फायटोस्टेरॉल सर्वांत जास्त प्रमाणात असतात. चॉकोलेटमध्येही मध्यम प्रमाणात फायटोस्टेरॉल्स असतात.

डाळिंब

डाळिंब खाणं आणि त्याचा रस पिणं हृदयाच्या दृष्टीनं हितकर असतं. त्याच्या रसामुळे एल.डी.एल. कोलेस्टेरॉल धमन्यांमध्ये साठण्याची आणि धमन्यांच्या आतल्या बाजूला चिकटण्याची प्रवृत्ती कमी होते.

स्निग्धांश

आपल्या रोजच्या आहारातून हृदयविकार असणाऱ्यांनी किती स्निग्धांश खावे ते आपण पाहिलं आहे. याबाबत सतत संशोधन होत आहे आणि नवे-नवे निष्कर्ष समोर येत आहेत. त्यानुसार आहारातून घेण्याच्या स्निग्धांशांपैकी १/३ संपृक्त आणि २/३ असंपृक्त असावेत. हे १/३ संपृक्त स्निग्धांश साजूक तुपाच्या स्वरूपात असावेत. तर २/३ असंपृक्त स्निग्धांश वनस्पतीज तेलाच्या स्वरूपात असावेत. स्निग्धांशांमधून आपल्याला अ, ड, के, ही जीवनसत्त्वं, ओमेगा-३, ओमेगा-६ मिळत असतात. वेगवेगळ्या तेलांमध्ये त्यांचं प्रमाण वेगवेगळं असतं.

१. सोयाबीन, ऑलिव्ह, राइस ब्रॅन, मोहरी, ही तेलं या दृष्टीनं अधिक चांगली असतात.

२. शेंगदाणा, करडई, तीळ ही तेलंही या दृष्टीनं उपयुक्त असतात.

म्हणून रोज थोडंसं तूप आणि दोन्ही गटांमधील थोडी-थोडी तेलं खावीत.

पण हा असा सगळा हिशोब रोज कसा करत बसणार? त्यावर सोपा उपाय असा की रोज साधारण १ चमचा तूप खावं आणि बाकीचं तेल वापरावं.

१ आणि २ या दोन्ही गटांमधलं तेल पोटात जाण्यासाठी रोज ते वेगळं वेगळं वापरण्याची गरज नाही. आपण घरच्या वापरासाठी जे तेल आणतो ते एकदा एका गटातलं आणावं आणि दुसऱ्या वेळी दुसऱ्या गटातलं आणावं.

■

अस्थिमज्जा उपयोगी

हृदयझटक्यामुळे झालेलं हृदयाचं नुकसान रुग्णाच्याच अस्थिमज्जेचा उपयोग करून भरून काढता येईल असं आता वाटू लागलं आहे. अशा रुग्णांना त्यांच्या अस्थिमज्जेची इंजेक्शन्स दिल्यावर झटक्यामुळे झालेल्या दुखापतीत सुधारणा झाल्याचं काही प्रयोगांमध्ये आढळून आलं आहे. अस्थिमज्जेतल्या मूल-पेशींमुळे हे होतं. हृदयझटका येऊन गेलेल्या रुग्णांसाठी हे आशादायक आहे, मात्र त्यासाठी अजून पुष्कळ संशोधन आणि अभ्यास व्हायला हवा आहे.

प्रदूषण आणि हृदयविकार

हवेतील प्रदूषणाचा दुष्परिणाम इतर अनेक गोष्टींप्रमाणे हृदयावरही होत असतो. एका अभ्यासामध्ये असं आढळून आलं आहे की अत्यंत प्रदूषित हवेत राहणाऱ्यांना स्वच्छ हवेत राहणाऱ्यांपेक्षा असलेला हृदयविकाराचा आणि मेंदूझटक्याचा (Stroke) धोका बऱ्याच प्रमाणात अधिक असतो. प्रदूषण कमी करण्यासाठी झटणं हे आता या दृष्टीनंही अत्यंत महत्त्वाचं आहे.

हृदयशस्त्रक्रियेनंतर रक्त

हृदयशस्त्रक्रियेनंतर रुग्णाला देण्यात येणारं रक्त अगदी 'ताजं' असावं लागतं. म्हणून शस्त्रक्रियेपूर्वी ४८ तासात घेतलेलं रक्त अशा रुग्णांना देण्यात येतं. त्यामुळे नंतरची गुंतागुंत आणि मृत्यू ओढवण्याची शक्यता कमी होते.

वाढलेलं पोट

कोणाही व्यक्तीचं पोट त्याच्या इतर शरीराच्या मनानं पुढे आलेलं दिसत असेल तर आपण त्याचं 'पोट वाढलं आहे' असं म्हणतो. असं पोट दिसायला तर वाईट दिसतंच, शिवाय ते आरोग्याच्या दृष्टीनं अपायकारक असतं. वाढीव मेदाचं आणि वाढलेल्या वजनाचंच निदर्शक नसतं, तर शरीरातील चयापचय क्रिया (Metabolism) बिघडल्याचंही ते लक्षण असू शकतं. जेव्हा पोट अशा प्रकारे वाढू लागतं तेव्हा पोटातील इंद्रियांवरही मेद चढू लागतो आणि त्यांचं कार्य बिघडू लागतं. स्वादूपिंडावर (Pancreas) असा मेदाचा थर बसल्यास त्याचं कार्य बिघडून इन्शुलिन प्रतिरोध निर्माण होऊ शकतो आणि त्यामुळे मधुमेह व हृदयविकाराचा धोका वाढतो. म्हणून अशा प्रकारे पोट वाढू न देणं आणि वाढलेलं ते कमी करण्यासाठी प्रयत्न करणं गरजेचं आहे. BMI पेक्षा हे अधिक महत्त्वाचं आहे असं आता लक्षात आलं आहे.

नवं तंत्रज्ञान

वैद्यकीय क्षेत्रात सतत प्रयोग चालू असतात आणि त्यात नवीन तंत्रज्ञानाचाही वापर होत असतो. प्रगत तंत्रज्ञानाचा या क्षेत्रातला वापर दिवसेंदिवस वाढतो आहे आणि त्याचा फायदा रुग्णांना मिळतो आहे. हृदयाची आणि हृदय-रक्तवाहिन्यांची स्थिती बघण्यासाठी आता अशा तंत्रज्ञानाचा वापर वाढत्या प्रमाणावर होतो आहे.

सीटी अँजिओ (सीटी-आँजिओग्राफी– CTA) – या पद्धतीत हृदयाचं आणि हृदयाच्या मुख्य रक्तवाहिन्यांचं चित्र त्रिमिती रूपात मिळतं. त्यावरून या रक्तवाहिन्यांमध्ये कीटणं बसलेलं आहे का हे दिसू शकतं आणि पुढील उपचारांची दिशा ठरवता येते. ही चाचणी करण्यापूर्वी रुग्णाच्या बाहूमधल्या शिरेतून आयोडीनयुक्त डाय (Dye) सोडला जातो. काही वेळा हृदय-स्पंदनाचा वेग थोडा कमी करण्यासाठी औषध दिलं जातं आणि मग क्ष-किरणांचा वापर केला जातो. या चाचणीत अत्यंत पातळ अशा ४० किंवा ६४ थरांमध्ये (Slices) हृदयाचं आणि रक्तवाहिन्यांचं चित्र मिळत असल्यामुळे निदान करणं सुलभ जातं. शिवाय या चाचणीत क्ष-किरणांचा वापर दहा मिनिटंच होत असल्यामुळे किरणोत्सर्गाचा धोका कमी होतो.

हृदय धमन्यांमध्ये कीटण बसलेलं आहे का हे ठरवण्यासाठी पुष्कळदा अँजिओग्राफी करायला सांगितली जाते. सीटी-अँजिओमुळे हे प्रमाण कमी होऊ शकेल. सीटी अँजिओमध्ये असं कीटण आढळल्यासच नेहमीची अँजिओग्राफी करावी लागेल. सीटी-अँजिओ ही चाचणी non-invasive असल्यामुळे ती अधिक सुरक्षित आणि सोपी आहे.

थ्री-डी एको 3-D Echo – या पद्धतीत अतितीव्र ध्वनिलहरींचा (Ultrasound) वापर करून हृदयाची त्रिमित चित्रं मिळवली जातात आणि मग ती एकत्रित करून हृदयाच्या हालचालीचं संपूर्ण चित्र तयार होतं. यामुळे हृदयाच्या कार्याची आणि त्यातील झडपांच्या स्थितीची अधिक चांगली माहिती मिळते.

ही चाचणीही non-invasive असल्यामुळे अधिक सुरक्षित आणि सोपी आहे. गर्भवती स्त्रियांच्या गर्भाची स्थिती जाणून घेण्यासाठी अशी चाचणी – ज्याला सोनोग्राफी हे रुळलेलं नाव आहे – नियमितपणे केली जाते.

■